'{अमीशच्या} लेखनाने भारताच्या समृद्ध इतिहासाविषयी आणि संस्कृतीविषयी कमालीची जिज्ञासा जागृत केली आहे.'

–श्री नरेन्द्र मोदी जी

(आदरणीय पंतप्रधान, भारत)

'{अमीशचे} लेखन तरुणाईची जिज्ञासा जागवत आणि शमवत, त्यांना प्राचीन परंपरांचा परिचय करून देते...'

–श्री श्री रवि शंकर

(आध्यात्मिक गुरू आणि आर्ट ऑफ लिव्हिंग फाउंडेशनचे संस्थापक)

'अमीशचं हे पुस्तक मनोरंजक, खिळवून ठेवणारं आणि माहितीपूर्ण आहे.'

–अमिताभ बच्चन

(अभिनेता आणि महानायक)

'अमीश म्हणजे भारताचा सर्वांत मोठा साहित्यिक रॉकस्टार आहे.'

–शेखर कपूर

(पारितोषिक विजेते चित्रपट दिग्दर्शक)

'विचारी आणि सखोल, अमीश, नव्या भारताचे प्रतिनिधित्व अन्य कोणत्याही लेखकापेक्षा अधिक करतो.'

–वीर संघवी

(ज्येष्ठ पत्रकार आणि स्तंभलेखक)

'{अमीश} हे त्यांच्या काळातील सर्वांत मूलभूत विचारवंतांपैकी एक आहेत.'

–अर्णब गोस्वामी

(ज्येष्ठ पत्रकार आणि रिपब्लिक टीव्ही चे कार्यकारी संचालक)

www.authoramish.com

‘अमीशकडे एक बारीक नजर आहे आणि कथनाची खिळवून ठेवणारी शैली आहे.’

–डॉ. शशी थरूर

(लोकसभा सदस्य आणि लेखक)

‘{अमीशकडे} एक सखोल विचारशील मन आणि भूतकाळाकडे पहाण्याची अनोखी, नवीन आणि विस्मयकारी दृष्टी आहे.’

–शेखर गुप्ता

(ज्येष्ठ पत्रकार आणि स्तंभलेखक)

‘नवा भारत समजून घ्यायचा असेल, तर तुम्हाला अमीशचे लेखन वाचावे लागेल.’

–स्वपन दासगुप्ता

(लोकसभा सदस्य आणि ज्येष्ठ पत्रकार)

‘अमीशच्या सर्व पुस्तकांमधून एक मुक्त प्रागतिक विचारधारा वाहत असते: लिंगभावाबद्दल, जातिभावाबद्दल, कोणत्याही प्रकारच्या भेदभावाबद्दल... सच्ची तात्त्विक बैठक असणारा तो भारतातील एकमेव सर्वाधिक खपाचा लेखक आहे–त्याच्या प्रत्येक पुस्तकामागे प्रचंड संशोधन आणि सखोल विचार आहे.’

–संदीपन देब

(ज्येष्ठ पत्रकार आणि संपादकीय संचालक, स्वराज्य)

‘अमीशचा प्रभाव त्याच्या पुस्तकांपलीकडे आहे, त्याची पुस्तके साहित्याच्या पुढे जातात, त्याचे साहित्य तत्त्वज्ञानात न्हालेले आहे, त्याला भक्तीचे अधिष्ठान आहे, त्यातून त्याच्या भारतावरील प्रेमाला शक्ती मिळते.’

–गौतम चिकरमने

(ज्येष्ठ पत्रकार आणि लेखक)

‘अमीश म्हणजे एक साहित्यिक घटना आहे.’ ***–अनिल धारकर***

(ज्येष्ठ पत्रकार आणि लेखक)

www.authoramish.com

अमीशची इतर पुस्तके

शिव त्रयी

भारतीय प्रकाशनाच्या इतिहासात सर्वाधिक वेगाने विक्री झालेली पुस्तकमालिका

मेलुहाचे मृत्युंजय (त्रयीमधील पुस्तक १)

शपथ वायुपुत्रांची (त्रयीमधील पुस्तक ३)

राम चंद्र मालिका

भारतीय प्रकाशनाच्या इतिहासात सर्वाधिक वेगाने विक्री झालेली दुसऱ्या क्रमांकावरील पुस्तकमालिका

राम - इक्ष्वाकुचे वंशज (मालिकेमधील पुस्तक १)
सीता - मिथिलेची योद्धा (मालिकेमधील पुस्तक २)
रावण - आर्यावर्ताचा शत्रू (मालिकेमधील पुस्तक ३)

कथेतर

अमृत्य भारतः तरुण राष्ट्र, कालातीत संस्कृती

www.authoramish.com

रहस्य नागांचे

शिवावरील तीन पुस्तकांच्या मालिकेतील
दुसरे पुस्तक

लेखक
अमीश

अनुवाद
डॉ. मीना शेटे-संभू

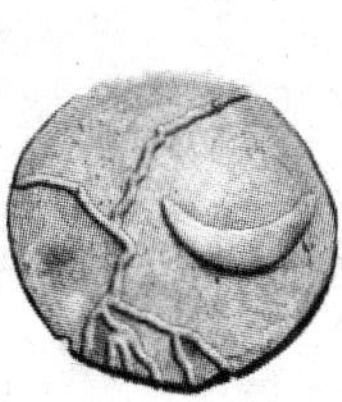

ekadā

ekadā

First published in English as *The Secret of the Nagas* in 2011 by Westland Ltd.

First published in Marathi as *Rahasye Naganche* in 2013 by Westland Ltd., in association with Ameya Inspiring Books

Published in Marathi as *Rahasye Naganche* in 2019 by Eka, an imprint of Westland Publications Private Limited

Published in 2022 by Eka, an imprint of Westland Books, a division of Nasadiya Technologies Private Limited

Published in 2025 by Ekadā, an imprint of Westland Books, a division of Nasadiya Technologies Private Limited

No. 269/2B, First Floor, 'Irai Arul', Vimalraj Street, Nethaji Nagar, Alapakkam Main Road, Maduravoyal, Chennai 600095

Westland, the Westland logo, Ekadā and the Ekadā logo are the trademarks of Nasadiya Technologies Private Limited, or its affiliates.

ISBN: 9789395073943

10 9 8 7 6 5 4 3

This is a work of fiction. Names, characters, organisations, places, events and incidents are either products of the author's imagination or used fictitiously.

Cover Design by Rashmi Pusalkar
Photo of Lord Shiva by Chandan Kowli
Typesetting by Ameya Inspiring Books, Pune, Maharashtra 411004

Printed at Nutech Print Services Pvt. Ltd

प्रीती आणि नील यांना...

स्वर्गाचा शोध घेण्यासाठी सप्तसिंधु धुंडाळणारे
लोक दुर्दैवी असतात.

आपल्या प्रियजनांच्या सहवासात स्वर्ग नांदत असतो.
त्या खऱ्याखुऱ्या स्वर्गाचा अनुभव घेणारे
लोकच खरे सुदैवी असतात.

मी खरोखरच सुदैवी आहे.

सत्यम् शिवम् सुंदरम्

शिव हेच सत्य आहे. शिव हेच सौंदर्य आहे.

शिव हेच पुरुषतत्त्व आहे, शिव हेच स्त्रीतत्त्व आहे.

शिव हाच सूर्यवंशी आहे. शिव हाच चंद्रवंशी आहे.

अनुक्रमणिका

ऋणनिर्देश

भगवान शिवावरील तीन पुस्तकांच्या मालिकेतील पहिले पुस्तक म्हणजे 'मेलुहाचे मृत्युंजय.' त्याचे आश्चर्यकारकरीत्या मोठेच स्वागत झाले. प्रामाणिकपणे सांगायचे झाले, तर 'द सिक्रेट ऑफ द नागाज'ची गुणवत्ता पहिल्या पुस्तकाएवढीच राखण्याचे मोठेच दडपण माझ्या मनावर होते. मी त्यात यशस्वी झालो आहे का, ते मला माहीत नाही. मात्र भगवान शिवाच्या महान साहसावर आधारित हे दुसरे पुस्तक तुमच्या हाती देण्यासाठी मला बराच वेळ लागला. आता ज्यांच्यामुळे माझा हा प्रवास मी वास्तवात उतरवू शकलो, त्यांचे ऋण व्यक्त करण्यासाठी मी तुमचे फक्त एकच मिनिट घेत आहे.

भगवान शिव हा माझा देव, माझा नेता आणि माझा तारणहार आहे. त्याची अत्यंत सुंदर कथा सांगण्यासाठी माझ्यासारख्या अपात्र व्यक्तीला 'त्या'चा आशीर्वाद कसा काय लाभला याचा शोध घेण्याचा मी प्रयत्न करत आहे. अद्याप मला या प्रश्नाचे उत्तर सापडलेले नाही.

या पुस्तकाच्या प्रकाशनाच्या काही महिनेच अगोदर माझे सासरे आणि अनन्य शिवभक्त, डॉ. मनोज व्यास यांचा मृत्यू झाला. मी त्यांचा मोठाच प्रशंसक आहे. ते माझ्या हृदयात सातत्याने वास करत आहेत.

माझी पत्नी प्रीती हे माझ्या आयुष्यातील सखोल सत्य आहे. ती माझी निकटची सल्लागार आहे. माझ्या पंखांत तिच्यामुळे फक्त बळच येते असे नाही; तर ती माझे पंखच आहे.

माझे कुटुंबीय म्हणजे उषा, विनय, भावना, हिमांशु, मीता, अनिश, दोनेत्ता, आशीष, शेरनाझ, स्मिता, अनुज, ऋता यांनी मला अथक पाठबळ आणि प्रेम दिले. भावनाचा आणखी वेगळा उल्लेख करावा लागेल. तिने या पुस्तकाच्या संपादनासाठी मला मदत केली. माझी पहिली वेबसाईट तयार करण्यासाठी आणि ती व्यवस्थित चालवण्यासाठी दोनेत्तानेही मला अशीच मदत केली.

शर्वरी पंडित ही माझी काहीशी हट्टी, दृढनिश्चयी संपादिका आहे. भगवान शिवावरील या तीन पुस्तकांच्या मालिकेवर तिची अतीव निष्ठा आहे. तिच्याबरोबर काम करणे हा मी माझा सन्मान समजतो.

रश्मी पुसाळकर हिने या पुस्तकाचे मुखपृष्ठ तयार केले आहे. ती एक निष्णात कलाकार आणि जादूगार आहे. ती जिद्दी स्वभावाची आहे आणि नेहमी आपले म्हणणे मांडत राहते.

गौतम पद्मनाभन, पॉल विनय कुमार, रेणुका चटर्जी, सतीश सुंदरम, अनुश्री बॅनर्जी, विपीन विजय, मनिषा शोभाराजनी आणि वेस्टलँडमधील सर्व विलक्षण सहकारी, माझे प्रकाशक या सर्वांचे परिश्रम आणि शिवावरील तीन पुस्तकांच्या या मालिकेवरील त्यांची सर्वोच्च श्रद्धा यांबद्दल मी त्यांचा ऋणी आहे.

अनुज बाहरी हा माझा एजंट आहे. तो माझा मित्रही आहे. मला ज्यावेळी आधाराची सर्वाधिक गरज असते, त्यावेळी त्याच्याकडून नेहमीच मला आधार मिळतो आणि लेखनापर्यंत योगायोगाने झालेल्या माझ्या प्रवासापर्यंतची टिंबे मी जोडतो, तेव्हा संदिपान देवचेही आभार मी मानले पाहिजेत, हे स्पष्ट होते. कारण त्यानेच माझी ओळख अनुजशी करून दिली.

चंदन कौली हा या पुस्तकाच्या मुखपृष्ठाचा छायाचित्रकार आहे. तो अत्यंत बुद्धिमान आणि हुशार आहे. आवश्यकता असलेले छायाचित्र त्याने अगदी परिपूर्णतेने टिपले. सीजीमधील साप तयार करण्याचे काम करणारा चिंतन सरीन आणि त्याला त्या कामी साहाय्य करणारी जुलियन ड्युबॉइस हिचेही मी आभार मानतो. त्यांनी खरोखरच जादू केली आहे.

संग्राम सुर्वे, शालिनी अय्यर आणि 'थिंक व्हाय नॉट' या जाहिरात आणि डिजिटल मार्केटिंग एजन्सीचे सहकारी यांचाही मी आभारी आहे. विपणन क्षेत्रातील या बुद्धिवंतांबरोबर काम करणे ही आनंदाची गोष्ट होती.

कवल शूर आणि योगेश प्रधान यांनी प्रारंभीच्या विपणन योजना तयार

करण्यासाठी चांगला सल्ला दिला. या पुस्तकाचे विपणन कशा प्रकारे केले जावे याविषयीचे माझे विचार संकलित करण्यासाठी त्यांनी मला मदत केली.

आता अखेरीस मी तुम्हां सर्व वाचकांचे आभार मानतो. माझ्या पहिल्या पुस्तकाचे तुम्ही खुल्या दिलाने भरभरून स्वागत केले. तुमच्या या पाठिंब्याने मला विनयशील बनवले आहे. भगवान शिवावरील हे दुसरे पुस्तक तुम्हांला निराश करणार नाही, अशी मला आशा आहे. या पुस्तकातील ज्या ज्या गोष्टी तुम्हांला आवडतील, त्या भगवान शिवाच्या आशीर्वादाने लिहिल्या गेल्या आहेत आणि ज्या ज्या गोष्टी तुम्हांला आवडणार नाहीत, तिथे तिथे या आशीर्वादाला न्याय देण्यात मी कमी पडलो आहे.

शिवावरची तीन पुस्तके

शिव! महादेव! देवांचा देव! दुष्टांचा संहारक. उत्कट प्रेमी. भयावह योद्धा. निष्णात नर्तक. विलक्षण नेता. सर्वशक्तिमान, तरीही अत्यंत प्रामाणिक, नीतिमान. प्रचंड प्रसंगावधानी व्यक्ती आणि तरीही शीघ्रकोपी. त्याचा संतापही समोरच्याला थरथर कापायला लावणारा.

शतकानुशतके आपल्या भूमीत आक्रमक, व्यापारी, विद्वान, पर्यटक, राज्यकर्ता म्हणून येणाऱ्या कोणत्याही परदेशी व्यक्तीने एवढा सर्वगुणसंपन्न, शक्तिशाली माणूस अस्तित्वात असू शकतो, यावर विश्वासच ठेवला नाही. त्यांना असेच वाटत राहिले की, तो नक्कीच कोणीतरी पौराणिक कथांतील देव असला पाहिजे. त्याचे अस्तित्व फक्त मानवी मनोराज्यातच असू शकते. दुर्दैवाने, आपलीही शतकानुशतके हीच श्रद्धा आहे.

पण जर आपण चुकत असू तर? जर भगवान शिव हा पौराणिक कथांतील, समृद्ध सर्जनशीलतेतून अवतरलेला कोणी दैवी पुरुष नसेल तर? तोही आपल्यासारखाच रक्तामांसाचा खराखुरा पुरुष होता, असेल तर? आपल्या कर्मांमुळे एक पुरुष देवत्वापर्यंत जाऊन पोहोचला. शिवावरील तिन्ही पुस्तकांचा हाच पाया आहे. प्राचीन भारताच्या समृद्ध पौराणिक परंपरेचा वेध या पुस्तकांमधून घेतला आहे. ऐतिहासिक वस्तुस्थिती आणि कल्पनाविलास यांमधून हे पुस्तक आकाराला आले आहे.

म्हणूनच हे पुस्तक म्हणजे भगवान शिवासाठी आणि त्याच्या आयुष्यातून

आपल्याला शिकायला मिळणाऱ्या धड्यांसाठी लिहिलेली अर्पणपत्रिका आहे. कालौघात अज्ञानामुळे हा धडा आपण विसरलो आहोत. त्याच्या जीवनापासून मिळणाऱ्या धड्यामुळे आपण सारेच जण अधिक चांगल्या व्यक्ती म्हणून जगू शकू. प्रत्येक व्यक्तीमध्ये देव बनण्याची क्षमता दडलेली असते, हाही या धड्याचाच एक अन्वयार्थ आहे. फक्त त्यासाठी आपल्याला आपल्या सद्सद्विवेकबुद्धीचे म्हणणे ऐकावे लागते.

या असामान्य व्यक्तिमत्त्वाचा प्रवास उलगडणाऱ्या तीन पुस्तकांच्या मालिकेतील 'इम्मॉरटल्स ऑफ मेलुहा' हे पहिले पुस्तक आहे. 'द सिक्रेट ऑफ द नागाज' हे दुसरे पुस्तक तुमच्या हातात आहे. आणखी एक पुस्तक या पाठोपाठच येत आहे. त्याचे नाव आहे 'द ओथ ऑफ द वायुपुत्राज.'

■■

लेखकाचे मनोगत

'द सिक्रेट ऑफ द नागाज' हे पुस्तक 'प्रारंभापूर्वी' या प्रकरणानंतर सुरू होत आहे. भगवान शिवावरील तीन पुस्तकांच्या मालिकेतील हे दुसरे पुस्तक आहे. याआधीचे 'इम्मॉरटल्स ऑफ मेलुहा' हे पुस्तक जिथे संपले होते, तिथूनच या पुस्तकाचा प्रारंभ होत आहे. मात्र स्वतंत्र पुस्तक म्हणूनही तुम्हांला या पुस्तकाचा आनंद घेता येईल, असे मला वाटते. कदाचित 'इम्मॉरटल्स ऑफ मेलुहा' हे पुस्तक तुम्ही आधी वाचले, तर या पुस्तकाचा आनंद तुम्हांला अधिक प्रमाणात मिळू शकेल. समजा, तुम्ही जर 'इम्मॉरटल्स ऑफ मेलुहा' हे पुस्तक याआधीच वाचले असेल, तर हे विसरून जा.

हे पुस्तक लिहिताना मला जेवढा आनंद झाला, तेवढाच आनंद तुम्हांला हे पुस्तक वाचून मिळेल, अशी मी आशा करतो.

विविध धर्मांच्या कित्येक लोकांनी मला भगवान शंकर हाच सर्वोच्च देव आहे, यावर माझी श्रद्धा आहे का असे पत्रांद्वारे, संदेशांद्वारे विचारले आहे. तेव्हा आता मी त्याविषयीचा माझा प्रतिसाद पुन्हा एकदा नमूद करत आहे. ऋग्वेदात एक सुंदर संस्कृत ओळ आहे. माझ्या श्रद्धेचा अर्थ त्यात सर्वार्थाने आला आहे.

'एकम सत् विप्रा बहुधा वदंती'

लोक अनेकांना मानत असले, तरी सत्य फक्त एक आणि एकच आहे.

विविध धर्म त्याच्यापर्यंत विविध मार्गांनी पोहोचत असले, तरी देव एकच आहे. त्याला शिव, विष्णू, अल्ला, जीझस किंवा तुमची श्रद्धा असलेल्या देवाच्या

कोणत्याही रूपाच्या नावाने हाक मारा, 'तो' एकच आहे.

भले आपले मार्ग वेगवेगळे असतील; पण आपले पोहोचण्याचे ठिकाण एकच आहे.

प्रारंभापूर्वी...

तो मुलगा शक्य तेवढ्या जोरजोरात पळत सुटला होता. कडाक्याच्या थंडीमुळे त्याच्या फुटलेल्या टाचांमधून त्याच्या पायांत बर्फाळलेल्या वेदनांचे डोंब उसळत होते. त्या स्त्रीची याचना त्याच्या कानांत घुमत राहिली होती. ''मला मदत कर. कृपा करून मला मदत कर!''

त्याने आपला वेग मंदावला नव्हता. तो त्याच्या खेड्याकडे सुसाट वेगाने धावतच होता... आणि नंतर, एका भल्यामोठ्या केसाळ हाताने त्याला सहजपणे विळखा घातला. तो मुलगा हवेतच लोंबकळत होता. आपले पाय जमिनीला टेकवण्यासाठी तो जोराची धडपड करत होता. सुटकेसाठी त्याची धडपड सुरू असतानाच त्या राक्षसाचे विकट हास्य त्या मुलाच्या कानांवर पडत होते. त्याच वेळी दुसऱ्या एका विचित्र हाताने त्याला विळखा घातला आणि घट्ट आवळून धरले.

त्या मुलाला जोरदार धक्का बसला आणि तो निःशब्द झाला. ते शरीर त्या केसाळ राक्षसाचे होते, मात्र काही क्षणांपूर्वीच ज्या सुंदर स्त्रीपासून तो मुलगा दूर पळत सुटला होता, त्या सुंदर स्त्रीचा चेहरा त्या राक्षसाच्या धडावर होता. तिचे तोंड वासलेले होते, परंतु त्या तोंडातून बाहेर पडणारा आवाज मात्र कोमल, स्त्रैण नव्हता; तर ती रक्त गोठवणारी आरोळी होती.

''तुला त्याचा आनंद वाटला होता, होय ना? माझा छळ होत असताना, मला होणाऱ्या क्लेशांचा तू आनंद उपभोगत होतास, हो ना? माझ्या मदतीच्या याचनेकडे

तू दुर्लक्ष केलंस. होय ना? आता तुझ्या उर्वरित आयुष्यभर हा चेहरा तुझा पाठलाग करत राहील!''

नंतर छोटीशी तलवार घेतलेला एक विचित्र हात अचानकच कुठून तरी वर आला आणि त्याने ते सुंदर मुंडके तलवारीने उडवून टाकले.

''नाहीऽऽऽऽऽऽऽ!'' तो छोटा मुलगा किंचाळला आणि त्याच्या स्वप्नातून एकदम जागा झाला.

गवताच्या गंजीच्या आपल्या बिछान्याभोवती त्याने बावचळून पाहिले.

संध्याकाळ सरत आली होती. मावळतीला चाललेल्या सूर्याचे थोडेसेच किरण त्या झोपडीत शिरले होते, तेवढेच! बाकी सगळीकडे मिट्ट काळोख पसरला होता. दरवाजाजवळ पेटवलेली छोटीशी शेकोटी विझत आली होती. तेवढ्यात धावतच एक व्यक्ती त्या छोट्याशा खोलीत शिरली. तिच्या पळण्यामुळे मिळालेल्या प्राणवायूमुळे काही ज्वाळा अचानकच भडकल्या.

''शिवा? काय झालं? तू ठीक आहेस ना, माझ्या बाळा?''

त्या मुलाने पूर्णपणे गोंधळून वर पाहिले. त्याच्या आईने आपला हात त्याच्याभोवती टाकला होता. त्याने आपले शिणलेले डोके तिच्या छातीवर टेकले. तिचा सांत्वन करणारा, समजूतदार आणि सहानुभूतीपूर्ण आवाज त्याच्या कानांवर पडला.

''ठीक आहे, माझ्या बाळा. मी इथेच आहे, मी तुझ्याजवळ आहे.''

बराच वेळ रोखून धरलेले अश्रू गालांवर ओघळल्यावर, आपल्या ताठरलेल्या शरीरातून भीती निघून जात असल्याचे त्याला जाणवले.

''काय झालं बाळा? पुन्हा तेच दुःस्वप्न पडलं होतं का?''

त्या मुलाने मान हलवली. अश्रूंची जागा आता प्रचंड संतापाने घेतली होती.

''ती तुझी चूक नव्हती. तू काय करू शकला असतास बाळा? तो तुझ्याहून तिप्पट मोठ्या, अवाढव्य शरीराचा होता. पूर्ण वाढ झालेला पुरुष होता तो!''

तो मुलगा काहीच बोलला नाही. मात्र त्याचे शरीर पुन्हा ताठरले. त्याची आई त्याचा चेहरा सारखा कुरवाळत होती. ती त्याचे डोळे पुसत होती. ''तू मारला गेला असतास.''

तो मुलगा चटकन म्हणाला,

''मग मी मरायलाच पाहिजे होतो. माझी तीच लायकी होती.''

आईला धक्का बसला. ती स्तब्ध झाली. तो चांगला मुलगा होता. याआधी कधीच त्याने आईसमोर आवाज चढवला नव्हता. कधीच नाही. तिने क्षणार्धात हा विचार बाजूला सारला आणि त्याचा चेहरा कुरवाळत ती म्हणाली, "पुन्हा असं बोलू नकोस, शिवा. तू मरण पावला असतास तर माझं काय झालं असतं?"

शिवाने आपली छोटीशी मूठ घट्ट आवळली आणि आपल्या कपाळावर तो मुठीने मारून घेऊ लागला. त्याच्या आईने त्याचा हात बाजूला घेईपर्यंत तो आपल्या कपाळावर मारतच राहिला होता. त्याच्या भुवयांच्या मधोमध संतप्त, लालसर-काळपट चिन्ह उमटले.

आईने त्याचे हात खाली घेतले आणि त्याला आपल्याजवळ ओढून घेतले. त्यानंतर ती जे काही बोलली ते त्या मुलाला पूर्णपणे अनपेक्षित होते. "ऐक बाळा! तू स्वतःच मला सांगितलंस, की तिनं त्याच्याशी लढण्याचा प्रयत्न केला नव्हता. त्याचा चाकू हस्तगत करून ती त्याला ठार करू शकली असती. करू शकली असती ना?"

मुलगा काहीच बोलू शकला नाही. त्याने फक्त मान हलवून संमती दर्शवली.

"मग तिनं तसं का केलं नाही, हे तुला माहिती आहे का?"

त्या मुलाने आपल्या आईकडे चौकस नजरेने पाहिले.

"कारण ती व्यवहारी होती. तिनं त्याच्याशी लढा देण्याचा प्रयत्न केला असता, तर बहुधा तिला मृत्यूला कवटाळावं लागलं असतं, हे तिला माहिती होतं."

शिवा आपल्या आईकडे शून्य नजरेने एकटक पाहात राहिला.

"तो गुन्हा, ते पाप तिच्याच बाबतीत घडत होतं ना? आणि तरीसुद्धा जिवंत राहाण्यासाठी जे आवश्यक होतं, तेच तिनं केलं...तिनं त्याला प्रतिआव्हान दिलं नाही. ती त्याच्याशी लढली नाही."

आपल्या आईच्या चेहऱ्यावरून क्षणभर त्याची नजर ढळलीच नाही.

"मग जिवंत राहावंसं वाटलं आणि त्यासाठी तू व्यवहारीपणानं वागलास, तर त्यात तुझं काय चुकलं?"

त्या मुलाला नकळतच हळुवारपणे काहीसा दिलासा मिळाल्यासारखे वाटले आणि पुन्हा एकदा तो हमसून, हमसून रडू लागला.

प्रकरण १

विचित्र राक्षस

"सती ऽऽ" शिव जोरात ओरडला. त्याने आपली तलवार उपसली आणि आपल्या पत्नीकडे तो जोरात धावत सुटला. त्याच वेळी पळता पळताच त्याने आपल्या पाठीवरची ढाल आपल्या दुसऱ्या हातात संरक्षणासाठी समोर धरली होती.

'ती सापळ्यात अडकेल.'

"थांब!" अयोध्येतील रामजन्मभूमी मंदिराकडे जाणाऱ्या रस्त्यावरील घनदाट झाडीत ती अत्यंत वेगाने घुसल्याचे पाहिल्यावर शिव जोरात ओरडला.

माघार घेत चाललेल्या त्या मुखवटाधारी नागाचा पाठलाग करण्यावरच सतीचे सारे लक्ष केंद्रित झाले होते. तिने आपली तलवार उपसून आपल्या शरीरापासून बरीच पुढे धरली होती. आपला बळी दृष्टिपथात आल्यावर एखादा कसलेला योद्धा ज्याप्रमाणे तलवार धरेल, तशीच तिने ती धरली होती.

सतीजवळ पोहोचायला आणि ती सुरक्षित असल्याची खात्री पटायला शिवाला काही क्षणच लागले. पाठलाग अद्याप सुरूच होता, त्यामुळे आता शिवाचे लक्ष त्या नागावर एकवटले. त्याला धक्काच बसला.

तो कुत्रा एवढ्या लांब अंतरावर कसा काय पोहोचला होता?

तो नाग विलक्षण चपळ होता. तो सहजगत्या त्या झाडांच्यामधून मार्ग काढत

नागमोडी वळत टेकड्यांवरून सफाईदारपणे चढत आणि उतरत पळत होता. मेरू पर्वतावरील ब्रह्मा मंदिराजवळ शिवाची सतीशी प्रथमच भेट झाली होती, त्यावेळी नागाशी झालेल्या लढाईचा प्रसंग शिवाला आठवला.

'ब्रह्मा मंदिराजवळ झालेल्या युद्धाच्या वेळच्या त्याच्या पायांच्या मंद हालचाली म्हणजे फक्त त्याची युद्धनीती होती तर!'

अधिक जलद गतीने धावता यावे, यासाठी शिवाने आपली ढाल पुन्हा पाठीवर बांधली. थोडेसे अंतर राखून त्याच्या डाव्या बाजूने सतीही पुढे धावत होती. अचानक तिच्या तोंडातून संतप्त आवाज बाहेर पडला आणि तिने उजव्या बाजूला इशारा केला. त्या बाजूला रस्त्याला फाटा फुटला होता आणि तो भाग काहीसा चढाचा होता. शिवाने मान हलवली. त्या दोघांनीही एकत्रच जाण्याऐवजी त्या रस्त्याच्या दोन बाजूंनी जाऊन पुढे असलेल्या अरुंद पायवाटेजवळ त्या नागाला विरुद्ध दिशांनी कचाट्यात पकडणे योग्य ठरले असते.

शिवाने त्याच्या उजवीकडे उडी मारली आणि तो अधिक जलद गतीने धावत निघाला, त्याने उपसलेली तलवार त्याच्या हातात होती. सती त्या नागाच्या मागावर त्याचा पाठलाग करत तशीच पुढे निघाली. तीही तेवढ्याच जोरात धावत होती. नवीन मार्गावरची शिवाच्या पायाखालची जमीन बऱ्यापैकी सलग होती. तिच्यावर फारसे उंचवटे नसल्यामुळे शिवाला जलद गतीने अंतर कापणे शक्य होत होते. त्या नागाने आपली ढाल उजव्या हातात धरल्याचे शिवाने पाहिले. संरक्षणासाठी त्याने चुकीच्या हाताची निवड केली होती. शिव विचारात पडला.

झटकन त्या नागाच्या उजवीकडे येऊन शिवाने आपल्या डाव्या हाताने खंजीर बाहेर काढला आणि त्या नागाच्या मानेच्या दिशेने वेगाने फेकला. असे काही घडेल याची शिवाने स्वप्नातही कल्पना केली नव्हती; मात्र अत्यंत नियोजनबद्ध, कौशल्याने त्या नागाने तो वार चुकवला. शिव स्तिमित होऊन पाहतच राहिला.

त्या खंजिराकडे पाहण्यासाठी वळण्याचे यत्किंचितही कष्ट न घेता किंवा पळताना अजिबात न थांबता त्या नागाने आपली ढाल त्या खंजिराच्या मार्गात आडवी आणली होती. त्या ढालीवर आदळून खंजीर मागे फेकला गेला आणि त्या नागाने अगदी लीलया आपली ढाल आपल्या पाठीवर टाकली. आपल्या धावण्याची गती त्याने कायम राखली होती.

शिव आ वासून पाहतच राहिला. त्याची गती मंदावली होती.

त्याने खंजिराकडे अजिबात न पाहताच त्याला नेस्तनाबूतही करून टाकलं! हा माणूस नेमका आहे तरी कोण?

दरम्यानच्या काळात सतीने आपला धावण्याचा वेग कायम ठेवला होता. ती त्या नागाच्या जवळ पोहोचली होती. तो नाग धावत असलेल्या मार्गावरच दुसऱ्या बाजूने शिवही धावत त्याचा पाठलाग करत होता.

ती अरुंद पायवाट सतीने पार केल्याचे पाहताच शिवाने आपली गती वाढवली आणि तो आपल्या पत्नीच्या अधिक जवळ पोहोचला. त्या उताराच्या तीव्र कोनामुळे शिवाला तो नाग पुढे पळताना दिसत होता. त्या टेकडीच्या पायथ्याशी असलेल्या भिंतीजवळ तो पोहोचला होता. जनावरांच्या आणि घुसखोरांच्या हल्ल्यांपासून रामजन्मभूमी मंदिराचे संरक्षण करण्यासाठी ती भिंत बांधण्यात आली होती. त्या भिंतीची उंची पाहून शिवाच्या मनात आशा फुलली. त्या भिंतीवरून तो नाग उडी मारून जाण्याची शक्यताच नव्हती. त्याला तिच्यावर चढावे लागले असते. त्याच्याजवळ पोहोचून, त्याच्यावर हल्ला करण्यासाठी सतीला आणि शिवाला तेवढे क्षण पुरेसे होते.

त्या नागाच्याही लक्षात ती गोष्ट आली. त्या भिंतीजवळ आल्यावर त्याने आपल्या टाचांवर उभा राहून गिरकी घेतली. त्याच वेळी आपले हात कमरेच्या दोन्ही बाजूंना सरकवून त्याने दोन तलवारी बाहेर काढल्या. त्याच्या उजव्या हातातील तलवार नेहमीची पारंपरिक लांब पात्याची तलवार होती. संधिप्रकाशात तिचे पाते चमकत होते. मात्र त्याच्या डाव्या हातातील तलवार थोडीशी विचित्र आणि कमी लांबीची, पण दुधारी होती. तलवारीच्या मुठीवर मध्यभागी खिळीने ते पाते बसवण्यात आले होते. नागाजवळ पोहोचल्यावर शिवाने आपली ढाल पुढे केली. सतीने त्या नागावर त्याच्या उजव्या बाजूने हल्ला केला.

त्या नागाने आपल्या हातातील लांब तलवारीचा जोरदार तडाखा दिला. त्यामुळे सतीला एक पाऊल मागे जावे लागले. सती मागे सरकलेली पाहताच नागाने एकदम आपल्या डाव्या हाताची दिशा बदलली. त्यामुळे शिवाला त्याचा वार चुकवण्यासाठी मागे व्हावे लागले. मात्र त्या नागाच्या तलवारीचा वार सुरक्षितपणे चुकवल्याचे पाहिल्यावर शिवाने उंच उडी मारली आणि त्याने चपळाईने त्याच्यावर वार केला. तो एवढा जोरदार वार होता की जर प्रतिद्वंद्वीच्या हातात ढाल नसेल, तर तो वार चुकवणे केवळ अशक्य होते. मात्र तो नाग सहजगत्या एक पाऊल मागे

सरकला. त्याने तो वार सहजगत्या चुकवला आणि आपली कमी लांबीची तलवार त्याने जोरात पुढे केली. त्यामुळे शिवाला एक पाऊल मागे जावे लागले. तो वार चुकवण्यासाठी नीलकंठाला तातडीने आपली ढाल पुढे धरावी लागली.

सती पुन्हा एकदा पुढे आली. तिच्या तलवारीमुळे नागाला मागे जाणे भाग पडले. आपला डावा हात मागे घेऊन तिने खंजीर बाहेर काढला आणि त्या नागाच्या दिशेने जोरात भिरकावला. नेमक्या त्याच क्षणी त्या नागाने आपले डोके वाकवले. त्यामुळे तो खंजीर अगदी निरुपद्रवीपणे त्या भिंतीवर जाऊन आदळला. शिवाला आणि सतीला आतापर्यंत त्या नागावर एकही हल्ला करता आला नव्हता, मात्र ते त्याला सातत्याने माघार घेण्यास भाग पाडत होते. त्याला त्या भिंतीजवळ जखडून ठेवणे हा काही क्षणांचाच भाग उरला होता.

'हे पवित्र तळ्या, अखेर मला तो सापडलाच.'

..आणि तेवढ्यात त्या नागाने आपल्या डाव्या हाताने अत्यंत क्रूरपणे जोरदार तडाखा दिला. मात्र त्या तलवारीची लांबी कमी असल्यामुळे ती शिवापर्यंत पोहोचू शकली नाही. त्यामुळे त्याचा वार निष्फळ ठरला होता. शिव पुढे सरकला. आता त्या नागाच्या शरीरावर आपण वार करणारच, याची शिवाला खात्री वाटत होती. मात्र तेवढ्यात त्या नागाने पुन्हा एकदा वार केला. यावेळी त्याने त्या छोट्या तलवारीच्या खिळीवरची कळ आपल्या अंगठ्याने दाबली होती. क्षणार्धात त्या छोट्या लांबीच्या तलवारीच्या पात्यामागून दुसरे लांब पाते बाहेर पडले. त्याची लांबी पहिल्या पात्याच्या जवळजवळ दुप्पट होती. त्या पात्याचा शिवाच्या खांद्यावर वार झाला. त्याच्या विषारी कडेमुळे शिवाच्या शरीरात विद्युत्‌लहरींचा डोंब उसळला. तो जागच्या जागीच खिळून राहिला.

''शिवा!'' पार्वती किंचाळली. त्याच वेळी तिने नागाच्या उजव्या हातावरील तलवारीवर आपल्या तलवारीचा जोरदार प्रहार केला. त्याच्या हातातून तलवार खाली पडेल, अशी तिची अपेक्षा होती. मात्र त्यापूर्वीच क्षणभर नागाने आपल्या हातातील तलवार खाली टाकून दिली होती. त्यामुळे सती भेलकांडली. तिच्या हातातील तलवार तिच्या हातातून निसटून पडली आणि आपला तोल सावरण्याची धडपड ती करू लागली.

''नाही!' शिव किंचाळला. त्याच्या पाठीतून निघणाऱ्या कळांमुळे तो हालचाल करू शकत नव्हता.

सती काय विसरली होती, ते त्याच्या लक्षात आले. रामजन्मभूमी मंदिराच्या मागच्या बाजूला असलेल्या झाडीत लपलेल्या अवस्थेत तो नाग दिसला होता, त्यावेळी सतीने त्याच्या दिशेने खंजीर फेकला होता. तो त्या नागाने आपल्या उजव्या हाताला बांधला होता. कोसळणाऱ्या सतीच्या पोटावर नागाने आपल्या उजव्या हाताने प्रहार केला. आपली चूक खूप उशिरा सतीच्या लक्षात आली होती.

मात्र अखेरच्या क्षणी त्या नागाने आपला हात आवरता घेतला. तिच्या जखमेतून रक्ताचे थेंब ठिबकत होते. त्या नागाने सतीच्या नाकावर आपल्या डाव्या कोपराने जोरदार प्रहार केला. तिच्या नाकाला जखम झाली आणि त्याने तिला खाली पाडले.

आता त्याचे दोन्ही शत्रू हालचाल करू शकत नव्हते. ते पाहताच त्याने आपली लांब तलवार झटकन आपल्या उजव्या पायाजवळ खोचली. आपली दोन्ही शस्त्रे त्याने आपापल्या म्यानांत ठेवून दिली. अद्यापही त्याची नजर शिव आणि सतीवर खिळलेली होतीच. त्यानंतर उंच उडी घेऊन त्याने त्या भिंतीचा वरचा भाग गाठला.

''सती!'' शिव ओरडला. विषाचा प्रभाव उतरल्यामुळे तो धावतच आपल्या पत्नीकडे गेला.

सतीने आपले पोट गच्च आवळून धरले होते. तो नाग विचारात पडला. कारण ती जखम फक्त वरवरची होती. त्यानंतर त्याचे डोळे एकदम सताड विस्फारले.

'ती गर्भवती आहे.'

त्या नागाने आपले पोट चुरगाळले आणि एका सहज हालचालीने आपले पाय वर घेऊन त्याने त्या भिंतीवरून उडी मारली.

''घट्ट दाबून धर!'' शिव ओरडला. जखम बरीच खोल असेल अशी त्याची अपेक्षा होती.

मात्र जखम वरवरची असल्याचे लक्षात येताच शिवाने सुटकेचा निःश्वास सोडला. मात्र तरीही जखमेतून होणारा रक्तपात आणि तिच्या नाकाला झालेली दुखापत यांविषयी त्याला काळजी वाटत होती.

सतीने वर पाहिले. तिच्या नाकातून रक्त वाहत होते आणि तिच्या डोळ्यांतून क्रोधाग्नी बाहेर पडत होता. ''त्याला पकड!'' आपली तलवार हातात घेत ती ओरडली.

शिवाने वळून पाहिले. आपली तलवार उचलली आणि ती आपल्या म्यानात सरकवत तो भिंतीजवळ पोहोचला. झटकन तो त्या भिंतीवर चढला. सतीनेही त्याच्यापाठोपाठ जाण्याचा प्रयत्न केला. दुसऱ्या बाजूला असलेल्या गर्दीने भरलेल्या रस्त्यावर शिव उतरला. बऱ्याच अंतरावर त्याला अजूनही जोरजोरात पळत असलेला तो नाग दिसला.

शिवाने त्याचा पाठलाग करण्यास सुरुवात केली. मात्र आपण लढाई आधीच हरल्याचे त्याला माहिती होते. तो खूपच मागे होता. आता त्याला त्या नागाचा पहिल्याहूनही अधिक तिरस्कार वाटू लागला. त्याच्या पत्नीला यातना भोगायला लावणारी व्यक्ती! त्याच्या भावाचा खुनी! मात्र तरीही आत कुठेतरी खोलवर त्या नागाच्या अतीव युद्धकौशल्याने तो प्रभावित झाला होता.

एका दुकानाबाहेर बांधलेल्या घोड्याच्या दिशेने तो नाग पळत होता. दुसऱ्याच क्षणी अनपेक्षितपणे त्याने चपळाईने उंच उडी मारली. त्याचा उजवा हात बाहेर होता. त्याने सहजतेने त्या घोड्यावर मांड ठोकली. आपल्या उजव्या हातातील खंजिराने घोड्याला बांधून ठेवलेला लगाम त्याने कापून टाकला आणि घोड्याला मोकळे केले. बिचकलेल्या घोड्याच्या खिंकाळण्याने आणि बिथरण्याने त्या नागाच्या हातातील लगाम पुन्हा निसटून गेले. नागाने आपल्या डाव्या हातात सहजपणे लगाम पकडला. घोड्याच्या कानांत काहीतरी पुटपुटून त्याने लगेच त्या घोड्याला टाच मारली. नागाचे शब्द ऐकून घोड्याने उंच झेप घेतली आणि नंतर तो चौखूर धावू लागला.

एवढ्यात त्या दुकानातून एक माणूस गडबडीने जोरजोरात ओरडत बाहेर आला.

"थांब! अरे चोरा! तो माझा घोडा आहे!"

तो गोंधळ ऐकून नागाने आपल्या अंगरख्यात हात घातला आणि प्रचंड वेगाने काहीतरी त्याच्या दिशेने फेकले. घोडा चौखूर उधळतच होता. त्याने फेकलेल्या त्या वस्तूच्या तडाख्याने घोड्याचा मालक धडपडला आणि उताणा खाली पडला.

" पवित्र तळ्याशप्पथ!" शिव ओरडला. तो माणूस गंभीर जखमी झाला असेल, अशा विचाराने शिव भरधाव वेगाने धावत त्याच्याकडे गेला.

त्या घोडेवाल्याजवळ पोहोचल्यावर शिवाच्या आश्चर्याला पारावर राहिला नाही. कारण तो माणूस हळूहळू उठून उभा राहिला. आपली दुखत असलेली छाती तो

चोळत होता आणि त्या नागाला शिव्याशाप देत होता. ''त्या बदमाशाच्या काखेला हजारो कुत्र्यांच्या अंगावरच्या पिसू डसू देत!''

''तू ठीक आहेस ना?'' शिवाने त्याची छाती तपासत विचारले.

त्या घोड्याच्या मालकाने शिवाकडे पाहिले. रक्ताने निथळणारे त्याचे शरीर पाहून तो घाबरून शांत झाला.

नागाने घोड्याच्या मालकाकडे फेकलेली वस्तू उचलण्यासाठी शिव खाली वाकला. ती एक थैली होती. शिवाने तोपर्यंत कधीही पाहिले नव्हते, एवढ्या मुलायम, रेशमापासून ती बनवण्यात आली होती. शिवाने सहज म्हणून ती थैली उघडली. त्याला त्यातही त्या नागाचा काहीतरी कावा असावा, असे वाटले होते. मात्र त्या थैलीत मोहरा होत्या. त्याने एक बाहेर काढली. ती सोन्याची होती, हे पाहून त्याला आश्चर्य वाटले. त्या थैलीत किमान ५० तरी मोहरा होत्या. नाग निघून गेलेल्या दिशेकडे शिव वळला.

'हा कोणत्या प्रकारचा राक्षस आहे? तो प्रथम घोडा चोरतो आणि नंतर किमान पाच घोडे तरी विकत घेता येतील एवढं सोनं देऊन जातो!'

''सोनं!'' घोड्याचा मालक हळुवारपणे पुटपुटला आणि त्याने शिवाच्या हातातून ती थैली हिसकावून घेतली. ''ही माझी आहे!''

शिवाच्या हातात एक नाणे होते, तेच तो पाहत होता. त्यामुळे त्याने वर पाहिले नाही. तो त्या नाण्यावरच्या खुणांचे परीक्षण करत होता. ''मला एका नाण्याची गरज आहे.''

शिवाएवढ्या बलाढ्य माणसाशी युद्ध करण्याची घोड्याच्या मालकाची तयारी नव्हती. तो हलकेच म्हणाला, ''पण....''

शिव तिटकाऱ्याने काहीतरी उद्गारला आणि त्याने आपल्या स्वतःच्या थैलीतून सोन्याच्या दोन मोहरा बाहेर काढल्या. घोड्याच्या मालकाला त्याने त्या दिल्या. आपल्या त्या दिवशीच्या ग्रहमानावर बेहद्द खूश असलेल्या त्या माणसाने तिथून चटकन काढता पाय घेतला.

शिव मागे वळला आणि भिंतीला टेकून विश्राम करत असलेली सती त्याला दिसली. तिने आपले मस्तक वर केले होते आणि नाक दाबून धरले होते. तो तिच्याकडे गेला.

''तू ठीक आहेस ना?''

प्रतिसाद देण्यासाठी सतीने मान हलवली. आपल्या चेहऱ्यावर ओघळलेले रक्त तिने पुसून काढले.

"होय. तुझा खांदा? तो ठीक दिसत नाही."

"तो जेवढा वाईट दिसतोय, तेवढा काही त्याचा त्रास मला होत नाही. मी चांगला आहे. काळजी करू नकोस."

नाग जिथून पळून गेला होता, त्या दिशेकडे सतीने पाहिले. "घोड्याच्या मालकाकडे त्यानं काय फेकलं?"

"यांनी भरलेली थैली!" सतीला सोन्याची मोहर दाखवत शिव म्हणाला.

"त्यानं सुवर्णमोहरा फेकल्या?"

शिवाने मान हलवली.

सती विचारमग्न झाली आणि तिने आपले डोके हलवले. तिने त्या मोहरेचे अगदी सखोल निरीक्षण केले. डोक्यावर मुकुट असलेल्या एका अनोळखी व्यक्तीचा चेहरा त्या मोहरेवर होता. विचित्र गोष्ट होती. कारण तो नागांसारखा नव्हता. त्याच्या चेहऱ्यावर कोणत्याही प्रकारचे व्यंग नव्हते.

"तो एखाद्या राजासारखा दिसतो आहे," आपल्या तोंडावरचे सगळे रक्त पुसून टाकत ती म्हणाली.

"पण या विचित्र खुणांकडे बघ!" शिवाने ती मोहर उलटी करत म्हटले.

त्या बाजूला आडवी चंद्रकोर होती. पण उर्वरित भागात रेषांचे जाळे पसरलेले होते. दोन ठळक रेषा एकमेकींशी एका अनियमित कोनात मिळत होत्या आणि नंतर त्यांच्यामधून निघणाऱ्या अनेक सूक्ष्म रेषांचे जाळे बनले होते.

"मला चंद्राचा अर्थ समजू शकतो. पण या रेषा कशाच्या निदर्शक आहेत?" सतीने विचारले.

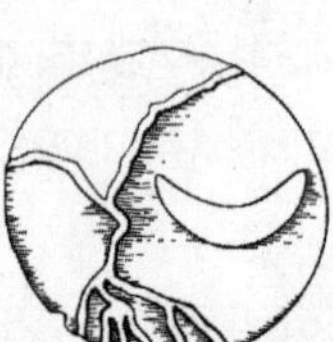

"मला माहिती नाही," शिवाने कबूल केले. मात्र त्याला एक गोष्ट स्पष्टपणे माहिती होती. त्याची अंतःप्रेरणा निःसंदिग्ध होती.

'नागांचा शोध घे. सैतानाचा शोध घेण्याचा मार्ग त्यांच्या माध्यमातूनच जात आहे. नागांचा शोध घे.'

सतीला आपल्या पतीचे मन जवळजवळ पूर्णपणे वाचता येत होते. ''मग आता हा गोंधळ थोडा दूर सारूया का?''

शिवाने मान हलवली. ''पण आधी तुला आयुर्वतीकडे नेलं पाहिजे.''

''तुला तिची अधिक गरज आहे,'' सती म्हणाली.

''आमच्या संघर्षाशी तुम्हांला काहीही देणंघेणं नाही?'' बुचकळ्यात पडलेल्या दक्षाने विचारले. ''प्रभू, मला हे समजत नाही. तुम्हीच आम्हांला आमच्या महान विजयापर्यंत घेऊन गेलात. आता आपल्याला हे कार्य तडीस न्यायचं आहे. चंद्रवंशींची सैतानी, दुष्ट जीवनशैली संपुष्टात आलीच पाहिजे आणि आमच्या शुद्ध, सूर्यवंशी पद्धतीकडे या लोकांना आणलंच पाहिजे.''

''पण महाराज,'' आपले जखमा बांधलेले हात मोकळे करत शिव अत्यंत विनयशीलपणे, पण ठाम स्वरात म्हणाला, ''ते सैतान किंवा दुष्ट आहेत, असं मला वाटत नाही. आता माझ्या लक्षात आलंय, की माझं ध्येय वेगळं आहे.''

दक्षाच्या डाव्या बाजूला दिलीपा बसला होता. हे ऐकून तो रोमांचित झाला. शिवाचे शब्द ऐकून त्याच्या आत्म्याला संजीवनी मिळाली. शिवाच्या उजव्या बाजूला सती आणि पार्वतेश्वर बसले होते. ते शांत होते. नंदी आणि वीरभद्र आणखी थोडे पुढे बसले होते. ते पहारा देत होते. पण उत्सुकतेने ऐकत होते. दक्षाएवढीच संतप्त झालेली आणखी एकच व्यक्ती तिथे होती. ती म्हणजे अयोध्येचा अभिषिक्त राजकुमार भगीरथ.

''जे स्पष्ट दिसतंय त्यासाठी आम्हांला कोणा परकी, रानटी माणसाकडून प्रशस्तिपत्रक नको आहे! आम्ही सैतान किंवा दुष्ट नाहीच आहोत!'' भगीरथ म्हणाला.

''शांत राहा!'' दिलीपा नापसंतीदर्शक स्वरात म्हणाला. ''तू नीलकंठाचा अपमान करणार नाहीस.''

हात जोडून नमस्कार करत तो शिवाकडे वळून म्हणाला, ''माझ्या अज्ञानी

मुलाला क्षमा करा, प्रभू. तो विचार न करताच बोलतो. तुम्ही म्हणालात की तुमचं ध्येय वेगळं आहे. तुम्हांला अयोध्या त्यात कशा प्रकारे मदत करू शकेल?''

दिलीपाकडे वळण्यापूर्वी शिवाने स्पष्टपणे संतप्त दिसणाऱ्या भगीरथाकडे निरखून पाहिले. ''मला नाग लोक कुठे सापडतील?''

बुचकळ्यात पडलेल्या आणि भयभीत झालेल्या दिलीपाने आपल्या गळ्यातील रुद्राच्या पदकाला संरक्षणासाठी स्पर्श केला. दक्षाने त्याच वेळी तीक्ष्ण नजरेने पाहिले.

''प्रभू, ते तर अगदी पूर्णपणे सैतान आहेत,'' दक्ष म्हणाला, ''तुम्हाला त्यांचा शोध कशासाठी घ्यायचा आहे?''

''तुमच्या प्रश्नाचं तुम्हीच उत्तर दिलंत, महाराज!'' शिव म्हणाला. तो दिलीपाकडे वळला. ''तुम्ही नागांशी हातमिळवणी केली आहे, यावर माझा विश्वास नाही. मात्र तुमच्या साम्राज्यातील कोणीतरी त्यांना सामील आहेत. त्या लोकांपर्यंत कसं पोहचता येईल, ते मला जाणून घ्यायचं आहे.''

''प्रभू,'' दिलीपा आवंढा गिळत म्हणाला, ''या काळ्या शक्तींशी ब्रंगाच्या राजाने हातमिळवणी केल्याची अफवा आहे. तुमच्या प्रश्नांची उत्तरं तोच देऊ शकेल. त्या विचित्र; परंतु अत्यंत समृद्ध राज्यात प्रवेश करण्यास आमच्यासह, कोणत्याही परक्या व्यक्तीला बंदी आहे. मला तर काही वेळा अशी शंका येते, की आमच्याबरोबर युद्धात हरण्याच्या भीतीऐवजी आम्ही त्यांच्या राज्यात प्रवेश करू नये, म्हणूनच ब्रंग लोक आम्हांला खंडणी देत असावेत.''

''तुमच्या साम्राज्यात आणखी एक राजा आहे? हे कसं काय शक्य आहे?'' चकित झालेल्या शिवाने विचारले.

''आम्ही सूर्यवंशींप्रमाणे स्वामित्वाच्या भावनेनं ग्रस्त नाही. एकच एक कायदा प्रत्येकाला लागू झाला पाहिजे, असा आमचा आग्रह नसतो. प्रत्येक राज्याला आपला स्वतःचा राजा असण्याचा, आपले कायदे करण्याचा आणि आपली स्वतःची जीवनशैली राबवण्याचा हक्क आहे. महान अश्वमेध यज्ञ करून आम्ही त्यांचा युद्धात पराभव केला असल्यामुळे ते आम्हांला खंडणी देतात.''

''बळी द्यावयाचा घोडा?''

''होय, प्रभू,'' दिलीपा पुढे सांगू लागला, ''साम्राज्यातील भूभागावरून बळी द्यावयाचा घोडा मुक्तपणे फिरत राहतो. जर एखाद्या राजाने त्याला प्रतिबंध केला,

तर आम्ही युद्ध करतो. त्याचा पराभव करतो आणि ते राज्य आमच्या राज्यात सहभागी होतं. जर त्यांनी घोड्याला प्रतिबंध केला नाही, तर ते राज्य आमची वसाहत बनतं; मात्र तरीही त्यांचे स्वतःचे कायदेकानून तिथे लागू असतात. त्यामुळे आम्ही विविध मांडलिक राज्यांनी बनलेलं संघराज्य आहोत. मेलुहाप्रमाणे आमचं साम्राज्य फाजील उत्साही, धर्मवेडं नाही.''

''आपली जीभ आवर, अविवेकी मूर्खा!'' दक्ष आवेशाने ओरडला, ''तुझं संघराज्य मला एखाद्या पिळवणुकीसारखं वाटतंय. ते तुला खंडणी देतात, कारण त्यांनी जर ती दिली नाही, तर तुम्ही त्यांच्यावर हल्ला कराल आणि त्यांच्या राज्याची लूट कराल. यात राजधर्माला कुठे जागा आहे? मेलुहामध्ये, फक्त सम्राट झाल्यामुळे तुम्हांला खंडणी वसूल करण्याचा अधिकार मिळत नाही; तर त्यासाठी तुम्हांला साम्राज्यातील सर्व प्रजेच्या कल्याणाची जबाबदारीही घ्यावी लागते.''

''आणि आपल्या प्रजेचं कल्याण कशात आहे, हे कोण ठरवतं? तू? कोणत्या अधिकारानं? लोकांना त्यांच्या इच्छेनुसार वागण्याची मुभा दिली गेली पाहिजे.''

''मग अराजक माजेल,'' दक्ष ओरडला, ''तुझ्या अनैतिक मूल्यांपेक्षाही तुझा मूर्खपणा अधिक दिसून येतो आहे.''

''बस्स! खूप झालं!'' शिवाने बजावले. आपला संताप आटोक्यात ठेवण्याचा तो आटोकाट प्रयत्न करत होता. ''तुम्ही दोघेही महाराज आता शांत रहाल का?''

दक्षाने शिवाकडे आश्चर्ययुक्त रागाने पाहिले. शिव आता अधिक आत्मविश्वासू बनला होता. त्याने आपली नीलकंठाची भूमिका फक्त स्वीकारलीच नव्हती; तर ती आता तो जगतही होता. दक्षाला दुःख झाले. आपल्या वंशजाने संपूर्ण भारताचा सम्राट बनावे आणि आपल्या साम्राज्यातील सर्व नागरिकांना सूर्यवंशींची जीवनशैली जगायला लावावे, हे आपल्या वडलांचे स्वप्न पूर्ण होणे त्याला आता अधिकाधिक दुरापास्त वाटू लागले. आपल्या सैन्याची सर्वोच्च युद्धनीती आणि तंत्रज्ञानाच्या बळावर तो स्वद्विपच्या लोकांना युद्धात हरवू शकत होता, मात्र जिंकलेल्या भूमीला ताब्यात ठेवण्यासाठी त्याच्याकडे पुरेसे सैन्यबळ नव्हते. यासाठीच त्याला स्वद्विपाच्या लोकांचीही नीलकंठावर श्रद्धा असण्याची आवश्यकता भासत होती. त्याच्या विचारप्रवाहाप्रमाणेच, त्याबरहुकूमच नीलकंठ वागला नसता, तर मात्र त्याच्या योजना अयशस्वी ठरल्या असत्या.

''ब्रंगाच्या लोकांनी नागांशी हातमिळवणी केली आहे, असं तुम्ही कशावरून

म्हणता?'' शिवाने विचारले.

''मी खात्रीपूर्वक सांगू शकत नाही, प्रभू,'' दिलीपा म्हणाला, ''पण काशीच्या व्यापाऱ्यांकडून एकानं तसं ऐकल्याची अफवा माझ्या कानांवर आली आहे. ब्रंग ज्यांच्याबरोबर व्यापार करण्याचा अनुग्रह करतात, असं स्वद्विपमधील काशी हे एकमेव राज्य आहे. आणखीही एक गोष्ट आहे. ती म्हणजे ब्रंगातील अनेक निर्वासित काशीमध्ये स्थायिक झाले आहेत.''

''निर्वासित?'' शिवाने विचारले, ''ते राज्य सोडून का निघून जातात? तुम्ही तर म्हणालात, की ब्रंग ही अत्यंत समृद्ध भूमी आहे.''

''ब्रंगामध्ये पुनःपुन्हा महामारीची साथी पसरल्याच्या अफवा आहेत. पण मला त्याविषयी पूर्ण खात्री नाही. अगदी हाताच्या बोटांवर मोजता येतील एवढेच लोक ब्रंगामध्ये नेमक्या काय घडामोडी घडत आहेत, याविषयी सांगू शकतात! पण काशीच्या राजाकडे नक्कीच याची अधिक खात्रीशीर उत्तरं असतील. मी त्याला इथे हजर राहण्याचा आदेश देऊ का प्रभू?''

''नको,'' शिव म्हणाला. हासुद्धा असाच हवेत मारलेला तीर आहे की ब्रंगाच्या लोकांचा खरोखरच नाग लोकांशी काही संबंध आहे, याविषयी शिवाची खात्री पटत नव्हती.

सतीच्या मनात एकदम एक विचार चमकून गेला आणि तिच्या मनात कशाची तरी सांगड घातली गेली. ती दिलीपाकडे वळली. तिचा आवाज काहीसा गेंगाणा येत होता. कारण तिच्या नाकाच्या जखमेमुळे नाकावर पट्ट्या बांधलेल्या होत्या. ''माफ करा, महाराज, पण ब्रंग राज्य नेमकं कुठे आहे?''

''ते अतिपूर्वेकडे आहे, राजकुमारी सती. तिथे आमची पूज्य गंगा नदी ईशान्येकडून तिकडे वाहणाऱ्या ब्रह्मपुत्रेला मिळते.''

आपल्या लक्षात काहीतरी येत असल्याची जाणीव शिवाला झाली. तो सतीकडे वळला आणि त्याने स्मित केले. सतीनेही त्याच्याकडे पाहून स्मित केले.

'त्या रेषा नाहीत! त्या नद्या आहेत तर!'

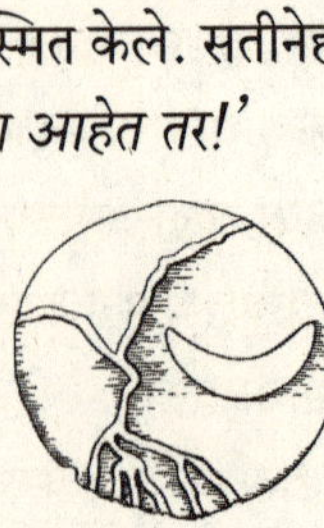

शिवाने आपली थैली बाहेर काढून तिच्यातून नागाकडून मिळालेली ती मोहर काढली आणि दिलीपाला दाखवली.

‘‘ही मोहर ब्रंगांची आहे, महाराज?’’

‘‘होय. प्रभू!’’ आश्चर्यचकित झालेला दिलीपा म्हणाला, ‘‘एका बाजूला राजा चंद्रकेतू आहे आणि दुसऱ्या बाजूला त्यांच्या भूमीवरील नद्यांचा नकाशा आहे. पण या मोहरा दुर्मीळ आहेत. ब्रंगाचे लोक आपली खंडणी मोहरांच्या स्वरूपात पाठवत नाहीत. ते फक्त सोन्याच्या लगडी पाठवतात.’’

शिवाला त्या मोहरा कुठून मिळाल्या, असे दिलीपा विचारणारच होता, तेवढ्यात नीलकंठाने त्याचे बोलणे थांबवत त्याला विचारले,

‘‘आपण किती तातडीने काशीला प्रयाण करू शकू?’’

‘‘हंममममम........, हे छान आहे, ’’ शिव स्मित करत म्हणाला. त्याने आपल्या हातातील चिलीम वीरभद्राकडे दिली.

‘‘मला माहिती आहे,’’ वीरभद्रानेही स्मित केले. ‘‘इथला गांजा मेलुहापेक्षा अधिक चांगला आहे. छान छान गोष्टींनी आयुष्याची लज्जत कशी वाढवावी, हे चंद्रवंशीयांना नक्कीच माहिती आहे.’’

शिवाने पुन्हा स्मित केले. गांजाची जादू आता त्याच्यावर अधिराज्य गाजवत होती. अयोध्येच्या बाहेरच्या बाजूला असलेल्या छोट्याशा टेकडीवर ते दोघे मित्र बसले होते आणि संध्याकाळच्या गार वाऱ्याच्या झुळकांचा आनंद घेत होते. समोर दिसणारे दृश्य भान हरपवणारे होते.

गवताळ टेकडीचा हळुवार उतार खालच्या बाजूला विरळ जंगल असलेल्या पठाराकडे जात होता. बरेच अंतर पुढे गेल्यावर तो एका खड्या कड्याजवळ संपत होता. खळखळाट करत वाहणाऱ्या शरयूचे पाणी हजारो वर्षे त्या कड्यावरून खाली कोसळत राहिले होते. पुढे ते तसाच खळखळाट करत दक्षिणेकडे वाहत होते. संध्यासमयीचा सूर्य हळुवारपणे क्षितिजापलीकडे चालला होता. संपूर्ण नाट्यमय सौंदर्याने तो निःस्तब्ध क्षण भारून गेला होता.

‘‘मला वाटतं मेलुहाच्या सम्राटाचं अखेरीस समाधान झालं असावं,’’ वीरभद्र

आपल्या हातातील चिलीम शिवाकडे परत देत हसत हसत म्हणाला.

शिवाने वीरभद्राकडे पाहून डोळे मिचकावले आणि चिलमीचा एक दीर्घ झुरका मारला.

चंद्रवंशीयांविषयीच्या त्याच्या बदललेल्या पवित्र्यामुळे दक्ष असंतुष्ट होता, हे शिवाला माहिती होते. त्याला स्वतःलाही नागांचा शोध घेण्यात कोणत्याही प्रकारे अडथळा यायला नको होता, म्हणून त्यानेही एक प्रकारची कल्पक तडजोड केली होती. त्यामुळे दक्षाला विजय मिळाल्याचा आनंद मिळाला होता आणि दिलीपाही तेवढ्याच आनंदात होता.

दक्षाला यापुढे 'भरतवर्षाचा सम्राट' म्हणून ओळखले जाईल, असे शिवाने जाहीर केले होते. फक्त देवगिरीच्या राजदरबारातच नव्हे; तर अयोध्येच्या राजदरबारातही केल्या जाणाऱ्या प्रार्थनांच्या दरम्यान प्रथम त्याचे नाव घेतले जाईल, असेही त्याने जाहीर केले होते. त्या बदल्यात चंद्रवंशींच्या परिसरात दिलीपाला स्वद्वीपचा सम्राट आणि मेलुहाच्या सम्राटाचा बंधू म्हणून ओळखले जाणार होते. देवगिरी आणि अयोध्येत होणाऱ्या राजदरबारातील प्रार्थनांच्यावेळी दक्षाच्या नावापाठोपाठ त्याचेही नाव घेतले जाईल, असेही त्याने सांगितले होते. दिलीपाच्या राज्याने खंडणी म्हणून मेलुहाला नाममात्र एक कोटी सुवर्णमुद्रा द्याव्यात असेही ठरवण्यात आले होते. दक्षाने या मुद्रा अयोध्येतील रामजन्मभूमी मंदिराला देणगी म्हणून देण्याचे जाहीर केले होते.

अशा प्रकारे दक्षाचे एक स्वप्न तरी साकार झाले होते. तो भारतवर्षाचा सम्राट बनला होता. विजयाच्या बदल्यात दक्षाने देवगिरीला समाधान आणि शांतता दिली होती. नेहमीच हटवादीपणे वागणारा दिलीपाही खूश झाला होता. कारण व्यावहारिकदृष्ट्या लढाईत त्याने आपले साम्राज्य गमावले होते. तरीही त्याला ते पुन्हा परत मिळाले होते. त्याने आपले साम्राज्य आणि स्वातंत्र्यही टिकवले होते.

''आपण आठवडाभरात काशीकडे प्रयाण करायचं का?'' वीरभद्राने विचारले.

''हंऽऽ''

''छान. मला आता इथे कंटाळा आला आहे.''

वीरभद्राकडे चिलीम परत देत शिवाने स्मित केले.

''हा भगीरथ एक अवलियाच वाटतोय.''

''होय. तो आहेच,'' वीरभद्र झुरका मारता मारता म्हणाला.

"तू त्याच्याविषयी काय ऐकलंयस?"

"तुला माहिती आहे का," वीरभद्र म्हणाला, "धर्माखेतमधील आपल्या तळाभोवती एक कोटी सैनिकांची पलटण आणण्याची कल्पना भगीरथाचीच होती."

"मागच्या बाजूनं हल्ला? ती खरंच हुशारीची कल्पना होती. ती चांगली ठरलीही होती, पण ती द्रपाकुच्या शौर्यासाठी अधिक चांगली ठरली."

"भगीरथाचे आदेश जर व्यवस्थित पाळले गेले असते, तर त्याची कल्पना नक्कीच फलद्रुप झाली असती."

"खरंच?" शिवाने धूर सोडत विचारले.

"मी असंही ऐकलंय, की भगीरथाला त्याच्या सैन्याला रात्रीच्या नीरव शांततेत मुख्य युद्धभूमीपासून दूर असलेल्या लांबच्या रस्त्यानं न्यायचं होतं. जर त्यानं तसं केलं असतं, तर आपल्याला त्याच्या सैन्याच्या हालचालींचा पत्ताच लागला नसता. आपण उशिरा दिलेल्या प्रतिसादामुळे आपण लढाई हरलो, याची हमीच मिळाली असती."

"मग माशी कुठे शिंकली?"

"सरळच आहे, की भगीरथानं बोलावलेल्या रात्रीच्या वेळी युद्ध समितीला भेटायची इच्छा नव्हती."

"पण का? ते तातडीनं का बरं भेटले नाहीत?"

"ते झोपले होते."

"तू विनोद करतो आहेस."

"नाही. मी विनोद करत नाही, " वीरभद्र मान हलवत म्हणाला, "आणि त्याहूनही वाईट गोष्ट म्हणजे ज्यावेळी ते सकाळी भेटले, त्यावेळी धर्माखेत आणि आपला तळ यांच्यामधल्या दरीजवळच चिकटून राहण्याचा आदेश त्यांनी भगीरथाला दिला. त्यामुळे त्यांच्या हालचालींचा शोध घेण्यास आपल्याला मदत झाली."

"अशा प्रकारचा मूर्खपणाचा निर्णय त्यांच्या युद्ध समितीनं का घेतला?"

"सरळच आहे, भगीरथावर त्याच्या वडलांचा विश्वास नाही आणि म्हणूनच, स्वद्वीपच्या बहुतांश राजांचा आणि सरदारांचाही त्याच्यावर विश्वास नाही. त्यानं सैनिक बरोबर घेतले असते, तर तो अयोध्येकडे निसटला असता आणि त्यानं

स्वतःला राजा म्हणून जाहीर केलं असतं, असं त्यांना वाटत होतं.

"हे हास्यास्पद आहे. दिलीपा आपल्या स्वतःच्याच मुलावर का विश्वास ठेवत नाही?"

"कारण त्याला असं वाटतं, की भगीरथ त्याला मूर्ख समजतो आणि तो एक अयोग्य राजा आहे, असं भगीरथाला वाटतं."

"ठीक आहे. भगीरथ खरोखरच असा विचार करत नाही, याची मला खात्री आहे."

"ठीक आहे. पण मी जे ऐकलं आहे, त्यावरून भगीरथ आपल्या वडलांविषयी असाच विचार करतो आणि त्यात त्याची काही चूक आहे, असंही नाही. बरोबर आहे ना?" वीरभद्राने चिलमीवर जमलेली राख झटकत, हसत विचारले.

शिवाने स्मित केले.

"आणि याहूनही अधिक वाईट परिस्थिती म्हणजे," वीरभद्र पुढे सांगू लागला, "झालेल्या पराभवाचं संपूर्ण खापर भगीरथावरच फोडण्यात आलं. भगीरथानं एक कोटी सैनिक बाजूला नेल्यामुळेच पराभव झाला, असं म्हटलं गेलं."

शिवाने मान हलवली. भोवताली असलेल्या मूर्खांच्या गराड्यात सापडल्यामुळे एका बुद्धिमान माणसाला कसे कस्पटासमान लेखले जाते, असे वाटून शिवाला वाईट वाटले. "मला वाटतं, की तो सक्षम माणूस आहे. पण त्याचे पंख छाटले गेले आहेत."

तेवढ्यात एक आर्त किंकाळी त्या शांत क्षणाला आरपार चिरत गेली. शिवाने आणि वीरभद्राने वर पाहिले. त्यांना एक घोडेस्वार चौखूर उधळणाऱ्या घोड्याबरोबर फरफटत चालल्याचे दिसले. त्याचा साथीदार त्याच्या खूपच मागे होता आणि जोरजोरात ओरडत होता, "धावा, धावा! राजकुमार भगीरथाला कोणीतरी वाचवा, मदत करा!"

भरधाव वेगाने उधळत चाललेल्या त्या घोड्यावरचे भगीरथाचे नियंत्रण पूर्णपणे सुटले होते आणि तो त्या कड्याच्या दिशेने सुसाट वेगाने निघाला होता. मृत्यूच्या जबड्यात तो निघाला होता. शिवाने आपल्या घोड्यावर उडी मारली. त्याच्या पाठोपाठ वीरभद्रही घोड्यावर बसला आणि ते भगीरथाच्या दिशेने निघाले. भगीरथ खूपच लांब अंतरावर होता. पण हळुवार उताराची शिवाला आणि वीरभद्राला मदत झाली. त्यांनी मधले अंतर झटकन कापले. शिवाने घोड्याला तिरक्या दिशेने

नेले होते. काही मिनिटांनंतरच शिवाचा घोडाही भगीरथाच्या मार्गावर चौखूर उधळत चालला होता. आपल्या आयुष्याला एवढा मोठा धोका असतानाही, प्रत्यक्ष मृत्यूच्या कराल दाढेत आपण चाललो असल्याचे दिसत असतानाही भगीरथ शांत आणि स्थिरचित्त दिसत होता, हे पाहून शिव प्रभावित झाला.

भगीरथ घोड्याचे लगाम जोरजोरात खेचत होता आणि घोड्याची गती कमी करण्याचा प्रयत्न करत होता. पण त्याच्या या कृतीमुळे घोडा अधिकच प्रक्षुब्ध होऊन आणखी जोरात धावत होता.

''लगाम सोडून दे,'' शिव ओरडला. अगदी निकट असलेल्या शरयूच्या लाटांच्या मोठ्या खळखळाटाच्या आवाजापेक्षाही त्याचा आवाज मोठा होता.

''काय?'' भगीरथ किंचाळला. घोडा नियंत्रणाबाहेर असताना लगाम सोडून देणे ही मूर्खपणाची गोष्ट आहे, असे त्याच्या आतापर्यंतच्या सर्व प्रकारच्या प्रशिक्षणांतून तो शिकला होता.

''माझ्यावर विश्वास ठेव! लगाम सोडून दे!''

नियती त्याला नीलकंठाकडे नेत होती, असे स्पष्टीकरण कदाचित नंतर भगीरथाने स्वतःलाच दिले असते. पण त्या क्षणी त्याच्या अंतःप्रेरणेने त्याला सांगितले की, प्रशिक्षण विसरून जा आणि तिबेटमधून आलेल्या त्या रानटी माणसावर विश्वास ठेव. भगीरथाने लगाम सोडून दिले. त्याच्या आश्चर्याला पारावर उरला नाही, कारण त्याच क्षणी घोड्याचा वेगही मंदावला.

आपला घोडा घेऊन शिव त्याच्याजवळ गेला. तो इतक्या जवळ पोहोचला होता की, भगीरथाच्या घोड्याच्या कानात तो पुटपुटू शकत होता. त्यानंतर त्याने एक वेगळीच धून गायला सुरुवात केली. हळूहळू घोडा शांत होऊ लागला. त्याची चाल चांगलीच मंदावली. तो हळूहळू पावले टाकू लागला. दरी जवळ जवळ येत चालली होती. खूपच जवळ आली होती.

''शिवा!'' वीरभद्राने सूचना दिली, ''दरी अगदी जवळ आली आहे.''

शिवाने त्या सूचनेची दखल घेतली. त्याने आपल्या घोड्याच्या टापांची गती वीरभद्राच्या घोड्याच्या टापांशी जुळवून घेतली. राजकुमाराने घोड्यावर बसूनच घोड्यावर नियंत्रण मिळवले. त्यानंतर त्या दरीपासून अगदी थोड्याच अंतरावर भगीरथाचा घोडा पूर्णपणे थांबला.

भगीरथ आणि शिव तत्काळ घोड्यावरून उतरले. वीरभद्र अजूनही घोड्यावरच

होता.

“छे!” वीरभद्र उद्गारला. दरीकडे टक लावून पाहत तो म्हणाला, “ती खूपच जवळ होती.”

भगीरथाकडे पाहण्याआधी शिवाने वीरभद्राकडे पाहिले. नंतर तो भगीरथाला म्हणाला, “तू ठीक आहेस ना?”

भगीरथ शिवाकडे टक लावून पाहत राहिला. त्यानंतर त्याने आपली नजर लज्जेने खाली वळवली. “मला माफ करा. मी तुम्हांला खूपच मोठ्या संकटात टाकलं आणि खूप त्रास दिला.” तो म्हणाला.

“त्यात काहीच त्रास नाही.”

भगीरथ त्याच्या घोड्याकडे वळला. आपल्याला अशा लज्जास्पद परिस्थितीत टाकल्याबद्दल त्याने त्याच्या तोंडावर जोरात ठोसा मारला.

“हा काही घोड्याचा दोष नाही!” शिव ओरडला.

भगीरथाने मागे वळून शिवाकडे बघितले. तो विचारात पडला. भगीरथाच्या घोड्याकडे शिव चालत गेला. हळुवारपणे त्याने त्याचे तोंड कुरवाळले. जणू काही एखाद्या छोट्या मुलाला अन्याय्य शिक्षा दिली गेली असावी. त्यानंतर त्याचा लगाम त्याने काळजीपूर्वक ओढून बाहेर काढला. भगीरथाला त्याने आपल्या जवळ येण्याची खूण केली. घोड्याच्या तोंडाजवळ चामड्यात गाडले गेलेले नख त्याने त्याला दाखवले.

भगीरथाला धक्काच बसला. कोणीतरी केलेली ही लुडबूड स्पष्टच दिसत होती.

शिवाने ते नख ओढून बाहेर काढले आणि भगीरथाकडे दिले.

“तू कोणाला तरी आवडत नाहीस, माझ्या मित्रा!” तो म्हणाला.

दरम्यान, भगीरथाचा मित्रही त्यांच्याजवळ पोहोचला. “माझ्या राजकुमारा! तू ठीक आहेस ना?”

भगीरथाने आपल्या मित्राकडे पाहिले. “मी ठीक आहे.”

शिव त्या माणसाकडे वळला. “सम्राट दिलीपाला सांग, की त्याचा पुत्र एक अद्वितीय घोडेस्वार आहे. संकट अगदी जवळ येत असल्याचं स्पष्ट दिसत असतानाही घोड्यावर एवढं उत्तम नियंत्रण असणारा माणूस नीलकंठाच्या पाहण्यात नाही, असंही सम्राटाला सांग. काशीला जाण्यासाठी भगीरथाला आपल्याबरोबर घेऊन जाण्याचा सन्मान आपल्याला लाभावा, अशी नीलकंठाची इच्छा आहे,

असंही त्यांना सांग.''

शिवाला माहिती होते की, दिलीपासाठी ही विनंती नव्हती; तर तो एक हुकूम होता. अज्ञाताकडून आयुष्याला धोका असलेल्या भगीरथाला सुरक्षित ठेवण्याचा तो एकमेव मार्ग होता. त्याचा मित्र ताबडतोब खाली बसला आणि म्हणाला, ''तुमची आज्ञा शिरसावंद्य, प्रभू!''

भगीरथाच्या तोंडातून शब्द फुटत नव्हता. आतापर्यंत आपल्याविरोधात कट कारस्थाने रचणाऱ्या लोकांच्या सान्निध्यात तो आला होता. त्याच्या कल्पनांचे श्रेय लाटणाऱ्या, राजकीय लढ्यात त्याला घातपात करणाऱ्या लोकांच्या संपर्कात तो आला होता. पण हा...हा माणूस एकमेवाद्वितीय होता. तो त्याच्या मित्राकडे वळला. ''आम्हांला एकांत हवा आहे.''

तो माणूस त्वरित घोड्यावर बसून निघून गेला.

''आतापर्यंत फक्त एकाच व्यक्तीकडून मला एवढ्या दयाळूपणाचा अनुभव आला आहे,'' भगीरथ म्हणाला. त्याचे डोळे ओलावले होते. ''आणि ती माझी बहीण आनंदमयी आहे. पण रक्ताच्या नात्यामुळे तिच्या वागण्याचा अर्थ मी लावू शकतो. पण तुमच्या या कृपेवर, औदार्यावर मी कोणती प्रतिक्रिया व्यक्त करावी, तेच मला समजत नाही, प्रभू!''

''मला प्रभू म्हणू नकोस. म्हणजे तू माझा उतराई होशील,'' शिव स्मित करत म्हणाला.

''या एकाच आज्ञेचा भंग करण्याची मला परवानगी द्यावी, अशी मी आपल्याला विनंती करतो,'' हात आदराने जोडून नमस्कार करत भगीरथ म्हणाला. ''तुमची दुसरी कोणतीही आज्ञा मी पाळेन. अगदी तुम्ही माझं आयुष्य मागितलंत तरी मी ते देईन.''

''आता एवढा नाटकी बनू नकोस! जिवाचा एवढा आटापिटा करून तुझं आयुष्य वाचवल्यावर मी काही तुला आत्महत्या करायला सांगणार नाही.''

भगीरथ हळुवारपणे हसला. ''माझ्या घोड्याच्या कानात तुम्ही कोणतं गाणं म्हणाला होतात, प्रभू?''

''माझ्याबरोबर काही वेळ चिलीम ओढायला बस. मग मी तुला ते गाणं शिकवेन.''

''तुमच्या पायांशी बसून शिकणं हा माझा मोठाच सन्मान आहे, प्रभू!''

“पायाशी बसू नकोस, माझ्या मित्रा! माझ्या शेजारी बस. तिथून तुला माझा आवाज अधिक चांगला ऐकू येईल.”

भगीरथ हसला आणि शिवाने त्याच्या खांद्यावर थोपटले.

प्रकरण २

शरयूतून प्रवास

''राजकुमारी आनंदमयीला सांगा,'' आनंदमयीच्या राजवाड्याच्या प्रवेशद्वारासमोरच्या महिलांच्या शरीररक्षकांच्या प्रमुख सरदार महिलेला पार्वतेश्वराने सांगितले, ''की सरदार पार्वतेश्वर बाहेर प्रतीक्षा करत आहेत.''

''तुम्ही याल याची राजकुमारींना खात्रीच होती, असं त्यांनी मला सांगितलंय सरदार,'' ती प्रमुख शरीररक्षक सरदार कमरेतून वाकून अभिवादन करत म्हणाली. ''मी आत जाऊन राजकुमारीना कळवेपर्यंत आपण कृपा करून एक क्षण थांबू शकाल का?''

सरदार आनंदमयीच्या कक्षात ती प्रमुख सरदार गेल्यावर सरदार पार्वतेश्वर मागे वळला. शिवाने पार्वतेश्वराला काशीच्या मोहिमेचा प्रमुख नेमले होते. अयोध्येच्या एखाद्या प्रशासकावर त्याने ही कामगिरी सोपवली असती, तर ते आगामी किमान तीन वर्षे तरी त्यावर चर्चाच करत राहिले असते, याची शिवाला कल्पना होती. पार्वतश्वराकडे सूर्यवंशीयांची विशिष्ट कार्यक्षमता होती. त्याने आठवडाभरातच मोहिमेची संपूर्ण व्यवस्था केली. सैन्याची ती तुकडी पूर्वेकडे शरयूच्या पात्रातून पुढे राजनौकांतून मगध शहराकडे जाणार होती. तिथेच भल्यामोठ्या गंगेच्या प्रवाहात शरयूचा संगम होत होता. तिथून ते गंगेतून पश्चिमेकडे काशीच्या दिशेने जलप्रवास करणार होते. काशीतच सर्वोच्च देदीप्यमान प्रकाश होता.

नीलकंठाबरोबर प्रवासाची संधी आपल्याला मिळावी, अशा अनेक भोंगळ विनंत्या अयोध्येच्या काही सरदारांकडून पार्वतेश्वराकडे आल्या होत्या. काही विचित्र विनंत्यांचा सन्मान राखण्याची योजनाही त्याने तयार केली होती. तिसऱ्या प्रहराला सुरुवात झाल्यानंतर बरोबर बत्तीस मिनिटांनी आपली नौका पाण्यात ढकलावी, असा प्रस्ताव एका वेडगळ सरदाराने मांडला होता. इतर काही विनंत्या मात्र त्याने साफ धुडकावून लावल्या होत्या. आपल्या नौकेवर फक्त स्त्री कर्मचारी असाव्यात अशी आणखी एका सरदाराने विनंती केली होती. ती फेटाळण्यात आली होती. सरदार पार्वतेश्वराला नक्कीच माहिती होते की, आनंदमयीलाही नक्कीच काही खास व्यवस्था करवून हवी असणार.

आपल्या सौंदर्य स्नानासाठी एक नौका भरून दूध आणले जावे, अशा प्रकारची तिची मागणी असण्याची शक्यता होती.

ती महिला सरदार लवकरच परत आली. ''तुम्ही आत जाऊ शकता, सरदार!''

पार्वतेश्वर रुबाबात आत गेला आणि त्याने आपली मान झुकवून राजघराण्यातील लोकांना तो करत असे, त्याप्रमाणे प्रणाम केला. त्यानंतर तो मोठ्या आवाजात म्हणाला, ''आपल्याला काय हवं आहे, राजकुमारी?''

''एवढ्या नम्रतेनं वागण्याची काहीच गरज नाही, सरदार. तुम्ही वर पाहू शकता.''

पार्वतेश्वराने वर पाहिले. आनंदमयी पोटावर उपडी झोपली होती. शेजारीच असलेल्या खिडकीतून बाहेर दिसणाऱ्या राजबागेकडे ती पाहत होती. कानिनी, ही तिची दासी राजकुमारीच्या लवचीक, मुलायम शरीराला मालिश करत होती. आनंदमयीने फक्त पाठीवरून पोटरीपर्यंत येणारे एक सैलसर वस्त्र अंगावर टाकले होते. तिचे बाकीचे उघडे शरीर पाहणे ही पार्वतेश्वराच्या नजरेसाठी एक प्रकारची मेजवानीच होती.

''सुंदर दृश्य आहे, हो ना?'' आनंदमयीने विचारले.

पार्वतेश्वर खजील झाला. त्याचा चेहरा लालभडक झाला. त्याने मान झुकवली आणि नजर दुसरीकडे वळवली. प्रणयनृत्याच्या आधी एखाद्या नागाने सुरुवातीला आपला फणा खाली करून आपल्या जोडीदार नागिणीचे श्रेष्ठत्व मान्य करावे, तसे आनंदमयीला त्याचे हे मान झुकवणे वाटले.

''राजकुमारी, मला माफ करा. मला खरंच माफ करा. मला तुमचा अवमान

करायचा नव्हता.''

''राजबागेकडे पाहिल्यामुळे तुम्ही माझी क्षमा का मागता आहात सरदार? त्याला परवानगी आहे.''

आयुष्यभर ब्रह्मचारी असलेला पार्वतश्वर थोडा शांत झाला. त्याच्या उद्देशांविषयी आनंदमयीने गैरसमज करून घेतला असावा, असे दिसत नव्हते. तो हळू आवाजात पुटपुटला. त्याची नजर जमिनीवर खिळली होती.

''मी तुमच्यासाठी काय करू शकतो राजकुमारी?''

''ते खरंच खूप साधं सोपं काम आहे. शरयूतून तुम्ही आणखी थोडे खाली दक्षिणेकडे गेलात की तिथे एक स्थळ आहे. आपले बंधू लक्ष्मण आणि गुरू विश्वामित्र यांच्यासह जात असताना प्रभू रामानं त्या ठिकाणीच ताडका या राक्षसिणीचा वध केला होता. त्याच ठिकाणी प्रभू रामाला महर्षी विश्वामित्रांनी बल आणि अतिबल याविषयीचं शिक्षण दिलं होतं. भौतिकदृष्ट्या आरोग्य चांगलं राहावं आणि भूक, तसंच तहान यांच्यापासून मुक्तता व्हावी यासाठीचा मार्ग या शिक्षणाद्वारे त्यांनी दाखवला होता. मला तिथे मुक्काम करायचा आहे आणि प्रभू रामाची पूजा करायची आहे.''

आनंदमयीची रामाविषयीची भक्ती पाहून पार्वतेश्वर प्रसन्न झाला. त्याच्या चेहऱ्यावर स्मित फुलले. ''अर्थातच आपण तिथे थांबूया राजकुमारी! मी सगळी व्यवस्था करतो. तुम्हांला आणखी काही खास व्यवस्था करून हवी आहे का?''

''आणखी काहीही नको. प्रभूपर्यंत पोहोचण्यासाठी फक्त प्रामाणिक हृदयाची गरज असते.''

क्षणभरासाठी पार्वतेश्वराने वर पाहिले. तो प्रभावित झाला होता. आनंदमयी त्याच्याकडे पाहून डोळे मिचकावत असल्यासारखे त्याला वाटले. तो हळुवारपणे म्हणाला, ''आणखी काही राजकुमारी?''

आनंदमयीला कंटाळा आला. तिला हवी असलेली प्रतिक्रिया तिला मिळत नव्हती. ''आणखी काहीही नको, सरदार!''

पार्वतेश्वराने तिला रुबाबात प्रणाम केला आणि तो खोलीतून बाहेर पडला.

पार्वतेश्वराच्या पाठमोऱ्या आकृतीकडे आनंदमयी पाहत राहिली. त्यानंतर तिने मोठ्याने एक निःश्वास सोडला आणि निराशेने आपले डोके हलवले.

— ⅄ⓄⓊⒶ⊗ —

"कृपा करून, सर्वांनी एकत्र जमा. आपण आता पूजेला सुरुवात करू या," पंडिताने सांगितले.

शिवाचे पथक बल-अतिबल कुंडाजवळ होते. तिथेच प्रभू रामाला गुरू विश्वामित्रांनी त्यांच्याकडची दंतकथा बनून राहिलेली कौशल्ये शिकवली होती. अयोध्येच्या अनेक सरदारांनी काशीपर्यंतच्या प्रवासासाठी आपली वर्णी लावली होती, ते नीलकंठाला आवडले नव्हते. अतिजलद गतीने जलप्रवास करणाऱ्या पाच जहाजांऐवजी संथ गतीने मार्ग कापणाऱ्या ५० जहाजांच्या ताफ्याबरोबर मार्गक्रमणा करणे ही गोष्ट किती त्रासदायक होती! स्पष्टवक्त्या पार्वतेश्वराला चंद्रवंशीय सरदारांच्या नथीतून बाण मारण्याच्या नीतीला नकार देता आला नव्हता. या सदस्यांना टाळण्यासाठी भगीरथाने लढवलेली शक्कल त्यामुळेच शिवाला आवडली. मोठ्या युक्तीने त्याने एका सरदाराला सांगितले की, त्याने तातडीने काशीला पोहोचावे आणि नीलकंठाच्या स्वागतासाठी स्वागत समितीची स्थापना करावी. त्यामुळे त्याला या शक्तिमान प्रभूची कृपा संपादन करता येईल. एका सरदाराने घाईघाईने प्रस्थान केल्याचे पाहिल्यावर इतर अनेकांनी त्याचे अनुकरण केले. काशीमध्ये नीलकंठाचे स्वागत करण्याचे यजमानपद भूषवण्यासाठी तातडीने काशीला पोहोचण्याची शर्यतच जणू त्यांच्यात लागली होती. तासाभरातच जहाजांच्या त्या मिरवणुकीचा आकार नीलकंठाला हवा होता, तेवढा लहान झाला.

नदीकाठापासून सुमारे पन्नास मीटर अंतरावर पूजेसाठी व्यासपीठ तयार करण्यात आले होते. जो कोणी अनन्य भक्तिभावाने ही पूजा करेल, त्याला सर्व प्रकारच्या आजारांपासून मुक्तता मिळते, अशी श्रद्धा होती. शिव, सती, पार्वतेश्वर, आयुर्वती, भगीरथ आणि आनंदमयी हे पंडिताच्या अगदी निकट आतल्या वर्तुळात बसले होते. नंदी, वीरभद्र, द्रपाकु, कृत्तिका आणि इतर अनेक सूर्यवंशी-चंद्रवंशींच्या संयुक्त सेनेतील लोक त्यांच्या थोडे मागे बसले होते. आपल्या गुरूच्या शिकवणीबरहुकूम उच्चार करत पूजा सांगणारे पंडित धीरगंभीरपणे श्लोक म्हणत होते.

सती अस्वस्थ झाली. आपल्याला कोणीतरी निरखत आहे, या भावनेने तिला अस्वस्थपणा आला होता. काहीशा संदिग्ध कारणामुळे तिला वाटत होते की,

कोणीतरी अतीव तिरस्काराने आपल्याला न्याहाळत आहे. त्याचबरोबर तिच्या मनात अमर्याद प्रेम आणि प्रचंड प्रमाणात दुःखही निर्माण झाले होते. तिच्या मनात संभ्रम निर्माण झाला होता. तिने आपले डोळे उघडले आणि आपले मस्तक डावीकडे वळवले. प्रत्येकानेच आपले डोळे मिटले होते. त्यानंतर तिने तिच्या उजवीकडे पाहिले आणि शिव थेट तिलाच न्याहाळत असल्याचे पाहिल्यावर तिला एकदम आश्चर्याचा धक्का बसला. शिवाचे डोळे पूर्णपणे उघडे होते. त्याच्या नजरेतून तिच्यावर अतीव प्रेमाचा वर्षाव होत होता. त्याच्या चेहऱ्यावर खट्याळ स्मित होते.

सतीने शिवाकडे आठ्या घालून पाहिले. नजरेच्या इशाऱ्यानेच त्याने पूजेवर आपले लक्ष केंद्रित करावे, असे तिने त्याला सुचवले. शिवाने तिकडे दुर्लक्ष करत आपल्या ओठांचा चंबू केला आणि तिचे चुंबन घेतल्याचा आविर्भाव केला. स्तिमित झालेल्या सतीच्या कपाळावर आणखी आठ्या पडल्या. तिच्या सूर्यवंशी संवेदनेला अशा प्रकारचे पोरकट वर्तन हा गुन्हाच वाटला. तिला हा आचारसंहितेचा भंग वाटला. एखाद्या बिघडलेल्या मुलाप्रमाणे शिवाने तिला वेडावून दाखवले आणि आपले डोळे मिटले आणि तो यज्ञाकडे वळला. सतीही यज्ञाकडे वळली. तिने डोळे मिटले होते. आपल्यावर अत्यंत प्रेम करणारा पती आपल्याला लाभल्याबद्दल तिच्या चेहऱ्यावर पुसटसे स्मित झळकत होते.

मात्र अजूनही तिला आपल्यावर कोणीतरी नजर ठेवून आहे, असे वाटत होते. कोणीतरी तीव्रपणे तिला न्याहाळत होते.

नीलकंठाच्या ताफ्यातील अखेरचे जहाज शरयूच्या वळलेल्या प्रवाहाबरोबर वळले. शत्रू नजरेआड झाल्याबरोबर झाडांआडून नाग पुढे आला. त्या ब्राह्मणाने नुकतीच ज्या ठिकाणी पूजा केली होती, तिकडे तो चपळपणे गेला. नागांची राणी आणि इतर शंभर सशस्त्र सैनिक त्याच्यासमवेत होते. त्या नागापासून आदराने काही अंतर राखून ते उभे होते. त्यांनी त्याला एकटे सोडले होते.

नागांचा पंतप्रधान कारकोटक याने नेमके किती वाजले असावेत याचा अंदाज घेण्यासाठी आकाशाकडे पाहिले. त्यानंतर काही अंतरावरच असलेल्या त्या

नागाकडे त्याने अस्वस्थपणे पाहिले. नागांच्या प्रदेशात त्या नागाला लोकनायक म्हटले जात असे. या लोकनायकाला या पूजेत एवढे स्वारस्य का वाटत होते, याचे त्याला आश्चर्य वाटत होते. त्या राजाकडे खूपच महान शक्ती आणि ज्ञान होते. काही जणांना तो नागांच्या राणीपेक्षाही अधिक शूर आणि शक्तिमान व ज्ञानी वाटत होता.

''महाराणी,'' कारकोटक राणीला म्हणाला, ''घरी परत जाण्याचं महत्त्व लोकनायकाला सांगण्याची आवश्यकता आहे, असं तुम्हांला वाटतं का?''

''ज्यावेळी मला तुझा सल्ला हवा असेल,'' नागांची राणी कुजबुजत्या आवाजात म्हणाली, ''त्यावेळी मी तुला तसं सांगेन.''

कारकोटकाने तातडीने माघार घेतली. नेहमीप्रमाणेच आपल्या राणीच्या क्रोधामुळे तो भयभीत झाला.

कारकोटकाच्या शब्दांवर मनातल्या मनात विचार करत राणी नागाकडे मागे वळली. आपल्या पंतप्रधानाचे म्हणणे योग्यच असल्याचे तिला मान्य करावेच लागले. नागांना आपल्या राजधानीकडे त्वरेने कूच करणे आवश्यकच होते. आता त्यांच्यापाशी फारसा वेळ उरलेला नव्हता. नागांची राज्यसभा तातडीने बोलावण्याची आवश्यकता होती. ब्रंगांना वैद्यकीय साहाय्य देण्याचा मुद्दा पुन्हा एकदा त्यावेळी उपस्थित होणार होता. ब्रंगांना द्याव्या लागणाऱ्या या मदतीसाठी मोजाव्या लागणाऱ्या प्रचंड किंमतीमुळे काही शांतताप्रेमी नागांचा या युतीला विरोध होता. आपल्या दुष्कर्मांचे ते फळ आहे, असे समजून आपली बहिष्कृत आयुष्ये शांततेत व्यतीत करण्याची इच्छा असलेले ते नाग लोक होते, हे तिला माहिती होते. मात्र या युतीशिवाय आपला सूड घेणे अशक्य आहे, हेही ती जाणून होती. त्याहूनही महत्त्वाची गोष्ट म्हणजे ब्रंगांना नागांची गरज असलेल्या काळात ब्रंगांना ती वाऱ्यावर सोडून देऊ शकत नव्हती. ते लोक तिच्याशी अत्यंत एकनिष्ठ होते.

त्याउलट, ती आपल्या भाच्याचा, लोकनायकाचाही त्याग करू शकत नव्हती. तो त्रस्त होता. त्या दुष्ट स्त्रीच्या उपस्थितीमुळे त्याचे नेहमीचे शांत आचरण ढवळून निघाले होते. तो अनावश्यक धोके पत्करत होता. रामजन्मभूमी मंदिराजवळ शिव आणि सतीवर त्याने केलेला हल्ला हा असाच वेडगळ हल्ला होता. त्याला जर तिला ठार मारायचेच नव्हते; तर मग अशा बिकट परिस्थितीत तो स्वतःचा जीव

धोक्यात का घालत होता? त्यावेळी तो मारला गेला असता, तर काय झाले असते? किंवा त्याहूनही वाईट म्हणजे तो जिवंत पकडला गेला असता तर? सतीला अयोध्येच्या बाहेर काढण्याचा तो प्रयत्न होता, असे म्हणून त्याने त्या हल्ल्याचे नंतर समर्थन केले होते, कारण सतीला अयोध्येत पकडणे अशक्य होते. तिला काशीच्या प्रवासासाठी उद्युक्त करण्यात तो सफल झाला होता, हे या सर्वांत महत्त्वाचे होते. मात्र आता पतीसमवेत आणि संपूर्ण सैन्याच्या ताफ्यासमवेत ती होती. आता तिचे अपहरण करणे अशक्य होते.

आपला पुतण्या हळुवारपणे बाजूला होत असल्याचे राणीच्या लक्षात आले. ती थोडी पुढे गेली. कारकोटक आणि इतर लोकांना तिने मागेच थांबण्याचा इशारा केला.

आपल्या कमरेच्या शेल्याखाली नव्यानेच तयार केलेल्या म्यानातून त्या नागाने खंजीर बाहेर काढला. रामजन्मभूमी मंदिराजवळ सतीने हाच चाकू त्याच्या दिशेने फेकला होता. त्याने त्या खंजिराकडे प्रेमाने पाहिले आणि त्याच्या पात्याने आपला अंगठा कापला. त्याच्या धारदार पात्यामुळे त्याच्या त्वचेवर किंचितशी जखम झाली. त्याने संतापाने आपले डोके हलवले. तो चाकू वाळूत जोरात खुपसला आणि राणीकडे जाण्यासाठी तो वळला.

अचानकच तो थांबला आणि वेड्यासारखा तिथेच घुटमळत राहिला.

राणीने त्याच्या कानात कुजबुजत्या आवाजात पण स्पष्ट शब्दांत आपले विचार सांगितले. ''जाऊ दे, बाळा. त्याला फारसं महत्त्व नाही. ते सोडून दे.''

तो नाग त्या ठिकाणीच खंबीरपणे उभा राहिला. त्याच्या मनाची चांगलीच द्विधा अवस्था झाली होती. तिच्यातून तो बाहेर पडू शकत नव्हता. आपल्या राजाला अशा प्रकारच्या दुबळ्या अवस्थेत पाहून काही अंतरावरच असलेल्या त्या लोकांना धक्काच बसला होता. राणीची नापसंती स्पष्ट दिसत असूनही तो नाग पुन्हा एकदा वळला आणि त्याने जिथे तो खंजीर पुरला होता, त्या जागेकडे गेला. त्याने तो काळजीपूर्वक बाहेर काढला. मोठ्या आदरभावाने त्याने तो आपल्या कपाळाला लावला आणि आपल्या कमरेच्या म्यानात ठेवून दिला.

राणीने तिटकाऱ्याने त्याच्याकडे पाहिले आणि ती वळली. कारकोटक आणि इतरांना तिने पुढे येण्याचा इशारा केला. आता तिच्यासमोर पर्याय नव्हता, हे तिच्या लक्षात आले होते. शरीररक्षकांना दिमतीला ठेवून तिला आपल्या पुतण्याला तिथेच

सोडावे लागणार होते आणि आपल्या राजधानीकडे, पंचवटीकडे तिला एकटीलाच प्रयाण करावे लागणार होते.

— ⚲ⵙⵡ♆⊗ —

"वाहतुकीचे पैसे? हा काय मूर्खपणा आहे!" अयोध्येचा पंतप्रधान स्यमंतक जोरात किंचाळला. "हे जहाज स्वद्वीपच्या सम्राटाचं आहे. त्याच्यातून अतिमहत्त्वाची व्यक्ती प्रवास करत आहे. या भूमीसाठी सर्वाधिक महत्त्वाची असलेली व्यक्ती!"

अंधक या मगध देशाच्या बंदर मंत्र्याच्या जहाजावर स्यमंतक होता. अंधक हा ठरावीक चंद्रवंशीयांप्रमाणे नव्हता. कायदेशीर पत्र असल्याशिवाय तो कोणतीही गोष्ट करण्यास ठाम नकार देत असे. त्यासाठीच तो प्रसिद्ध होता. नीलकंठाला घेऊन येणाऱ्या प्रचंड जहाजाकडे नजर टाकण्यासाठी स्यमंतक वळला. पार्वतेश्वर आणि भगीरथ यांच्यासमवेत शिव जहाजाच्या नक्षीदार खांबाला रेलून उभा होता. शिवाला मगध देशात थांबायचे आहे, याची स्यमंतकाला कल्पना होती. शहराच्या बाह्य भागात असलेले नरसिंहाचे मंदिर पाहण्याची आपली इच्छा असल्याचे शिवाने सांगितले होते. स्यमंतकाला नीलकंठाला नाराज करायचे नव्हते. मात्र तरीही त्याने जर जहाजाच्या वाहतुकीचे पैसे भरले असते, तर तो एक धोकादायक पायंडा पडला असता. सम्राटाच्या राज्यात सम्राटाच्याच जहाजाला वाहतुकीसाठी पैसे भरणे कसे काय शक्य होते? त्यामुळे साम्राज्यातील नदीकाठी असलेल्या सर्वच राज्यांमध्ये त्याचे पडसाद उमटले असते. अंधकाबरोबर तडजोड करणे ही अत्यंत नाजूक बाब होती.

"जहाज कोणाच्या मालकीचं आहे, याची मला पर्वा नाही," अंधक म्हणाला, "अगदी भगवान राम जरी त्या जहाजावर असता, तरीही मला त्याची पर्वा वाटली नसती. कायदा हा कायदाच असतो. मगधमध्ये प्रवेश करणाऱ्या कोणत्याही जहाजाला वाहतुकीचे पैसे भरावेच लागतात. केवळ एक हजार सुवर्णमोहरा एवढ्या किरकोळ शुल्कासाठी सम्राट दिलीपांना एवढी काळजी का वाटते?"

"हा पैशांचा प्रश्न नाही. हा तत्त्वाचा प्रश्न आहे," स्यमंतकाने प्रतिवाद केला.

"नक्कीच! हा तात्त्विक प्रश्नच आहे. तेव्हा कृपा करून पैसे भरा."

शिव अधीर होत होता. “इतका वेळ ते दोघं काय बरं बोलत आहेत?”

“प्रभू!” भगीरथ म्हणाला, “अंधक हा बंदर मंत्री आहे. वाहतुकीचे पैसे देण्याच्या कायद्याची अंमलबजावणी झालीच पाहिजे, असा आग्रह त्याने नक्कीच धरला असणार. मात्र माझ्या पित्याच्या मालकीच्या जहाजासाठी वाहतुकीचे पैसे भरण्यास स्यमंतक कधीच तयार होणार नाही. माझ्या पित्याच्या नाजूक अहम्‌चा त्यामुळे अपमान होईल. अंधक हा मूर्ख आहे.”

“कायद्याचं पालन करणाऱ्या व्यक्तीला तू मूर्ख का बरं म्हणतोस?” पार्वतश्वराने कपाळाला आठ्या घालत विचारले. “खरं तर, त्याचा आदर केला पाहिजे.”

“काही वेळा परिस्थितीचा विचार करणंही अनिवार्य असतं, सरदार.”

“राजकुमार भगीरथ, कायद्याच्या एखाद्या शब्दाकडेही दुर्लक्ष करणारी परिस्थिती मी समजून घेऊ शकत नाही.”

सूर्यवंशी आणि चंद्रवंशी जीवनशैलीविषयीचे वाद आणि प्रतिवाद आणखी ऐकण्याची शिवाची इच्छा नव्हती.

“मगधचा राजा कोणत्या प्रकारचा राजा आहे?”

“राजा महेंद्र?” भगीरथाने विचारले.

“याचा अर्थ पृथ्वीचा सम्राट असा होत नाही का?”

“होय. त्याचा अर्थ तसाच आहे, प्रभू. पण तो त्या नावाला शोभणारा नाही. एके काळी मगध हे खूप महान राज्य होतं. खरं तर ते स्वद्वीपचे सर्वाधिपती होते. तेथील राजांना सर्वत्र खूपच मान आणि आदर होता. मात्र इतर अनेक राजांच्या बाबतीत जे घडलं तेच त्यांच्याही बाबतीत घडलं. त्यांच्या अपात्र वंशजांनी आपल्या राज्यांमधील सत्ता आणि संपत्तीची उधळपट्टी केली. मगधच्या पूर्वीच्या कीर्तिप्रमाणे वागण्याचे त्यांनी नंतर अनेक प्रयत्न केले; परंतु त्यात ते अगदी लक्षणीयरीत्या अयशस्वी ठरले. आमच्याशी असलेल्या त्यांच्या संबंधात क्षुब्धता आहे.”

“खरंच, का बरं?”

“स्वद्वीपचे सर्वाधिपती बनण्यासाठी अयोध्येनं तीनशेहून अधिक वर्षांपूर्वी त्यांचा पराभव केला होता. पूज्य अश्वमेध यज्ञ त्यावेळी करण्यात आला होता. तोपर्यंत आजच्याप्रमाणे नावापुरतेच राजे असलेले लोक अयोध्येवर राज्य करत नव्हते. आपली प्रतिष्ठा आणि आपल्या मांडलिक राज्यांकडून मिळणारी खंडणी मगधला

गमवावी लागली. त्यामुळे त्यांना वाईट वाटलं होतं, याची आपण कल्पना करू शकताच.''

''बरोबर आहे. पण तीनशे वर्षं आकस धरून राहणं... हा केवढा प्रदीर्घ काळ आहे!''

भगीरथाने स्मित केले. ''क्षत्रियांकडे दीर्घ स्मरणशक्ती असते, प्रभू. अद्यापही मगधला अयोध्येकडून झालेला पराभव बोचतो आहे. त्याचं दुःख त्यांच्या मनात आहे. दोन नद्यांच्या संगमावर वसल्याचा फायदा सैद्धान्तिकदृष्ट्या मगधला मिळतो. शरयू किंवा गंगा नदीच्या काठावरच्या बंदरांमधून प्रवास करणाऱ्या व्यापाऱ्यांसाठी हे एक व्यापारी केंद्र आहे. पण अश्वमेध यज्ञात त्यांचा पराभव झाल्यापासून त्यांचा हा फायदा त्यांच्यापासून हिरावून घेतला गेला. वाहतुकीवर आणि व्यापारावर कर बसवण्यात आले आहेत. आणि नंतर आमच्यातील शत्रुत्वाला शंभर वर्षांपूर्वी आणखी एक नवीन संदर्भ लाभला.''

''ते कसं काय घडलं?''

''गंगेच्या वरच्या भागात, पश्चिमेकडे प्रयाग नावाचं एक राज्य आहे. ऐतिहासिक काळापासून त्यांची मगधशी युती होती. खरं म्हणजे दोन्ही राज्यांतील राज्यकर्ती कुटुंबं एकमेकांची जवळची नातेवाईक आहेत.''

''आणि...''

''पण यमुनेचा प्रवाह मेलुहापासून स्वद्वीपकडे वळवण्यात आला, तेव्हा यमुनेचा गंगेशी प्रयाग येथे संगम झाला,'' भगीरथ म्हणाला.

''त्यामुळे प्रयागला खूपच महत्त्वं प्राप्त झालं?'' शिवाने विचारले.

''होय, प्रभू. मगधप्रमाणेच नदी व्यापाराचं ते एक अत्यंत महत्त्वपूर्ण केंद्र बनलं. शिवाय मगधप्रमाणे वाहतूक आणि व्यापारी करांसंबंधात त्या राज्याशी कोणत्याही प्रकारचा करार झालेला नव्हता. त्यामुळे कोणत्याही पर्यटकाला किंवा राज्याला यमुनेच्या प्रदेशात स्थायिक व्हायचं असेल किंवा व्यापार करायचा असेल, तर त्यांना प्रयागला कर द्यावा लागू लागला. त्यामुळे त्यांची समृद्धी आणि सत्ता अनिर्बंधपणे वाढत गेली. अश्वमेध यज्ञात मगधला पाठिंबा देऊन अयोध्येच्या अधिराज्याला आव्हान देण्याचा त्यांचा मनसुबा होता, अशी अफवाही त्या काळात पसरली होती. पण माझे पणजोबा सूर्यवंशींबरोबरच्या युद्धात हरले आणि यमुनेवर धरण बांधून तिचा प्रवाह पुन्हा एकदा मेलुहाकडे वळवण्यात आला. त्यावेळी

प्रयागचं महत्त्व पुन्हा एकदा कमी झालं. त्यासाठी त्यांनी आधी कधीही दिला नसेल, एवढा अयोध्येला दोष दिला. त्यांना जोरदार तडाखा बसावा, म्हणून आम्ही जाणूनबुजूनच युद्ध हरलो, असं खरं तर त्यांना वाटलं.''

''अस्सं!''

''होय,'' भगीरथ आपले मस्तक हलवत म्हणाला, ''पण प्रामाणिकपणे सांगायचं झालं, तर माझ्या पणजोबांनी चुकीची, विचित्र युद्धनीती वापरल्यामुळेच आम्ही युद्धात हरलो होतो.''

''म्हणजे तुम्ही लोक कायमच एकमेकांचा तिरस्कार करत आला आहात?''

''कायमच नाही, प्रभू. एके काळी अयोध्या आणि मगध ही निकटची मित्र राष्ट्रं होती.''

''मग तुझं इथे स्वागत होईल का?''

भगीरथ जोरजोरात हसू लागला. ''मी अयोध्येचं प्रतिनिधित्व करत नाही, हे प्रत्येकालाच माहिती आहे. फक्त या एकाच ठिकाणी माझ्याविषयी संशय घेतला जात नाही. पण राजा महेंद्र हा अतिशय संशयी राजा म्हणून ओळखला जातो. सदा सर्वकाळ आपल्यावर हेरांकडून नजर राखली जाण्याची अपेक्षा आपण ठेवली पाहिजे. प्रत्येक महत्त्वाच्या पाहुण्याच्याबाबतीत तो हे करतो. मात्र त्याचं हेरांचं जाळं फारसं कार्यक्षम नाही, असं म्हटलं जातं. त्यामुळे मला कोणत्याही गंभीर समस्यांचा धोका जाणवत नाही.''

''माझ्या निळ्या गळ्यामुळे इथलं द्वार खुलं होऊ शकेल?''

भगीरथ संकोचला. ''माझे वडील ज्या ज्या गोष्टींवर विश्वास ठेवतात, त्यापैकी कोणत्याही गोष्टीवर राजा महेंद्र विश्वास ठेवत नाही, प्रभू. अयोध्येच्या राजाची नीलकंठावर श्रद्धा असल्यामुळे मगधचा राजा त्यावर श्रद्धा ठेवणार नाही.''

शिडीवरून जहाजावर आलेल्या स्यमंतकामुळे त्यांच्या संभाषणात खंड पडला. तो नीलकंठाजवळ आला आणि त्याला रुबाबात मानवंदना देऊन म्हणाला, ''प्रभू व्यवहार पूर्ण झाला आहे. आपण किनाऱ्यावर उतरू शकतो. मात्र आपल्याला इथे किमान दहा दिवस राहावं लागेल.''

शिवाच्या कपाळावर आठ्या पडल्या.

''मगधच्या राजवाड्यातील अतिथिगृहाच्या मालकाकडे मी या जहाजाची मालकी तात्पुरत्या स्वरूपात सोपवली आहे, प्रभू. आपण त्याच्या अतिथिगृहात

दहा दिवस वास्तव्य करणार आहोत. आपण दिलेल्या अतिथिगृहाच्या शुल्कातून तो अंधकाकडे वाहतूक कर भरेल. अतिथिगृहाच्या मालकाला पुरेसा नफा मिळावा आणि आपल्या वाहतूक कराची रक्कमही चुकती करता यावी, या हेतूंनी आपल्याला दहा दिवस राहावं लागेल.''

शिव स्यमंतकाकडे पाहातच राहिला. स्यमंतकाने केलेल्या आडवळणाच्या तडजोडीला हसावे की त्याच्या नोकरशाही वृत्तीने लढवलेल्या शकलेमुळे प्रभावित व्हावे, हे त्याच्या लक्षात येत नव्हते. शिवाला मगधला भेट देता येणार होती; त्याचबरोबर मगधच्या सम्राटाची पतही राखली गेली होती. सम्राट दिलीपाला तांत्रिकदृष्ट्या वाहतूक कर भरावा लागणार नव्हता.

— ⁂ —

तो नाग आणि त्याचे सैनिक शांतपणे शिव, सती आणि त्यांचा ताफा यांचा पाठलाग करत होते. नागांची राणी, पंतप्रधान कारकोटक आणि तिचे शरीररक्षक पंचवटी या नागांच्या राजधानीकडे रवाना झाले होते. शिवाच्या आरमाराचा लहान आकार ही पाठलाग करण्याच्या दृष्टीने एक प्रकारची शिक्षाच होती. किमान अंतर राखून त्याला जलद गतीने प्रवास करणाऱ्या जहाजांचा सातत्याने पाठलाग करावा लागत होता.

किनाऱ्यांपासून ते शहाणपणाने दूर राहत होते. जहाजांतून बाहेर पाहणाऱ्यांच्या नजरेस न पडण्याइतके ते दूर राहत होते आणि त्यांचा पाठलाग नीटपणे करता यावा, एवढ्या जवळच्या अंतरावर ते राहत होते. मगधला टाळण्यासाठी ते आणखी थोडे पुढे जाऊन उतरले आणि शहर पार करून गेल्यावर पुन्हा एकदा नदीच्या जवळ आले.

''आणखी थोडंच अंतर महाराज,'' विश्वद्युम्न म्हणाला, ''त्यानंतर आपण पुन्हा एकदा नदीकडे जाऊ या.''

त्या नागाने मान हलवली.

अचानक, त्या शांत जंगलात एक जोरदार किंकाळी घुमली. ''नकोऽऽऽऽऽऽ!''

तो नाग लगेच त्याच्या गुडघ्यांवर बसला. हाताने खुणा करूनच त्याने विश्वद्युम्नाला आदेश दिले. संपूर्ण सैन्याची तुकडीच संकट टळण्याची प्रतीक्षा

करत तातडीने शांत शांत झाली.

पण खऱ्या संकटाची आता तर कुठे सुरुवात झाली होती.

ती स्त्री पुन्हा एकदा किंचाळली, ''नाहीऽऽऽऽ! कृपा कर! सोड त्याला!''

विश्वद्युम्नाने त्याच्या सैनिकांना शांतपणे खाली बसून राहण्याविषयी खुणावले. त्याच्या दृष्टीने अशा वेळी एकच कृती करण्याजोगी होती. त्यांच्या पावलांचा मागोवा घेत, त्या क्षेत्रात व्यापक अर्धगोलात फिरणे आणि नंतर नदीकडे परत जाणे. आपली सूचना सांगण्यासाठी तो त्याच्या महाराजाकडे वळला. मात्र तो नाग खिळल्यासारखा जागीच उभा होता. समोर दिसणाऱ्या हृदयद्रावक दृश्यावरून त्याची नजर काही केल्या दूर होत नव्हती.

थोड्याच अंतरावर, झाडाझुडपांच्या अर्धवट आड एक आदिवासी स्त्री खाली पडली होती. तिने एका सहा-सात वर्षांच्या मुलाला आर्ततेने कवटाळून धरले होते. दोन सशस्त्र सैनिक तिच्यापासून त्या मुलाला हिरावून घेण्याचा प्रयत्न करत होते. बहुधा ते सैनिक मगधचे असावेत. ती स्त्री नाजूक अंगकाठीची होती; तरीही आश्चर्याने थक्क व्हावे, एवढ्या ताकदीने त्या मुलाला तिने घट्ट पकडून ठेवले होते.

''हॅ!'' मगध सैनिकांचा सरदार किंचाळला. ''त्या बाईला ढकलून द्या, मूर्खांनो!''

गंगा आणि नर्मदेच्या मधील खोऱ्यातील रानटी आणि अशांत टापूत रानटी आदिवासींच्या जमाती विखुरलेल्या होत्या. त्या दोन महान नद्यांच्या काठांवर राहणाऱ्या शहरी लोकांच्या दृष्टीने त्या जमाती मागासलेल्या होत्या, कारण निसर्गाच्या सान्निध्यात राहण्याचाच त्यांचा आग्रह होता. अनेक राज्यांनी या जमातींकडे दुर्लक्ष केले असले तरी काही जणांनी लोकसंख्येत वाढ झाल्यानंतर शेतीखालील जमिनींची गरज वाढल्याने जबरदस्तीने त्यांच्या जमिनी बळकावल्या होत्या. आणि अगदी हाताच्या बोटांवर मोजता येतील आणि विशेषतः जे लोक क्रूर होते, त्यांच्या राज्यांनी या निरुपद्रवी गटांचा वापर गुलामगिरीसाठी करून घेतला होता.

मगधच्या सरदाराने त्या महिलेच्या कमरेत जोरदार लाथ हाणली. ''तुला दुसरा मुलगा मिळेल! पण मला या मुलाची गरज आहे! तो माझ्या बैलांना हाकून मला विजयी बनवण्याचं काम करेल. प्रतिष्ठेच्या मानल्या गेलेल्या बैलांच्या शर्यतीत माझे वडील सातत्याने जिंकत आले होते. पण गेल्या तीन वर्षांपासून ते हरत

आहेत.''

त्या मगध सरदाराकडे त्या नागाने तिरस्काराने पाहिले. चंद्रवंशींच्या साम्राज्यात बैलांच्या शर्यतींचे वेड होते. त्यांवर मोठमोठ्या पैजा लावल्या जात. या शर्यतींना राजाश्रयही मिळत असे. त्यांच्याविषयी लोकांमध्ये विलक्षण कुतूहल होते. जनावरांना पळवत ठेवण्यासाठी त्यांना हाकणाऱ्यांना ठरावीक पद्धतीने किंचाळून त्यांना क्षुब्ध बनवावे लागत असे. मात्र बैलांवर स्वार झालेल्या लोकांचे वजन जर खूपच जास्त असेल, तर साहजिकच बैलांचा पळण्याचा वेग मंदावत असे. म्हणून सहा ते आठ वयोगटातील मुले यासाठी योग्य मानली जात. भीतीपोटी ती जोरजोरात किंचाळत असत आणि त्यांचे वजनही कमी असे. या मुलांना जनावरांच्या पाठीवर बांधण्यात येत असे. तो बैल जर खाली पडला, तर मुले गंभीर जखमी होत असत किंवा काही वेळा त्यांना मृत्यूलाही कवटाळावे लागत असे. म्हणून आदिवासी मुलांना नेहमीच पळवून नेले जात असे आणि बैलांवरचे स्वार म्हणून त्यांना गुलामगिरी पत्करावी लागत असे. त्यांचा मृत्यू झाला तर त्यांच्यासाठी कोणत्याही महत्त्वाच्या व्यक्तीला त्याचे सोयरसुतक वाटत नसे.

आपली तलवार उपसलेल्या एका सैनिकाकडे पाहून मगध सरदाराने मान हलवली. त्यानंतर त्या महिलेकडे पाहत तो म्हणाला, ''मी तुझ्याशी जास्तीत जास्त चांगला वागण्याचा प्रयत्न करतो आहे. तुझ्या मुलाला आमच्याकडे सोपव; अन्यथा मला तुला मारावं लागेल.''

''नाही!''

मगधच्या सरदाराने आपल्या तलवारीने त्या मातेच्या उजव्या हातावर वार केला. तिच्या हातातून उसळलेल्या रक्ताचा शिडकावा त्या मुलाच्या चेहऱ्यावर झाला. त्यामुळे त्या मुलाने दुःखातिरेकाने आरोळी ठोकली.

तो नाग त्या महिलेकडे आ वासून एकटक पाहत होता. आपला रक्ताळलेला हात एका बाजूला लोंबत असतानाही त्या स्त्रीने आपल्या मुलाला आपल्या डाव्या हाताने घट्ट धरून ठेवले होते. विश्वद्युम्नाने आपले डोके विषादाने हलवले. आता त्या स्त्रीच्या मृत्यूला काही क्षणच उरले असल्याचेच त्याला सूचित करायचे होते. तो आपल्या सैनिकांकडे वळला आणि त्याने त्यांना हळूहळू रांगत रांगतच मागे जाण्याचा इशारा केला. तो आपल्या महाराजाकडे परत वळला. परंतु तो नाग तिथे नव्हताच. त्या मातेकडे तो अत्यंत चपळाईने पुढे सरकला होता. विश्वद्युम्नचा

थरकाप उडाला आणि आपले मस्तक झुकवून तो आपल्या महाराजामागे पळत सुटला.

"तिला ठार करा!" त्या मगध सरदाराने हुकूम दिला.

तिच्यावर वार करण्यासाठी मगधच्या सैनिकाने आपली तलवार उपसली. एवढ्यात अचानकच त्या झाडांआडून तो नाग बाहेर पडला. त्याने आपल्या हातात खंजीर घेतला होता. काय होत आहे, हे त्या सैनिकाच्या लक्षात येण्यापूर्वीच त्याच्या हातात खंजीर घुसला होता आणि त्याच्या हातातून घरंगळून ती तलवार जमिनीवर पडली होती.

मगधच्या सरदाराने संतापाने आरोळी ठोकली; परंतु तोपर्यंत त्या नागाने आपल्या हातात आणखी दोन खंजीर घेतले होते. मात्र त्यावेळी आपल्या मागच्या बाजूला मगध सैनिकांची तुकडी असल्याचे त्याच्या लक्षात आले नाही. त्या तुकडीतील एकाच्या हातात धनुष्यबाण होते. त्याने धनुष्याला प्रत्यंचा लावली होती आणि तो बाण सोडण्याच्याच तयारीत होता. क्षणार्धात त्या सैनिकाने नागावर शरसंधान केले. त्या नागाच्या डाव्या खांद्यात तो बाण घुसला. खांद्याचे हाड चिरत तो बाण आरपार गेला. त्या बाणाचा आघात एवढा जोरदार होता की, तो नाग जमिनीवर पडला आणि वेदनांमुळे त्याला जागचे हलताही येईनासे झाले.

आपल्या महाराजाला खाली पडल्याचे पाहताच नागांची तुकडी आक्रोश करत, किंचाळत पुढे पळत आली.

"महाराज!" विश्वद्युम्न ओरडला. त्या नागाला पाठीमागून आधार देण्याचा तो प्रयत्न करत होता.

"जिवंत राहायचं असेल, तर इथून चालते व्हा!" त्या नागांच्या तुकडीतील एक सैनिक आपल्या महाराजाला झालेल्या जखमेमुळे क्रोधायमान होत ओरडला.

"बंग लोक!" त्या सैनिकाच्या बोलण्याची ढब ओळखून मगधचे लोक किंचाळले. "तुम्ही इथे काय करत आहात?"

"ते ब्रंग आहेत! बंग नव्हेत!"

"मी तुम्हांला भीक घालतो आहे, असं तुम्हांला वाटतं का? माझ्या प्रदेशातून चालते व्हा!"

नागांचा महाराज हळूहळू उठून बसत असल्याचे पाहून त्या ब्रंगाने काहीच प्रतिसाद दिला नाही. विश्वद्युम्नाला मागे फिरण्याविषयी त्या नागाने इशारा केला

आणि तो आपल्या खांद्यातून बाण बाहेर काढण्याचा प्रयत्न करू लागला. मात्र तो बाण खूपच आत रुतून बसला होता. त्याने त्या बाणाचा मागचा भाग मोडला आणि फेकून दिला.

त्या मगध सरदाराने त्या नागाला धमकी देत, त्याच्याकडे इशारा करत म्हटले, "मी मगधचा राजकुमार उग्रसेन आहे. ही माझी भूमी आहे. हे लोक माझी मालमत्ता आहेत. इथून चालते व्हा."

त्या राजघराण्यातील पोरट्याकडे त्या नागाने ढुंकूनही पाहिले नाही.

त्याने तोपर्यंत कधीही न पाहिलेल्या विलक्षण दृश्याकडे तो पाहू लागला. त्या मातेचे भान जवळजवळ हरपत चालले होते. त्याच्या सैनिकांच्या फळीच्या मागे ती उभी होती. प्रचंड रक्तपात झाल्यामुळे तिचे डोळे हळूहळू मिटत होते. तिच्या शरीराला कंप सुटला होता. आत्यंतिक भीतिपोटी ती मुसमुसून रडतही होती.

...आणि तरीही आपला मुलगा त्यांच्या ताब्यात देण्यास ती ठामपणे नकार देत होती. अद्यापही तिने आपल्या डाव्या हाताने आपल्या मुलाला घट्ट कवटाळून धरले होते. आपल्या मुलासमोर अजूनही आपल्या शरीराची ढाल करून ती ठामपणे उभी होती.

'काय विलक्षण माता आहे!'

तो नाग मागे वळला. त्याच्या डोळ्यांतून संतापाची स्फुल्लिंगे बाहेर पडत होती. त्याचे शरीर ताठरले होते. त्याने आपल्या मुठी घट्ट आवळून धरल्या होत्या. गूढ, भीतिदायक शांत स्वरात तो पुटपुटला, "आपल्या मुलाचं संरक्षण करतेय म्हणून तुम्ही एका मातेला इजा करू पाहताय?"

त्या हळुवार आवाजातून मोठीच धमकी बाहेर पडली होती. आपल्या राजघराण्याच्या अभिमानाची शेखी मिरवणाऱ्या त्या व्यक्तीच्या रोमारोमांतही त्या आवाजाने भीतीची लाट उसळली. मात्र त्याचे लांगूलचालन करणाऱ्या त्याच्या दरबारी लोकांसमोर त्याला त्या नागासमोर हार मानणे शक्य नव्हते. होळी नसतानाही तसे मुखवटे घालून वावरणाऱ्या काही ब्रंग लोकांच्या तुकडीमुळे आपल्याला हव्या असलेल्या मुलाला नेण्याच्या आपल्या उद्देशापासून तो मागे हटणार नव्हता. "हे माझं राज्य आहे. मला हवं त्याला मी मारू शकतो; जखमी करू शकतो. त्यामुळे तुम्हांला तुमचं हे छुपेपणानं भटकणं असंच गुप्त ठेवायचं असेल, तर इथून चालते व्हा. तुम्हांला आमची ताकद माहिती नाही...."

'आपल्या मुलाचं संरक्षण करतेय म्हणून तुम्ही एका मातेला इजा करू पाहताय?''

आता त्याच्या मठ्ठ डोक्यातही भीतीने प्रवेश केल्यामुळे उग्रसेन स्तब्ध झाला. आपल्या अनुयायांकडे पाहण्यासाठी तो मागे वळला. त्या नागाच्या आवाजातील छुप्या धमकीने तेही भयभीत झाले होते.

आश्चर्याचा धक्का बसलेल्या विश्वद्युम्नाने आपल्या महाराजाकडे पाहिले. आपल्या महाराजाने आपला आवाज एवढा चढवल्याचे त्याने तोपर्यंत कधीच ऐकले नव्हते. कधीच नाही. त्या नागाचा श्वासोच्छ्वास जड झाला होता. कराकरा वाजणाऱ्या दातांतून श्वासाचा आवाजही बाहेर पडत होता. त्याचे शरीर संतापाने ताठरले होते.

...आणि त्यानंतर त्या नागाचा श्वासोच्छ्वास पुन्हा एकदा हळुवार होत नियमित होत असल्याचे विश्वद्युम्नाने ऐकले. त्याच्या ते लगेच लक्षात आले. त्याच्या महाराजाने निर्णय घेतला होता.

त्या नागाने आपल्या एका बाजूच्या म्यानात हात घालून एक लांब तलवार बाहेर काढली. आपल्या शरीरापासून त्याने ती दूर धरली होती. आता तो कोणत्याही क्षणी हल्ला करणार होता. कुजबुजत्या आवाजात त्याने हुकूम सोडला, ''आता गय नाही!''

''आता गय नाही!'' ब्रंगांच्या राजघराण्याच्या त्या सैनिकांनी तेच शब्द आरोळ्या ठोकत उच्चारले.

आपल्या महाराजापाठोपाठ त्यांनी मगध सैनिकांवर हल्ला चढवला. त्या दुर्दैवी मगध सैनिकांवर ते अक्षरशः तुटून पडले. आता तिथे कोणाचीच गय नव्हती.

प्रकरण ३

मगधचा पंडित

नरसिंहाच्या मंदिरात जाण्यासाठी अतिथिगृहातून पहाटेच शिव बाहेर पडला. त्याच्याबरोबर भगीरथ, द्रपाकु, स्यमंतक, नंदी आणि वीरभद्र होते.

मगध ही अयोध्येच्या तुलनेत खूपच लहान नगरी होती. व्यापारी किंवा लष्करी यश आणि त्यापाठोपाठ येणारे स्थलांतरितांचे लोंढे या सर्वांपासून ते दूरच होते आणि त्यामुळेच अद्यापही पानांफुलांत आणि सुंदर झाडीमध्ये वसलेली ती एक सुंदर नगरी होती. त्यांच्याकडे देवगिरीप्रमाणे प्रचंड, छाती दडपवून टाकणारी यंत्रणा नव्हती आणि अयोध्येप्रमाणे उच्च प्रकारचे स्थापत्यशास्त्रही नव्हते. मात्र त्यामुळेच मेलुहाच्या राजधानीच्या कंटाळवाण्या प्रमाणिकरण, मानांकन पद्धतींच्या आणि स्वद्वीपच्या राजधानीतील प्रचंड गडबड गोंधळाच्या दलदलीत ते रुतले नव्हते.

शहराच्या बाहेरच्या बाजूला असलेल्या भव्य नरसिंह मंदिरात पोहोचण्यासाठी शिवाला आणि त्याच्या अनुयायांना जेमतेम दीड तासाचा अवधी लागला. त्या महान मंदिराच्या आवारात शिवाने प्रवेश केला. कोणताही संशयित मंदिरात नाही ना, याची कसून तपासणी केल्यानंतर शिवाच्या सूचनेनुसार, त्याचे अनुयायी बाहेरच थांबले.

मंदिराभोवतीच्या चौरसाकृती जागेत बाग करण्यात आली होती. भारताच्या पश्चिमेकडच्या सीमांच्या बऱ्याच पलीकडे असलेल्या भगवान रुद्राच्या प्रदेशातील

ती पद्धती होती. त्या बागेच्या बरोबर मध्यभागी अत्यंत सुंदर प्रकारे रचना असलेले एक भव्य कारंजे होते. त्याशिवाय अत्यंत गुंतागुंतीच्या पद्धतीचे कालवे काढण्यात आले होते. केंद्रस्थानापासूनच फुलांचे ताटवे आणि गवत पसरले होते. त्यांची रचना अत्यंत साधी; पण तरीही आश्चर्यकारकरीत्या प्रमाणबद्ध होती. प्रचंड विस्ताराच्या त्या बागेच्या दूरच्या टोकाला नरसिंहाचे मंदिर होते. ते शुभ्र संगमरवरात बांधण्यात आले होते. त्याच्या मुख्य सभागृहासमोर जाण्यासाठी एक अतिभव्य जिना बांधण्यात आला होता. मंदिराचा मनोरा किमान सुमारे सत्तर मीटर उंचीचा होता आणि त्यावर देव देवतांची शिल्पे कोरण्यात आली होती. संपूर्ण स्वद्वीपच्या संघराज्याचे स्त्रोत ज्यावेळी मगधच्या अधिपत्याखाली होते, त्या कालखंडातच एवढे खर्चिक बांधकामाचे मंदिर बांधले गेले असावे, याविषयी शिवाच्या मनात तिळमात्र शंका नव्हती.

त्याने जिन्यावर आपली पादत्राणे काढली. जिना चढून तो वर गेला आणि त्याने मुख्य मंदिरात प्रवेश केला. ऐश्वर्यशाली चबुतऱ्यावर नरसिंहाच्या मूर्तीची प्रतिष्ठापना करण्यात आली होती. भगवान रुद्राच्याही आधी, हजारो वर्षांपूर्वी भगवान नरसिंहाचा अवतार होऊन गेला होता. भगवान नरसिंहाची मूर्ती जर पूर्ण मनुष्याकृतीएवढी असती, तर ती अधिक शक्तिशाली भासली असती, अशा प्रकारच्या विचारात शिव गढून गेला होता. ती मूर्ती नको तेवढी उंच; म्हणजे सुमारे आठ फूट उंचीची होती. त्याच्या पिळदार शरीरयष्टीने राक्षसांनाही कापरे भरले असते. त्याचे हात असामान्य पिळदार होते आणि बोटांना लांबलचक नखे होती. त्यामुळे भगवान नरसिंहाच्या नखे नसलेल्या हातातच फक्त शस्त्रे असावीत, असा एक विचार शिवाच्या मनात चमकून गेला.

मात्र देवाच्या चेहऱ्याकडे पाहताच शिव स्तिमित झाला. त्याच्या तोंडाभोवती ओठ होते आणि ते कल्पनातीत मोठे होते. सर्वसामान्य व्यक्तीप्रमाणे त्याच्या मिशांचे केस खालच्या बाजूला झुकलेले नव्हते; तर मांजराच्या मिशांप्रमाणे ते फिस्कारलेले होते. त्याचे नाकही बेढब वाटावे, एवढे मोठे होते. नाकाच्या दोन्ही बाजूंना तीक्ष्ण डोळे होते. आयाळीप्रमाणे त्याचे केस मानेवर पसरलेले होते. त्यामुळेच भगवान नरसिंह हा माणसाचा देह असलेला; पण सिंहाचे मस्तक असलेला पुरुष असल्याचे दिसत होते.

'भगवान नरसिंह जर आज जिवंत असता, तर चंद्रवंशीयांनी त्याला नाग म्हटले

असते आणि त्यामुळे ते त्याला घाबरले असते, त्यांनी त्याला पूज्य मानले नसते. त्यांच्या विचारांत काही सुसंगती नाही का?'

''सुसंगती हा हटवादी व्यक्तींचा सद्‌गुण आहे.''

शिवाने वर पाहिले. आपले विचार कोणीतरी वाचू शकते, यामुळे तो चकित झाला होता.

त्या खांबांआडून वासुदेव पंडित प्रकट झाला. तोपर्यंत शिव ज्या पंडितांना भेटला होता, त्या सर्वांपेक्षा तो कमी उंचीचा होता. त्याची उंची पाच फूटांहून थोडीशीच अधिक होती. मात्र इतर सर्व बाबतींत तो इतर सर्व वासुदेवांप्रमाणेच दिसत होता. त्याचे केस बर्फासारखे पांढरेशुभ्र होते आणि त्याचा चेहरा वयोमानानुसार शुष्क होता. त्याने भगव्या रंगाचे धोतर आणि अंगवस्त्र परिधान केले होते.

''तुम्ही कसं काय....''

''ते महत्त्वाचं नाही,'' शिवाचे वाक्य अर्धवट तोडत आणि आपले हात उंचावत तो पंडित म्हणाला. शिवाचे विचार वाचण्यात तो कसा काय यशस्वी झाला, ते सांगणे त्याला फारसे महत्त्वाचे वाटत नव्हते.

याविषयीचे संभाषण.....पुन्हा कधीतरी....महान नीलकंठ.

आपल्या मस्तकातच त्या पंडिताचा आवाज आपण ऐकत आहोत, असे शिव शपथेवर सांगू शकला असता. ते शब्द खूप दूर अंतरावरून आल्यासारखे तुटक होते. ते खूपच मुलायम होते आणि फारसे स्पष्टही नव्हते. पण तो तर त्याच्यासमोर असलेल्या पंडिताचा आवाज होता. शिव विचारमग्न झाला, कारण त्या पंडिताचे ओठ तर हलत नव्हते.

हे भगवान वासुदेवा..........ही परदेशी व्यक्ती.....प्रभावी आहे.

शिवाला पुन्हा एकदा पंडिताचा आवाज ऐकू आला. तो पंडित किंचित स्मित करत होता. नीलकंठ त्याचे विचार ऐकू शकत होता, असे तो सांगू शकला असता.

''तुम्ही त्याचं स्पष्टीकरण देणार नाही. होय ना?'' शिवाने स्मित करत विचारले.

''नाही, तू खरोखरच....अद्याप....त्यासाठी तयार नाहीस.''

त्या पंडिताचे व्यक्तिमत्त्व इतर पंडितांसारखेच होते, परंतु त्याचे वर्तन मात्र नक्कीच वेगळे होते. हा पंडित स्पष्टवक्ता होता आणि तो उद्धट होता. मात्र त्याचा उद्धटपणा हेतुपुरस्सर नव्हता. त्या विशिष्ट पंडिताच्या वर्तनाचे ते सरळसरळ, स्पष्ट

प्रतिबिंब होते.

'कदाचित पूर्वजन्मी हा पंडित चंद्रवंशी असावा.'

''मी वासुदेव आहे,'' पंडित म्हणाला, ''आज तरी माझी दुसरी कोणतीही ओळख नाही. मी कोणाचा मुलगा किंवा पती किंवा पिता नाही आणि मी चंद्रवंशीही नाही. मी फक्त वासुदेव आहे.''

पुरुष अनेक प्रकारे ओळखला जातो, पंडितजी!

त्या पंडिताने आपले डोळे बारीक केले.

''तुम्ही जन्मतःच वासुदेव म्हणून जन्मला आहात का?''

''भगवान नीलकंठ, कोणीही जन्मतःच वासुदेव म्हणून जन्मत नसतो. तुम्ही ते पद मिळवता. ती एक प्रकारची स्पर्धा परीक्षा असते आणि त्या परीक्षेला कोणताही सूर्यवंशी किंवा चंद्रवंशी बसू शकतो. तुम्ही त्यात उत्तीर्ण झालात, तर तुम्ही इतर कोणीही असणं पूर्णपणे थांबतं. आपल्या व्यक्तिमत्त्वाच्या इतर सगळ्या ओळखींचा तुम्ही त्याग करता. तुम्ही फक्त वासुदेव बनता.''

''पण वासुदेव म्हणून आपला अधिकार प्रस्थापित करण्यापूर्वी तुम्ही चंद्रवंशी होतात,'' आपण फक्त वास्तव सांगत असल्याप्रमाणे स्मित करत शिव म्हणाला.

शिवाच्या म्हणण्याला दुजोरा देण्यासाठी पंडितानेही स्मित केले.

शिवाच्या मनात कित्येक अनुत्तरीत प्रश्न होते आणि त्यांची उत्तरे त्याला हवी होती. मात्र या विशिष्ट वासुदेवाला विचारण्यासाठी त्याच्या मनात एक सर्वात ठळक प्रश्न होता.

''काही महिन्यांपूर्वी रामजन्मभूमी मंदिरातील वासुदेव पंडिताने मला सांगितलं होतं, की माझं काम दुष्टांचा किंवा सैतानाचा संहार करणं हे नसून दुष्ट किंवा सैतान म्हणजे काय हे शोधून काढणं हे आहे,'' शिव म्हणाला.

वासुदेव पंडिताने आपली मान डोलावली.

''ही कल्पना मी अद्यापही पचवतो आहे. त्यामुळे त्याविषयी मी प्रश्न विचारणार नाही,'' शिव पुढे बोलू लागला, ''त्याने आणखी जे काही सांगितलं, त्याविषयी मला माहिती हवी आहे. सूर्यवंशी लोक पौरुष जीवनशक्ती आणि चंद्रवंशी स्त्रैण जीवनशक्ती आहेत. त्याचा अर्थ काय आहे? कारण या वाक्यांचा संबंध प्रत्यक्ष किंवा स्त्री किंवा पुरुष या शब्दांशी आहे, असं मला वाटत नाही.''

''यापेक्षा अधिक स्पष्टपणे तुला याविषयी समजणार नाही, माझ्या मित्रा! तुझं

बरोबर आहे. पुरुष किंवा स्त्री या शब्दांशी या शब्दाचं काहीही देणंघेणं नाही. सूर्यवंशी आणि चंद्रवंशी यांच्या जीवनशैलीशी ते शब्द निगडित आहेत.''

''जीवनशैलीशी?''

— ⚲ —

''राजुकमार उग्रसेनाचा वध झाला?'' भगीरथाने विचारले.

''होय, महाराज,'' स्यमंतक हळुवारपणे म्हणाला, ''माझा पूर्णपणे विश्वास असलेल्या स्त्रोताकडून ही बातमी मला समजली आहे.''

''भगवान राम आपलं रक्षण करो! आता आम्हांला याचीच गरज आहे. राजा महेंद्रला असं वाटेल, की या हत्येमागे अयोध्येचा हात आहे आणि त्यामुळे सूडाग्नीने तो कसा भडकून उठेल, ते तुम्ही जाणताच.''

''तो असा विचार करणार नाही, अशी आपण आशा करू या, महाराज,'' स्यमंतक म्हणाला, ''त्याविषयी आपण अगदी शेवटी विचार करू.''

''त्यांचे गुप्तहेर आपल्या मागावर आहेत,'' नंदी म्हणाला, ''आपण नगरात प्रवेश केल्यापासूनच्या आपल्या हालचाली आणि आपण कुठे गेलो, काय काय केलं याविषयी त्यांच्याकडे अहवाल असेल, याची मला खात्री वाटते. त्यामुळे आपल्यावर आरोप केला जाणार नाही.''

''त्यांच्यापैकी दोघे जण,'' आपल्या नजरेने त्यांच्याकडे इशारा करत द्रपाकु म्हणाला, ''ते अगदीच नवशिके दिसतात. त्या झाडामागूनही ते स्पष्ट दिसत आहेत.''

भगीरथाने किंचित स्मित केले.

''तो सुरापद्मन असू शकेल,'' स्यमंतक म्हणाला, ''स्वद्वीपमधील प्रत्येकालाच हे ठाऊक आहे, की मगधचा राजपुत्र निर्दयी आहे. गादीवर हक्क सांगण्यासाठी त्यानेच या हत्येचा कट केला असावा.''

''नाही,''आपले डोळे बारीक करत भगीरथ म्हणाला, ''राजा महेंद्रचा वारस ठरण्यासाठीच्या पात्रतेहूनही सुरापद्मनकडे अधिक पात्रता आहे आणि राजा महेंद्रच्या स्वभावात इतर काहीही दोष असले, तरी अन्य काही राजांप्रमाणे राजा महेंद्रलाही क्षमतेविषयी आदर आहे, हे मला माहिती आहे. त्यामुळे सुरापद्मनच राज्याचा

वारस आहे. त्यासाठी आपल्या भावाला ठार मारण्याची त्याला काहीही आवश्यकता नव्हती.''

''पण आतापर्यंत सार्वजनिक शोक कसा काय व्यक्त केला गेला नाही?'' द्रपाकुने विचारले.

''ही बातमी ते गुप्त ठेवत आहेत,'' स्यमंतक म्हणाला, ''का ते मला माहिती नाही.''

''उग्रसेनाच्या स्मृतिभोवती निदान काही प्रमाणात तरी आदर निर्माण करता यावा, यासाठी एखादी विश्वासार्ह कथा गुंफण्याच्या कामात ते व्यग्र असावेत,'' भगीरथ म्हणाला, ''आपल्या स्वतःच्याच तलवारीने आत्मनाश करून घेण्याएवढा तो मूर्ख 'सक्षम' होता!''

स्यमंतकाने मान डोलावली आणि तो द्रपाकुकडे वळला. ''मंदिरात एवढा वेळ एकट्यानेच व्यतीत करावा, असं प्रभूंना का बरं वाटलं असावं? हे अगदीच परंपरेहून वेगळं आहे.''

''कारण प्रभू स्वतःही कर्मठ नाहीत. परंपरांना चिकटून राहणारे नाहीत. पण मगधमध्ये आपण त्यांची ओळख गुप्त का ठेवत आहोत?''

''दंतकथेवर श्रद्धा असणारा प्रत्येक जणच नीलकंठाचा अनुयायी नाही, द्रपाकु,'' भगीरथ म्हणाला, ''मगधच्या सध्याच्या राजाचा नीलकंठावर विश्वास नाही आणि इथले नागरिक राजाचे निष्ठावंत अनुयायी आहेत. त्यामुळे प्रभूची ओळख इथे गुप्त ठेवणं हेच योग्य आहे.''

''मानवाची प्राण्यांशी तुलना केली, तर मानव कशामुळे खास, वेगळा ठरतो, हे तुला माहिती आहे?''

''कशामुळे?'' शिवाने विचारले.

''आपण सामुदायिकरीत्या काम करतो, ही वस्तुस्थिती आहे. सामायिक उद्दिष्टाच्या पूर्ततेसाठी आपण एकत्रितपणे काम करतो. आपण एकमेकाकडे ज्ञानाचं आदान प्रदान करतो. आधीच्या पिढीच्या पावलांवर पाऊल टाकून पुढची पिढी आपला प्रवास सुरू करते; अगदी प्रारंभापासून नाही.''

''मला मान्य आहे. पण समूहानं काम करणारे आपण एकमेव नाही. हत्ती किंवा सिंह यांच्यासारखे इतर प्राणीही असंच करतात. पण आपल्या एवढ्या मोठ्या प्रमाणात असं कोणी करत नाही.''

''होय. ते खरं आहे. पण नेहमीच ही गोष्ट सहकार्याविषयी नसते. काही वेळा स्पर्धेशीही तिचा संबंध असतो. नेहमीच शांततेशी त्याचा संबंध नसतो. काही वेळा युद्धाशीही त्याचा संबंध असतो.''

शिवाने स्मित केले आणि मान डोलावली.

''म्हणूनच यातला महत्त्वाचा मुद्दा म्हणजे आपण मानव वैयक्तिरीत्या नगण्य आहोत,'' तो पंडित म्हणाला, ''आपली ताकद आपल्या सर्वांमधून वाहत असते. आपण सर्व जण ज्या पद्धतीनं जगतो, त्या पद्धतीतून ती वाहत असते.''

''होय,'' शिवानेही दुजोरा दिला.

''आणि म्हणूनच जर आपल्याला एकत्र जगायचं असेल, तर आपली जीवनशैली योग्यच असली पाहिजे. बरोबर आहे?''

''होय. आपल्याला एकमेकांना सहकार्य करण्यासाठी आणि स्पर्धा करण्यासाठीही अशी एखादी योग्य पद्धती आपल्याकडे असली पाहिजे.''

''जगात शेकडो प्रकारच्या जीवनपद्धती आहेत, असं बहुतेक लोक मानतात,'' तो पंडित म्हणाला, ''प्रत्येक संस्कृतीलाच ती कोणत्या ना कोणत्या प्रकारे एकमेवाद्वितीय आहे, असं वाटत असतं.''

शिवाने संमतिदर्शक मान डोलावली.

''पण लोकांच्या जीवनशैलींची जर तू छाननी केलीस, तर तिथे फक्त दोनच मार्ग दिसतात. पौरुषीय आणि स्त्रैण.''

''आणि या जीवनशैलींचा अर्थ काय?''

''पौरुषीय जीवनशैली म्हणजे कायद्याबरहुकूम जीवन. कोणता तरी महान नेता कायदे बनवतो. कदाचित भगवान रामासारखा एखादा विष्णू ते बनवतो किंवा धार्मिक परंपरेतून ते कायदे बनलेले असतात. किंवा लोक स्वतःच सामूहिक कायदे लागू करतात. पण पौरुषीय पद्धती किंवा मार्ग अत्यंत स्पष्ट असतो. कायद्यात बदल करता येत नाहीत आणि त्यांची अंमलबजावणी कठोरपणेच केली जाते. तिथे संदिग्धतेला थाराच नसतो. आयुष्याविषयी अंदाज बांधता येतो, कारण तिथे लोक कायद्यात जे सांगितलं गेलं असेल, तसंच तंतोतंत वागतात. अशा

जीवनशैलीचं मेलुहा हे एक आदर्श उदाहरण आहे. ही जीवनशैली जगणारे लोक सत्य, कर्तव्य आणि सन्मान ही आचारसंहिता पाळतच का जगतात, हे यातून स्पष्ट होतं. या यंत्रणेत यशस्वी होण्यासाठी अशा प्रकारच्या वर्तनाचीच गरज असते.''

''आणि स्त्रैण?''

''स्त्रैण जीवनशैली म्हणजे 'शक्याशक्यतांवर बेतलेलं आयुष्य' असतं. तिथे परिपूर्ण, शुद्ध असं काही नसतं. फक्त काळ्या पांढऱ्या रंगात काहीच नसतं. आधीच ठरवलेल्या कायद्यांनुसार लोक वागत नाहीत; परंतु शक्याशक्यतांवर आधारित असलेलं जे फळ त्या वेळी समोर येतं, त्यानुसार ते वागतात. उदाहरणार्थ, जो राजा सत्तेत राहण्याची उच्चतम शक्यता असते, त्याचेच ते अनुयायी बनतात. ज्या क्षणी अशा शक्यता बदलतात, त्याच क्षणी त्यांच्या निष्ठाही बदलतात. अशा समाजात काही कायदे असतील, तर ते लवचीक असतात. वेगवेगळ्या वेळी एकाच कायद्यांचे अर्थ त्या त्या वेळेनुसार वेगवेगळे लावले जाऊ शकतात. फक्त बदल हाच स्थिर किंवा शाश्वत असतो. स्वद्वीपसारख्या स्त्रैण जीवनशैली या विसंगतीमध्ये सहजपणे जगत असतात. अशा यंत्रणांमध्ये निःसंशयपणे उत्कटता, सौंदर्य आणि स्वातंत्र्य हे यशाच्या आचारसंहितेचे घटक असतात.''

''आणि यापैकी कोणतीही जीवनशैली दुसऱ्या जीवनशैलीपेक्षा अधिक चांगली नसते?''

''सरळच आहे. या दोन्ही प्रकारच्या संस्कृती नांदल्या पाहिजेत. कारण त्या दोन्ही एकमेकींचा तोल सांभाळून समतोल साधतात.''

''कसं काय?''

''पौरुषीय संस्कृती जेव्हा श्रेष्ठत्वापर्यंत पोहोचते, तेव्हा ती सन्माननीय, स्थिर, विश्वासार्ह आणि तिच्या विशिष्ट कायद्यांचा संच ज्या काळासाठी योग्य असतो, त्या काळापुरती यशस्वी ठरते. तिथे कायदे असतात, शिस्त असते आणि समाज आधीच निश्चित केलेल्या दिशेकडे निःसंदिग्धपणे प्रवास करत असतो. आजच्या सूर्यवंशीयांकडे पाहा. मात्र ज्यावेळी पौरुषीय संस्कृती नाकारली जाते, त्यावेळी भयानक क्षोभ उसळतो. अराजक माजतं. ती अतिरेकी आणि कर्मठ बनते. जे वेगळे लोक असतात, त्यांच्यावर ते हल्ला करतात. त्यांना आपल्या 'सत्या'कडे ते 'वळवू' पाहतात. त्यातून हिंसाचार आणि गोंधळ उद्‌भवतो. ज्यावेळी युगांतर होतं, विशेषतः त्यावेळी हे घडतं. पौरुषीय जीवनशैलीसाठी बदल स्वीकारणं अत्यंत

अवघड असतं. पौरुषीय संस्कृती लोकांना जबरदस्तीने शिस्तीचं पालन करायला लावतात. ज्यावेळी ते बलवान असतात, त्यावेळी त्यांच्या शिस्तीचं स्वागत होतं. मात्र त्यांना उतरती कळा लागते, त्यावेळी ही शिस्त गुदमरवणारी ठरते. असुर हे पौरुषीय जीवनशैलीचे अनुयायी होते. ज्यावेळी त्यांच्या शक्ती क्षीण होऊ लागल्या, त्यावेळी त्यांना अशाच प्रकारच्या समस्यांना तोंड द्यावं लागलं.''

''म्हणजेच क्षोभामुळे नैराश्यातून जेव्हा बंडखोरांचा जन्म होतो; त्यावेळी स्त्रैण पद्धतीला खुलेपणानं ताज्या हवेत श्वास घेता येतो.''

''अगदी बरोबर. सर्व प्रकारच्या भिन्नतांना, वेगळेपणाला स्त्रैण जीवनशैली सामावून घेते. विविध प्रकारच्या श्रद्धा आणि विश्वास असलेले लोक शांततेने एकमेकांसोबत नांदू शकतात. आपलं 'सत्य' कोणीही एकमेकांवर लादू शकत नाही. विविधता आणि स्वातंत्र्य यांचा तिथे उत्सव असतो. त्यामुळे नावीन्यपूर्ण सृजनशीलता आणि जोमदार उत्साह यांचा उदय होतो आणि त्याचा समाजाला फायदा होतो. देव हे स्त्रैण जीवनशैलीचे अनुयायी होते. त्यांनी असुरांचा पराभव केला, त्यावेळी या सगळ्या गोष्टी समाजात आणल्या. मात्र नको इतकं स्वातंत्र्य मिळालं, की स्त्रैण जीवनशैली बेताल बनते. भ्रष्टाचार आणि बाहेरख्यालीपणाला ऊत येतो.''

''त्यानंतर लोक पुन्हा एकदा पौरुषीय शिस्तीचं स्वागत करतात.''

''होय. देवांच्या स्त्रैण जीवनशैलीचा प्रभू रामाच्यावेळी ऱ्हास सुरू झाला होता. त्यावेळी देशात भ्रष्टाचार बोकाळला होता. अनैतिकता, अनाचार आणि दुर्गुणीपणा सगळीकडे पसरला होता. लोकांना शिस्त आणि सौजन्य लाभावं म्हणून आटापिटा सुरू होता. प्रभू रामानं नूतन पौरुषीय जीवनशैली निर्माण करून या गोष्टी आचरणात आणल्या. अकारण होणारी बंडखोरी रोखण्यासाठी, मोठ्या शहाणपणानं त्यानं देवांच्या जीवनशैलीला तुच्छ लेखलं नाही. आपल्या राज्यपद्धतीला त्यानं फक्त एक नवीन जीवनशैली असं म्हणून तिला 'सूर्यवंशी मार्ग' असं नाव दिलं.''

''पण पौरुषीय आणि स्त्रैण पद्धती फक्त संस्कृतींच्या बाबतीतच असतात, असं तुम्हांला खरंच वाटतं का?'' शिवाने विचारले. ''प्रत्येक पुरुषात आणि स्त्रीतही या पद्धती वसत नाहीत का? प्रत्येकाच्या अंतरंगातच थोडीफार सूर्यवंशी आणि थोडीफार चंद्रवंशी शैली नांदत नसते का? व्यक्ती ज्या प्रकारच्या परिस्थितीला सामोरी जाते, त्या परिस्थितीवर व्यक्तीच्या अंतरंगावर पडणारा या जीवनशैलींचा

प्रभाव अवलंबून असतो का?''

''होय. तुझं म्हणणं बरोबर आहे. पण बहुतेक लोकांवर पौरुषीय किंवा स्त्रैण यांपैकी कोणत्या तरी एका गुणधर्माचं वर्चस्व असतं.''

शिवाने मान डोलावली.

''तुला या दोन्ही जीवनशैलींविषयी माहिती असण्याची गरज होती, कारण एकदा का तू दुष्टाचा किंवा सैतानाचा शोध घेतलास, की तुझा संदेश तुला काळजीपूर्वक मोजून मापून शब्द वापरूनच तू ज्यांच्याशी बोलशील त्यांना द्यावा लागेल. सूर्यवंशींना तुला एका पद्धतीनं पटवून द्यावं लागेल आणि चंद्रवंशींना त्याहून अगदी भिन्न अशा पद्धतीनं दुष्टांविरुद्धच्या या लढ्याविषयी पटवून द्यावं लागेल.''

''मला त्यांना या गोष्टी पटवून देण्याची गरजच काय? सूर्यवंशी किंवा चंद्रवंशी या दोहोंपैकी कोणाहीकडे धैर्य आणि धाडसाची कमतरता आहे, असं मला अजिबात वाटत नाही.''

''याचा धाडसीपणाशी काहीही संबंध नाही, माझ्या मित्रा! एकदा युद्ध सुरू झालं, की मगच धाडसाची गरज असते. मात्र सुरुवातीला सैतानाशी किंवा दुष्टांशी दोन हात करण्यासाठी तुला लोकांची मनं वळवावी लागतील. सैतानाशी असलेली आपली जवळीक त्यांनी सोडून द्यावी म्हणून तुला त्यांच्यावर प्रभाव टाकावा लागेल.''

''सैतानाशी जवळीक?'' आश्चर्याने थक्क झालेला शिव ओरडला. ''पवित्र तळ्याची शपथ! पण सैतानाशी कोणीही का जवळीक राखेल?''

पंडिताने स्मित केले.

शिवाने उसासा सोडला. ''आता काय? आता या क्षणी हे संभाषण थांबवण्यासाठी तुमच्याकडे कोणतं स्पष्टीकरण आहे? माझी अद्याप तयारी झालेली नाही?''

पंडित जोरात हसला. ''मी आताच तुला याविषयी स्पष्टीकरण देऊ शकत नाही. हे नीलकंठा, तू खरोखरच समजून घेऊ शकणार नाहीस आणि ज्यावेळी तुला सैतान सापडेल, त्यावेळी समजून घेण्यासाठी तुला माझ्या स्पष्टीकरणाची गरजच भासणार नाही. जय गुरू विश्वामित्र. जय गुरू वसिष्ठ.''

■■

प्रकरण ४

सर्वोच्च देदीप्यमान प्रकाशाची नगरी

"राजकुमार सुरापद्मन?" चकित झालेल्या भगीरथाने विचारले, "इथे?"

"होय, महाराज." चिंताग्रस्त स्यमंतकाने सांगितले.

भगीरथ शिवाकडे वळला. नीलकंठाने मान डोलावून संमती दिली.

अयोध्येचा राजकुमार स्यमंतकाकडे वळला. "राजकुमार सुरापद्मनला आत पाठवा."

क्षणभरातच एक रुबाबदार, आक्रमक व्यक्तिमत्त्व आत आले. उंच, पिळदार शरीरयष्टी, काळा वर्ण असलेला सुरापद्मन तेल लावून टोके वरच्या बाजूला वळवलेल्या मिशांना पीळ देत आत शिरला. उत्तम निगा राखले गेलेले त्याचे लांब केस डोक्याच्या मानाने मोठ्या भासणाऱ्या; पण तरीही सुंदर दिसणाऱ्या डोक्यावरच्या मुकुटाखाली रुळत होते. तपकिरी पिवळ्या रंगाचे धोतर त्याने परिधान केले होते आणि त्याच्या अंगावर पांढरे अंगवस्त्र होते. चंद्रवंशी राजघराण्यांचा विचार करता, त्याने बरेच सौम्य रंग वापरले होते. क्षत्रियांना अभिमानास्पद वाटणाऱ्या युद्धातील वारांचे, जखमांचे अनेक व्रण त्याच्या शरीरावर जागोजागी दिसत होते.

तो सरळ चालत शिवाकडे गेला. आपल्या गुडघ्यावर बसत त्याने नीलकंठाच्या पायांवर आपले डोके टेकले आणि तो म्हणाला, "प्रभू, अखेरीस तुम्ही भरतवर्षात

दर्शन दिलं, हा आमचा सन्मान आहे.''

आश्चर्यचकित होऊनही पाय मागे न घेण्याएवढे प्रसंगावधान शिवाकडे होते, कारण त्याने तसे केले असते, तर ते सुरापद्मनला अपमानास्पद वाटले असते. त्याने सुरापद्मनला दीर्घायुष्याचा आशीर्वाद दिला. ''आयुष्यमान भव, राजकुमार. मी कोण आहे, हे तुला कसं काय कळलं?''

''दैवी प्रकाश गुप्त ठेवता येणं शक्य नसतं, प्रभू,'' सुरापद्मन म्हणाला. त्यानंतर भगीरथाकडे वळून पाहत तो म्हणाला, ''मग तुम्ही स्वतःला कितीही पडद्यांमागे झाकून ठेवण्याचा प्रयत्न करा!''

भगीरथाने स्मित केले आणि सुरापद्मनकडे पाहून त्याने मान डोलावली.

''मला तुझ्या बंधूविषयी समजलं.'' शिव म्हणाला, ''मी त्याविषयी शोक व्यक्त करतो.''

त्यामागच्या कळवळ्याची भावना सुरापद्मनपर्यंत पोहोचली, तो काहीच बोलला नाही. त्याने नम्रपणे वाकून नमस्कार केला आणि विषय बदलला. ''अनेक वर्षांपासून प्रतीक्षा असलेल्या नीलकंठाच्या इथे झालेल्या आगमनाच्यावेळी थाटामाटात, समारंभपूर्वक स्वागत केलं गेलं नाही, त्याबद्दल मी आपली क्षमा मागतो. पण माझे पिताजी थोडेसे दुराग्रही आहेत.''

''ठीक आहे. आतापर्यंत माझा सन्मान केला जावा, असं काही मी केलंय असं मला वाटत नाही. तू ज्या उद्देशानं इथे आला आहेस, त्याविषयी आपण का बोलत नाही आहोत, सुरापद्मन?''

''प्रभू, तुमच्यापासून कोणतीही गोष्ट गुप्त राहू शकत नाही, असं मला वाटतं. माझा बंधू काही दिवसांपूर्वीच त्याच्या शरीररक्षकांसह जंगलात मारला गेला आहे. हा अमानुष कट अयोध्येने रचला आणि निर्दयीपणे तो अमलात आणला, असं मानलं जात आहे.''

''मी तुला खात्री देतो, की आम्ही हे दुष्कृत्य केलेलं नाही.....'' भगीरथ आणखीही काही बोलणार होता; परंतु सुरापद्मनने हात उंचावून त्याला शांत राहण्याचा इशारा केला.

''राजकुमार भगीरथ, मला ते माहिती आहे,'' सुरापद्मन म्हणाला, ''त्याच्या मृत्यूविषयी मला वेगळीच शक्यता वाटते आहे.''

सुरापद्मनने आपल्या कमरेला बांधलेल्या थैलीत हात घातला आणि तिच्यातून

ब्रंगांची सुवर्णमुद्रा बाहेर काढली. लोकनायक असलेल्या नागाकडून शिवाने जी मुद्रा प्राप्त केली होती, अगदी तंतोतंत तशीच ती मुद्रा होती.

"प्रभू," सुरापद्मन म्हणाला, "माझ्या बंधूच्या शरीराजवळ मला हे सापडलं. तुम्ही अयोध्येत असताना अशाच प्रकारची सुवर्णमुद्रा तुम्हांला एका नागाजवळ सापडली होती, असं मला वाटतं. ही मुद्रा त्या मुद्रेसारखीच आहे का?"

भगीरथ सुरापद्मनकडे धक्का बसल्याप्रमाणे पाहातच राहिला. नीलकंठाला सापडलेल्या त्या मुद्रेविषयी सुरामपद्मनला माहिती होते, हे ऐकून तो आश्चर्याने थक्क झाला होता. सुरापद्मन आपल्या स्वतःच्या हेरांचे जाळे तयार करत असल्याच्या अफवा खऱ्याच असल्या पाहिजेत, हे त्याच्या लक्षात आले. मगधच्या धाडसी, पराक्रमी हेरखात्याहून वेगळी यंत्रणा सुरापद्मनने तयार केली होती तर!

शिवाने सुरापद्मनच्या हातातून ती सुवर्णमुद्रा घेतली. ती पाहताच त्याचे शरीर क्रोधाने ताठरले. "तो ओंगळ उंदीर पकडला गेला आहे, असं मला वाटत नाही,"

शिवाने तत्काळ व्यक्त केलेल्या या प्रतिक्रियेमुळे सुरापद्मन चकित झाला. "नाही. प्रभू, माफ करा, पण तो पकडला गेला नाही. तो ज्या बिळातून बाहेर आला होता, त्याच बिळात पुन्हा लुप्त झाला असेल, असं मला वाटतं."

शिवाने ती मुद्रा पुन्हा सुरापद्मनकडे दिली. तो शांत होता.

सुरापद्मन भगीरथाकडे वळला. "मला फक्त एवढीच खात्री करून घ्यायची होती, राजकुमार. नाग लोकांच्या दहशतवादी हल्ल्यापासून मगधचं मोठ्या शौर्यानं संरक्षण करताना माझ्या बंधूनं, राजकुमार उग्रसेनानं आपले प्राण खर्ची घातले, असं आता माझ्या पित्याला मी सांगू शकेन. अयोध्येचा याच्याशी सुतराम संबंध नाही, असंही मी त्यांना सांगेन. चंद्रवंशी साम्राज्याच्या दोन आधारस्तंभांमध्ये निष्कारण युद्ध व्हावं, असं तुम्हांलाही वाटत नसेल, याविषयी माझी खात्री आहे. निदान सूर्यवंशींकडून आपली एवढी प्रचंड हानी झालेली असताना तरी अशा प्रकारचं युद्ध व्हावं, असं तुम्हांला नक्कीच वाटणार नाही."

अखेरचे वाक्य उपहासगर्भ होते. धर्मखेत इथे झालेल्या संहारक युद्धाचे नेतृत्व अयोध्येकडे असल्यामुळे चंद्रवंशीयांमध्ये अयोध्येची मान शरमेने खाली झाली होती.

"तुझ्या शब्दांनी माझी तीव्र वेदना कमी झाली, राजकुमार सुरापद्मन," भगीरथ म्हणाला, "मगधबरोबर आम्हांला स्नेहपूर्ण, मैत्रीचे संबंधच ठेवायचे आहेत,

याविषयी मी तुला खात्री देतो. तुझ्या बंधूच्या अकाली मृत्युविषयी मी अयोध्येतर्फे अधिकृतरीत्या शोक व्यक्त करतो.''

सुरापद्मनने नम्रपणे मान डोलावली. तो पुन्हा झुकलेल्या स्थितीतच शिवाकडे वळला. ''प्रभू, तुम्हांलाही नागांना पकडण्याची तीव्र इच्छा आहे. या विशिष्ट राक्षसाविरुद्ध ज्यावेळी युद्ध होईल, त्यावेळी मला आपल्या सेवेची संधी द्यावी, अशी मी आपल्याला विनंती करतो.''

शिवाने चकित होऊन विचारमग्न होत सुरापद्मनकडे पाहिले. आपल्या बंधूवर आपले प्रेम आहे किंवा त्याला आपल्या बंधूच्या मृत्यूचा सूड घ्यायचा आहे, अशा प्रकारची कोणतीही प्रतिक्रिया तोपर्यंत सुरापद्मनने व्यक्त केली नव्हती.

''प्रभू, तो कसाही असला,'' सुरापद्मन म्हणाला, ''तरीही माझा बंधू होता. त्याच्या रक्तपाताचा बदला मी घेतलाच पाहिजे.''

''त्या नागाने माझ्या बंधूचाही बळी घेतला आहे, सुरापद्मन,'' शिव म्हणाला. मेलुहाचे प्रमुख संशोधक बृहस्पती यांच्याविषयी शिव बोलत होता. तो त्यांना आपल्या बंधूप्रमाणेच मानत होता. ''योग्य वेळी मी तुला युद्धासाठी नक्कीच पाचारण करेन.''

शिवाच्या ताफ्याने मगधचा शांतपणे निरोप घेतला. मेलुहा किंवा स्वद्वीप या दोन नगरांतून त्याला निरोप देण्यासाठी मोठ्या समारंभांचे आयोजन करण्यात आले होते, त्याप्रमाणे मगधमध्ये घडले नव्हते. मगधच्या बहुतेक लोकांपासून त्याचे आगमन आणि प्रस्थान या दोन्ही बाबी गुप्त ठेवण्यात आल्या होत्या. नीलकंठाने नगरी सोडण्यापूर्वी त्याच्याविषयीचा आदर व्यक्त करण्यासाठी आणि त्याला निरोप देण्यासाठी सुरापद्मन मात्र मगधच्या बंदरात गुप्तपणे जातीने उपस्थित राहिला होता.

मेलुहाच्या प्रमाणित पद्धतींनुसार, मेलुहाच्या आरमारी सुरक्षा दलाची रचना करण्यात आली होती. मुख्य जहाजात नीलकंठ आणि त्याचे सहकारी होते. त्या जहाजाला चारही दिशांनी चार सुरक्षा जहाजांनी वेढलेले होते. अशा प्रकारे संरक्षणात तो प्रवास सुरू होता. त्यामुळे कोणत्याही दिशेने हल्ला झाला, तरी नीलकंठाच्या जहाजापर्यंत हल्लेखोरांना पोहोचूच न देता त्यांच्यावर तुटून पडण्यासाठी

ती रचना अगदी योग्य होती. समोरच्या बाजूने नीलकंठाच्या जहाजाचे रक्षण करण्यासाठी पुढच्या बाजूला असलेल्या जहाजाला मंद गतीने मार्गक्रमणा करावी लागत होती. मात्र गरज पडलीच तर शिवाच्या जहाजाला मध्यभागातून निसटून जाता यावे आणि संकटापासून सुटका करून घेता यावी, एवढी मात्र त्या जहाजाची गती नक्कीच जलद होती. या मुख्य जहाजाचा प्रमुख हा चंद्रवंशी सरदार होता आणि तो वेड्यासारखा जबरदस्त वेगाने आपले जहाज हाकत होता. कदाचित जहाज हाकण्यातील आपल्या कौशल्याचे त्याला प्रदर्शन करायचे असावे. त्यामुळे पुढचे जहाज आणि त्याचे जहाज यांच्या गतीमध्ये फरक पडत होता. मुख्य जहाजाच्या कप्तानाला सातत्याने भोंगा वाजवून पार्वतेश्वराला सावध करावे लागत होते आणि त्याच्या जहाजाचा वेग कमी करण्याची सूचना द्यावी लागत होती.

या अकार्यक्षमतेमुळे कंटाळलेल्या पार्वतेश्वराने मुख्य जहाजावर येण्याचा निर्णय घेतला. नौदल संरक्षण रचनेविषयी चंद्रवंशी कप्तानाला दोन, चार प्राथमिक धडे देण्याचे त्याने ठरवले. आपल्या हातातील कामाचा विचार करत असलेल्या पार्वतेश्वराला आनंदमयीनेही काही गूढ कारणामुळे मुख्य जहाजावरून प्रवास करण्याचा निर्णय घेतल्याचे समजल्यावर वाईट वाटले.

"आपण एवढे हळूहळू का बरं चाललोय?" आनंदमयीने विचारले.

पार्वतेश्वर जहाजाच्या पुढच्या भागात असलेल्या नक्षीदार कठड्यावरून मागे वळला. ती त्याच्या बाजूलाच चिकटून उभी असल्याचे त्याच्या लक्षात आले नव्हते. कठड्याला पाठ टेकवून ती उभी राहिली होती. तिच्या कोपरांचा कठड्याला निसटता स्पर्श होत होता. आपला एक पाय तिने कठड्याच्या खालच्या भक्कम भागावर ठेवला होता. तिच्या उभ्या राहण्याच्या तशा पद्धतीमुळे मुळातच लहान असलेले तिचे धोतर तिच्या उजव्या पायाच्या बऱ्यापैकी वर सरकले होते. शिवाय तिचा उरोभागही उन्मादकपणे पुढे आला होता. काही कारणाने पार्वतेश्वर अस्वस्थ झाला होता. तो पुढे पाऊल टाकू शकला नाही. तो थोडासा मागे सरकला.

"ही नौदलाची संरक्षक रचना आहे, राजकुमारी," पार्वतेश्वर म्हणाला. अंकगणित समजून घेण्याची कुवत नसलेल्या एखाद्या लहान मुलाला किचकट अंकगणित समजावून सांगावे, तशा प्रकारे तो बोलत होता. "ते सगळं तुम्हाला समजावून सांगायचं म्हटलं, तर माझं संपूर्ण आयुष्य मला घालवावं लागेल."

"तू मला तुझ्याबरोबर संपूर्ण आयुष्य घालवायला सांगतो आहेस, का रे

थेरड्या?''

पार्वतेश्वराचा चेहरा लालेलाल झाला.

''बरं ते जाऊ दे,'' आनंदमयी म्हणाली, ''मला मात्र साध्या प्राथमिक बाबी तुम्हांला सांगण्यासाठी पूर्ण आयुष्य घालवण्याची गरज नाही. आपल्या आघाडीच्या जहाजाचा वेग इतका मंद ठेवण्यापेक्षा मुख्य जहाजापासून त्या जहाजापर्यंत योग्य लांबीचा दोरखंड बांधून टाका. त्यानंतर एका सैनिकाला जहाजाच्या पुढच्या भागात नेमा. दोरखंड पाण्यात बुडू लागला, की तो सूचना देईल. मुख्य जहाज खूपच मंद गतीनं चाललं आहे, असा त्याचा अर्थ असेल. जर दोरखंड खूपच ताणला जाऊ लागला, तरी सैनिक त्याविषयी सूचना देईल. त्यामुळे आघाडीचं जहाज आपला वेग कमी करेल.''

आनंदमयीने आपले केस सरळ करण्यासाठी आपल्या केसांवरून हात फिरवला. ''तुमचा वेळही याहून अधिक चांगला जाईल आणि या कंटाळवाण्या छोट्याशा खोल्यांमधून माझीही सुटका होईल आणि मी काशीच्या अधिक आरामदायक राजवाड्यात लवकर पोहोचेन.''

तिच्या या तल्लख सूचनेने पार्वतेश्वर चकित झाला. ''ही अगदी हुशारीची सूचना आहे! मी तातडीने या आदेशाचं पालन करायला कप्तानाला सांगतो.''

आनंदमयीने आपल्या नाजूक हाताने पार्वतेश्वराला मागे ओढले. ''एवढी काय गडबड आहे पार्वा? आणखी थोड्याशा क्षणांच्या विलंबानं काही आकाश कोसळणार नाही. माझ्याबरोबर थोडा वेळ बोला.''

आपल्या नावाची मोडतोड ऐकून आणि आनंदमयीने हात घट्ट पकडल्याचे लक्षात आल्याने पार्वतेश्वराचा चेहरा चांगलाच लाल झाला. त्याने तिच्या हातांकडे वाकून पाहिले.

आनंदमयीच्या कपाळावर आठ्या पडल्या. तिने आपले हात मागे घेतले. ''ते घाणेरडे, अस्वच्छ नाहीत, सरदार!'' ती म्हणाली.

''मला तसं सुचवायचं नव्हतं, राजकुमारी!''

''मग काय?'' आनंदमयीने किंचित कठोर स्वरात विचारले.

''मी स्त्रीला स्पर्श करू शकत नाही, राजकुमारी. विशेषतः तुम्हाला नाही. मी जन्मभर ब्रह्मचारी राहण्याची शपथ घेतली आहे.''

आनंदमयी ते ऐकून स्तिमित झाली. तो जणू काही एखाद्या परग्रहावरून आलेला

प्राणी असावा, तशी ती त्याच्याकडे पाहू लागली. ‘‘थांबा, थांबा! म्हणजे तुम्हांला असं म्हणायचंय का, की तुम्ही १८० वर्षांचे ब्रह्मचारी आहात?’’

पूर्णपणे अयोग्य प्रकारे सुरू असलेल्या त्या संभाषणाने पार्वतेश्वर खिन्न झाला. तो दुसरीकडे वळला आणि झपाट्याने निघून गेला. इकडे आनंदमयी मात्र जोरजोरात खिदळू लागली.

विश्वद्युम्नला कोणाच्या तरी पावलांची चाहूल लागली. त्याने लगेच आपली तलवार उपसली आणि आपल्या सैन्याच्या तुकडीलाही त्याचप्रमाणे तलवारी म्यानातून काढून सज्ज राहण्याचा आदेश त्याने इशाऱ्यानेच दिला.

उग्रसेन आणि त्याच्या सैनिकांचा वध केल्यानंतर मगधच्या दक्षिणेकडे असलेल्या जंगलात त्यांच्या सैन्याची तुकडी गेली होती. तो नाग गंभीर जखमी झाला होता आणि दूरपर्यंत प्रवास करण्याच्या परिस्थितीत नव्हता. त्या नागाच्या आयुष्याला धोका निर्माण होऊ नये, अशा बेताने शक्य तितक्या जलद गतीने त्यांनी प्रवास केला. संतप्त मगध सैनिक आपल्या राजकुमाराच्या मारेकऱ्यांचा शोध घेण्यासाठी जिवाचे रान करत होते. त्या भागाची कसून तपासणी केली जात होती.

आपल्याला येत असलेला पावलांचा आवाज मगधच्या सैनिकांचा नसावा, अशी विश्वद्युम्न मनोमन आशा करत होता. त्याचा महाराज लढण्याच्या किंवा पलायन करण्याच्याही स्थितीत नव्हता.

‘‘आपल्या तलवारी म्यान करा, मूर्खांनो,’’ एका खंबीर स्त्रैण आवाजात आज्ञा दिली गेली. ‘‘मला जर तुम्हाला खरोखरच मारायचं असतं, तर तुमच्या तलवारी तुम्ही म्यानातून बाहेर काढण्याआधीच मी तुम्हा सगळ्यांना ठार केलं असतं.’’

विश्वद्युम्नला त्या कुजबुजत्या आवाजाची ओळख पटली नव्हती. कदाचित दीर्घ प्रवासाचा आलेला शीण किंवा कडाक्याची थंडी यांमुळे तो आवाज घोगरा वाटत होता. मात्र त्याने बोलण्याची ढब नक्कीच ओळखली होती. त्याने तातडीने आपली तलवार खाली केली आणि प्रणाम केला.

झाडांआडून नागांची राणी बाहेर पडली. तिने आपल्या घोड्याचा लगाम

हातात धरून त्याला हळूहळू आपल्यामागून आणले होते. तिच्यामागे तिचा विश्वासू पंतप्रधान, कार्कोटक आणि तिचे पन्नास राज शरीररक्षक होते.

''मी तुम्हांला फक्त एकच साधी गोष्ट करायला सांगितली होती,'' राणी फुत्कारल्यासारखी रागाने म्हणाली, ''तुमच्या महाराजाचं तुम्ही रक्षण करू शकत नाही? ही एवढी अवघड गोष्ट आहे का?''

''महाराणी,'' उदास झालेला विश्वद्युम्न म्हणाला, ''परिस्थिती अचानकच हाताबाहेर......''

''गप्प बस!'' राणी कडाडली. आपल्या घोड्याचा लगाम तिने एका सैनिकाच्या हातात दिला आणि जंगलाच्या मध्यभागी असलेल्या मोकळ्या भागात उभारलेल्या पांढऱ्या तंबूकडे ती लगबगीने गेली.

त्या छोट्याशा तंबूत तिने प्रवेश केला आणि आपला मुखवटा दूर केला. गवताच्या बिछान्यावर तिचा भाचा, लोकनायक झोपला होता. त्याच्या शरीरावर सर्वत्र पट्ट्या बांधलेल्या होत्या. त्याचे शरीर अशक्त आणि गळून गेल्यासारखे दिसत होते.

राणीने चिंताग्रस्त नजरेने आपल्या भाच्याकडे पाहिले. तिचा आवाज एकदम मायाळू झाला. ''आता आपण आदिवासी जमातींशीही युती केली आहे का?''

त्या नागाने आपले डोळे उघडले आणि स्मित केले. तो हळुवार आवाजात कसाबसा पुटपुटला, ''नाही, महाराणी.''

''मग परमात्म्याचं नाव घेऊन एका जंगली व्यक्तीसाठी तू तुझं स्वतःचं आयुष्य धोक्यात का बरं घातलंस? तू मला एवढ्या यातना का बरं देतो आहेस? माझ्या वाट्याला आधीच पुरेसं दुःख आणि यातना आलेल्या नाहीत का?''

''मला माफ कर, मावशी. पण तुझ्या मोठ्या काळजीच्या स्रोताची मी आधीच योग्य ती काळजी घेतलेली नाही का?''

''होय. तू घेतलीयस. आणि फक्त त्याच एकमेव कारणामुळे मी तुझ्यासाठी एवढ्या दूरवरून धडपडत आले आहे. सर्व नाग लोकांची भक्ती तुझ्यावर जडलेली आहे. पण तुझं कर्म अजूनही पूर्ण झालेलं नाही. तू आणखी बऱ्याच गोष्टी करण्याची गरज आहे आणि जी गोष्ट चुकीची आहे, असं तुला वाटतं, ती करण्यापासून एखाद्या राजघराण्यातील कार्ट्याला परावृत्त करणं ही त्या यादीतील उच्च बाब नाही. अनेक तिरस्करणीय राजे आणि राजघराण्यातील लोकांनी हा देश भरलेला

आहे. ते त्यांच्या लोकांचा गैरवापर करतात. तू त्या प्रत्येकाबरोबर युद्ध करणार आहेस का?''

''ही गोष्ट एवढी साधी नाही, मावशी.''

''होय. ती एवढीच साधी आहे. मगधचा राजकुमार काहीतरी चुकीची गोष्ट करत होता. पण कोणती ना कोणती चुकीची गोष्ट करणाऱ्याला त्यापासून परावृत्त करणं हे तुझं कर्तव्य नाही. तू काही भगवान रुद्र नाहीस.''

''बैलांच्या शर्यतीसाठी तो एका मुलाचं अपहरण करण्याचा प्रयत्न करत होता.''

राणीने सुस्कारा सोडला. ''हे सर्वत्र घडतंय. हजारो मुलांच्या बाबतीत हे घडतंय. बैलांच्या शर्यती हा एक सांसर्गिक रोग आहे. ते एक प्रकारचं व्यसन आहे. तू किती जणांना रोखणार आहेस?''

''पण तो तेवढ्यावरच थांबला नव्हता,'' तो नाग क्षीण आवाजात म्हणाला, ''त्या मुलाच्या मातेला तो मारणार होता, कारण आपल्या मुलाचं ती संरक्षण करत होती.''

राणीचे शरीर ताठरले. तिच्या मनात जबरदस्त संताप उत्पन्न झाला.

''अशा प्रकारच्या माता संख्येनं जास्त नाहीत,'' तो नाग भावनाविवश होत म्हणाला, ''अशा मातांना संरक्षण दिलंच पाहिजे.''

''बस्स! पुरे झालं! ते सगळं विसरून जा, असं मी तुला किती वेळा सांगितलंय?''

राणीने चटकन आपल्या चेहऱ्यावर मुखवटा घातला आणि ती झपाट्याने बाहेर पडली. तिच्या सैनिकांनी माना झुकवल्या होत्या. तिच्या भयावह क्रोधाने ते भयभीत झाले होते. ''कार्कोटक!''

''आज्ञा महाराणी!''

''आपण तासाभरातच निघतो आहोत. आपल्या प्रदेशात परत चाललो आहोत. सज्ज व्हा!''

लोकनायक प्रवास करण्याच्या स्थितीत नव्हता, हे कार्कोटकाला चांगलेच माहिती होते. ''पण महाराणी......''

राणीच्या प्राण गोठवणाऱ्या तीक्ष्ण दृष्टिक्षेपाने त्याचे पुढील शब्द मनातल्या मनातच विरून गेले.

— ⅄ꝏᥩ↑⊗ —

सुमारे तीन आठवड्यांहून अधिक काळानंतर शिवाचे आरमार सर्वोच्च देदीप्यमान प्रकाश असलेल्या काशी शहराजवळ पोहचले. पवित्र गंगा नदीच्या वळणाच्या निकट हे शहर वसले होते. पुन्हा पूर्वेकडे वाहू लागण्याआधी गंगा नदी जिथे थोडीशी उत्तरेकडे वळत होती, तिथेच हे वळण होते. आकाशातून पाहिले असता हे वळण चंद्रवंशींच्या राजमुद्रेची म्हणजेच अर्धचंद्राची अनुभूती देत असे. म्हणूनच स्वद्वीपवासीयांच्या दृष्टीने काशी हेच चंद्रवंशींचे अधिक नैसर्गिक शहर होते.

काशीची स्वतःची महतीही होती. नदीच्या पश्चिमेकडील वळणांमध्ये हे शहर वसवण्यात आले होते. त्याचे पूर्वेकडचे काठ मोकळे सोडण्यात आले होते. जो कोणी काशीच्या पूर्वेकडील बाजूला आपले निवासस्थान बांधतो, त्याला भयानक दुर्दैवाच्या फेऱ्यात अडकावे लागते, अशी समजूत होती. काशीच्या राजपरिवाराने त्यामुळे पूर्वेकडची संपूर्ण जागा विकत घेतली होती. चुकूनसुद्धा कोणाला देवांच्या रोषाला बळी पडावे लागू नये, अशी त्यामागची भावना होती.

शिवाचे जहाज जसजसे दंतकथा बनून गेलेल्या अस्सी घाटाकडे किंवा एटी या मुख्य बंदराकडे जाऊ लागले, तसा त्या भरभराटीला आलेल्या समृद्ध शहरातील घाटाच्या पायऱ्यांवरील गर्दीतून एखाद्या समारंभासाठी वाजवल्याप्रमाणे ढोल वाजवल्याचा आवाज ऐकू येऊ लागला. स्वागताच्या आरतीचे सूर कानांवर पडू लागले.

"हे एक सुंदर शहर आहे," आपल्या गर्भार पोटावरून हात फिरवत सती म्हणाली.

शिवाने तिच्याकडे पाहून स्मित केले. त्याने तिच्या हाताचे प्रेमाने चुंबन घेतले. त्यानंतर त्याने तिचा हात आपल्या छातीजवळ घट्ट धरून ठेवला. "कोणत्या तरी अनाकलनीय कारणामुळे मला असं वाटतंय, की आपल्या मुलाचा जन्म इथेच व्हावा. मला हे शहर घरासारखं वाटतंय."

सतीने स्मित केले आणि ती म्हणाली, "होय. याच ठिकाणी आपल्या मुलाचा जन्म झाला पाहिजे."

अगदी दूरवरूनही आपल्या हातातील निरांजनांची ताम्हणे उंचावण्यासाठी

धडपडणारे अयोध्येचे अनेक सरदार आणि राजघराण्यातील व्यक्ती भगीरथाला स्पष्ट दिसत होत्या. आपल्या दर्जाचा आणि घराण्याचा फलक व्यवस्थित उंच न धरल्याबद्दल ते आपल्या कौटुंबिक सेवकांवर ओरडत होते. आपल्याकडे महादेवाचे लक्ष जावे आणि त्याने आपल्यावर कृपा करावी अशी त्यांची इच्छा होती. मात्र नीलकंठाला आणखी कोणती तरी असामान्य गोष्ट तिथे आढळली.

''भगीरथ,'' शिव डावीकडे वळत म्हणाला, ''या शहराला तटबंदी नाही. पवित्र तळ्याची शपथ, पण या शहराला कोणत्याही प्रकारचं संरक्षण का नाही?''

''हां. त्यामागे एक दीर्घ कहाणी आहे, प्रभू,'' भगीरथ म्हणाला.

''जगातला सगळा वेळ माझ्याकडे आहे. मला ती सगळी गोष्ट सांग. कारण मी संपूर्ण भरतवर्षात पाहिलेल्या दृश्यांपैकी हे सर्वाधिक आश्चर्यकारक दृश्य आहे.''

''ठीक आहे, प्रभू. ही कथा अस्सी घाटावर सुरू होते. आपण आता तिथेच उतरण्याच्या बेतात आहोत.''

''हंऽऽ!''

''घाटाला ऐंशी पायऱ्या आहेत, म्हणून हे विशिष्ट नाव त्याला मिळालेलं नाही. इथून जवळूनच वाहणाऱ्या अस्सी ओढ्यामुळेही त्याला हे नाव मिळालेलं नाही. या घाटावर दिल्या गेलेल्या बळींमुळे या घाटाला हे नाव पडलं आहे. खरं म्हणजे फक्त एका दिवसात इथे ऐंशी बळी दिले गेले.''

''प्रभू रामानं कृपा करावी,'' सती भयचकित होत म्हणाली, ''ते दुर्दैवी लोक कोण होते?''

''ते दुर्दैवी नव्हते, देवी,'' भगीरथ म्हणाला, ''इतिहासातील ते सर्वाधिक वाईट गुन्हेगार होते. असुर राजघराण्यातील ऐंशी सदस्यांना भगवान रुद्राने इथे युद्धातील गुन्ह्यांबद्दल मृत्युदंड दिला होता. देव आणि असुर यांच्यातील ते मोठे तुंबळ युद्ध नव्हते, असे अनेक जण मानतात. परंतु हा भगवान रुद्राने दिलेला न्याय होता. आपल्या प्रमुख नेत्यांअभावी असुरांचं देवांविरुद्धचं बंड त्यानंतर थंडावलं.''

''आणि नंतर?'' शिवाने विचारले. त्याला अयोध्येतील वासुदेव पंडिताने केलेले कथन आठवले.

असुर दुष्ट होते असं कोणी सांगितलं?

''आणि नंतर काहीतरी विचित्र गोष्ट घडली. त्यानंतर लवकरच इतिहासातील महान आणि भयावह योद्धा ठरलेल्या भगवान रुद्राने हिंसाचाराचा त्याग केला.

देव–असुर युद्धात महाभयानक संहार घडवणाऱ्या दैवी अस्त्रांवर त्यानं बंदी घातली. या आज्ञेचा भंग करणाऱ्याला भगवान रुद्राच्या रोषाला पात्र व्हावं लागत होतं. जो कोणी दैवी शस्त्रास्त्रांचा वापर करेल, त्याच्या सात पिढ्यांचा, प्रसंगी आपली हिंसाचार न करण्याची शपथ मोडूनही आपण सर्वनाश करू, असं त्यानं बजावलं.''

''भगवान रुद्राच्या दैवी अस्त्राविषयीच्या आदेशाविषयी मला माहिती आहे,'' सती म्हणाली. मेलुहाच्या लोकांना दैवी अस्त्रांवर महादेवाने घातलेल्या बंदीचीही माहिती होती. ''पण मला त्यामागची कथा मात्र माहिती नाही. त्याने कशामुळे असा आदेश दिला?''

''मला माहीत नाही, देवी,'' भगीरथ म्हणाला.

'पण मला माहीत आहे,' शिव मनातल्या मनात म्हणाला. असुर दुष्ट किंवा सैतान नाहीत, ही गोष्ट त्या क्षणीच भगवान रुद्राला जाणवली असावी. फक्त ते भिन्न होते; वेगळे होते. त्यामुळेच अपराधीपणाच्या भावनेने त्याला ग्रासले असावे.

''पण ही कथा इथेच संपत नाही. भगवान रुद्रानं असंही सांगितलं, की अस्सी घाट आणि काशी आता पवित्र बनले आहेत. त्यामागचं कारण त्यानं सांगितलं नाही. पण तत्कालीन लोकांना वाटलं, की या ठिकाणी युद्धांचा अंत झाला, म्हणून हे शहर पवित्र बनलं असावं. यापुढे अस्सी घाटावर कोणत्याही प्रकारे मृत्युदंड दिला जाणार नाही, असंही भगवान रुद्रानं सांगितलं. कधीच नाही. या जागेविषयी आदर बाळगावा. महापापी लोकांनाही अस्सी घाट आणि काशीतील आत्मे क्षमा करतील आणि त्यांच्या मृतदेहांचं इथे दहन झालं, तर त्यांना मुक्ती मिळवून देण्यासाठी मार्गदर्शन करतील, असं त्यानं सांगितलं.''

''स्वारस्यपूर्ण आहे!'' सती म्हणाली.

''काशीचे राजे हे भगवान रुद्राचे महान अनुयायी होते. अस्सी घाटावर कोणत्याही प्रकारच्या बळी देण्याच्या प्रकाराला त्यांनी फक्त पायबंदच घातला नाही; तर सर्व राज्यांतील सर्व लोकांच्या दहनासाठी हा घाट खुला करून दिला. जातीपाती, वंश किंवा लिंग या कोणत्याच भेदाला त्यांनी या बाबतीत इथे थारा दिला नाही. कोणत्याही व्यक्तीला इथे मुक्ती मिळते. कालौघात, आत्म्याच्या मुक्तीविषयीची ही गोष्ट रूढ झाली आणि असंख्य लोक या ठिकाणी येऊन आपले अंतिम दिवस घालवू लागले. एवढ्या मोठ्या प्रमाणात मरण पावलेल्यांचं अस्सी घाटावर दहन करणं अशक्य होतं. त्यामुळे अस्सी घाटावरील अंत्यसंस्कार

थांबवण्यात आले आणि शहरातील दुसऱ्या एका घाटाचं रूपांतर भल्यामोठ्या स्मशानभूमीत करण्यात आलं. त्याचं नाव मणिकर्णिका आहे."

"पण या सगळ्याचा शहराला तटबंदी नसण्याशी काय संबंध आहे?" शिवाने विचारले.

"आपली सर्व पापं धुऊन निघून आपण मुक्ती मिळवू, या श्रद्धेपोटी स्वद्वीपमधील सर्वाधिक प्रभावी लोक जर मृत्युसमयी इथे आले असते, तर अत्यंत थोड्याच लोकांना या शहराला नष्ट करावं असं वाटलं असतं किंवा साम्राज्यात नियमितपणे उद्भवणाऱ्या युद्धांमध्येही या शहराला समाविष्ट करून घ्यावं, असंही फारसं कुणाला वाटलं नसतं. याशिवाय काशीच्या लोकांनी भगवान रुद्राची आज्ञा शिरसावंद्य मानून अहिंसेची शपथ घेतली होती. आपण स्वतः किंवा आपले कोणीही वंशज युद्धात सहभागी होणार नाहीत, अशी शपथ राजकुटुंबांनी जाहीरपणे घेतली. खरं तर, स्वसंरक्षणार्थ केलेली हत्या वगळता, त्यांनी इतर कोणत्याही प्रकारच्या हत्येचा त्याग केला. आपल्या शब्दांशी आपली किती बांधिलकी आहे, हे दाखवण्यासाठी त्यांनी खरोखरच शहराभोवतीच्या किल्ल्याची तटबंदी मोडून टाकली आणि शहराभोवती सपाट रस्ता तयार केला. आध्यात्मिक तेजस्वी वलयाचा आभास त्यामुळे निर्माण झाला."

"काशीवर हल्ले झाले नाहीत, किंवा ते कधीच कोणी जिंकूनही घेतलं नाही?"

"उलटपक्षी, प्रभू" भगीरथ पुढे सांगू लागला, "भगवान रुद्राच्या शिकवणुकीशी असलेल्या त्यांच्या प्रचंड बांधिलकीमुळे काशी हे पवित्र शहर बनलं. कोणीही या नगरीवर हल्ला केला नाही, कारण तो भगवान रुद्राचा अपमान ठरला असता. ही परम शांतीची आणि म्हणूनच समृद्धीची भूमी बनली. साम्राज्यातील दडपल्या गेलेल्या लोकांना इथे शांती मिळते. आपला व्यवसाय प्रस्थापित करण्यासाठी व्यापाऱ्यांना ही जागा सर्वाधिक सुरक्षित वाटते. शांतता आणि स्वद्वीपमधील इतर कोणत्याही राज्याशी लागेबांधे किंवा युती नसल्यामुळे काशी हे स्थैर्याचं प्रतीक बनलं आहे. वाळवंटातील पाण्याच्या सरोवरासारखं!"

"म्हणूनच इथे इतके ब्रंग लोक दिसत आहेत का?"

"होय प्रभू. या व्यतिरिक्त इतरत्र कुठे ते एवढे सुरक्षित असू शकतील? काशीत कोणालाही दग्याफटक्याची, दुखापतीची भीती नसते. पण ब्रंगांनी काशीच्या सहनशीलतेची आणि आदरातिथ्याचीही परीक्षा पाहिली आहे."

"खरंच?"

"नक्कीच. त्यांच्याशी जुळवून घेऊन राहणं फारच कठीण आहे. काशी हे वैश्विक स्वरूपाचं शहर आहे. इथे कोणालाही आपली जीवनशैली बदलावी लागत नाही. सर्वांना इथे सामावून घेतलं जातं. पण ब्रंगांना इथेही खास जागा हवी होती, कारण त्यांना काही विशिष्ट खास प्रथा पाळायच्या होत्या. 'ब्रंगांना त्यांच्या देशात खूप त्रास झाला आहे, त्यामुळे काशीच्या लोकांनी त्यांच्याशी सहानुभूतीनं वागावं,' असं काशीच्या राजघराण्यातील व्यक्तींनी लोकांना समजावलं. परंतु बहुतेक लोकांना त्यांच्याशी जुळवून घेणं कठीण वाटलं. खरं म्हणजे, काही वर्षांपूर्वीच परिस्थिती एवढी चिघळली होती आणि अशा वळणावर आली होती, की काशीच्या राजानं ब्रंगाच्या लोकांच्या हकालपट्टीचा निर्णय जवळजवळ घेतलाच होता, अशा अफवाही ऐकायला मिळतात."

"आणि नंतर काय घडलं?" शिवाने विचारले.

"सदिच्छांनी जे घडून येत नाही, ते सुवर्णामुळे घडून आलं. ब्रंग हे आजचं सर्वाधिक श्रीमंत राज्य आहे. काशीच्या दहा वर्षांच्या करवसुलीच्या किमतीएवढं सोनं ब्रंगाच्या राजाने काशीकडे धाडून दिलं. मग हकालपट्टीचा हुकूम बारगळला."

"आपल्या देशाचा त्याग केलेल्या लोकांसाठी ब्रंगाच्या राजानं एवढी मोठी किंमत का चुकती केली?"

"मला माहिती नाही, प्रभू. ब्रंगांचा आणखी एक विचित्र गुण म्हणून आपण याकडे बघावं, असं मला वाटतं."

जहाज हळुवारपणे अस्सी घाटाला लागले. शिवाच्या स्वागतासाठी प्रचंड संख्येने जमलेल्या लोकांच्या झुंडीच्या झुंडी तिथे होत्या. शिवाने त्या गर्दीकडे पाहिले. शिवाला उतरता यावे यासाठी पार्वतेश्वर आधीच उतरून तिथे व्यवस्था करत होता. थोड्याच अंतरावर नंदी आणि वीरभद्राला द्रपाकु आज्ञा देत असल्याचे शिवाला दिसले. काशीच्या शिपायांच्या तुकडीच्या प्रमुखाच्या शोधात आधीच भगीरथ खाली उतरला होता. सतीने शिवाच्या पाठीवर हळूच थोपटले. तिच्याकडे पाहण्यासाठी तो वळला. त्यावेळी हळूच नजरेनेच तिने एका दिशेकडे इशारा केला. तिने दर्शवलेल्या दिशेकडे शिवाने पाहिले. गर्दीपासून दूर काही अंतरावर शिवाचे सरदार आणि अयोध्येचे सरदार व इतर राजघराण्यातील लोक नीलकंठाच्या स्वागतासाठी एका रेषेत उभे होते. त्यांची ती रेषा मध्येच राजघराण्याची छत्री

असलेल्या ठिकाणी थांबत होती. तिथे एक उदास चेहऱ्याचा, वृद्ध पुरुष उभा होता. शिवाने त्याच्याकडे पाहून आपले दोन्ही हात जोडून त्याला नम्रपणे नमस्कार केला; तसेच किंचित झुकून त्याला अभिवादन केले. तो काशीचा राजा, अथिथिग्वा होता. त्यानेही प्रतिनमस्कार केला. नीलकंठाविषयीच्या आदरामुळे तो किंचित अधिक झुकला होता. सतीला एवढ्या अंतरावरून खात्रीपूर्वक सांगता आले नसते; परंतु राजाच्या डोळ्यांत बहुधा अश्रू होते.

प्रकरण ५

छोटीशीच चूक?

"अंमममऽ," शिवाला जागे करण्यासाठी सतीने त्याचे हळुवार चुंबन घेतले, त्यावेळी शिव पुटपुटला. त्याने तिचा चेहरा प्रेमाने कुरवाळला. "माझे डोळे माझी फसवणूक करत आहेत की तू दिवसेंदिवस अधिकाधिक सुंदर बनत चालली आहेस?"

सतीने स्मित केले. तिने आपला हात आपल्या पोटावरून फिरवला. "इतक्या पहाटे पहाटे माझी खुशामत करण्याचा फाजीलपणा थांबव." ती म्हणाली.

आपल्या कोपरांवर भार देत, शरीर किंचित उंचावत, शिवाने तिचे पुन्हा एकदा चुंबन घेतले. "म्हणजे आता तुझी प्रशंसा करण्याचं खास वेळापत्रक बनवण्यात आलं आहे का?"

सती पुन्हा एकदा हसली आणि पलंगावरून खाली उतरली. "तू तोंड धुऊन का घेत नाहीस? मी आपल्या खोलीतच नाष्टा पाठवण्याची त्यांना विनंती केली आहे."

"आहा! अखेरीस तू माझ्या वळणावर येऊ लागली आहेस." सुसंघटित नागरी स्वरूपाच्या जेवणघरात बसून सर्वांसोबत खाणे शिवाला आवडत नसे. सतीला मात्र अशा प्रकारच्या खाण्याचा समारंभ प्रिय होता.

"त्यांच्या कक्षाला लागूनच असलेल्या आरामदायक न्हाणीघरात शिव

गेल्यानंतर सतीने बाहेर पाहिले. त्यांच्या कक्षातून पवित्र प्रवेशद्वार असलेला वृक्षाच्छादित रस्ता म्हणजेच तो प्रसिद्ध गोलाकार रस्ता स्पष्टपणे दिसत होता. ते एक अत्यंत स्फूर्तिदायक दृश्य होते. गर्दीने सतत वाहत असलेल्या काशी शहराच्या अगदी विरुद्ध तिथले दृश्य होते. एकावेळी सहा रथ जाऊ शकतील, एवढा तो रस्ता प्रशस्त होता. रस्त्याच्या सभोवती प्रचंड वृक्षराजी पसरललेली होती. भारतीय उपखंडात आढळणाऱ्या जवळजवळ सर्वच प्रजातींचे वृक्ष तिथे दिसत होते. त्या वृक्षराजीच्या पलीकडे असंख्य मंदिरे दिसत होती. दुतर्फा वृक्षांनी बहरलेला तो रस्ता सुमारे तीस किलोमीटरपर्यंत जात होता आणि नंतर तिथे अर्धगोलाकार भाग तयार होत होता. त्या भागात एकही इमारत बांधलेली नव्हती. अर्थातच ती प्रार्थनेसाठी मोकळी ठेवलेली जागा होती. काशीच्या पवित्र रस्त्यावर भारतातील जवळजवळ प्रत्येक देवाचे स्थान होते, असे चंद्रवंशीयांनी म्हटले असते. मात्र भारतीयांच्या तीन कोटी देवदेवतांचा विचार करता, तसे म्हणणे अर्थातच अतिशयोक्तीचे ठरले असते. मात्र या मार्गावर प्रत्येक लोकप्रिय देव-देवतेचे मंदिर होते, असे म्हणणे अधिक सयुक्तिक ठरले असते. परंतु सर्वांच्या भक्तिभावाचा आणि श्रद्धेचा विषय असलेले एकच मंदिर तिथे होते आणि ते अर्थातच महादेवाचे; म्हणजेच भगवान रुद्राचे मंदिर होते. त्याच मंदिराकडे त्यावेळी सती एकटक पाहत होती.

ब्रह्म घाटाजवळ ते मंदिर बांधण्यात आले होते. देवांनी बनवलेल्या या मंदिराच्या मूळ आराखड्यानुसार, हे मंदिर अस्सी घाटाजवळ बांधण्यात येणार होते. भगवान रुद्राच्या काळात हा आराखडा तयार करण्यात आला होता. अस्सी घाटाजवळ असुरांच्या देण्यात आलेल्या बळींची स्मृती म्हणून ते तिथे बांधण्यात येणार होते. परंतु त्या महान महादेवाने आपले कोणतेही स्मृतिस्थान अस्सी घाटाजवळ बांधले जाऊ नये, असा आदेश दिला. या संदर्भात त्याने निःसंदिग्धपणे सांगितले होते, ''इथे नाही. दुसरीकडे कुठेही; पण इथे मुळीच नाही.'' भगवान रुद्राने हा आदेश का दिला, त्यामागचे कारण कुणाच्याच लक्षात आले नव्हते; परंतु त्या भयावह भगवान रुद्राच्या म्हणण्यावर प्रतिवाद करण्याचे कुणाचेच धाडस झाले नव्हते.

''या मंदिरालाच ते विश्वनाथ मंदिर असं म्हणतात,'' शिव म्हणाला. त्याच्या अचानक झालेल्या आगमनाने सती दचकली. ''त्याचा अर्थ जगन्नाथ. संपूर्ण जगाचा परमेश्वर.''

“ती एक महान व्यक्ती होती,” सती कुजबुजत्या आवाजात म्हणाली. “खरोखरचा देव!”

“होय,” शिवाने भगवान रुद्राच्या स्मृतिसमोर नतमस्तक होत संमती दर्शवली. “ओम रुद्राय नमः” तो म्हणाला.

“ओम रुद्राय नमः”

“काल रात्री आपल्याला एकांत दिला गेला, हे राजा अथिथिग्वानं चांगलंच केलं. अस्सी घाटावर एकापाठोपाठ झालेल्या समारंभांनंतर आपल्याला खरोखरच विश्रांतीची गरज होती.”

“होय. ती एक चांगली व्यक्ती असावी. पण आज तो तुला एकटा सोडणार नाही, अशी मला भीती वाटते. मला वाटतं, की त्याला तुझ्याबरोबर तुझ्याविषयी बरंच काही बोलायचं असावं.”

शिव हसला. “पण मला त्याची नगरी खरंच आवडली. मी ही नगरी जेवढी अधिक न्याहाळू लागतो, तेवढं मला इथे अगदी घरच्यासारखं वाटतं. ही नगरी मला खूपच परिचित वाटतेय.”

“चल, न्याहारी करू या,” सती म्हणाली. “मला वाटतं, आपल्याला आता दिवसभर बरंच काम असेल.”

“विशेषतः तुला नाही?” कानिनीने विचारले. “त्यांनी खरंच तसं म्हटलं का?”

“हेच शब्द त्यांनी उच्चारले,” आनंदमयी म्हणाली, “आपण कोणत्याही स्त्रीला स्पर्शही करू शकत नाही. विशेषतः मला तर नाहीच.”

तारुण्य टिकवून ठेवण्यासाठी वापरल्या जाणाऱ्या तेलाने कानिनीने आनंदमयीच्या डोक्याला तज्ज्ञपणे मालिश केली. “त्यांचं हे वाक्य चांगलंच अर्थपूर्ण आहे, राजकुमारी. पुरुषाला त्याची आजन्म ब्रह्मचर्याची शपथ मोडायला लावणाऱ्या फक्त दोनच स्त्रिया आहेत. एक तर अप्सरा मेनका किंवा दुसऱ्या तुम्ही.”

“दोन?” आपली तुलना त्या स्वर्गीय अप्सरेशी केल्याचे पाहून आनंदमयीने आपल्या भुवया उंचावल्या.

''मला माफ करा,'' कानिनी खिदळत म्हणाली, ''तुमच्यासमोर त्या मेनकेचा तरी काय पाड लागणार आहे?''

आनंदमयी जोरात हसली.

''पण मेनकेपेक्षाही हे आव्हान फारच कठीण आहे, राजकुमारी,'' कानिनी पुढे बोलू लागली. ''विद्वान विश्वामित्रांनी उत्तरायुष्यात ब्रह्मचर्याची शपथ घेतली होती. त्याआधी त्यांनी प्रेमाचा आनंद अनुभवला होता. मेनकेला फक्त त्या आनंदाची त्यांना पुन्हा एकदा आठवण करून द्यायची होती. त्यांच्या मनात प्रेमाची गरज उत्पन्न करण्याचं काम करायचं नव्हतं. पण सरलष्करप्रमुख तर ब्रह्मचारी आहेत.''

''मला माहिती आहे. पण एखादी गोष्ट इतकी सुंदर असते, त्यावेळी ती मिळवणं सोपं नसतं, नाही का?''

कानिनीने आपले डोळे बारीक केले. ''त्यांचं हृदय जिंकण्याआधी आपलं हृदय गमावू नका, राजकुमारी.''

आनंदमयीच्या कपाळावर आठ्या पडल्या. ''अर्थातच मी गमावलेलं नाही.''

कानिनीने आनंदमयीकडे रोखून पाहिले आणि तिने स्मित केले. राजकुमारी प्रेमात पडल्याचे स्पष्टपणे दिसत होते. वेळेवरच आपल्या सुदैवाची जाणीव पार्वतेश्वराला व्हावी, एवढीच इच्छा तिच्या मनात तरळून गेली.

''तुमची राजधानी खूपच सुंदर आहे, महाराज,'' शिव म्हणाला.

दिवसाचे तीन प्रहर आधीच उलटून गेले होते. राजा आथिथिग्वाच्या राजवाड्यात त्याच्या खासगी कक्षात शिव आणि सती बसले होते. त्यांच्यासोबत द्रपाकु, वीरभद्र आणि नंदीही होते. ते प्रवेशद्वारावर पहारा देत होते. हातात दंडुके घेतलेल्या काशीच्या द्वाररक्षकांना त्यांच्या कामात मदतीसाठी ते तिथे उभे राहिले होते. फक्त दंडुक्याच्या साहाय्याने राजकुटुंबाचे संरक्षण करणे कसे काय शक्य आहे, असा विचार करून द्रपाकु अचंबित झाला होता. जर जोरदार हल्ला झाला तर काय होईल, असा विचारही त्याच्या मनात येत होता. दरम्यान, काशीच्या अंतर्गत सुरक्षा यंत्रणेच्या शिपायांच्या तुकड्यांच्या प्रमुखाबरोबर पार्वतेश्वर बाहेर

गेला होता. राजवाड्यापासून काशी विश्वनाथ मंदिरापर्यंतचा मार्ग निर्वेध आहे ना, दुपारी मंदिराला भेट देणाऱ्या नीलकंठासाठी चांगल्या प्रकारची संरक्षण व्यवस्था आहे ना, याची खात्री त्याला करून घ्यायची होती. नीलकंठाची कृपा प्राप्त करण्यासाठी त्या पवित्र शहरातील सारे लोक उत्सुक असण्याचीच व्यावहारिकदृष्ट्या अपेक्षा होती. कारण अस्सी घाटावर फक्त सरदारांना आणि इतर मान्यवरांनाच नीलकंठाच्या आगमनाच्यावेळी त्याला भेटण्याची मुभा देण्यात आली होती.

''खरं म्हणजे ही तुमचीच नगरी आहे, प्रभू,'' अथिथिग्वा मान तुकवून म्हणाला.

शिव विचारात पडला.

''भगवान रुद्राने आपल्या जीवनातील बराचसा कालखंड इथेच व्यतीत केला होता. भगवान रुद्र काशीला आपलं दत्तक गृहस्थान मानत असत. पश्चिमेकडच्या आपल्या जन्मभूमीकडे त्यांनी प्रयाण केल्यावर काशीच्या राजकुटुंबीयांनी अस्सी घाटावर पूजेचं आयोजन केलं. त्यानुसार भगवान रुद्र आणि त्यांचे वंशज हेच आमचे अनंत काळाचे राजे होत. ज्या राजकुटुंबीयांनी ती पूजा केली, त्यांच्याहून माझं कुटुंब वेगळं आहे; परंतु आम्हीही तेच वचन पाळत आलो आहोत. भगवान रुद्राच्या वंशजांच्या जन्मजात हक्कांची काळजी घेणाऱ्या काळजीवाहकांचं कर्तव्य आम्ही चोखपणे बजावत आहोत.''

शिव अधिकाधिक अस्वस्थ बनत गेला.

''आपण भगवान रुद्राचे वंशज असल्यामुळे काशीचा राजा म्हणून राज्याभिषेक करवून घेऊन आपण मुकुट धारण करण्याची वेळ आली आहे,'' अथिथिग्वा पुढे बोलत होता, ''आपली सेवा करणं हा आमचा सन्मान आहे, प्रभू.''

आश्चर्य आणि संताप या दोहोंनी शिवाचे मन भरून गेले होते.

'हे सगळे लोक मूर्ख आहेत! त्यांचे हेतू चांगले आहेत, पण सद्‌हेतूनं वागणारे हे लोक ठार वेडे आहेत.'

''माझ्या मनात राजा बनण्याची कोणतीही इच्छा नाही, महाराज,'' शिवाने स्मित केले. ''रुद्राचा वंशज म्हणवून घेण्याएवढी माझी लायकी आहे, असं मला खरोखरच वाटत नाही. तुम्ही एक चांगले राजे आहात आणि आपल्या प्रजेची सेवा करण्याचं व्रत तुम्ही यापुढेही असंच सुरू ठेवावं, असं मला वाटतं.

''परंतु, प्रभू....''

''शिवाय मला तुम्हांला काही विनंत्याही करावयाच्या आहेत, महाराज,'' त्याचे वाक्य अर्धवट तोडत शिव म्हणाला. त्याच्या राजघराण्याच्या पूर्वेतिहासाविषयीची ती चर्चा त्याला तशीच पुढे सुरू ठेवण्याची इच्छा नव्हती.

''तुम्ही म्हणाल, ते मला मान्य आहे, प्रभू.''

''पहिली गोष्ट म्हणजे मला आणि माझ्या पत्नीला आमच्या मुलाचा जन्म तुमच्या राज्यात व्हावा असं वाटतं. त्यासाठी तेवढा काळ तुम्ही आमचं आदरातिथ्य कराल, अशी मी अपेक्षा ठेवू शकतो का?''

''महाराज, माझा संपूर्ण राजवाडाच तुमचा आहे. देवी सती आणि तुम्ही सदा सर्वकाळ इथे वास्तव्य करू शकता.''

शिव किंचित हसला. ''नाही. आम्ही इतका प्रदीर्घ काळ इथे राहू, असं मला वाटत नाही. याशिवाय ब्रंगांच्या नेत्याची मला तुमच्या राज्यात भेट घ्यावयाची आहे.''

''त्याचं नाव दिवोदास आहे, प्रभू. त्याला नक्कीच मी तुमच्या चरणाजवळ उपस्थित राहण्यासाठी पाचारण करेन. त्या दुर्दैवी जमातीविषयी इतर कोणाशीही वार्तालाप करणं व्यर्थ आहे. इतरांशी संवाद साधण्याची पुरेशी पात्रता असलेला किंवा शहाणपणा असलेला दिवोदास हा या जमातीचा एकमेव नेता आहे. सध्या तो व्यापारासाठी बाहेर गेला आहे, अशी माझी समजूत आहे; पण आज रात्रीच तो परतणार असावा. लवकरात लवकर त्याला इकडे पाचारण केलं जाईल, याची मी तुम्हांला खात्री देतो.''

''फारच छान!''

''इथली गर्दी नियंत्रणाच्या बाहेर जात असल्यासारखं वाटतंय, द्रपाकु!'' पार्वतेश्वराने गर्दीकडे निर्देश करत म्हटले.

पवित्र स्थळावर उंचावर उभारलेल्या एका चौथऱ्यावर भगीरथ, द्रपाकु आणि काशीच्या अंतर्गत संरक्षक दलाचा प्रमुख त्रात्य यांच्यासमवेत पार्वतेश्वर उभा होता. नीलकंठाचा कृपाकटाक्ष आपल्यावर पडावा, यासाठी काशीचे सगळीच्या सगळे म्हणजे सुमारे दोन लाख नागरिक त्या दिवशी जमल्याचे दिसत होते. एवढ्या

प्रचंड जनसमूहावर नियंत्रण ठेवण्यासाठी आवश्यक असलेले प्रशिक्षण काशीच्या अंतर्गत सुरक्षा रक्षक दलाकडे नव्हते, असे दिसत होते. त्यामुळे एवढ्या प्रचंड गर्दीसमोर ते अगदीच दुबळे ठरत होते. शिष्टाचार पाळणाऱ्या आणि सभ्य वर्तणूक असलेल्या काशीच्या नागरिकांमधील गुन्हे दूर करण्यापुरते ते सक्षम होते; परंतु यावेळी मात्र प्रत्येक जणच पुढे घुसून प्रभूला स्पर्श करण्यासाठी आतुर झाला होता. त्यामुळे त्यांना आटोक्यात ठेवण्यासाठी सूर्यवंशींसारख्या ताकदवान हातांचीच आवश्यकता होती.

''सरदार, मी आता ही परिस्थिती हाताळतो,'' द्रपाकु चौथऱ्यावरून उतरत म्हणाला. चौथऱ्याच्या पायथ्याशी असलेल्या नंदीला सूचना देण्यासाठी तो त्याच्याकडे गेला.

''पण त्यानं कोणाच्याही अंगावर हात टाकता कामा नये,'' त्रात्य म्हणाला.

''तो परिस्थितीच्या गरजेनुसार वागेल, त्रात्य,'' संतप्त पार्वतेश्वराने सांगितले.

द्रपाकुचा आदेश ऐकताच आपल्या सैन्याच्या तुकडीसह नंदी तातडीने गर्दीच्या दिशेने निघाला.

आपल्या जायबंदी झालेल्या डाव्या हातातील फासाच्या साहाय्याने द्रपाकुने स्वतःला पुन्हा चौथऱ्यावर खेचून घेतले. त्याची ती चपळाई आश्चर्यजनक होती.

''ते काम झालंय सरदार!'' द्रपाकु म्हणाला, ''गर्दीचा तो लोंढा मागे ढकलला जाईल.''

पार्वतेश्वराने मान डोलावली आणि तो शिव आणि त्याच्या सहकाऱ्यांकडे पाहण्यासाठी मागे वळला. सतीला आपल्या हातात घट्ट पकडून शिव चालत होता. त्याच्या चेहऱ्यावर प्रसन्न हसू होते. त्याचे नाव घेऊन ओरडणाऱ्या प्रत्येक व्यक्तीकडे पाहून तो हसत होता. सतीची सखी, कृत्तिका सतीच्या मागेच थोडे अंतर राखून चालत होती. अथिथिग्वाच्या चेहऱ्यावरून खऱ्याखुऱ्या भक्तीची निष्ठा ओसंडून वाहत होती. आपले कुटुंबीय आणि मंत्री यांच्यासमवेत कृत्तिकेपाठोपाठ तो शांतपणे चालत होता.

''हे प्रमुख, त्रात्य!'' चौथऱ्यावर उडी मारत काशीच्या अंतर्गत सुरक्षा दलातील एक शिपाई ओरडला.

''बोल कावास?'' त्रात्याने त्याच्याकडे दृष्टिक्षेप टाकत विचारले.

''ब्रंगांच्या हद्दीत दंगलीचा उद्रेक झाला आहे.''

‘‘मला नेमकं काय झालंय ते सांग.’’

‘‘त्यांनी पुन्हा एकदा मोराला ठार मारलंय. मात्र यावेळी त्यांच्या काही शेजाऱ्यांनी त्यांना ते कृत्य करताना मुद्देमालासह पकडलं. या पापाबद्दल योग्य ती शिक्षा फर्मावली जावी, अशी या शेजाऱ्यांची मागणी आहे.’’

‘‘मला त्याबद्दल काहीच आश्चर्य वाटत नाही! असल्या रानटी आडदांडांना आपल्या राज्यात ठेवून घेण्याविषयी महाराज एवढे आग्रही का आहेत, तेच मला कळत नाही. त्यामुळे काही नागरिकांची सहनशक्ती संपणं आणि त्यांनी काहीतरी करणं हे कधी ना कधी घडणारच होतं.’’

‘‘काय घडलंय?’’ पार्वतेश्वराने विचारले.

‘‘ब्रंगांचं कृत्य आहे ते! भगवान रुद्राला पक्ष्यांमध्ये मोर अत्यंत प्रिय होते. त्यामुळे मोरांची हत्या करण्यावर काशीत बंदी आहे, हे त्यांना ठाऊक आहे. त्यांच्या वसाहतीत काही विचित्र समारंभांमध्ये ते मोरांचा बळी देतात, असं अनेकांना वाटत होतंच. आता ते तसं करताना मुद्देमालासह पकडले गेले आहेत आणि त्यांना आता धडा शिकवला जात आहे.’’

‘‘दंगल मिटवण्यासाठी तुमच्या काही लोकांना तुम्ही तिकडे का पाठवत नाही?’’

त्रात्याने पार्वतेश्वराकडे आश्चर्याने पाहिले. ‘‘काही गोष्टी तुमच्या ध्यानात येणार नाहीत. भरतवर्षातील प्रत्येक जमातीचं काशीत स्वागत केलं जातं. ते सर्व जण शांततेनं राहतात. मात्र ब्रंग लोक जाणीवपूर्वक आमच्यापैकी प्रत्येकाला राग यावा, असं वर्तन करतात. ही दंगल म्हणजे खरं तर चांगल्या अखेरीकरता असलेला वाईट मार्ग आहे. त्यामुळे जे घडतंय ते घडू दे.’’

काही क्षणांपूर्वीच अहिंसेचे तत्त्व हिरीरिने मांडणाऱ्या त्या प्रमुखाच्या या शब्दांनी पार्वतेश्वराला चांगलाच धक्का बसला. ‘‘त्यांनी जर गुन्हा केला असेल, तर तुमच्या न्याय यंत्रणेनं त्यांना शिक्षा दिली पाहिजे. ज्या निष्पाप लोकांचं या मोराच्या हत्येशी काहीच देणंघेणं नाही, त्यांना जखमी करण्याचा तुमच्या नागरिकांना काहीच हक्क नाही.’’

‘‘त्यांच्यापैकी काही जण निष्पाप असले तरी काहीही बिघडत नाही. ब्रंगांपासून आणि त्यांच्या दुष्ट पद्धतींपासून, सैतानी मार्गांपासून शहराला सुटका मिळणार असेल, तर त्यासाठी एवढी अल्प किंमत मोजावी लागेल. मी याविषयी काहीही

करू शकत नाही आणि काहीही करणारही नाही.''

''पण जर तुम्ही काहीही करणार नसाल, तर आम्ही याविषयी काहीतरी करू,'' पार्वतेश्वराने इशारा दिला.

त्रात्याने पार्वतेश्वराकडे संतापाने पाहिले आणि तो पुन्हा नीलकंठाच्या मिरवणुकीकडे पाहण्यासाठी तिकडे वळला. पार्वतेश्वराने त्रात्याकडे रागाने पाहिले. आपल्या मनाची तयारी करण्यासाठी त्याला केवळ एक क्षण पुरेसा होता.

''द्रपाकु, मी तुला आदेश देतो,'' पार्वतेश्वर म्हणाला. ''विश्वनाथ मंदिरात प्रभू गेल्याबरोबर गर्दी रस्त्यावरून दूर केली जाईल, याविषयी खात्री करून घे. राजकुमार भगीरथ आपण माझ्यासमवेत याल का? मला चंद्रवंशींच्या चालीरितींची माहिती नाही, पण मला आपल्याकडून थोडं साहाय्य हवं आहे.''

''तो मी माझा सन्मान समजेन, सरलष्करप्रमुख,'' भगीरथ म्हणाला.

''हे तुमचं काम नाही,'' त्रात्य म्हणाला. त्या संपूर्ण दिवसभरात प्रथमच त्याचा आवाज चढला होता. ''आमच्या अंतर्गत बाबींमध्ये हस्तक्षेप करण्याचा तुम्हांला काही एक अधिकार नाही.''

''त्यांना सर्व प्रकारचे अधिकार आहेत,'' भगीरथाने आक्रमकपणे हस्तक्षेप करत सांगितले. अशी आक्रमकता फक्त राजघराण्यातील लोकांकडेच असू शकते. ''तुम्ही प्रभू रामचंद्राचे शब्द विसरला आहात का? एखादं पाप किंवा गुन्हा घडत असताना, त्याकडे बघ्याची भूमिका घेऊन फक्त निष्क्रियपणे वागणं हे प्रत्यक्ष पाप करण्याएवढंच दुष्कृत्य आहे. तुमचं काम ते करत असल्याबद्दल तुम्ही सरदारांचे आभारच मानले पाहिजेत.''

पार्वतेश्वर आणि भगीरथ चटकन कावासासमवेत चौथऱ्यावरून पायउतार झाले. त्यांनी वीरभद्राला शंभर सैनिकांना घेऊन आपल्यासमवेत येण्याचा आदेश दिला आणि ते ब्रंगांच्या वसाहतींकडे तातडीने रवाना झाले.

''हे कठीण आणि अवघड आहे,'' भगीरथ म्हणाला.

त्यावेळी ते ब्रंगांच्या वसाहतींसमोर उभे होते. पूर्वेकडून त्या निर्वासितांनी आणलेल्या सुवर्णाच्या गुप्त साठ्यांमुळे शहराच्या या अधिक दाटीवाटीच्या भागाचे

रूपांतर अधिक प्रशस्त सदनांमध्ये झाले होते. अगदी सढळ हाताने खर्च करून बनवलेल्या सुंदर रचना आणि नाजूक, गुंतागुंतीच्या कोरीवकामाने बनवलेल्या बहुमजली इमारतीमध्ये ब्रंग लोक राहत होते. काशीतील विश्वनाथाचे मंदिर आणि राजवाडे वगळता ही इमारत काशीतील सर्वाधिक उंच इमारत होती. तिच्या सभोवताली भलामोठा बगीचा होता.

इमारतीच्या चारही बाजूंना असलेला बगिचा आश्चर्यकारकरीत्या सर्व बाजूंना तेवढ्याच लांबी रुंदीचा आणि उत्तम प्रकारे रचना असलेला होता. मगधच्या नरसिंह मंदिरात अशाच प्रकारचा बगिचा होता. प्रवेशद्वाराजवळच असलेला फलकावरची अक्षरे इमारतीमधील रहिवाशांच्या निष्ठेविषयी, श्रद्धेविषयी मोठ्या अभिमानाने माहिती देत होती. 'ब्रंगांच्या या अत्यंत दैवी, सुंदर भूमीला भगवान रुद्राचे आशीर्वाद लाभोत!'

शहरातील दाटीवाटी आणि गोंधळ हा बागेभोवतीच्या कुंपणाला लागूनच सुरू होत होता. तिथूनच विविध भागांतील स्थलांतरितांच्या उपनगरांकडे जाणारे चिंचोळे रस्ते जात होते. अयोध्या, मगध, प्रयाग आणि चंद्रवंशी साम्राज्यातील इतर भागांतून ते लोक आलेले होते. कमी लोकांना माहिती असलेली आणखी एक गोष्ट अशी होती, की मेलुहातील कडक लष्करी शिस्तीला कंटाळून आणि आपले मूल मैकामध्ये पाठवावे लागेल, या भीतीपोटी मेलुहाचे काही नागरिकही काशीमध्ये स्थलांतरित झाले होते. आपल्या मुलांना आपल्यासमोर वाढताना पाहण्याचा आनंद मिळवण्यासाठी चंद्रवंशींच्या गडबड गोंधळाच्या जीवनशैलीचाही त्यांनी स्वीकार केला होता.

"हा फक्त चालीरितींविषयी त्यांच्या मनात असलेला रागच नाही, याची मला खात्री वाटते," ब्रंग आणि काशीतील इतर सर्वसामान्य लोक यांच्या जीवनशैलीतील फरक लक्षात घेत वीरभद्र म्हणाला, "त्यांच्या संपत्तीविषयी असलेल्या चिडीतूनही ब्रंगांविषयी तिरस्कार आणि द्वेष निर्माण झालेला असावा." परिस्थितीचे मूल्यमापन करत असलेल्या पार्वतेश्वराकडे वळण्यापूर्वी भगीरथाने मान डोलावली. "सरलष्करप्रमुख तुम्हाला काय वाटतं?"

संरक्षणाचा विचार केला, तर ते स्थळ आपत्तीजनकच होते. मोठा पर्वत आणि खडकाळ जागा यांमध्ये ब्रंग लोक सापडलेले होते. ब्रंगांच्या वसाहतीकडे जाणाऱ्या सर्व चिंचोळ्या रस्त्यांच्या पलीकडे चारही बाजूंनी ब्रंगांविषयी शत्रुत्वाची भावना

बाळगणारे लोक दाटीवाटीने राहत होते. त्यांची लोकसंख्या प्रचंड होती. तिथून सुटका होण्याचा प्रश्नच उद्‌भवत नव्हता. चिंचोळ्या गल्ल्यांमध्ये लोकांच्या टोळक्यांनी त्यांना सहजपणे घेरले असते. बागेतच त्यांना काही प्रमाणात संरक्षण मिळू शकले असते. कोणताही जमाव इमारतीपर्यंत पोहोचेपर्यंत किमान मिनिटभर आधीच बागेत आला असता आणि तो आल्याचे ब्रंगांना समजू शकले असते.

काशीतील सर्व समूहांमध्ये ब्रंग लोक कदाचित सर्वाधिक भयग्रस्त लोक होते. त्यामुळे त्यांच्या इमारतीच्या छपरांवर त्यांनी मोठमोठ्या दगडांच्या लांबलचक रांगा तयार करून ठेवल्या होत्या. एवढ्या उंचीवरून ते दगड फेकणे हे क्षेपणास्त्रे डागण्यासारखेच होते. त्यामुळे लोकांना गंभीर जखमा झाल्या असत्या. जर हे दगड वर्मावर बसले असते, तर त्या व्यक्तीचा मृत्यूही घडून आला असता.

ब्रंगांच्या शेजारीच राहणाऱ्या काशीतील लोकांनी कुत्र्यांना मोकाट सोडून दिले होते. ब्रंगांना ती बाब अस्वच्छतेची वाटत असल्यामुळे आपल्या कुंपणाच्या आत या कुत्र्यांनी येऊ नये, म्हणून त्यांना हाकलण्यासाठी ते इमारतीच्या छपरावरच्या दगडांचा वापर करत होते. दोन्ही बाजूंकडून एकमेकांवर केल्या जाणाऱ्या या युक्त्याप्रयुक्त्यांच्या लढाईत ब्रंगांकडून त्यांचे साठवलेले सर्व दगड वापरले जाऊन संतप्त जमावाने समोरून केलेल्या हल्ल्याला ते काही वेळातच बळी पडले असते. त्यांच्या शत्रूंकडे स्वयंपाकघरात वापरले जाणारे चाकू, कपडे धुण्याचे धोटे, सोटे अशी हास्यास्पद शस्त्रे असली तरीही ब्रंगांच्या संख्येच्या तुलनेत जमावातील लोकांची संख्या प्रचंड होती. एका ब्रंगाला किमान शंभर लोकांनी घेरले असते आणि त्यामुळेच ब्रंग लोक बचावण्याची शक्यता जवळजवळ नव्हतीच.

"ब्रंगांच्या दृष्टीने ही अजिबात चांगली परिस्थिती नाही. आपण काशीच्या लोकांशी बोलून बघूया का?" पार्वतेश्वराने विचारले.

"सरदार, त्यांच्याशी बोलण्याचा मी आधीच प्रयत्न केला. पण ते काहीही ऐकून घेण्याच्या मनःस्थितीत नाहीत. त्यांना असं वाटतंय, की ब्रंग लोक आपल्याकडच्या सुवर्णाच्या बळावर न्यायालयांना विकत घेतील."

"ते जवळजवळ बरोबरच आहे," काशीचा सरदार कावास पुटपुटला. आपल्या मनाचा गुप्त कल हळूहळू तो प्रकट करत होता. भगीरथ कावासाकडे वळला. त्यामुळे कावास भीतीने अर्धमेला झाला, कारण भगीरथाविषयी काशीमध्ये अत्यंत आदर आणि दरारा होता.

"तू जमावाच्या बाजूचा नाहीस, हे खरं ना?" भगीरथाने विचारले.

कावासाचा चेहरा रागाने लालबुंद झाला. "मी ब्रंगांचा तिरस्कार करतो, मला त्यांच्याविषयी अतीव घृणा वाटते. ते अतिशय घाणेरडे, नीच लोक आहेत. आपल्याकडचं सुवर्ण देऊन ते प्रत्येक कायद्याचा भंग करतात, प्रत्येक कायदा विकत घेतात." आपले विचार व्यक्त केल्यावर कावास शांत झाल्यासारखा वाटला. त्याची नजर झुकली आणि तो पुटपुटला, "पण त्यांना या प्रकारे वागवलं गेलं पाहिजे का? भगवान रुद्रानं असं केलं असतं का? नाही, महाराज."

"मग आम्हांला या समस्येवरचा उपाय सांग."

आपल्या सभोवतालच्या काशीच्या संतप्त नागरिकांकडे निर्देश करत कावास म्हणाला, "राजकुमार भगीरथ, कोणत्या ना कोणत्या स्वरूपात ब्रंगांना शिक्षा केल्याशिवाय लोकांची ही पलटण मागे हटणार नाही. ब्रंगाच्या लोकांना जिवंत आणि सुरक्षित ठेवून आपण त्यांना त्याची हमी कशी देऊ शकू? मला खरंच याविषयी काही सुचत नाही."

"जर सूर्यवंशींनी त्यांच्यावर हल्ला केला तर?" पार्वतेश्वराने विचारले. हा प्रभावी, पण नैतिकदृष्ट्या विचार करता, कुंपणावरचा उपाय होता. आपल्या मनात आलेल्या या प्रश्नाने खरे तर पार्वतेश्वर स्वतःही हादरला होता.

भगीरथाने चटकन स्मित केले, कारण पार्वतेश्वर ज्या मार्गाने जाऊ पाहात होता, त्याविषयी त्याला अंधुकशी कल्पना आली होती. "आपण काशीच्या अंतर्गत सुरक्षा दलाचे दंडुके वापरू या. आपली शस्त्रास्त्रं नकोत. आपण त्यांना फक्त जखमी करूया, ठार मारायला नको."

"अगदी बरोबर!" पार्वतेश्वर म्हणाला. जमावाला न्याय मिळेल आणि ते माघारी फिरतील. ब्रंगांना फक्त जखमा होतील, पण ते जिवंत राहतील. ही गोष्ट पूर्ण बरोबर नाही, याची मला कल्पना आहे. पण काही वेळा खूपच मोठी चूक रोखण्यासाठी छोटीशी चूक करणं योग्य ठरतं. मी याची पूर्ण जबाबदारी घेतो आणि परमात्म्याला याचं उत्तर द्यायला मी बांधील असेन."

भगीरथ हळुवारपणे हसला. पार्वतेश्वराच्या मनातही आता काही चंद्रवंशी मार्ग येऊ लागले होते. मेलुहाच्या या सरदाराविषयी आपल्या ज्येष्ठ भगिनीला वाटत असलेले कामुक आकर्षण भगीरथाच्या नजरेतून सुटलेले नव्हते.

पार्वतेश्वर कावासाकडे वळला. "मला शंभर दंडुके हवेत."

भगीरथही कावासबरोबर पवित्र स्थळाकडे धावतच गेला आणि तिथून ते तातडीने परत आले. दरम्यानच्या काळात, पार्वतेश्वराने काशीतील जमावाबरोबर बोलणी केली. त्यांनी आपली शस्त्रास्त्रे खाली ठेवली, तर त्यांना नक्कीच न्याय मिळेल, असे वचन त्याने त्यांना दिले. सूर्यवंशींनी ही परिस्थिती हाताळावी, म्हणून शांतपणे जमाव प्रतीक्षा करू लागला.

पार्वतेश्वराने आपल्यासमोर सूर्यवंशींना गोळा केले. ''मेलुहाच्या लोकांनो, तलवारींचा अजिबात वापर करू नका. त्याऐवजी दंडुकेच वापरा. त्यांच्या हातापायांवरच तडाखे द्या. डोक्यांवर देऊ नका. तुमच्या ढाली कूर्मरचनेप्रमाणे ठेवा. कारण एवढ्या उंचावरून पडणाऱ्या दगडांमुळे मृत्यूही ओढवू शकतो, हे लक्षात घ्या.''

सूर्यवंशींनी त्यांच्या सरलष्करप्रमुखाकडे एकटक पाहिले.

''या एकाच प्रकारे ब्रंगांचा जीव वाचवता येऊ शकतो.'' पार्वतेश्वर पुढे म्हणाला.

मेलुहाचे सैनिक चटकन युद्धाच्या पवित्र्यात उभे राहिले. त्यांनी व्यूहरचना तयार केली. पार्वतेश्वर, भगीरथ आणि वीरभद्र आघाडीवर होते. अशा प्रकारची व्यूहरचना कावासाला नवीनच होती. त्यामुळे त्याला मधल्या फळीत ठेवण्यात आले. ती सर्वाधिक सुरक्षित जागा होती. सैनिकांनी ब्रंगांच्या बगिच्यात प्रवेश केल्याबरोबर त्यांच्यावर दगडांचा वर्षाव झाला. सैनिक हळूहळू ; परंतु निश्चितपणे प्रवेशद्वाराच्या दिशेने सरकत असताना त्यांच्या ढालींमुळे या वर्षावापासूनही ते सुरक्षित राहिले.

बागेतील रस्त्यापेक्षा प्रवेशद्वाराचा मार्ग साहजिकच कमी रुंदीचा होता. तिथे सैनिकांना आपली कूर्मरचना मोडावी लागली. पार्वतेश्वराने इमारतीवर दुहेरी हल्ला चढवण्याचा आदेश दिला. दोन्ही बाजूंनी होणाऱ्या हल्ल्यापासून संरक्षणासाठी त्यावेळी एकाआड एक डावीकडे आणि उजवीकडे ढाली धरण्यात आल्या होत्या. इमारतीमध्ये दगडांचा वापर केला जाणार नाही, असे त्याने गृहीत धरले होते. परंतु ती एक घोडचूक होती.

''किती सुंदर शिल्प आहे!'' सतीने कुजबुजत्या स्वरात म्हटले. भगवान रुद्राच्या

मंदिरातील अत्यंत स्फूर्तिदायक दृश्याकडे किंचित थरथरत ती पाहत होती.

शिव आणि सती यांनी नुकताच भव्य विश्वनाथ मंदिरात प्रवेश केला होता.

ब्रह्म घाटापासून थोड्याच अंतरावर ते मंदिर बांधण्यात आले होते. ती एक भव्य, उदात्त रचना होती. शंभर मीटरची प्रचंड उंची असणे यातच त्याची उदात्तता सामावलेली नव्हती; तर त्या अतिभव्यतेतील थक्क करणारा साधेपणा अधिकच स्फूर्तिदायक होता. भगवान रुद्राच्या जन्मभूमीतील दोन्ही बाजूंच्या प्रमाणबद्ध रचनाशैलीप्रमाणे बांधण्यात आलेल्या खुल्या बागेत पवित्र स्थळाकडून प्रवेश करता येत होता. लाल वालुकामय खडकापासून जवळजवळ रक्ताच्या लालभडक रंगात तयार करण्यात आलेली ती रचना चकित व्हावे इतकी मृदू भासत होती. बागेपासून लांबवर असलेल्या जवळजवळ वीस मीटर उंचीच्या प्रचंड मोठ्या चौथऱ्यावर जवळपास काहीच कोरीवकाम किंवा सौंदर्यवृद्धी करणारी नक्षी नव्हती. बागेजवळून हा चौथरा तरंगत असल्याप्रमाणे भासत होता. आतापर्यंत शिवाने पाहिलेल्या कोणत्याही मंदिराहून हे मंदिर या बाबतीत भिन्न होते. त्या चौथऱ्यावर जाण्यासाठी शंभर पायऱ्या तयार करण्यात आल्या होत्या. चौथऱ्याच्या वरच्या बाजूला पोहोचणारे भक्त मुख्य मंदिराचा मनोरा पाहून पुन्हा एकदा स्तिमित होत असत. तो पुन्हा एकदा लाल वालुकामय खडकापासून बांधण्यात आला होता. तो जवळजवळ ऐंशी मीटर उंचीचा होता. चौथऱ्याप्रमाणेच मुख्य मंदिरावरही कोणत्याही प्रकारचे कोरीवकाम करण्यात आले नव्हते. त्या मनोऱ्याचा भार पेलण्यासाठी शंभर चौरसाकृती खांब उभारण्यात आले होते. मध्यभागी मंदिराचा गाभारा होता. इतर मंदिरांप्रमाणे तो अगदी टोकाला नव्हता. गाभाऱ्याच्या बरोबर मधोमध या भूमीवरील भक्तांना दूरदूरवरून इकडे येण्यास प्रवृत्त करणारी ती भव्यदिव्य, मनात भय उत्पन्न करणारी भगवान रुद्राची मूर्ती उभारण्यात आली होती.

भगवान रुद्राने बहुतेक सर्व काम एकट्यानेच केले, अशी दंतकथा होती. ज्यांच्याविषयीच्या कथा चित्ररूपाने अमर केल्या जाव्यात, अशा प्रकारचे मित्र किंवा सहकारी भगवान रुद्राला नव्हते, असे सांगितले जाते. त्यामुळे कोणत्याच कथा भिंतींवर कोरण्यात आल्या नव्हत्या. त्याचा कोणताही एकमेव परमप्रिय भक्तही नव्हता. त्यामुळे त्याच्या चरणांजवळ कोणाचीही मूर्ती तयार करण्यात आली नव्हती. भगवान रुद्राची एकमेव सहकारी ही देवी मोहिनी होती, असे शिवाने ऐकले होते. त्यामुळे दंतकथा बनून गेलेल्या या सौंदर्यवतीचे सौंदर्य मूर्तिरूपात बद्ध

केले गेले नसल्याचे कृत्तिकेला खटकले.

"देवी मोहिनीचा पुतळा इथे का बरं तयार करण्यात आलेला नाही?" अथिथिग्वाच्या सेविकेला तिने कुजबुजत्या स्वरात विचारले.

"तुला भगवान रुद्राची कथा चांगलीच माहिती आहे," त्या सेविकेने उत्तर दिले आणि म्हणाली, "इकडे ये."

ती कृत्तिकेला गाभाऱ्याच्या दुसऱ्या बाजूला घेऊन गेली. त्या गाभाऱ्यात शिरण्यासाठी दुसऱ्या बाजूनेही प्रवेशद्वार होते, हे पाहून कृत्तिका चकितच झाली. त्या प्रवेशद्वारातून भक्ताला मोहिनीच्या मूर्तीचे दर्शन घेता येत होते. सर्वकालीन शाश्वत सौंदर्यवती म्हणून ख्याती असलेल्या देवी मोहिनीची सिंहासनारूढ मूर्ती तिथे विराजमान होती. तिचे सुंदर नेत्र अर्धोन्मीलित अवस्थेत होते. मात्र तिच्या हातात पहिल्या दृष्टिक्षेपात लक्षात येऊ न शकणारा खंजीर असल्याचे कृत्तिकेच्या लक्षात आले. मोहिनी ही लहरी आणि संहारक दिसत होती. कृत्तिकेने स्मित केले. देवी मोहिनी आणि भगवान रुद्र यांच्या मूर्ती एकमेकांकडे पाठ करून एकमेकांच्या बरोबर पाठीमागे बसवण्यात आल्या होत्या, हे कृत्तिकेच्या लक्षात आले. त्यांचे नातेसंबंध गुंतागुंतीचे होते. ती दोघेही एकमेकांची जोडीदार होती; परंतु त्यांचे दृष्टिकोन परस्परांपासून अत्यंत भिन्न होते. कृत्तिकेने खाली वाकून मोहिनीदेवीला प्रणाम केला. काही जण विष्णू म्हणून तिचा सन्मान करण्यास नकार देतात. चांगल्या गोष्टींचा अंश म्हणून देवी मोहिनीकडे पाहणाऱ्या बहुतांश भक्तांपैकीच कृत्तिकाही होती.

गाभाऱ्याच्या दुसऱ्या बाजूला रुद्राच्या मूर्तीकडे शिव टक लावून पाहत होता. भगवान हा उदात्त आणि अशक्य कोटीतील वाटावा एवढ्या पिळदार शरीरयष्टीचा होता. त्याच्या केसाळ छातीवर एक पदक रुळत होते. अगदी जवळून निरीक्षण केल्यावर शिवाच्या लक्षात आले की, ते पदक म्हणजे वाघनख होते. भगवान रुद्राच्या सिंहासनावर एका बाजूला त्याची ढाल पडलेली होती. तलवारही शेजारीच होती. भगवान रुद्राचा हात तिच्या मुठीवर होता. इतिहासातील सर्वाधिक भयावह योद्धा असलेल्या भगवान रुद्राने हिंसाचाराचा त्याग केला होता. मात्र त्याची शस्त्रे त्याच्या हाताजवळच पडलेली होती. याचाच अर्थ त्याचा कायदा मोडण्याची हिंमत करणाऱ्या कोणावरही त्याने ती चालवली असती, असेच शिल्पकाराला त्यातून सूचित करायचे होते. युद्धातील पराक्रम दर्शवणाऱ्या आणि कोणत्याही

योद्ध्यासाठी अभिमानास्पद ठरणाऱ्या जखमांचे व्रण भगवान रुद्राच्या शरीरावर दाखवण्यासही शिल्पकार विसरला नव्हता. त्यापैकी एक व्रण भगवान रुद्राच्या उजव्या कानशिलापासून डाव्या गालापर्यंत दिसत होता. त्याने लांब दाढी आणि मिशा राखल्या होत्या. त्यांच्या अनेक पिळांमध्ये आणि दाढीत काही मणी गुंडाळले गेल्याचे दिसत होते

''आपल्या दाढीत अशा प्रकारे कोणी दागिन्यासारखे मणी घालत असल्याचं भरतवर्षात तरी मी पाहिलेलं नाही,'' शिव अथिथिग्वाला म्हणाला.

''परीहा या भगवान रुद्राच्या जन्मभूमीतील ती प्रथा आहे, प्रभू.''

''परीहा?''

''होय, प्रभू. पऱ्यांची भूमी. भारताच्या पश्चिम सीमेच्या पलीकडे हिमालय या आमच्या महान पर्वताच्याही पलीकडे ही भूमी आहे.''

शिवाने पुन्हा एकदा वळून भगवान रुद्राच्या मूर्तीकडे पाहिले. त्या मंदिरात त्याच्या मनात भयाची भावना निर्माण झाली होती. एखाद्या देवाविषयी अशा प्रकारची भावना मनात निर्माण होणे ही चुकीची गोष्ट होती का? देवाविषयी मनात प्रीतीच निर्माण झाली पाहिजे, असे नेहमीच समजले जात नाही का? आदर? आश्चर्य? पण भीती का बरं दाटून यावी?

''*कारण काही वेळा फक्त भीतीशिवाय मन इतर कोणत्याही गोष्टीकडे वेधलंच जात नाही. आपली उद्दिष्टं साध्य करण्यासाठी भगवान रुद्राला त्याच्याविषयी भय निर्माण करून लोकांना स्फूर्ती देण्याची गरज होती.*''

शिवाला आपल्या मस्तकातील 'तो' आवाज ऐकू आला. तो खूप दूरवरून आल्यासारखा भासत होता, परंतु तो अत्यंत स्पष्ट होता. तो वासुदेव पंडित होता, हे शिवाला ठाऊक होते.

''*पंडितजी तुम्ही कुठे आहात?*''

''*अदृश्य आहे, नजरेला पडणार नाही प्रभू नीलकंठ. आता तिथे अनेक लोक आहेत.*''

''*मला तुमच्याशी बोलण्याची गरज आहे.*''

''*पुन्हा कधी तरी चांगल्या वेळी, माझ्या मित्रा. पण जर तुला माझा आवाज ऐकू येत असेल, तर तुझ्या अत्यंत तत्त्वनिष्ठ अनुयायानं आर्त आवाजात मारलेली हाक तुला ऐकू येत नाही का?*''

“अत्यंत तत्त्वनिष्ठ अनुयायी?”

आता तो आवाज शांत झाला होता. चिंताग्रस्त होत शिव मागे वळला.

■■

प्रकरण ६

अगदी पर्वतही ढासळू शकतो

"आडोशाला जा!" पार्वतश्वर ओरडला.

भगीरथाने आणि त्याने ब्रंगांच्या इमारतीत प्रवेश केल्याबरोबर त्यांचे दगडांच्या भडिमाराने स्वागत झाले.

त्या इमारतीच्या आतल्या बाजूला मध्यभागी प्रवेशद्वाराजवळ अतिभव्य सभागृह होते. त्याच्या सर्व बाजूंनी गच्च्या होत्या आणि त्यांची प्रवेशद्वारे बाहेरच्या बाजूला उघडत होती. ती एक अत्यंत हुशारीने केलेली रचना होती. तिच्यामुळे नैसर्गिक सूर्यप्रकाश आणि ताजी हवा कोणत्याही अडथळ्याशिवाय आत खेळती राहत होती. पावसापासून संरक्षणासाठी त्या सभागृहावर आत ओढून घेता येण्याजोगे छप्पर बांधण्यात आले होते. मात्र त्यावेळी तरी सूर्यवंशीयांसाठी ते सभागृह मृत्यूची खाईच ठरले होते. त्या सभागृहाच्या प्रत्येक प्रवेशद्वारातून सूर्यवंशीयांवर दगडांचा वर्षाव होत होता.

क्षेपणास्त्राप्रमाणे वापर केलेल्या एका मोठ्या दगडाने पार्वतेश्वराच्या डाव्या खांद्याचा वेध घेतला. आपल्या खांद्याचे हाड मोडल्याचे त्याच्या लक्षात आले. रागाने बेभान झालेल्या पार्वतेश्वराने आपला दंडुका उंच धरला आणि तो त्वेषाने ओरडला, "हर हर महादेव!"

"हर हर महादेव!" त्याच्यापाठोपाठ सूर्यवंशींनीही जोरदार घोषणा केली.

ते देव होते! किरकोळ दगड त्यांना थोपवू शकणार नव्हते. सूर्यवंशींनी पायऱ्यांवर चढाईस सुरुवात केली. मार्गात येणाऱ्या प्रत्येकाला ते अक्षरशः सोट्याने हाणत होते; झोडपून काढत होते. त्यांनी महिलांनाही सोडले नाही. ते त्वेषाने लढत असले, तरीही पार्वतेश्वराच्या सूचनांविषयी ते जागरूक होते. डोक्यावर घाव घालायचा नाही. त्यांनी ब्रंगांना जखमी केले; पण कोणालाही ठार मारले नाही.

सूर्यवंशींच्या कठोर आणि शिस्तबद्ध आक्रमणासमोर ब्रंगांनी माघार घेण्यास सुरुवात केली, लवकरच सूर्यवंशी त्या इमारतीच्या अगदी वरपर्यंत चढाई करून गेले. तिथे कोणीही नेता नसल्याचे पाहून पार्वतेश्वराला आश्चर्य वाटले. ब्रंग लोक म्हणजे धाडसीपणाने लढणारा नेतृत्वहीन, विस्कळीत जमाव होता. पण ते अत्यंत संहारकपणे आणि अनधिकृतपणे लढत होते. इमारतीच्या सर्वात वरच्या भागात सर्व सूर्यवंशी पोहोचले, तेव्हा साहजिकच सर्व ब्रंग हे इमारतीच्या खालच्या भागात होते. प्राणांतिक यातनांनी ते तळमळत होते; परंतु ते जिवंत होते.

त्यानंतर पार्वतेश्वराने एक आवाज ऐकला. कित्येक ब्रंगांच्या यातनामय, क्षोभजनक आवाजातही तो भयानक गोंगाट लपून राहिला नव्हता. शेकडो अर्भके दुःखातिरेकाने गळा काढून रडत असल्यासारखा तो आवाज होता. जणू काही एखाद्या गोष्टीवर त्यांचे आयुष्य अवलंबून असावे, त्याप्रमाणे ती जोरजोरात आक्रोश करत असावीत, असे वाटत होते.

ब्रंग लोक भीषण धर्मकृत्ये पार पाडत असल्याची अफवा पार्वतेश्वराने ऐकली होती. अत्यंत भीषण गोष्ट घडण्याच्या भयापोटी ज्या खोलीतून तो आवाज येत होता, त्या खोलीकडे त्याने धाव घेतली. जोरदार लाथ मारून सरलष्करप्रमुखाने तो दरवाजा सताड उघडला. त्याला समोर जे दृश्य दिसले, त्यामुळे तो उद्विग्न झाला. त्याचे मन तिरस्काराने भरून गेले. मुंडके उडवलेल्या मोराचे मृत शरीर खोलीच्या एका कोपऱ्यात पडलेले होते. त्याचे रक्त एका भांड्यात भरले जात होते. त्याच्याभोवती कित्येक स्त्रिया होत्या. प्रत्येकीकडे यातनेने विव्हळणारे अर्भक होते. काही अर्भकांच्या तोंडाला रक्त लागलेले होते. भयचकित झालेल्या पार्वतेश्वराने आपला दंडुका खाली टाकला आणि त्याने आपली तलवार उपसली. अचानक त्याच्या डावीकडून त्याच्यावर हल्ला झाला. त्याला प्रत्युत्तर देण्याचीही उसंत मिळाली नाही. एकदम आपल्या डोक्यात तीव्र वेदना होत असल्याची जाणीव त्याला झाली. त्याच्या नजरेसमोर संपूर्ण अंधार पसरला.

भगीरथाने किंकाळी फोडली. सूर्यवंशींप्रमाणेच त्यानेही आपली तलवार उपसली. पार्वतेश्वरावर हल्ला करणाऱ्या व्यक्तीच्या शरीरात आपली तलवार तो खुपसणारच होता; एवढ्यात एक स्त्री ओरडली,

''कृपा करून थांबा, मारू नका!''

भगीरथ थांबला. ती स्त्री गर्भवती असल्याचे अगदी स्पष्ट दिसत होते.

तो ब्रंग माणूस आपला दंडुका पुन्हा एकदा उगारण्याच्या तयारीतच होता. पण ती स्त्री पुन्हा एकदा ओरडली, ''नको!''

त्या व्यक्तीने तिच्या आज्ञेचे पालन केल्याचे पाहून भगीरथाच्या आश्चर्याला पारावर उरला नाही.

मागच्या बाजूला असलेल्या इतर ब्रंग स्त्रिया त्यांचे ते घृणास्पद धार्मिक कृत्य पार पाडत होत्या.

''थांबवा ते!'' भगीरथ ओरडला.

त्या गर्भवती ब्रंग स्त्रीने भगीरथाचे पाय धरले. ''नाही, शूर राजकुमारा. आम्हांला थांबवू नकोस. मी तुझ्याकडे भिक्षा मागते.''

''उच्च धर्मोपदेशिके, तू हे काय करते आहेस?'' त्या पुरुषाने विचारले. ''स्वतःची अशी मानखंडना करून घेऊ नकोस.''

भगीरथाने पुन्हा एकदा त्या दृश्याकडे पाहिले आणि त्यावेळीच खरा प्रकार त्याच्या लक्षात आला. तो स्तंभित झाला. ज्या मुलांना रक्त मिळाले नव्हते, तीच मुले रडत होती. त्यांचे हात, पाय यातनांनी वेडेवाकडे झाले होते. जणू काही एखादी दुष्ट शक्ती त्यांच्या चिमुकल्या शरीरांना पिळून काढत होती. मोराच्या शरीरातील थोडेसे रक्त त्या अर्भकांच्या तोंडात टाकल्यावर ती मुले शांत होत होती.

धक्का बसल्यामुळे भगीरथ पुटपुटला, ''हा काय मूर्खपणा...''

''कृपा करा,'' ब्रंगांची ती धर्मोपदेशिका म्हणाली, ''आमच्या अर्भकांसाठी आम्हांला याची गरज आहे. ते मिळालं नाही, तर ती मरून जातील. मी तुमच्यासमोर पदर पसरते, भीक मागते. आम्हांला त्यांना वाचवू द्या.''

भगीरथ स्तब्ध झाला. त्याची मति गुंग झाली.

''महाराज!'' वीरभद्र म्हणाला, ''सरलष्करप्रमुख,''

भगीरथाने त्वरित खाली वाकून पार्वतेश्वराची नाडी पाहिली. हृदयाचे ठोके

तपासले. त्याच्या हृदयाची स्पंदने सुरू होती; परंतु नाडी क्षीण झाली होती. ''सूर्यवंशीनो, सरलष्करप्रमुखांना आयुरालयात नेण्याची गरज आहे. तातडीनं चला. आपल्याकडे फारसा वेळ नाही.''

आपल्या नेत्याची स्थिती पाहताच सूर्यवंशी पार्वतेश्वराकडे धावले. त्याला तातडीने रुग्णालयात नेण्याची आवश्यकता होती.''

— ᛉ᛫◯◯ ᙀ ⇡ ⊛ —

खुल्या दरवाजातून आयुर्वती आत आली. पार्वतेश्वराच्या जखमेवर उपचार करण्याचे ज्ञान चंद्रवंशी वैद्यांकडे नव्हते. त्यामुळे आयुर्वतीला तातडीने पाचारण करण्यात आले.

शिव आणि सतीही त्वरेने तिथे पोहोचले. आयुर्वतीच्या चेहऱ्यावरील खिन्न भाव पाहून सतीच्या काळजात कळ उठली.

''ते किती लवकर बरे होतील, आयुर्वती?'' शिवाने विचारले.

आयुर्वतीने एक खोल श्वास घेतला. ''प्रभू, त्या दंडुक्याचा घाव सरदारांच्या मर्मस्थानावरच बसला आहे. उजव्या कानशिलावर तो घाव बसला आहे. त्यांना गंभीर अंतर्गत रक्तस्राव होत आहे. हा रक्तपात त्यांच्या जिवावरही बेतू शकतो.''

शिवाने आपला ओठ चावला.

''मी.......'' आयुर्वती म्हणाली.

''जर त्यांना कोणी वाचवू शकत असेल, तर ती तूच आहेस आयुर्वती!''

''एवढ्या गंभीर जखमेवर कोणताही वैद्यकीय उपचार नाही, प्रभू. आपण मेंदूवर शस्त्रक्रिया करू शकतो, पण रुग्ण बेशुद्धावस्थेत असताना ती करता येत नाही. शस्त्रक्रियेसाठी आपण स्थानिक वेदनाशामक पदार्थ वापरू शकतो. त्यामुळे शुद्धीवर असणारा रुग्ण आपल्या कृतींतून आपल्याला मार्गदर्शन करत असतो. पार्वतेश्वर बेशुद्धावस्थेत असताना असा धोका पत्करणं ही गोष्ट त्या जखमेपेक्षाही अधिक घातक ठरू शकते.''

सतीच्या डोळ्यांतून अश्रुपात सुरू झाला होता.

''आपण असं होऊ देऊ शकत नाही, आयुर्वती,'' शिव म्हणाला, ''नाही. ते शक्यच नाही.''

"मला ते माहिती आहे, प्रभू!" आयुर्वती म्हणाली.

"मग यावर विचार कर. कोणतं तरी औषध शोध. तू आयुर्वती आहेस. आम्ही नाही," शिव म्हणाला.

"मला ते माहिती आहे, प्रभू!"

"मग काहीतरी कर. विचार कर. तू आयुर्वती आहेस. जगातील सर्वोत्तम वैद्य."

"माझ्या मनात फक्त एकच उपाय आहे, प्रभू," आयुर्वती म्हणाली. "पण तरीही त्याचा उपयोग होईल का याविषयी मी साशंक आहे."

"सोमरस?" शिवाने विचारले.

"तुम्हांला ते मान्य आहे?"

"होय. त्याचा उपयोग कर."

आपल्या साहाय्यकांना शोधण्यासाठी आयुर्वती लगबगीने बाहेर पडली.

चिंताग्रस्तपणे शिव सतीकडे वळला. पार्वती आपल्या पितृतुल्यांच्या किती निकट आहे, हे त्याला माहिती होते. तिला होणाऱ्या या दुःखाचा परिणाम कदाचित अद्याप जन्म न झालेल्या त्यांच्या बाळावरही होण्याची शक्यता होती.

"ते ठीक होतील. माझ्यावर विश्वास ठेव."

"तो सोमरस आहे तरी कुठे?" संतप्त शिवाने विचारले.

"मला माफ करा, प्रभू,"अथिथिग्वा म्हणाला, "पण आमच्याकडे मोठ्या प्रमाणात सोमरस नाही. आयुरालयांमध्ये आम्ही सोमरस ठेवत नाही."

"तो आणला जातो आहे, प्रभू," आयुर्वतीने खात्री देत सांगितले, "माझ्या तळावर मी मस्त्रकाला थोडा सोमरस आणण्यासाठी पाठवलं आहे."

शिव नैराश्याने चुकचुकला आणि पार्वतेश्वराच्या खोलीकडे वळला. "थोडा धीर धर, माझ्या मित्रा. आम्ही तुझे प्राण वाचवू. थोडा धीर धर."

आपल्या हातात एक लाकडी वाटी घेऊन मस्त्रकाने धापा टाकत प्रवेश केला. "देवी!"

"तुम्ही तो योग्य रितीनं बनवला आहे ना?"

"होय, देवी."

पार्वतेश्वराच्या कक्षाकडे आयुर्वती लगबगीने गेली.

— ⅄ 𐊁 ⅂ ⇑ ⊗ —

कक्षातील लांबवर असलेल्या कोपऱ्यातील एका पलंगावर पार्वतेश्वर झोपला होता. मस्त्रक आणि ध्रुविणी या आयुर्वतीच्या साहाय्यिका त्याच्या पलंगाच्या शेजारी बसून त्याच्या पायांच्या नखांखालच्या त्वचेला लिंबाच्या पानांचा रस चोळत होत्या. श्वासोच्छ्वास करणे सुलभ व्हावे म्हणून सरलष्करप्रमुखांच्या नाकाला एक हवा खेचणारी यंत्रणा बसवण्यात आली होती.

"रक्तस्राव थांबला आहे, प्रभू," आयुर्वती म्हणाली, "त्यामुळे त्यांची प्रकृती अधिक बिघडणार नाही."

सरदाराच्या नाकाला लावलेली ती यंत्रणा पाहून शिवाचे मन व्याकूळ झाले. पार्वतेश्वरासारख्या माणसाला अशा असाहाय्य अवस्थेत पडलेले त्याला पाहवत नव्हते. "मग या यंत्रणेची आवश्यकता का आहे?"

"श्वासोच्छ्वासावर नियंत्रण ठेवणाऱ्या मेंदूतील केंद्रांना रक्तस्रावामुळे इजा पोहचली आहे, प्रभू," आयुर्वती शांतपणे म्हणाली. कोणत्याही वैद्यकीय आणीबाणीच्या प्रसंगाला तोंड देत असताना ती अशीच शांत राहत असे. "पार्वतेश्वर स्वतःचा स्वतः श्वासोच्छ्वास करू शकत नाहीत. आपण जर ही यंत्रणा दूर केली, तर त्यांचा मृत्यू ओढवेल."

"मग तुम्ही त्यांचा मेंदू ठीक का करत नाही?"

"रुग्ण बेशुद्धावस्थेत असताना मेंदूवर शस्त्रक्रिया करता येत नाही, हे मी तुम्हांला आधीच सांगितलंय प्रभू. ते खूपच धोकादायक आहे. शस्त्रक्रियेच्या माझ्या साधनांमुळे कदाचित दुसऱ्याच एखाद्या महत्त्वपूर्ण कार्य करणाऱ्या मेंदूतील स्थानाला हानी पोहचू शकेल."

"सोमरस..."

"त्याच्यामुळे रक्तस्राव थांबला आहे, प्रभू. त्यांची प्रकृती स्थिर आहे. परंतु सोमरसामुळे त्यांच्या मेंदूची अवस्था सुधारेल, असं दिसत नाही."

"मग आपण काय करतो आहे?"

आयुर्वती शांत राहिली. तिच्याकडे कोणतेच उत्तर नव्हते. निदान कोणतेही व्यवहार्य उत्तर तरी नव्हते.

''यावर काहीतरी उपाय असलाच पाहिजे.''

''एक अंधुकशी शक्यता आहे, प्रभू,'' आयुर्वती म्हणाली, ''संजीवनी झाडाची साल. खरं तर सोमरसाचा तोही एक घटक असतो. मात्र तो अत्यल्प प्रमाणात असतो.''

''मग आपण त्याचा वापर का करत नाही?''

''तो फारच अस्थिर पदार्थ आहे. साल झपाट्याने विघटित होऊ लागते. जिवंत संजीवनी झाडापासूनच ती काढली पाहिजे आणि काढल्याबरोबर काही क्षणांतच तिचा वापरही केला गेला पाहिजे.''

''मग शोधा...''

''प्रभू, त्या वनस्पतीची लागवड इथे केली जात नाही. ती हिमालयाच्या पायथ्याशी नैसर्गिकरीत्या वाढते. आपल्याकडे मेलुहामध्ये तिची लागवड करण्यात आली आहे. पण तिथून ती प्राप्त करण्यासाठी काही महिन्यांचा कालावधी लागेल. आपण तिथून साल घेऊन परत येईपर्यंत त्या सालीचं पूर्णपणे विघटन झालेलं असेल.''

'काहीतरी मार्ग असलाच पाहिजे! हे पवित्र तळ्या, मला तो मार्ग दाखव!'

''महाराज,'' नंदी म्हणाला. नंदीला सरदाराच्या श्रेणीहून वरची श्रेणी देण्यात आली होती.

''बोला, नंदी,'' भगीरथ म्हणाला.

''कृपा करून तुम्ही माझ्याबरोबर येऊ शकाल का?''

''कुठे?''

''ते महत्त्वाचं आहे, महाराज.''

पार्वतेश्वर मृत्यूशी झुंज देत असताना आयुरालय सोडून नंदीबरोबर येण्यास नंदी करत असलेली विनंती भगीरथाला विचित्र वाटली. परंतु नंदी हा नीलकंठाचा निकटचा स्नेही होता. त्याहूनही अधिक महत्त्वाचे म्हणजे, नंदी हा स्थिरचित्त व्यक्ती

होता. तो भगीरथाला त्याच्याबरोबर कुठेतरी येण्याची करत असलेली विनंती नक्कीच महत्त्वपूर्ण असणार होती.

भगीरथ उठून नंदीपाठोपाठ गेला.

नंदी त्याला ब्रंगांच्या इमारतीकडे घेऊन जात असल्याचे पाहिल्यावर भगीरथाच्या आश्चर्याला पारावर उरला नाही.

“हे काय चाललंय, नंदी?”

“तुम्ही त्याला भेटलंच पाहिजे,” नंदी म्हणाला.

“कोणाला?”

“मला,” त्या इमारतीमधून बाहेर पडत एका उंच, काळ्या माणसाने म्हटले. त्याचे लांब केस तेल लावून चापूनचोपून विंचरलेले होते आणि त्यांची एक गाठ बांधण्यात आली होती. त्याचे डोळे हरणाच्या डोळ्यांसारखे टपोरे होते आणि गालाची हाडे उंच होती. त्याच्या त्वचेचा पोत अगदी स्वच्छ होता. त्याच्या उंच्यापुऱ्या देहयष्टीवर पांढरेशुभ्र धोतर होते. त्याने आपल्या खांद्यावर मलईसारख्या पिवळसर पांढऱ्या रंगाचे अंगवस्त्र टाकले होते. एका आयुष्यात व्यक्तीने जेवढे दुःख भोगू नये, तेवढे दुःख भोगावे लागलेल्या व्यक्तीसारखी त्याच्या चेहऱ्यावर विषण्ण, उदास छटा होती.

“तू कोण आहेस?”

“मी दिवोदास आहे. ब्रंगांचा इथला प्रमुख.”

भगीरथाने दातओठ चावले. “तुमच्या सगळ्या चोरट्या दुष्कृत्यांपासून सरलष्करप्रमुखांनी तुम्हांला वाचवलं आणि तुम्ही त्यांनाच मृत्यूच्या खाईत ढकलून दिलं?”

“मला माहीत आहे, महाराज. मुलांना वाचवण्याच्या कृत्यापासून सरदार आम्हांला परावृत्त करण्यासाठी आले आहेत, असं माझ्या माणसांना वाटलं. ती खरंच एक चूक होती. मी त्याबद्दल प्रामाणिकपणे तुमची क्षमा मागतो.”

“तू क्षमा मागितल्यामुळे त्यांचे प्राण वाचतील, असं तुला वाटतं?”

“नाही. त्यामुळे नाही. मला ते माहीत आहे. निश्चित असलेल्या मृत्यूच्या

दाढेतून त्यांनी आमच्या संपूर्ण जमातीला वाचवलं आहे. त्यांनी माझ्या पत्नीला आणि माझ्या न जन्मलेल्या मुलाला वाचवलं आहे. हे त्यांचं आमच्यावरचं ऋण आहे. ते आम्हांला चुकतं केलंच पाहिजे.''

ऋण चुकते करण्याच्या उल्लेखाने भगीरथ आणखीच क्रोधायमान झाला. ''तुला काय वाटतं, तुझं ते दीड दमडीचं सुवर्ण तुला या सगळ्यातून सहीसलामत सोडवू शकेल? माझे शब्द लक्षात ठेव. जर सरलष्करप्रमुखांना काहीही झालं, तर मी जातीनं इथे येईन आणि तुमच्यापैकी प्रत्येकाला वेचून, वेचून ठार मारेन. अगदी प्रत्येकालाच!''

दिवोदास शांत राहिला. त्याचा चेहरा निर्विकार होता.

''महाराज,'' नंदी म्हणाला, ''आपण त्याचं म्हणणं ऐकून घेऊ या.''

भगीरथाने संतप्तपणे होकार दिला.

''सुवर्ण म्हणजे काहीच नाही, महाराज,'' दिवोदास म्हणाला, ''आमच्याकडे घरांमध्ये ते पोतीच्या पोती भरून पडलेलं आहे. तरीही त्याच्यामुळे आमच्या यातनांतून आमची सुटका होऊ शकत नाही. जीवनाएवढं काहीही महत्त्वाचं नाही. जीवनाएवढं कशालाच मोल नाही. ज्यावेळी रोजच्या रोज तुम्हांला मृत्यूला सामोरं जाण्याची वेळ येते, त्यावेळी या मुद्द्यातील साधेपणाची तुम्हांला जाणीव होते.''

भगीरथ स्तब्ध राहिला.

''सरलष्करप्रमुख पार्वतेश्वर शूर आणि सन्माननीय गृहस्थ आहेत. माझ्या पूर्वजांच्या नावाने घेतलेली शपथ मी त्यांच्यासाठी आज मोडत आहे. त्यामुळे जन्मभर माझ्या आत्म्याचा मी धिःक्कार करत राहीन, याची मला कल्पना असूनही मी ते करणार आहे.''

भगीरथाच्या कपाळावर आठ्या पडल्या. तो विचारमग्न झाला.

''ब्रंग नसलेल्या कोणालाही हे औषध देण्याची खरं तर मला मुभा नाही. पण सरलष्करप्रमुखांसाठी तुम्हांला ते मी देत आहे. त्यांच्या कानशिलांवर आणि नाकपुड्यांवर ते लावण्यास तुमच्या वैद्यांना सांगा. ते जिवंत होतील.''

त्या माणसाने दिलेल्या त्या छोट्याशा रेशमी थैलीकडे भगीरथाने संशयाने पाहिले.

''हे काय आहे?''

''ते काय आहे, ते तुम्हांला माहिती असण्याची आवश्यकता नाही, महाराज.

तुम्हांला एकच गोष्ट माहिती असली तरी तेवढं पुरेसं आहे, ती म्हणजे यामुळे सरदार पार्वतेश्वरांचे प्राण वाचणार आहेत.''

``हे काय आहे?''

भगीरथाने तिच्याकडे नुकत्याच दिलेल्या रेशमी थैलीकडे आयुर्वती पाहत होती.

``त्यानं काहीही फरक पडत नाही. ते फक्त त्यांच्या कानशिलांवर आणि नाकपुड्यांवर चोळा. त्यामुळे त्यांचे प्राण वाचतील.''

आयुर्वती विचारात पडली.

``देवी आयुर्वती, लावून बघायला काय हरकत आहे?'' भगीरथाने विचारले.

आयुर्वतीने थैली उघडली. तिला त्यात लालसर-तपकिरी रंगाचा जाडसर लगदा दिसला. तिने त्या लगद्याचा वास घेतला आणि ती स्तंभित झाली. ``तुम्हांला हे कुठून मिळालं?''

``त्यानं काहीही फरक पडत नाही. ती वापरा.''

आयुर्वती भगीरथाकडे रोखून पाहत राहिली. तिच्या मनात शेकडो प्रश्न पिंगा घालू लागले. परंतु तिला सर्वांत महत्त्वाची गोष्ट प्रथम करायची होती. पार्वतेश्वराचे प्राण या लगद्यामुळे नक्कीच वाचतील, हे तिला माहिती होते.

पार्वतेश्वराने हळूहळू आपले डोळे उघडले. त्याचा श्वासोच्छ्वासही मंदपणे होत होता.

``माझ्या मित्रा,'' शिव कुजबुजत्या आवाजात म्हणाला.

``प्रभू,'' पार्वतेश्वरही तशाच कुजबुजत्या आवाजात म्हणाला. तो उठण्याचा प्रयत्न करू लागला.

``नाही. उठू नका!'' शिवाने हळुवारपणे पार्वतेश्वराला पाठीवर झोपण्यास मदत करत म्हटले. ``तुम्हांला विश्रांतीची गरज आहे. तुम्ही भडक माथ्याचे

आहात, पण तुमचा माथा एवढाही भडक आणि कडक नाही.''

पार्वतेश्वर म्लानपणे हसला.

सरलष्करप्रमुखाच्या मनात प्रथम कोणता प्रश्न आला असेल, याची शिवाला कल्पना होती. ''सगळे ब्रंग लोक सुरक्षित आहेत. तुम्ही जे काम केलं, ते खरंच खूपच सुज्ञपणाचं होतं.''

''मला माहिती नाही, प्रभू. मला प्रायश्चित्त घेतलंच पाहिजे. मी पाप केलं आहे.''

''तुम्ही काय केलंय? तुम्ही तर लोकांचे प्राण वाचवले. त्यासाठी कोणत्याही प्रकारच्या प्रायश्चित्ताची गरज नाही.''

पार्वतेश्वराने उसासा टाकला. त्याच्या डोक्यात अजूनही घणाचे घाव बसल्याप्रमाणे त्याला वाटत होते.

''ते एक अत्यंत घृणास्पद धार्मिक कृत्य करत होते...''

''त्याविषयी विचार करू नकोस, माझ्या मित्रा. या क्षणी तुम्हांला विश्रांतीची गरज आहे. तुम्हांला कोणीही त्रास देऊ नये, अशी कडक सूचना आयुर्वतीने दिली आहे. मीही जातो. मी तुम्हांला आता एकट्यालाच सोडतो. थोडीशी झोप घेण्याचा प्रयत्न करा.''

''आनंदमयी!''

भगीरथाने आपल्या बहिणीला रोखण्याचा प्रयत्न केला. पार्वतेश्वर विश्राम करत असलेल्या आयुरालयाच्या कक्षाकडे आनंदमयी लगबगीने निघाली होती. शहराजवळच असलेल्या एका आश्रमात दिवसभर संगीताचे धडे घेण्यासाठी ती आदल्या दिवशी गेली होती. ती धावतच आपल्या भावाच्या बाहुपाशांत विसावली.

''ते ठीक आहेत ना?''

''होय,'' भगीरथ म्हणाला.

आनंदमयीने संतप्तपणे विचारले, ''हे सगळं कुणा बदमाशानं केलं? त्या कुत्र्याला तू ठार मारलंच असशील, असं मला वाटतं.''

''या बाबतीत नेमकं काय करायचं, ते आपण पार्वतेश्वरांनाच ठरवू देऊ या.''

‘‘त्यांच्या कानशिलावर जोराचा घाव बसला, असं मी ऐकलं. शिवाय अंतर्गत रक्तस्त्रावही झाल्याचं मला समजलं.’’

‘‘होय.’’

‘‘भगवान अग्नी दयाळू आहे. या गोष्टी प्राणघातकही ठरल्या असत्या.’’

‘‘होय. पण ब्रंगांनी दिलेल्या एका औषधामुळे त्यांचे प्राण वाचले.’’

‘‘ब्रंगांनी दिलेल्या? सुरुवातीला त्यांनी जवळजवळ त्यांचे प्राणच घेतले होते आणि नंतर त्यांना वाचवण्यासाठी त्यांनीच औषध दिलं? त्यांच्या मूर्खपणाला काहीच सीमा नाही का?’’

‘‘दिवोदास या त्यांच्या नेत्यानं ते औषध दिलं. काही तासांपूर्वीच तो काशीत आला आणि त्याला या घटनेविषयी समजलं. तो चांगला माणूस असावा, असं दिसतं.’’

ब्रंगांच्या नेत्याविषयी ऐकण्यात आनंदमयीला काहीही स्वारस्य नव्हते. ‘‘पार्वतेश्वर उठले आहेत का?’’ तिने विचारले.

‘‘होय. प्रभू नीलकंठ नुकतेच त्यांना भेटले आहेत. त्यानंतर पार्वतेश्वर पुन्हा निद्राधीन झाले आहेत. आता त्यांच्या प्रकृतीचा धोका टळला आहे. काळजी करू नकोस.’’

आनंदमयीने मान डोलावली. तिचे डोळे ओलावले होते.

‘‘आणि आणखी एक सांगायचं म्हणजे,’’ भगीरथ म्हणाला, ‘‘मलाही जखमा झाल्या होत्या आणि माझ्या जखमाही आता भरून आल्या आहेत.’’

आनंदमयी जोरजोरात हसू लागली. ‘‘मला माफ कर, बंधो! मी तुलाही विचारायला हवं होतं.’’

भगीरथाने एक नाट्यमय पवित्रा घेतला. ‘‘तुझ्या बंधूला कोणीही जखमी करू शकत नाही. चंद्रवंशींचा तो एक कायमस्वरूपी महान योद्धा आहे.’’

‘‘तुला कोणीही जखमी करू शकत नाही, कारण तू पार्वतेश्वरांच्या आड लपला असशील,’’ आनंदमयी म्हणाली.

भगीरथ जोरजोरात हसू लागला आणि आपल्या भगिनीची काहीतरी चेष्टा करण्याच्या मिषाने तो तिच्याजवळ गेला. आनंदमयीने त्याला आपल्या मिठीत ओढून घेतले.

‘‘जा,’’ भगीरथ म्हणाला, ‘‘त्यांना पाहिल्यावर तुला कदाचित अधिक बरं

वाटेल.''

आनंदमयीने मान डोलावली. तिने पार्वतेश्वराच्या खोलीत प्रवेश केला आणि त्याच वेळी दुसऱ्या कक्षातून आयुर्वती बाहेर पडली. ''महाराज, ''

''बोला, देवी आयुर्वती.'' भगीरथ म्हणाला.

''प्रभू नीलकंठांना आणि मला आपल्याशी बोलायचं आहे. तुम्ही माझ्याबरोबर येऊ शकाल का?''

''अर्थातच!''

— ⅄ ◎ ⊔ ⇑ ⊛ —

''भगीरथा, तुला हे औषध कुठून मिळालं?'' शिवाने विचारले.

शिवाचा स्वर ऐकून भगीरथ चकित झाला. प्रभू नेहमीच दयाळूपणाने वागत असत. मात्र त्यावेळी ते निर्विकार भासत होते. शिवाय संतप्त झाल्याचेही दिसत होते.

''काय घडलंय प्रभू?'' भगीरथाने चिंतायुक्त स्वरात विचारले.

''माझ्या प्रश्नाचं उत्तर दे, राजकुमारा. तुला ते औषध कुठून मिळालं?''

''ब्रंगांकडून.''

शिवाने भगीरथाच्या डोळ्यांत रोखून पाहिले. आपल्या शब्दांवर विश्वास ठेवणे नीलकंठाला कठीण जात असल्याचे भगीरथाच्या लक्षात आले.

''मी असत्य भाषण करत नाही, प्रभू,'' भगीरथ म्हणाला, ''आणि मी का असत्य बोलेन? या औषधानं तर सरलष्करप्रमुखांचे प्राणही वाचवले आहेत.''

शिव त्याच्याकडे त्याच पद्धतीने एकटक पाहत होता.

''प्रभू, नेमकी समस्या तरी काय आहे?''

''महाराज, नेमकी समस्या मी सांगते,'' आयुर्वती म्हणाली, ''हे औषध सप्तसिंधुमध्ये कोणाकडेही उपलब्ध नाही. हे औषध संजीवनीच्या सालीपासून तयार करण्यात आलं आहे, हे मी खात्रीनं सांगू शकते. मात्र संजीवनीपासून बनवण्यात आलेलं कोणतंही औषध लगेच विघटित होऊ लागतं. जिवंत वनस्पतीपासून लगेच तयार करून तातडीनं वापरल्याखेरीज त्याचा वापर करणं शक्य नसतं. या औषधाचं स्थिरीकरण करण्यात आलं आहे. ते लगद्याच्या स्वरूपात

आहे. आपण त्याचा वापर करू शकतो.''

''मला क्षमा करा, देवी आयुर्वती, पण नेमकी कोणती समस्या आहे, ते अजूनही माझ्या लक्षात आलेलं नाही.''

''संजीवनीचं स्थिरीकरण करण्यासाठी दुसऱ्या एका विशिष्ट वनस्पतीच्या लाकडाच्या चुऱ्यातील घटकाची आवश्यकता असते. सप्तसिंधु प्रदेशात त्या वनस्पतीची लागवड केली जात नाही. इथे ती उगवत नाही.''

भगीरथ विचारात पडला.

''ही वनस्पती फक्त नर्मदा नदीच्या दक्षिण भागातच उगवते. नागांच्या प्रदेशात ती उगवते.''

अयोध्येचा राजकुमार जागीच थिजून गेला. नीलकंठ कोणता विचार करत असेल, याची त्याला कल्पना आली. ''प्रभू, माझा नागांशी काहीही संबंध नाही. ब्रंगांचा सरदार दिवोदास याच्याकडून मला हे औषध मिळालं. मी अयोध्येची शपथ घेऊन सांगतो. माझ्या प्रिय भगिनीची शपथ घेऊन सांगतो. माझा नागांशी काडीचाही संबंध नाही.''

शिव भगीरथाकडे तसाच एकटक पाहत राहिला. ''मला दिवोदासाला भेटायचं आहे.''

''प्रभू, मी शपथपूर्वक सांगतो, की माझा नागांशी काडीचाही संबंध नाही.''

''राजकुमार भगीरथ, येत्या तासाभरात दिवोदासला माझ्यासमोर हजर कर,'' शिव म्हणाला.

भगीरथाच्या हृदयाची धडधड आणखी वाढली. ''प्रभू, कृपा करून माझ्यावर विश्वास ठेवा...''

''त्याविषयी आपण नंतर बोलूया, राजकुमार भगीरथ,'' शिव म्हणाला, ''कृपा करून दिवोदासला घेऊन ये.''

''मला वाटतं, राजे अथिथिग्वा यांनी उद्या सकाळीच दिवोदासला आपल्या भेटीसाठी पाचारण केलंय. त्याची सारी व्यवस्था त्यांनी केलेली आहे, प्रभू.''

किंचित बारीक डोळे करून शिवाने भगीरथाकडे एकटक पाहिले.

''दिवोदासने तातडीनं इकडे यावं, अशी मी लगेच व्यवस्था करतो, प्रभू!'' भगीरथ तातडीने कक्षाबाहेर पडत म्हणाला.

— ⚹ —

पार्वतेश्वराच्या पलंगाशेजारी ठेवण्यात आलेल्या आसनावर आनंदमयी शांतपणे बसली होती. सरलष्करप्रमुख पार्वतेश्वर गाढ निद्रेत होता. त्याचा श्वासोच्छ्वास मंदपणे सुरू होता. राजकुमारीने आपली बोटे हळूहळू पार्वतेश्वराच्या खांद्यावरून, हातांवरून फिरवली आणि नंतर त्याच्या बोटांपर्यंत आणली. सरलष्करप्रमुखाचे शरीर थोडेसे कंपायमान झाल्यासारखे वाटले.

आनंदमयी हळुवारपणे हसली. "तुम्ही काहीही शपथा का घेतलेल्या असेनात; पण शेवटी तुम्हीही एक पुरुषच आहात तर!"

एखाद्या प्रतिक्षिप्त क्रियेप्रमाणे पार्वतेश्वराने आपला हात तिच्या हातातून काढून घेतला. तो झोपेत काहीतरी बरळत होता. आनंदमयीला ते ऐकू यावे, एवढा त्याचा आवाज स्पष्ट नव्हता. त्यामुळे ती पुढे झुकली.

"माझी शपथ मी कधीच मोडणार नाही......पिताजी. हे माझं....दशरथ वचन आहे. मी कधीच मोडणार नाही.......माझी शपथ."

प्रभू रामाच्या पित्याचे नाव दशरथ होते. 'दशरथ वचन' हा शब्द वचनातील दृढता दाखवण्यासाठी आणि दशरथाविषयीचा आदर व्यक्त करण्यासाठी वापरला गेला होता. याचा वापर नेहमीच कधीही न मोडल्या जाणाऱ्या वचनासाठी केला जात होता. आनंदमयीने डोके हलवले आणि एक उसासा सोडला. पार्वतेश्वराने आपल्या ब्रह्मचर्याच्या शपथेचा पुनरुच्चार केला होता.

"माझी शपथ मी मोडणार नाही."

आनंदमयीने स्मित केले. "आपण ते बघूच या."

— ⚹ —

"प्रभू," नीलकंठाच्या पायांना स्पर्श करण्यासाठी दिवोदास तत्काळ खाली वाकला.

"आयुष्यमान भव, दिवोदास," शिवाने त्या माणसाला आशीर्वाद दिला.

"तुम्हाला भेटणं हा माझा केवढा मोठा सन्मान आहे, प्रभू. आता आमचे अंधकारमय दिवस नष्ट झाले आहेत. तुम्ही आमच्या सगळ्या समस्या सोडवाल.

आम्ही घरी जाऊ शकू.''

''घरी जाऊ शकू? तुम्हांला अजूनही परत जाण्याची इच्छा आहे?''

''ब्रंग हा माझा आत्मा आहे. तिथे जर महामारीची साथ आली नसती, तर मी कधीच माझ्या जन्मभूमीचा त्याग केला नसता.''

आपल्याला चिंताग्रस्त बनवत असलेल्या मुद्द्याकडे वळण्यापूर्वी शिव विचारमग्न झाला.

''तू एक चांगला माणूस आहेस, दिवोदास. तू माझ्या मित्राचे प्राण वाचवलेस. त्यासाठी तू स्वतःच्या वचनाची किंमत मोजलीस.''

''माझ्यासाठी ती अभिमानास्पद बाब आहे, प्रभू. जे काही घडलं, त्या सगळ्याची मला पूर्ण कल्पना आहे. अटळ मृत्यूपासून सरलष्करप्रमुखांनी आमच्या जमातीला वाचवलं. आम्हांला त्या उपकारांची परतफेड करायची होती आणि तसं पाहिलं तर माझ्या लेखी त्यांचे उपकार अमूल्य आहेत. त्यांचं मोल करणं शक्यच नाही.''

''ते तुझ्यावर अवलंबून आहे, माझ्या मित्रा. तू आता सन्मानाची जी भाषा बोललास, ती लक्षात ठेवूनच माझ्या प्रश्नाचं उत्तर दे.''

दिवोदास विचारात पडला. त्याच्या कपाळावर आठ्या आल्या.

''तुझ्याकडे नागांकडचं औषध कसं काय आलं?'' शिवाने विचारले.

दिवोदास जागच्या जागीच थिजून गेला.

''माझ्या प्रश्नाचं उत्तर दे, दिवोदास,'' शिव हळुवारपणे म्हणाला.

''प्रभू.......''

''हे औषध फक्त नाग लोकच बनवू शकतात, हे मला माहिती आहे. प्रश्न फक्त एवढाच आहे, की ते तुझ्याकडे कसं काय आलं?''

दिवोदासला नीलकंठासमोर असत्य बोलायचं नव्हतं. पण तरीही सत्य बोलण्याचं त्याला भय वाटत होतं.

''दिवोदास, खरं बोल,'' शिव म्हणाला, ''असत्य सोडून इतर कोणत्याही गोष्टीमुळे मला संताप येत नाही. मला सत्य सांग. तुला मी अभय देतो. तसं वचन मी तुला देतो. सध्या मी नागांच्या शोधात आहे.''

''प्रभू, मी कितपत सत्य बोलू शकेन, ते मी सांगू शकत नाही. माझ्या जमातीला दर वर्षी या औषधाची गरज भासते. काही दिवसांचा जरी विलंब झाला तरी किती

गोंधळ होऊ शकतो, हे तुम्ही पाहिलंतच. हे औषध मिळालं नाही, तर ते मरण पावतील, प्रभू.''

''त्या नीच लोकांचा शोध कुठे घ्यायचा, याविषयी मला सांग आणि मी तुला शब्द देतो, की दर वर्षी तुम्हांला औषध मिळत राहील.''

''प्रभू.....''

''हा माझा शब्द आहे, दिवोदास. तुम्हांला नेहमीच तुमचं औषध मी मिळवून देईन. एवढी एकच गोष्ट करण्यासाठी माझं पुढचं सारं आयुष्य जरी मला खर्ची घालावं लागलं, तरी हरकत नाही. मी तेही करेन. औषधाच्या कमतरतेमुळे तुझ्या जमातीमधील कुणीही मृत्यूला कवटाळणार नाही.''

दिवोदास कां कू करू लागला. त्यानंतर नीलकंठाविषयीच्या दंतकथेवरील त्याच्या गाढ श्रद्धेने अज्ञाताविषयीच्या भीतीवर मात केली. ''मी कधीही नाग लोकांना भेटलो नाही, प्रभू. अनेक लोकांचा असा विश्वास आहे, की त्यांनी ब्रंग देशाला शाप दिला आहे. दर वर्षीच्या उन्हाळ्यात तिथे न चुकता महामारीची साथ येते. त्यापासून आमचे प्राण वाचवणाऱ्या या औषधाचा पुरवठा फक्त नाग लोकच करतात. राजा चंद्रकेतूनं त्यासाठी नागांना प्रचंड प्रमाणात सुवर्ण दिलं आहे आणि त्या बदल्यात त्यांच्याकडून औषध आणण्यासाठी अनेक लोकांची नेमणूक करण्यात आली आहे.''

शिव स्तिमित झाला. ''याचा अर्थ राजा चंद्रकेतूला नागांशी व्यवहार करण्यास भाग पाडण्यात आलं? त्याला त्यांनी ओलीस ठेवलं आहे?''

''तो एक नीतिमान राजा आहे, प्रभू. ब्रंगामधून निसटून निर्वासित म्हणून अन्यत्र आसरा घेणाऱ्या आमच्यासारख्या लोकांनादेखील बाहेरच्या जगात स्थैर्य मिळावं, म्हणून त्यानं आम्हांला भरपूर सुवर्ण देऊन पाठवलं. औषधं मिळवण्यापुरतेच आम्ही दर वर्षी ब्रंगाला परत जातो.''

शिव स्तब्ध राहिला.

दिवोदासच्या डोळ्यांत किंचित पाणी तरळले. ''आमचा राजा हा महान व्यक्ती आहे, प्रभू. त्या दुष्टांबरोबर व्यवहार करून त्यानं स्वतःच्या आत्म्याला शापित बनवलं आहे. ब्रंगाच्या लोकांना वाचवणं एवढा एकमेव हेतूच त्यामागे आहे.''

शिवाने हळुवारपणे मान डोलावली. ''फक्त हा एकटाच राजा नागांबरोबर व्यवहार करतो आहे का? दुसरं कोणीही करत नाही?''

"माझ्या माहितीप्रमाणे तो आणि त्याचे काही विश्वासू सल्लागार, प्रभू. बाकी कोणीही त्यात गुंतलेलं नाही."

"एकदा का माझ्या पुत्राचा जन्म झाला, की आपण ब्रंगाला जाणार आहोत. तू माझ्याबरोबर यावंस, असं मला वाटतं."

"प्रभू!" धक्का बसल्यासारखा दिवोदास किंचाळला. "आमच्या भूमीत ब्रंगांखेरीज इतर कोणाही व्यक्तीला प्रवेश वर्ज्य आहे. आम्ही कोणालाही तिथे नेऊ शकत नाही. आमची गुपितं आमच्या सीमांच्या आतच राहिली पाहिजेत. माझ्या जमातीचं भवितव्य सध्या पणाला लागलं आहे. माझ्या भूमीचं भवितव्य पणाला लागलं आहे."

"हे सगळं तू, तुझी जमात किंवा मी या सर्वांहून खूपच मोठं आहे. हे भरतवर्षाविषयी आहे. आपल्याला नागांचा शोध घेतलाच पाहिजे."

दिवोदासने शिवाकडे दृष्टिक्षेप टाकला. त्याचा चेहरा विदीर्ण झाला होता. तो गोंधळात पडला होता.

"दिवोदास, मला वाटतं, मी तुम्हांला साहाय्य करू शकेन," शिव म्हणाला. "अशा प्रकारे आयुष्य ओढत राहणं योग्य आहे का? सातत्यानं नैराश्यग्रस्त होऊन दरवर्षी औषधांसाठी भीक मागत राहणं बरोबर आहे? तुमच्या जमातीला नेमका कशाचा त्रास होत आहे, याची कल्पनाही नसताना औषधं घेणं आणि त्यासाठी एवढी गुलामगिरी पत्करणं चांगलं आहे? आपल्याला हा प्रश्न सोडवावाच लागेल. मी ते करू शकेन. मात्र तुझ्या साहाय्याखेरीज नाही."

"प्रभू......"

"दिवोदास, जरा विचार कर. मोराच्या रक्त प्राशनाचे इतर काही दुष्परिणाम आहेत, असं मी ऐकलं आहे. नागांकडून आलेली औषधं तुमच्यापर्यंत वेळेवर पोहचली नाहीत, तर काय होईल? तुझ्या जमातीचं काय होईल? तुझ्या पत्नीचं? अद्याप जन्मही न झालेल्या तुझ्या बाळाचं? एकदाच आणि कायमचाच हा प्रश्न सुटावा, असं तुला वाटत नाही का?"

दिवोदासाने हळूहळू मान डोलावली.

"मग मला तुझ्या राज्यात घेऊन चल. नागांच्या पाशातून आपण तुझ्या राजाला आणि ब्रंगाला; तुझ्या जन्मभूमीला मुक्त करू या."

"होय, प्रभू!"

— ⅄ⵔⵡ ⥉ ⊛ —

"माझा नागांशी कोणत्याही प्रकारे काहीही संबंध नाही, असं मी शपथपूर्वक सांगतो, प्रभू," भगीरथ म्हणाला. आपली मान झुकवून तो उभा होता.

शिवाच्या कक्षाच्या प्रवेशद्वाराजवळ उभा असलेला नंदी त्याच्याकडे सहानुभूतीने पाहत होता.

"मी शपथ घेऊन सांगतो, प्रभू. मी तुमच्या विरोधात कदापिही जाणार नाही, कदापिही जाणार नाही."

"मी ते जाणतो," शिव म्हणाला, " त्या औषधाच्या उपलब्धीमुळे कदाचित मी हादरलो असेन. नंदी याविषयी माझ्याशी अगोदरच बोलला आहे. ते औषध तुझ्याकडे कसं आलं ते मला समजलंय. तुझ्याविषयी मी संशय घेतला, त्याबद्दल मला क्षमा कर."

"प्रभू," भगीरथ किंचाळला, "तुम्ही क्षमा मागण्याची मुळीच आवश्यकता नाही."

"नाही भगीरथ, जर मी चूक केली असेन, तर मीही क्षमा मागितलीच पाहिजे. यापुढे कधीही मी तुझ्यावर संशय घेणार नाही."

"प्रभू......"

शिवाने भगीरथाला जवळ ओढले आणि त्याला गाढ आलिंगन दिले.

— ⅄ⵔⵡ ⥉ ⊛ —

"आपल्या आगमनानं आम्हांला धन्य केल्याबद्दल आम्ही पुन्हा एकदा आपल्याविषयी कृतज्ञता व्यक्त करतो, महर्षी भृगू," मेलुहाची पंतप्रधान कनखला महर्षी भृगूंच्या चरणांना स्पर्श करून त्यांना नमस्कार करत म्हणाली.

"मी आता आपला निरोप घेते."

"आयुष्यमान भव, माझ्या बाळे!" महर्षी म्हणाले. त्यांच्या चेहऱ्यावर किंचित स्मित होते.

देवगिरी या मेलुहाच्या राजधानीत विरक्त महर्षी भृगू यांच्या अचानक झालेल्या आगमनाने कनखला चकित झाली होती. मात्र सम्राट दक्षाला या गोष्टीचे

यत्किंचितही आश्चर्य वाटल्याचे दिसत नव्हते. सप्तर्षींच्या या उत्तराधिकाऱ्याला कशा प्रकारे जगण्याची सवय होती, ते कनखलाला चांगलेच ठाऊक होते. हिमालयातील गुहा हे त्यांचे घर होते. त्या गुहेप्रमाणेच तिने त्यांचा कक्ष बनवून घेतला होता. एका दगडी पलंगाखेरीज त्या खोलीत अन्य कोणतेही सामान नव्हते. त्यावेळी महर्षी भृगू त्या दगडी पलंगावरच बसले होते. जमिनीवर आणि भिंतींवर थंडगार पाणी शिंपडण्यात आले होते. त्यामुळे हिमालयातील अत्यंत थंड आणि दमट हवामानासारखे हवामान त्या गुहेत तयार झाले होते. सगळ्या खिडक्यांवर जाड पडदे लावून प्रकाशाला खोलीत प्रवेश करण्यास मज्जाव करण्यात आला होता. खोलीत एका वाडग्यात फळे भरून ठेवण्यात आली होती. ऋषींच्या तेथील वास्तव्यातील दिवसांसाठी फक्त तेवढाच आहार पुरेसा होता. सर्वात महत्त्वाचे म्हणजे कक्षाच्या उत्तरेकडच्या टोकाच्या भिंतीवरच्या खळग्यावर भगवान ब्रह्मदेवाची मूर्ती टांगून ठेवण्यात आली होती.

दक्षाकडे वळण्यापूर्वी कनखलाने तिथून जाण्याची महर्षींनी प्रतीक्षा केली. आपल्या शांत, मधुर आवाजात ते दक्षाला म्हणाले, ‘‘तुमची याविषयी खात्री आहे, महाराज?’’

भृगूंच्या चरणांजवळ दक्ष खाली जमिनीवर बसला होता. ‘‘होय प्रभू. ते माझ्या नातवंडासाठी आहे. जगातील कोणत्याही गोष्टीविषयी मला एवढी खात्री वाटत नाही.’’

भृगूंनी मंद स्मित केले; परंतु त्यांच्या डोळ्यांत विषादाची छटा दिसत होती. ‘‘राजन, आपल्या मुलांवरच्या प्रेमापोटी आपल्या राजधर्माचं विस्मरण झालेले अनेक राजे मी पाहिले आहेत. तुझ्या कन्येवरील तुझ्या प्रेमामुळे तुला राजधर्माचं विस्मरण होणार नाही, अशी मी आशा करतो.’’

‘‘नाही, प्रभू. सती ही माझ्यासाठी जगातील सर्वाधिक महत्त्वाची व्यक्ती आहे. पण प्रजेविषयीच्या कर्तव्यात मी कधीही कसूर करणार नाही.’’

‘‘छान. म्हणूनच तर मी राजन, तुला सम्राट बनण्यासाठी साहाय्य केलं होतं.’’

‘‘मला ते माहिती आहे, प्रभू. ध्येयाइतकं काहीही महत्त्वाचं नाही. भरतवर्षाहून काहीही अधिक महत्त्वाचं नाही.’’

‘‘हे पाहिल्यानंतर तुझा जामात तुला प्रश्न विचारण्यास सुरुवात करण्याएवढा सुज्ञ आहे, असं तुला वाटत नाही का?’’

''नाही, प्रभू. त्याचं माझ्या कन्येवर प्रेम आहे. त्याचं भरतवर्षावर प्रेम आहे. ध्येयाच्या आड येण्याजोगी कोणतीही गोष्ट तो करणार नाही.''

''वासुदेवांनी त्याच्यावर प्रभाव टाकण्यास सुरुवात केलेली आहे, राजन.''

दक्ष धक्का बसल्यासारखा पाहू लागला. त्याच्या तोंडातून शब्द फुटत नव्हता. संभाषण पुढे सुरू ठेवण्यातील निष्फळता भृगुंच्या लक्षात आली होती. गर्भितार्थ समजून घेणे हे दक्षाच्या बुद्धीच्या आवाक्याच्या पलीकडचे होते. आपल्या ध्येयासाठी त्याला स्वतःलाच लढा देणे भाग होते.

''ठीक आहे, मग जर तुझा तसा ठाम विश्वास असेल, तर कृपा करून ते करून टाक,'' भृगू म्हणाले, ''पण कोणत्याही प्रश्नाचं उत्तर देऊ नकोस. मग तो प्रश्न कोणीही विचारलेला असो. कोणालाही उत्तर देऊ नकोस. तुला हे समजलंय ना?''

दक्षाने मान डोलावली. शिव आणि वासुदेव यांच्याविषयी भृगू ऋषींनी नुकत्याच केलेल्या वक्तव्यामुळे त्याला बसलेल्या धक्क्यातून तो अद्यापही सावरलेला नव्हता.

''अगदी तुझ्या कन्येच्या प्रश्नांनाही नाही, राजन,'' भृगूंनी बजावले.

''होय, प्रभू.''

भृगूंनीही मान डोलावली. दक्षाने एक दीर्घ श्वास घेतला. तो त्रस्तता दर्शवणारा होता. आपल्या वारसाचे रक्षण करण्यासाठी त्याला मोठाच लढा द्यावा लागणार होता. पण ती गोष्ट आवश्यकच होती. भरतवर्षाचे नजीकचे भवितव्यच पणाला लागले आहे, असे त्याला वाटू लागले.

''कोणत्याही परिस्थितीत घाबरण्याचं काहीच कारण नाही, प्रभू,'' आपल्याजवळ नसलेल्या बुद्धिमानीची बतावणी करत दक्ष म्हणाला, ''बृहस्पतीच्या बाबतीत काहीही घडलेलं असो; त्याविषयीचं रहस्य अद्याप सुरक्षित आहे. ते शेकडो वर्षं जिवंत राहील. भरतवर्षाची भरभराट होत राहील आणि हा देश जगावर राज्य करत राहील.''

''बृहस्पती हा एक मूर्ख होता,'' भृगू म्हणाले. त्यांचा आवाज चढला होता. ''त्याहूनही वाईट गोष्ट म्हणजे त्याने ध्येयाचा विचार करता द्रोह केला होता.''

दक्ष स्तब्ध राहिला. नेहमीप्रमाणेच भृगू ऋषींच्या संतापाला तो घाबरला होता.

भृगू ऋषी शांत झाले. ''माझ्या शिष्येचा, ताराचा विवाह मी त्याच्याबरोबर करून देण्याचा विचार केला होता, या गोष्टीवर अद्यापही माझा विश्वास बसत

नाही. त्या गरीब बिचाऱ्या मुलीचं जीवन मातीमोल झालं असतं.''

''आता तारा कुठे आहे, प्रभू? मला वाटतं, की ती सुरक्षित आणि समाधानी असेल.''

''ती सुरक्षित आहे. मी तिला भगवान रुद्राच्या भूमीत ठेवलं आहे. तेथील काही लोक माझ्याशी एकनिष्ठ आहेत. अखेरीस आनंदासाठी......'' भृगूंनी कंटाळल्याप्रमाणे मान हलवली

''तिचं अद्यापही त्याच्यावर प्रेम आहे का?''

''मूर्खपणाच आहे तो. खरं तर तो आता मरण पावलाय, तरीही ती त्याच्यावर प्रेम करतेय.''

''बृहस्पतींविषयी बोलण्यात काहीच अर्थ नाही,'' दक्ष म्हणाला, ''आपल्या परवानगीसाठी मी आपला आभारी आहे, प्रभू. अगदी अंतःकरणापासून मी आपला आभारी आहे.''

भृगूंनी मान डोलावली. ते खाली झुकले आणि कुजबुजत्या आवाजात म्हणाले, ''दक्ष राहा, राजन. युद्ध अद्याप समाप्त झालेलं नाही. नीलकंठाचा उपयोग करून घेणारा फक्त तूच एकटा आहेस, या भ्रमात राहू नकोस.''

■■

प्रकरण ७

प्रसवकळा

दशममेध घाटाच्या कडेला राज परिवारासाठीच्या राखीव जागेत शिव उभा होता. त्याच्या शेजारीच महाराज दिलीपा आणि अथिथिग्वा उभे होते. त्यांच्यामागेच सरदार घराण्यातील प्रमुख लोक होते. काशीचे नागरिक त्या राखीव जागेपासून दूर अंतरावर होते. ते नको इतके रोमांचित झालेले नव्हते. नीलकंठाने आपले तात्पुरते सदन म्हणून काशीचा स्वीकार केल्यापासून आपल्या शहराकडे सर्वच लोकांचे सातत्याने लक्ष वेधले जाण्याची सवय त्यांना आता झाली होती.

काशीतील राजकारणी कर्मचाऱ्यांसाठी तो एक दमछाक करणारा दिवस होता. सकाळीच दिलीपाचे आगमन झाले होते. स्वद्वीपच्या सम्राटाच्या आगमनाच्यावेळी करावयाचे सर्व शिरस्ते आणि राजशिष्टाचार पार पाडण्यात आले होते. राज परिवारासाठीच्या राखीव जागेत चंद्रवंशींचा एकच धवल ध्वज उभारण्यात आला होता. त्यावर अर्धचंद्र चितारलेला होता. आता ते भरतवर्षाच्या सम्राटाच्या म्हणजेच दक्षाच्या आगमनाची प्रतीक्षा करत होते.

तिथला राजशिष्टाचार कौशल्याची परीक्षा पाहणारा होता; परंतु अखेरीस त्यांनी सूर्यवंशींचा तांबडा ध्वज राजवर्तुळाच्या राखीव जागेवर चंद्रवंशींच्या ध्वजापेक्षा थोड्या अधिक उंचीवर ठेवण्याचा निर्णय घेतला. कारण काहीही झाले, तरी प्रभू नीलकंठानेच दक्षाला भरतवर्षाचा सम्राट म्हणून घोषित केले होते. दिलीपाच्या

मनाचा विचार करून काशीच्या शिष्टाचार अधिकाऱ्यांनी चंद्रवंशींचाही ध्वज लावला होता.

शिवाला अर्थातच अशा समारंभांची फारशी कधीच पर्वा नव्हती. नदीवर तात्पुरत्या स्वरूपात तिथे उभारण्यात आलेल्या गोदीमध्ये काम करण्यात व्यग्र असलेल्या कर्मचाऱ्यांमध्ये त्याला खरे स्वारस्य होते. दिवोदासाच्या नेतृत्वाखाली गेले तीन महिने तिथे ब्रंग लोक अविरत, अथक कष्टाने काम करत होते. गंगेच्या पूर्वेकडच्या वळणाच्या भागात वास्तव्य न करण्याविषयीच्या दंतकथेमुळे तिथे काम करणे हे ब्रंगांच्या दृष्टीने साहजिकच सर्वाधिक सुरक्षित होते. गंगेच्या पात्रात मोठमोठे अडथळे निर्माण करून, त्यांच्या साहाय्याने ब्रंगांच्या महान प्रवेशद्वारातून आत जाऊ शकेल अशा खास जहाजाचे बांधकाम ते करत होते. गंगेच्या पात्राच्या रुंदीएवढे अडथळे निर्माण करणे कसे काय शक्य होते, याविषयी शिवाच्या मनात आश्चर्याची भावना होती. त्याला तशी कल्पनाही करणे शक्य होत नव्हते. पण दिवोदासाने तशा प्रकारची खास जहाजे आवश्यक असल्याचे सांगितले होते. ब्रंगांच्या या हालचालीला विरोध करणाऱ्या साशंक अथिथिग्वाला शिवाने सांगितले होते, 'फक्त तुम्हाला कल्पना करता येत नाही, म्हणून अशा प्रकारचे अडथळे उभारताच येत नाहीत, असं नाही.'' पण अथिथिग्वाने राजवाड्याचा उपयोग करू देण्यास आणि पूर्वेकडच्या तीरावरील जमिनींवर गोदी उभारण्यास विरोध केला. त्यामुळे ब्रंग लोक धोकादायक असलेल्या आणि नुकत्याच कोरड्या पडलेल्या नदीकाठाचा उपयोग करून तिथे काम करत होते.

नीलकंठाबरोबर ब्रंगाला जाण्याचे वचन दिल्यानंतर दुसऱ्याच दिवसापासून दिवोदासाने कामाला प्रारंभ केला होता.

'दिवोदास हा शब्दाला जागणारा माणूस आहे. तो खरंच एक चांगला माणूस आहे.'

दक्षाचे जहाज धक्क्याला लागल्याच्या आवाजाबरोबरच अखेरीस शिव आपल्या विचारांच्या तंद्रीतून जागा झाला. पायी जाण्याचा मार्ग खालच्या बाजूला घेण्यासाठी बांधण्यात आलेल्या दोरीच्या कप्प्यांची विशिष्ट हालचाल झाली. राजशिष्टाचारांकडे दुर्लक्ष करत दक्ष तातडीने चालत मार्गावर गेला आणि जवळजवळ धावतच शिवाजवळ पोहोचला. त्याने झुकून शिवाला मानवंदना दिली आणि तो श्वासही न घेता भराभरा बोलत सुटला, ''तो पुत्र आहे का, प्रभू?''

भरतखंडाच्या सम्राटाच्या स्वागतासाठी शिव उठून उभा राहिला. त्याने त्याला औपचारिकरीत्या प्रणाम केला आणि स्मित करत तो त्याच्याशी बोलू लागला. ''आपल्याला अद्याप ते माहिती नाही, महाराज. उद्यापर्यंत ती नक्कीच बाळाला जन्म देईल.''

''वा! फारच छान! म्हणजे मला यायला उशीर झाला नाही तर! हा अत्यानंदाचा दिवस कदाचित माझ्या हातून निसटेल, म्हणून मला फारच भीती वाटत होती.''

शिव मोठ्याने हसला. त्या दोघांपैकी कोण अधिक अधीर आणि रोमांचित झाले होते ते सांगणे कठीण होते...पिता की पितामह!

''तुम्हांला भेटून मला खूपच आनंद झाला, पूर्वाकजी,'' शिव आपल्या आसनावरून उठत पूर्वाकाच्या चरणांना स्पर्श करून नमस्कार करत म्हणाला.

काही वर्षांपूर्वीच मेलुहातील कोटडवार येथे द्रपाकुच्या ज्या अंध पित्याचे आशीर्वाद शिवाने घेतले होते, तोच हा पूर्वाक होता. आदर दर्शवण्यासाठी शिवाने त्याच्या नावापुढे 'जी' अक्षर जोडले होते. विकर्माच्या कायद्याचा नीलकंठाने जाहीर भंग करून पूर्वाकाचे आशीर्वाद घेतल्यामुळे त्यावेळी कोटडवारची जनता स्तंभित झाली होती. विकर्मांना साधा स्पर्शही करणे जिथे वर्ज्य होते, तिथे शिवाने तर त्याचे चक्क आशीर्वादच घेतले होते.

सम्राट दक्षाच्या आरमारासोबत पूर्वाकही काशीत आला होता. शिव काय करणार आहे, याचा अंदाज आल्याबरोबर तत्काळ तो दोन पावले मागे सरकला. ''नाही, प्रभू. तुम्ही नीलकंठ आहात. माझ्या पावलांना स्पर्श करण्याची परवानगी मी तुम्हांला कसा काय देऊ शकेन?''

''का नाही पूर्वाकजी?'' शिवाने विचारले.

''पण प्रभू, तुम्ही माझ्या पिताजींच्या पायांना कसा काय स्पर्श करू शकता?'' द्रपाकुने विचारले, ''तुम्ही तर महादेव आहात.''

''मग मी कोणाच्या पावलांना स्पर्श करावा, ही माझी निवड असणार नाही का?'' शिवाने विचारले.

पूर्वाकाकडे वळून शिव पुढे म्हणाला, ''तुम्ही माझ्यापेक्षा वयाने मोठे आहात.

त्यामुळे तुमचे आशीर्वाद मिळवण्याचा माझा हक्क तुम्ही नाकारू शकत नाही. त्यामुळे ते चटकन करा. इतका प्रदीर्घ काळ वाकल्यामुळे माझी पाठ दुखू लागली आहे.''

पूर्वाक जोरात हसला. त्याने शिवाच्या मस्तकावर आपला हात ठेवला. ''हे महान पुरुषा, कोणीही तुला नाकारू शकत नाही. आयुष्यमान भव!''

शिव वर उठला. दीर्घायुष्याच्या त्या आशीर्वादाने त्याचे समाधान झाले होते. ''म्हणजे आता आपला वेळ आपल्या पुत्राबरोबर व्यतीत करण्याचा तुमचा बेत आहे तर!''

''होय, प्रभू.''

''पण आम्ही आता एका धोकादायक प्रवासासाठी निघणार आहोत. तुम्ही आमच्याबरोबर नक्की येणार आहात ना?''

''एके काळी मीही योद्धा होतो, प्रभू. माझ्याजवळ अद्यापही तशीच ताकद आहे. माझ्यासमोर उभ्या राहणाऱ्या कोणत्याही नागाला मी ठार करेन.''

शिवाने स्मित केले. द्रपाकुकडे वळून त्याने आपल्या भुवया उंचावल्या. द्रपाकुनेही स्मित करून त्याला प्रतिसाद दिला. आपल्या पित्याचे आपण रक्षण करू, असे त्याने हातानेच शिवाला दर्शवले.

''माझ्या बाळा, तू काय सांगतो आहेस, त्याची मला जाणीव होत नाही, असं समजू नकोस,'' द्रपाकु म्हणाला, ''मी अंध असेनही; पण माझं बोट धरूनच तू तलवार कशी चालवायची ते शिकला आहेस. मी माझं रक्षण करेनच आणि शिवाय तुझंही रक्षण करेन.''

शिव आणि द्रपाकु दोघेही खो खो हसू लागले. शिव कोटडवारला आधी ज्या पूर्वाकाला भेटला होता, तो पराभूत मनोवृत्तीचा होता. आपले नैसर्गिक शौर्य आणि धाडस त्याने दुर्दैवाच्या फटकाऱ्यांमुळे दडपून टाकले होते. आता त्याच्यातील ते स्फुल्लिंग पुन्हा चेतवले गेले होते, हे पाहून शिवाला अत्यानंद झाला.

''तुमच्या पुत्राविषयी विसरून जा,'' शिव म्हणाला, ''तुम्ही माझे शरीररक्षक म्हणून काम करू लागलात, तर मला अत्यानंद होईल.''

"मला भीती वाटतेय शिवा,"

त्यांच्या कक्षात सती आपल्या पलंगावर बसली होती. तिच्यासाठी आहार घेऊन शिवाने नुकताच कक्षात प्रवेश केला होता. राजआचारी भयभीत झाले असले, तरी आपल्या पत्नीसाठी आपण स्वतःच भोजन तयार करण्याचा आग्रह नीलकंठाने धरला होता.

सतीच्या शब्दांनी आपण व्यथित झाल्याचे दर्शवत शिव म्हणाला, "माझा स्वयंपाक इतका काही वाईट नसतो."

सती जोरजोरात हसू लागली. "माझ्या म्हणण्याचा तसा अर्थ नव्हता."

शिव जवळ आला आणि त्याने स्मित केले. भोजनाचे ताट बाजूला ठेवून त्याने तिचा चेहरा कुरवाळला. "मला माहिती आहे ते! आयुर्वतीनेच प्रसूतीवर देखरेख ठेवावी, असा आग्रह मी धरला. आयुर्वती ही जगातील अव्वल क्रमांकाची वैद्य आहे. त्यामुळे कोणतीही चुकीची गोष्ट होणार नाही."

"पण हे मूलही तसंच मृतावस्थेत जन्मलं तर? पूर्वायुष्यातील माझ्या पापांचा प्रभाव आपल्या या गरीब बिच्चाऱ्या बाळावरही पडला तर?"

"पूर्वायुष्यातील पाप वगैरे काहीही नसतं, सती! फक्त हेच जीवन सत्य असतं. हेच फक्त वास्तव आहे. बाकीच्या सगळ्या गोष्टी सैद्धान्तिक आहेत. तुला ज्या सिद्धान्तामुळे शांतता लाभते, त्यावरच विश्वास ठेव आणि ज्या सिद्धान्तामुळे तुला यातना होतात, त्याच्याकडे सरळसरळ पाठ फिरव. आपल्याला ज्यामुळे दुःख प्राप्त होतं, अशा सिद्धान्तावर कशासाठी विश्वास ठेवायचा? आपल्या बाळाची आणि आपली काळजी घेण्यासाठी जे जे करणं शक्य होतं, ते ते सारं तू केलं आहेस. त्यामुळे आता फक्त विश्वास बाळग."

सती स्तब्ध राहिली. मात्र तिच्या मनातील धास्ती तिच्या नजरेतून प्रतीत होत होती.

शिवाने पुन्हा एकदा सतीचा चेहरा कुरवाळला. "प्रिये, माझ्यावर विश्वास ठेव. तू काळजी केल्यामुळे काहीही लाभ होणार नाही. फक्त सकारात्मक आणि आनंदी विचार कर. आपल्या बाळासाठी तू करू शकत असलेली फक्त तेवढीच सर्वाधिक चांगली गोष्ट आहे आणि बाकीच्या साऱ्या गोष्टी नियतीवर सोडून दे. काहीही झालं तरी, तुझी पैज तू उद्या हरणार आहेस, हे नियतीनं निश्चित केलं आहेच."

"कसली पैज?"

"आता तू तिच्यातून अंग काढून घेऊ शकत नाहीस," शिव म्हणाला.

"खरंच सांग, कसली पैज?"

"आपल्याला मुलगी होईल, असं तुला वाटतंय, ती!"

"मी त्याविषयी साफ विसरून गेले होते," सतीने स्मित केले. "पण मला तर आता असं आतूनच वाटतंय, की आपल्याला मुलगाच होणार आहे."

"नाऽऽ!" शिव जोरात हसला. सतीही त्याच्याबरोबर हसू लागली आणि शिवाच्या हातांच्या तळव्यात तिने आपला चेहरा झोकून दिला.

शिवाने पुरीचा एक घास तोडला आणि भाजीत बुडवून त्याने तो सतीसमोर धरला. "यात मीठ बरोबर आहे ना?"

"खरोखरच पूर्वजन्मीची पापं वगैरे काही असतं का?" शिवाने विचारले.

काशीच्या विश्वनाथ मंदिरात नीलकंठ बसला होता. तो वासुदेव पंडितासमोर ताठ बसला होता. मंदिरातील खांबांच्या फटींमधून अस्तंगत होत चाललेला सूर्यनारायण दिसत होता. लालसर वालुकामय खडक आणखी तेजाने चमकत होता. त्यामुळे अत्यंत स्फूर्तिदायक वातावरण तयार झाले होते.

"तुला काय वाटतं?" वासुदेवाने विचारले.

"मला कोणत्याही गोष्टीचा पुरावा मिळाल्याशिवाय मी कोणत्याही गोष्टीवर विश्वास ठेवत नाही. ज्या सिद्धान्तामुळे आपल्याला शांतता मिळते त्या सिद्धान्तावर आपण विश्वास ठेवावा, असं मला वाटतं. तो सिद्धान्त सत्य आहे की असत्य यामुळे काहीही फरक पडत नाही."

"आनंदी आयुष्यासाठी हे निःसंशय चांगलं धोरण आहे."

त्या पंडिताने आणखी काहीतरी बोलावे, म्हणून शिव प्रतीक्षा करत राहिला. पण ज्यावेळी तो पंडित काहीच बोलला नाही, त्यावेळी शिव पुन्हा बोलू लागला. "तुम्ही अद्याप माझ्या प्रश्नाचं उत्तर दिलेलं नाही. आपण ज्या गोष्टींचं दुःख या जन्मात भोगतो, ती खरोखरच आपली पूर्वजन्मीची पापं असतात का?"

"मी त्या प्रश्नाचं उत्तर दिलं नाही, कारण माझ्याकडे त्या प्रश्नाचं उत्तर नाही. परंतु आपल्या पूर्वायुष्यातील पापांचं प्रायश्चित्त आपल्याला या जन्मात घ्यावं लागतं,

असा लोकांचा विश्वास आहे. त्याच्या प्रभावामुळे तरी सध्याचं आयुष्य लोक अधिक चांगल्या प्रकारे व्यतीत करण्याचा प्रयत्न करणार नाहीत का?''

शिवाने स्मित केले. '*हे लोक खरोखरच बुद्धिवंत बोलघेवडे आहेत की महान तत्त्ववेत्ते आहेत*'?

त्या पंडिताने पुन्हा स्मित केले. ''*पुन्हा एकदा माझ्याकडे याचंही उत्तर नाही.*''

शिव जोरात हसू लागला. पंडित आपले विचार वाचू शकतो, हे तो विसरून गेला होता आणि तोही त्या पंडिताचे विचार वाचू शकत होता.

''हे कसं काय घडू शकतं? मी तुमचे विचार कसे काय ऐकू शकतो?''

''खरं तर ते एक साधंसुधं वैज्ञानिक सत्य आहे. हे ध्वनिलहरींचं विज्ञान आहे. बिनतारी संदेश दळणवळणाचं विज्ञान आहे.''

''हा कोणताही सिद्धान्त नाही?''

पंडिताने स्मित केले. ''हा नक्कीच कोणताही सिद्धान्त नाही. ही वस्तुस्थिती आहे. प्रकाशामुळे तुला दिसतं. ध्वनिलहरींमुळे तू ऐकू शकतोस. सर्वच लोक दृष्टीसाठी सहजगत्या प्रकाशाचे गुणधर्म वापरतात; पण बहुतेकांनाच बिनतारी संदेश लहरींचा वापर कसा करावा याची बिलकूल माहिती नसते. ऐकण्यासाठी आपण ध्वनिलहरींवर अवलंबून असतो. ध्वनिलहरी हवेतून कमी वेगाने प्रवास करतात आणि त्या कमी अंतरच कापू शकतात. बिनतारी संदेश लहरी मात्र प्रकाशाप्रमाणेच गतीने, प्रचंड अंतर कापू शकतात.''

शिवाला आपल्या काकांची आठवण झाली. त्याचे विचार ते ऐकू शकतात, असे त्याला नेहमीच वाटत असे. बालपणी त्याला हा चमत्कार वाटत असे. आता मात्र यामागे विज्ञान आहे, हे त्याला स्पष्टपणे समजले होते. ''हे स्वारस्यपूर्ण आहे. मग बिनतारी संदेशलहरींचं ध्वनिलहरींमध्ये रूपांतर करणारं यंत्र तुम्ही का बनवत नाही?''

''आह! ते एक अवघड काम आहे. अद्याप आम्हांला त्यात यश आलेलं नाही. त्यासाठी वर्षानुवर्षं काम करावं लागेल. त्यामुळेच कोणत्याही प्रशिक्षणाशिवाय तू हे करू शकतोस, हे पाहून आम्हांला आश्चर्याचा धक्काच बसला आहे.''

''मी सुदैवी असेन, असा माझा अंदाज आहे.''

''हे महान पुरुषा, यात दैवाचा कोणताही हात नाही. तू जन्मतःच खास व्यक्ती

म्हणून जन्मला आहेस.''

शिव विचारमग्न झाला. ''मला तसं वाटत नाही. बरं, ते जाऊ दे; पण त्याचं काम कशा प्रकारे चालावं असं तुम्हांला वाटतं? तुम्ही बिनतारी संदेशलहरी कशा प्रकारे पकडू शकता? मला प्रत्येकाचेच विचार का बरं ऐकू येऊ शकत नाहीत?''

''आपले विचार बिनतारी संदेशलहरींप्रमाणे स्वच्छ प्रकारे दुसऱ्यापर्यंत प्रक्षेपित करण्यासाठीसुद्धा बरेच परिश्रम घ्यावे लागतात. अनेक लोक कोणत्याही प्रकारचं प्रशिक्षण न घेताच त्यांच्याही नकळत ते करत असतात. पण बिनतारी संदेश लहरी पकडून इतरांचे विचार ऐकणं? ही बाब पूर्णपणे भिन्न आहे. ती सोपी नाही. त्यासाठी आपल्याला शक्तिशाली प्रक्षेपक यंत्रांच्या ऊर्जाक्षेत्राच्या आवाक्यात राहावं लागतं.''

''मंदिरं?''

''हे नीलकंठा, तू खरोखरच अपवादात्मकरीत्या बुद्धिमान आहेस,'' त्या पंडिताने स्मित केले. ''होय. मंदिरं प्रक्षेपकाप्रमाणे कार्य करतात. म्हणूनच आपण ज्या मंदिरांचा वापर करतो, त्यांची उंची किमान ५० मीटर असली पाहिजे. इतर वासुदेवांकडून प्रक्षेपित केल्या जाणाऱ्या बिनतारी संदेश लहरी पकडणं आणि माझे विचार त्यांच्यापर्यंत प्रक्षेपित करणं या दोन्ही बाबींसाठी या गोष्टी साहाय्यभूत ठरतात.''

''याचा अर्थ इतर वासुदेव आपले विचार सातत्यानं ऐकत असतात, पंडितजी?''

''होय. ज्यांना आपलं संभाषण ऐकायचं असेल ते जरूर ऐकू शकतात आणि हे नीलकंठा, अगदी थोडेच वासुदेव आमच्या काळातील आमच्या तारणहाराचे विचार न ऐकण्याचा निर्णय घेतील.''

शिव विचारमग्न झाला. जर हा पंडित बोलत असलेले सत्य असेल, तर त्यावेळी भरतवर्षातील इतर कोणत्याही मंदिरातील वासुदेवाशी शिव संवाद साधू शकला असता. *'मग मगधच्या मंदिरातील हे वासुदेवा, मला सांग, की दुष्टांशी किंवा सैतानांशी लोकांचा संबंध आहे या म्हणण्याचा अर्थ काय आहे?'*

शिवाला जोरदार हसण्याचा आवाज ऐकू आला. तो काही अंतरावरून येत असल्यासारखा भासत होता. मगधच्या नरसिंह मंदिरातील वासुदेव पंडिताचा तो आवाज होता.

"तू खरोखरच खूप चलाख आहेस, प्रभू नीलकंठा."

शिवाने स्मित केले. "हे महान वासुदेवा, मला खुशामतीऐवजी उत्तर हवं आहे."

शांतता.

त्यानंतर शिवाला मगधहून येणारा आवाज स्पष्टपणे ऐकू आला. "धर्मखेतच्या युद्धाच्या वेळी तू जे वक्तव्य केलं होतंस, ते मला खरोखरच आवडलं होतं. हर हर महादेव. आपल्यापैकी सारेच जण महादेव आहेत. आपल्यापैकी प्रत्येकामध्ये देव वसतो आहे. किती सुंदर विचार होता तो."

"त्याचा माझ्या प्रश्नाशी काय संबंध आहे? मी विचारलं, की लोकांनी दुष्टांशी संलग्न असण्याची आवश्यकता का आहे?"

"होय. ते खरं आहे. ते अगदी शंभर टक्के खरं आहे. आपल्यापैकी प्रत्येकात देव असतो; मग ओघानंच येणारा त्याचा उपसिद्धान्त कोणता आहे?"

"आपल्या अंतरंगातील देवाचा शोध घेणं ही आपल्यापैकी प्रत्येकाचीच जबाबदारी आहे."

"नाही, माझ्या मित्रा. ही नैतिक शिकवण झाली. मी तुला याचा उपसिद्धान्त कोणता असं विचारलं."

"मला समजलं नाही, पंडितजी."

"प्रत्येक गोष्टीचा समतोल साधला जाण्याची आवश्यकता असते, नीळकंठ. पौरुषेय गोष्टींचा समतोल स्त्रैण गोष्टी साधतात. ऊर्जेला वस्तुमानाची गरज असते. मग विचार कर! हर हर महादेव. याचा उपसिद्धान्त काय आहे? या वक्तव्याचा समतोल कोणत्या घोषणेनं साधला जाईल?"

शिव विचारमग्न झाला. त्याच्या मनात एक विचार आला. परंतु त्याला तो आवडला नाही.

अयोध्येच्या वासुदेवाने शिवाला आग्रहाने विनंती केली, "विचारांना प्रतिबंध करू नकोस, माझ्या मित्रा. मुक्त प्रवाह हाच सत्य शोधनाचा एकमेव मार्ग होय."

शिवाला तिरस्कार वाटला. पण हे सत्य असणार नाही.

"सत्य हे आवडलंच पाहिजे, असं नाही. ते फक्त बोललं गेलं पाहिजे. मोठ्यानं बोल. सत्यामुळे तुला त्रास होईल; पण ते तुला मुक्त बनवेल."

"पण माझा त्यावर विश्वास नाही."

"सत्याला तुझ्या विश्वासाशी काहीही देणंघेणं नाही. ते फक्त अस्तित्वात असतं.

तू जो विचार करतो आहेस, तो मला ऐकू दे. आपल्यातील प्रत्येकामध्ये देव असतो. याचा सरळसरळ दिसणारा उपसिद्धान्त कोणता?''

''आपल्या प्रत्येकामध्येच सैतानही असतो.''

''अगदी बरोबर! आपल्या प्रत्येकात देव असतो आणि आपल्यातील प्रत्येकात सैतानही असतो. आपल्या अंतरंगातच सुष्ट आणि दुष्ट यांच्यामधील लढा सुरू असतो.''

''आणि तो बलाढ्य सैतान आपल्यातील सैतानाशी स्वतःला संलग्न करून घेतो. म्हणूनच लोक त्याच्याशी संलग्न असतात का?''

''ज्यावेळी तू आपल्या काळातील बलाढ्य सैतानाचा शोध घेशील, त्यावेळी तो आपल्या अंतरंगाशी एवढ्या सखोलतेनं कसा काय संलग्न असतो, याविषयीच्या स्पष्टीकरणाची तुला आवश्यकताच भासणार नाही.''

आपल्यासमोर बसलेल्या पंडिताकडे शिवाने रोखून पाहिले. त्या संभाषणाने तो हादरून गेला होता. फक्त सैतानाचा शोध घेणे एवढेच त्याचे कार्य नव्हते. ते कदाचित सोपे होते. पण लोकांना तो त्यांच्याशी संलग्न असलेल्या सैतानी प्रवृत्तीला सोडून द्यायला कसा काय लावणार होता?

''सगळ्याच प्रश्नांची उत्तरं तू अगदी याच क्षणाला शोधली पाहिजेस, असं नाही, माझ्या मित्रा,'' काशीचा वासुदेव म्हणाला.

शिव म्लानपणे हसला. तो अस्वस्थ झाला होता. त्यानंतर खूप दूरवरून येणारा कोणाचा तरी आवाज त्याला ऐकू आला. तो कोणाचा होता हे त्याला ओळखता आले नाही. एक हुकूमत असलेला आवाज. सामर्थ्यशाली व्यक्तीकडून तो आवाज वापरला गेल्यासारखे वाटत होते. तो आवाज शक्तिशाली आणि तरीही शांत होता.

''औषध.....''

''अर्थातच,'' काशीचा पंडित म्हणाला आणि तो लगबगीने उठला. एका लहानशा रेशमी पिशवीतून औषध घेऊन तो तत्परतेने परत आला.

शिव विचारमग्न झाला.

''तुझ्या पत्नीच्या पोटावर हे औषध लाव, माझ्या मित्रा,'' काशीचा पंडित म्हणाला, ''तुला निरोगी आणि सामर्थ्यशाली पुत्र लाभेल.''

''हे काय आहे?''

“त्याची ओळख महत्त्वाची नाही. त्याचा उपयोग होईल, एवढीच गोष्ट महत्त्वाची आहे.”

शिवाने ती थैली उघडली. तिच्यात जाडसर, लालसर-तपकिरी रंगाचा लगदा होता.

“आभारी आहे. माझ्या मुलाच्या सुरक्षिततेची हमी या औषधाने मिळणार असेल, तर मी तुमचा कायमचा ऋणी राहीन.”

शिवाने न ओळखलेल्या आणि ज्या आवाजाने काशीच्या त्या वासुदेवाला आदेश दिला होता, तो म्हणाला, *“प्रभू नीलकंठा, तू कृतज्ञ राहण्याची गरज नाही. तुला कोणत्याही प्रकारे साहाय्य करणं हे आमचं कर्तव्य आणि सन्मान आहे. जय गुरू विश्वामित्र. जय गुरू वसिष्ठ.”*

शिव खिडकीजवळ उभा होता.

राजवाड्याच्या भिंतींजवळून त्याला गर्दीने भरलेले ते शहर दिसत होते आणि त्याही पलीकडे प्रशस्त पवित्र स्थळ होते. त्याच्या कडेला ब्रह्म घाटाजवळ भव्य विश्वनाथ मंदिर होते. शिव त्याच्याकडे एकटक पाहत होता. प्रार्थना करण्यासाठी त्याने हात जोडले होते.

‘भगवान रुद्रा, कृपा करून माझ्या बाळाची काळजी घे. कोणतीही अनिष्ट गोष्ट घडू नये.’

कोणीतरी खोकल्याचा आवाज आल्यामुळे त्याने मागे वळून पाहिले.

सती आणि शिवाच्या मुलाच्या जन्माची बातमी ऐकण्यासाठी भारतातील अत्यंत महत्त्वाच्या व्यक्ती तिथे अत्यंत उत्सुकतेने उभ्या होत्या. दक्ष अत्यंत बेचैन मनःस्थितीत चुळबुळ करत उभा होता. खरे तर तो अत्यंत घाबरला होता.

‘त्याला सतीची अत्यंत काळजी वाटत आहे. बाकी त्याच्याकडे कोणताही गुण असो वा नसो; पण तो एक अत्यंत जबाबदार निष्ठावान पिता आहे.’

वीरिनीचा चेहरा निर्विकार होता. तिने दक्षाचा हात धरला होता. सम्राट दिलीपा अत्यंत शांतपणे बसला होता. भगीरथ आणि आनंदमयी या आपल्या मुलांकडे त्याचे लक्ष होते. त्या दोघांचे उत्साहाने, पण हळूहळू काहीतरी संभाषण सुरू होते.

दिलीपा भगीरथाकडे एकटक पाहत होता......

गेल्या तीन महिन्यांत पार्वतेश्वर पूर्णपणे बरा झाला होता. कक्षाच्या कोपऱ्यात तो ताकदवान वीर ठामपणे उभा होता. राजा अथिथिग्वा अस्वस्थपणे पायऱ्यांवर चढ उतार करत होता. नीलकंठाच्या पहिल्या मुलाचा जन्म अथिथिग्वाच्या स्वतःच्या वैद्यांच्या हातून घडणार नव्हता. त्याला तशी परवानगी देण्यात आली नव्हती. कारण शिवाला कोणत्याही प्रकारचा धोका पत्करायचा नव्हता. फक्त आयुर्वतीनेच सतीची प्रसूती करावी, असे त्याने सांगितले होते.

शिव मागे वळला. त्याला भिंतीजवळ नंदी थांबल्याचे दिसले. त्याने त्याला नजरेनेच खुणावले.

"आज्ञा प्रभू?" नंदीने शिवाजवळ येत विचारले.

"मला खूपच असाहाय्य वाटू लागलंय, नंदी. मी बेचैन झालोय."

"मला फक्त एक क्षण द्या, प्रभू."

नंदी कक्षाकडे लगबगीने गेला आणि वीरभद्राला घेऊन तो परत आला.

दोन्ही मित्र वरच्या बाजूला असलेल्या खिडकीजवळ गेले.

"हे चांगलं आहे," वीरभद्र म्हणाला.

"खरंच?" शिवाने विचारले.

वीरभद्राने चिलीम पेटवली आणि ती शिवाकडे दिली. शिवाने एक दीर्घ झुरका मारला.

"हंममममऽऽऽऽऽऽ" शिव कुजबुजला.

"ठीक आहे?"

"मी अजूनही बेचैन आहे."

वीरभद्र हसू लागला. "तुला काय होईल असं वाटतंय?"

"मुलगी."

"मुलगी? नक्की? मुलगी योद्धा बनू शकत नाही."

"काय मूर्खासारखा बोलतोयस. सतीकडे बघ."

वीरभद्राने मान डोलावली. "चांगला मुद्दा आहे. आणि नाव काय ठेवशील?"

"कृत्तिका."

"कृत्तिका? तू हे नाव माझ्याकरता ठेवणार असलास, तर त्याची काही आवश्यकता नाही, माझ्या मित्रा!"

‘‘अरे वेड्या, मी हे नाव तुझ्यासाठी ठेवणार नाही. मला जर तसं करायचं असतं, तर माझ्या मुलीचं नाव मी भद्रा ठेवलं असतं. ते मी कृत्तिका आणि सतीसाठी करत आहे. माझ्या पत्नीच्या जीवनात कृत्तिकेनं भक्कम पाठिंबा दिला आहे. मला तिची ही मदत कायमची साजरी करायची आहे.’’

वीरभद्राने स्मित केले. ‘‘ती एक चांगली स्त्री आहे. नाही का?’’

‘‘नक्कीच ती चांगली आहे. तू ते चांगलंच केलंस.’’

‘‘हेऽऽ, तिनंही काही वाईट केलेलं नाही. मीही काही वाईट नाही. मी भयानक पती नाही.’’

‘‘खरं सांगायचं तर तिनं तुझ्याहूनही अधिक चांगलं केलं.’’

भद्राने खट्याळपणे शिवाच्या मनगटावर चापटी मारली. त्यानंतर दोन्ही मित्र शांतपणे हसले. शिवाने वीरभद्राकडे चिलीम परत दिली.

अचानकच, अंतर्गत कक्षाचे प्रवेशद्वार उघडले. आयुर्वती लगबगीने शिवाकडे धावत आली. ‘‘मुलगा झाला आहे, प्रभू! रुबाबदार, सामर्थ्यशाली मुलगा!’’

शिवाने आयुर्वतीला वर उचलले आणि आपल्याबरोबर गोल फिरवले. तो अत्यानंदाने हसत होता. ‘‘मुलगासुद्धा चालेल.’’

लाजलेल्या आयुर्वतीला पुन्हा जमिनीवर ठेवून शिव अंतर्गत कक्षाकडे धावतच गेला. आयुर्वतीने इतर कोणालाही कक्षात जाऊ दिले नाही. सती पलंगावर झोपली होती. तिच्याजवळच दोन परिचारिका काम करत होत्या. कृत्तिका सतीच्या शेजारीच तिचा हात हातात घेऊन एका आसनावर बसली होती. शिवाने आतापर्यंत पाहिलेल्या सर्व बाळांमध्ये अत्यंत सुंदर दिसणारे ते बाळ सतीशेजारी पहुडले होते. छोट्याशा पांढऱ्या वस्त्रात त्या बाळाला घट्ट गुंडाळून ठेवण्यात आले होते आणि ते शांतपणे झोपी गेले होते.

सती हळुवारपणे हसली. ‘‘मुलगा आहे. त्यामुळे मी जिंकले, असं दिसतंय, प्रिया.’’

‘‘ते खरं आहे,’’ शिव कुजबुजत्या आवाजात म्हणाला. आपल्या मुलाला स्पर्श करण्यास तो घाबरत होता.

‘‘पण मी काहीच गमावलेलं नाही!’’

सती हसली, परंतु लगेच ती शांत झाली. तिला घातलेले टाके दुखत होते. ‘‘आपण याचं काय नाव ठेवणार आहोत? आपण त्याला आता नक्कीच कृत्तिका

म्हणू शकणार नाही.''

''होय. आता त्या नावाचा प्रश्नच उद्‌भवत नाही,'' सतीची दासी हसत म्हणाली, ''कृत्तिका हे स्त्रीचं नाव आहे.''

''पण अजूनही मला त्याचं नाव कृत्तिकेवरून ठेवायचं आहे,'' शिव म्हणाला.

''मलाही ते मान्य आहे,'' सती म्हणाली, ''पण ते कोणतं नाव असू शकेल?''

शिवाने क्षणभर विचार केला. ''मला माहिती आहे! आपण त्याला कार्तिक म्हणूया.''

■■

प्रकरण ८

शृंगार नृत्य

परवानगी मिळताक्षणीच वीरिनीच्या पाठोपाठ दक्ष त्या खोलीकडे लगबगीने गेला.

''पिताजी,'' सती कुजबुजत्या आवाजात म्हणाली, ''तुमचं पहिलं नातवंड..''

दक्षाने काहीच उत्तर दिले नाही. त्याने कार्तिकाला हळुवारपणे उचलून घेतले आणि बाळाभोवती गुंडाळलेले पांढरे वस्त्र त्याने दूर केले. सतीला या गोष्टीचा राग आला. ते वस्त्र पलंगाच्या मागच्या बाजूला पडले. दक्षाने कार्तिकाला उंच धरले. त्याने त्याला उपडी केले आणि त्याचे निरीक्षण केले. त्याने आपल्या नातवाच्या प्रत्येक अंगप्रत्यंगाचे कौतुक केले. भारतवर्षाच्या सम्राटाच्या डोळ्यांतून अश्रुधारा बरसत होत्या. ''तो सुंदर आहे. तो खूपच सुंदर आहे.''

घाबरलेला कार्तिक जागा झाला आणि त्याने लगेच रडायला सुरुवात केली. एका सामर्थ्यशाली, निरोगी मुलाच्या रडण्याचा तो मोठा आवाज होता. सतीने आपल्या बाळाला घेण्यासाठी हात पुढे केले. परंतु दक्षाने आनंदातिशयाने चेहरा चमकत असलेल्या वीरिनीच्या हातात बाळाला दिले. वीरिनीच्या हातात गेल्याबरोबर कार्तिकाचे रडणे एकदम बंद झाले. ते पाहून सती अचंबित झाली. महाराणीने कार्तिकाला पांढऱ्या वस्त्रात पुन्हा गुंडाळून ठेवले. त्यानंतर तिने त्याला सतीकडे दिले. त्याचे चिमुकले मस्तक सतीच्या खांद्यावर होते. कार्तिकाने जरासा

चुळबुळल्यासारखा आवाज केला आणि तो झोपी गेला.

दक्षाच्या डोळ्यांतून अश्रूंचा महापूर सुरू होता. त्याने शिवाला घट्ट मिठीत घेतले. ''आजपर्यंतच्या इतिहासातील सर्वाधिक आनंदी व्यक्ती मीच आहे, प्रभू! सर्वाधिक आनंदी!''

शिवाने सम्राटाच्या खांद्यावर हळुवारपणे थोपटले. त्याच्या चेहऱ्यावर मंद स्मित होते. ''महाराज, मला ते माहिती आहे.''

दक्ष दोन पावले मागे सरकला आणि त्याने आपले डोळे पुसले. ''सगळं काही ठीक आहे. माझ्या कुटुंबात सुरू असलेल्या साऱ्या काही चुकीच्या अनिष्ट गोष्टी, प्रभू नीलकंठ, तुम्हीच शुद्ध, पवित्र करून टाकल्या. पुन्हा एकदा सारं काही ठीक झालंय.''

वीरिनीने दक्षाकडे रोखून पाहिले. तिचे डोळे बारीक झाले. तिचा श्वासोच्छ्वास जलद होत होता. तिने आपले दातओठ खाल्ले, पण ती काहीच बोलली नाही. ती तशीच शांत राहिली.

दिवोदास बांधणी करत असलेल्या जहाजाची पाहणी करून भगीरथ परत येत होता. त्याला थोडासा उशीरच झाला होता. त्यामुळे त्याने आपल्या शरीररक्षकांना घरी परत पाठवले होते. काहीही झाले, तरी ती काशी होती. तिथे प्रत्येकालाच आसरा मिळत होता. ती शांततेची नगरी होती.

आता रस्त्यांवर स्मशानशांतता पसरलेली होती. रस्ता एवढा शांत शांत होता, की त्याला आपल्या मागे हळूच झालेला दातांचा करकर आवाजसुद्धा ऐकू आला.

अयोध्येचा राजकुमार चालतच होता. तो बेफिकीरपणे चालत असल्यासारखा दिसत होता. आपल्या तलवारीच्या म्यानावर त्याचा हात होता. कान आवाजाचा वेध घेत होते. जमिनीवर पावलांचा आवाज येत होता. त्यानंतर हळूच तलवार काढल्याचा आवाज आला. भगीरथाने चटकन गिरकी घेतली. आपला खंजीर बाहेर काढला आणि तो फेकला. त्याच्यावर हल्ला करण्याच्या तयारीत असलेल्या हल्लेखोराच्या पोटात खंजीर आरपार घुसला. त्या हल्ल्याचा जोर एवढा मोठा होता, की हल्लेखोर निपचित पडला. त्याला उठता येत नव्हते. तो यातनांनी तळमळत

होता; परंतु त्याचे प्राण गेले नव्हते.

आपल्या डोळ्यांच्या कोपऱ्यातून भगीरथाला आणखी एक हालचाल आपल्या जवळपासच होत असल्याचे दिसले. त्याने आपला दुसरा खंजीर काढला. परंतु तो नवीन हल्लेखोर भिंतीवर आदळला होता. एक छोटी तलवार त्याच्या छातीत खुपसली गेली होती. तो मरण पावला होता.

भगीरथाने वळून पाहिले. त्याच्या डावीकडे नंदी होता. ''आणखी कुणी आहे?'' त्याने कुजबुजत्या स्वरात विचारले.

नंदीने आपली मान नकारार्थी हलवली.

भगीरथ पहिल्या हल्लेखोराकडे लगबगीने गेला. त्याचे खांदे हलवत भगीरथाने विचारले, ''तुला कुणी पाठवलं होतं?''

हल्लेखोर मूक राहिला.

भगीरथाने त्याच्या पोटातील चाकू जोरात गोलाकार फिरवला.

''कोणी?''

त्या माणसाच्या तोंडातून तत्काळ फेस बाहेर पडू लागला. उंदराने विष खाल्ल्यावर त्याची जशी स्थिती होईल, तशी त्याची स्थिती झाली होती. तो काही क्षणांतच मरण पावला.

''काय हे!'' निराश भगीरथाने म्हटले.

नंदीने अयोध्येच्या राजपुत्राकडे पाहिले. कोणत्याही नवीन संकटाशी सामना करण्यासाठी तो तलवार उपसून सावधगिरीने उभा होता.

भगीरथाने आपले डोके हलवले आणि तो उठून उभा राहिला. ''नंदी, आभारी आहे. तुम्ही आसपासच होता, हे माझं सुदैव आहे.''

''हे काही सुदैव नव्हतं, महाराज,'' नंदी हळुवारपणे म्हणाला, ''तुमच्या पिताजींच्या भेटीच्या कालावधीत, सदासर्वकाळ तुमच्याबरोबर राहण्याची आज्ञा मला नीलकंठाने दिली आहे. मला प्रामाणिकपणे वाटलं होतं, की प्रभू थोडे अतिरेकीपणाने वागत आहेत. कोणताही पिता आपल्या मुलाच्या जिवावर उठणार नाही. पण मला वाटतं, की ती माझी चूक होती.''

भगीरथाने मान हलवली. ''यामागे माझे पिताजी नाहीत. निदान थेटपणे तरी ते तसं करणार नाहीत.''

''त्यांच्यामध्ये तेवढं धैर्य नाही. परंतु मी त्यांच्या मर्जीत नाही, एवढी गोष्ट

सर्वांना समजावी याची तजवीज ते जरूर करतात. राजसिंहासनावर हक्क सांगणाऱ्या आणि त्यासाठी शत्रुत्वानं वागणाऱ्या लोकांना त्यामुळे नक्कीच प्रोत्साहन मिळतं. त्यांना फक्त मला निकालात काढायचं असतं. मी एखाद्या अपघातात मरण पावलो, वगैरेसारखं काहीतरी भासावं, असं त्यांना करायचं असतं.''

''हे'', त्या मृत हल्लेखोराकडे निर्देश करत नंदी म्हणाला, ''हा काही अपघात भासणार नाही.''

''मला माहिती आहे. याचा एकच अर्थ आहे, की ते आता निराश होत चालले आहेत.''

''का?''

''माझ्या पिताजींची प्रकृती चांगली नाही. त्यामुळे आता आपल्याकडे वेळ नाही, असं त्यांना वाटत असावं. मी जिवंत असताना, त्यांचा मृत्यू झाला, तर मला राज्याभिषेक होईल.''

नंदीने मान हलवली.

भगीरथाने नंदीच्या पाठीवर थोपटले. ''माझ्यावर तुझं ऋण आहे, मित्रा. मी तुझा कायमचाच ऋणी असेन. जोपर्यंत मी जिवंत असेन तोपर्यंत तरी नक्कीच!''

नंदीने स्मित केले. ''आणि तुम्हांला दीर्घायुष्य असेल. महाराज, मी आजूबाजूला असेपर्यंत तरी काहीही घडू शकणार नाही. तुमच्यावर हल्ला करण्याची हिंमत करणारी कुणीही व्यक्ती आणि तुम्ही यांच्यामध्ये मी असेन आणि तुम्हांला झाकून टाकण्यासाठी माझ्याकडे भरपूर काही आहे.''

आपल्या हत्तीसारख्या शरीरयष्टीवर नंदीने केलेल्या विनोदाला भगीरथाने स्मित करून प्रत्युत्तर दिले.

''तुला कोणाची नावं समजली का? त्यांना कोणी धाडलं होतं?''

''मला माहिती नाही, प्रभू. मला उत्तरं मिळण्याच्या आतच ते मरण पावले.''

शिवाने सुस्कारा सोडला. ''मृतदेह?''

''काशीच्या अंतर्गत सुरक्षा दलाच्या शिपायांकडे सुपूर्द करण्यात आले,'' भगीरथ म्हणाला, ''पण या कामी ते काही पुढाकार घेऊ शकतील, असं मला तरी

वाटत नाही.''

''हंऽममम!'' शिव म्हणाला.

''आता दुसऱ्या वेळी माझं आयुष्य मी आपल्या चरणी अर्पण करत आहे, प्रभू!''

''तू माझं काहीही देणं लागत नाहीस. तू मला काहीही अर्पण करण्याची गरज नाही,'' शिव म्हणाला आणि नंदीकडे वळून तो म्हणाला, ''माझ्या मित्रा, मी तुझा आभारी आहे. या सगळ्याचं श्रेय खरं तर तुलाच आहे.''

नंदीने खाली वाकून प्रणाम केला. ''आपली सेवा करणं हा माझा सन्मान आहे, प्रभू!''

शिव मागे भगीरथाकडे वळला. ''तू आनंदमयीला काय सांगणार आहेस?''

भगीरथ विचारमग्न झाला. ''काहीही नाही. तिला अकारणच त्रास व्हावा, असं मला वाटत नाही. मी ठीक आहे. याविषयी कोणालाही काहीही ठाऊक असण्याची आवश्यकताच नाही.''

''का?''

''कारण मला खात्री आहे, की पिताजी या हल्ल्याचा तपास करण्याची तसदी घेणार नाहीत.''त्यामुळे अपघात वाटावा अशा पद्धतीचा अवघड कट रचण्याची गरज नाही, असं 'त्या' लोकांना वाटेल. माझ्यावर आपण आणखी आक्रमक हल्ला करू शकतो, अशा हल्ल्याला पिताजींची मूक संमती आहे, असा संदेश त्यातून त्यांच्यापर्यंत पोहोचेल. त्यामुळेच ही गोष्ट जाहीर झाली तर सिंहासनावर हक्क सांगणाऱ्यांना आणि शत्रुत्वाने वागणाऱ्यांना त्यातून प्रोत्साहनच मिळेल.''

''तुझ्या जिवावर अनेक सरदार उठले आहेत?''

''प्रभू, दरबारातील अर्धे लोक माझ्या पिताजींचे नातेवाईक आहेत. आपलाच सिंहासनावर हक्क आहे, असं त्या सर्वांनाच वाटतं.''

शिवाने दीर्घ श्वास घेतला. ''तुझ्या पिताजींचा मुक्काम इथे असेपर्यंत एकटा राहू नकोस आणि इथून खूप दूर, ब्रंगाच्या प्रवासात तू माझ्याबरोबर येणार आहेस.''

भगीरथाने मान डोलावली.

शिवाने त्याच्या खांद्यावर थोपटले. ''तू स्वतःच तुझा बळी घेणार नाहीस, याची खात्री करून घे, कारण तू माझ्यासाठी खूपच महत्त्वाचा आहेस.''

भगीरथाने स्मित केले. ''मी तुमच्यासाठी जिवंत राहण्याचा प्रयत्न करेन, प्रभू!'' शिव हळुवारपणे हसला आणि नंदीनेही त्याला तसाच प्रतिसाद दिला.

''महाराज, सोमरसाची पूड एवढ्या मोठ्या प्रमाणात तुम्ही देऊन टाकावी हे राजधर्म म्हणून सुज्ञपणाचं लक्षण नाही, असं मला वाटतं,'' शिव म्हणाला.

शिवाच्या कक्षात शिव आणि दक्ष बसले होते. कार्तिकाच्या जन्माला आता आठवडा उलटला होता. त्यांच्या शेजारच्याच कक्षात सती आणि कार्तिक झोपले होते. त्यांची काळजी घेण्यासाठी कृत्तिका आणि परिचारिकांचा ताफा होता. कार्तिकासाठी भेट म्हणून दक्षाने एवढ्या मोठ्या प्रमाणात सोमरसाची पूड आणल्याचे पाहून शिवाला धक्का बसला होता. कार्तिकाने जन्मापासूनच रोज थोडी थोडी सोमरसाची पूड ग्रहण करावी, असे दक्षाला वाटत होते. त्यामुळे तो बलाढ्य, सामर्थ्यशाली योद्धा बनला असता. कार्तिकाच्या अठराव्या वाढदिवसापर्यंत पुरेल एवढी पूड त्याने मिळवली होती.

''प्रभू,'' दक्ष म्हणाला, ''एखाद्या भ्रमिष्टाप्रमाणे आनंदात चूर झालेल्या एखाद्या आजोबाने आपल्या पहिल्या नातवंडासाठी काय करावं आणि काय करू नये, हे तुम्ही सांगणं हेसुद्धा अन्यायकारकच आहे.''

''पण महाराज, मंदार पर्वताचा सर्वनाश झाल्यामुळे तुम्हांलाही सोमरसाचा तुटवडा पडत असल्याचं जाणवत असेलच की! त्यामुळे एवढ्या मोठ्या प्रमाणात माझ्याच मुलाला सोमरस दिला जावा, असं मला वाटत नाही. कारण तुमच्या संपूर्ण देशालाच त्याची गरज आहे.''

''त्याबद्दल मला चिंता करू द्या, प्रभू. कृपा करून 'नाही' म्हणू नका.''

शिवाने तो विषय सोडून दिला. ''मंदार पर्वताच्या उभारणीचं नियोजन कसं काय सुरू आहे?''

''त्याला प्रदीर्घ काळ लागेल,'' आपला हात नकारार्थी हलवत दक्ष म्हणाला, ''आता त्या गोष्टी विसरून जाऊया. हा केवढा आनंदाचा प्रसंग आहे. मला नातवंड झालं आहे. एक संपूर्ण, परिपूर्ण, रुबाबदार, सुंदर नातवंड. मोठा झाल्यावर तो या भरतखंडाचा सम्राट बनेल.''

— ⅄⦾Ʊ⍋⊗ —

कार्तिकाच्या जन्मानंतर बरोबर सात दिवसांनी काशीच्या नागरिकांनी परंपरेनुसार संगीत आणि नृत्याच्या कार्यक्रमाने बाळाचा जन्म साजरा केला. आपल्या यजमानांच्या चालीरितींचा सन्मान राखण्याचा निर्णय शिवाने घेतला होता.

नृत्य सभागृहात नीलकंठ सिंहासनावर बसला होता. त्याच्याशेजारीच एरवी काशीच्या राणीसाठी तयार करण्यात आलेल्या सिंहासनावर सती बसली होती. कार्तिकाला ती आपल्या हातात जोजवत होती. शिव आणि सती यांच्यामागेच सन्माननीय अतिथींच्या आसनांवर दक्ष आणि दिलीपा बसले होते. काशीचे राजकुटुंब त्यांच्या मागेच बसले होते. कोणत्याही राज्याच्या राजाने अशा प्रकारे एवढ्या मागे बसणे ही अपारंपरिक गोष्ट होती. परंतु काशीच्या राजाला, अथिथिग्वाला त्याचे काहीच वाटले नाही.

शिवाकडे झुकून सती कुजबुजत्या स्वरात म्हणाली, ''नेहमीप्रमाणेच तुझं नृत्य अत्यंत सुंदर होतं.''

''तुझ्या ते लक्षात आलं?'' शिवाने तिला चिडवत म्हटले.

आपल्या नृत्याने कार्यक्रमाचा प्रारंभ केला जावा, असा आग्रह त्या संध्याकाळी शिवाने धरला होता. प्रत्यक्ष नीलकंठाला नृत्य करताना पाहणाऱ्या काशीच्या प्रेक्षकांचा क्षणभर आपल्या नशिबावर विश्वासच बसला नाही. नीलकंठाच्या आकर्षक नृत्याला त्यांनी सुमारे पाच मिनिटे उठून उभे राहून टाळ्यांच्या कडकडाटात मानवंदना दिली. त्याच्या तोपर्यंतच्या नृत्यांतील ते एक उत्कृष्ट नृत्य होते. आनंदाने आणि उत्साहाने प्रेक्षक बेभान झाले होते. मात्र सतीचे त्याकडे पुरेसे लक्ष नव्हते, हे पाहून शिवाचा हिरमोड झाला होता. ती दुसऱ्याच विचारात गढून गेली होती. दक्षाने सोमरसाची पूड आणल्याविषयी शिवाने तिला सांगितल्यापासून ती त्रस्त, अस्वस्थ झाली होती.

''अर्थातच, मी नृत्य बघितलंच!'' सती स्मित करत म्हणाली, ''एवढ्या मोठ्या प्रमाणावर पिताजी सोमरस देत असल्याचं ऐकून मी जरा अस्वस्थ झाले होते. कारण ते योग्य नाही. सोमरस हा संपूर्ण मेलुहासाठी आहे. फक्त राजघराण्यात जन्मल्यामुळे कार्तिकाला कोणतीही विशेष वागणूक मिळता कामा नये. हे प्रभू रामाच्या तत्त्वांविरुद्ध आहे.''

“मग तुझ्या पिताजींशी याविषयी बोल.”

“मी नक्कीच बोलेन. फक्त योग्य वेळ येऊ देत.”

“छान. पण सध्या तरी ज्यावेळी आनंदमयी नृत्य करेल, त्यावेळी तिच्याकडे बघ. ती कदाचित माझ्याएवढी क्षमाशील नसेल.”

सतीने स्मित केले आणि आणि आपले डोके शिवाच्या खांद्यांवर टेकले. त्यानंतर वळून तिने व्यासपीठाकडे नजर टाकली. त्याच वेळी आनंदमयी व्यासपीठावर येत होती. तिने धक्कादायक वाटावे, एवढ्या कमी लांबीचे धोतर आणि तंग चोळी परिधान केली होती. सतीने आपल्या भुवया उंचावल्या आणि शिवाकडे पाहिले. शिव स्मित करत होता.

“या प्रकारच्या नृत्यासाठी हाच पोशाख अगदी योग्य आहे,” शिव म्हणाला.

सतीने मान दुसरीकडे वळवली आणि ती व्यासपीठाकडे पाहू लागली. शिवाने पार्वतेश्वराकडे एक मिश्कील कटाक्ष टाकला आणि त्याने स्मित केले. सरलष्करप्रमुखाचा चेहरा अगदी निर्विकार होता. जणू काही त्याने अपारदर्शक मुखवटाच चेहऱ्यावर चढवला होता. आपल्या सूर्यवंशी प्रशिक्षणाची सणसणीत लाथ आपल्या कमरेत बसल्यासारखे त्याला वाटले. परंतु त्याचे दृढनिश्चयी जबडे आणि दोन भुवयांमधील खोळ यांतूनच तो डळमळीत होणारा नसल्याचे स्पष्ट होत होते.

रंगमंचाला माथा टेकवून अभिवादन करण्यासाठी आनंदमयी खूप खाली वाकली. आपल्या कार्यक्रमासाठी आशीर्वाद आणि स्फूर्ती मिळवण्यासाठी तिने पृथ्वीमातेला हे वंदन केले होते. सुरुवातीच्या रांगांमधील चंद्रवंशी त्यावेळी किंचित पुढे झुकून तिला पाहू लागले. त्या ठिकाणी जर कोणी इतर नर्तिका असती, तर आतापर्यंत प्रेक्षकांनी शिट्ट्यांचा कहर केला असता, पण ती तर स्वद्वीपची राजकुमारी होती. त्यामुळे ते फक्त तिच्याकडे कामुक कटाक्ष टाकत शांतपणे बघत बसले.

त्यानंतर दुसरा नर्तक व्यासपीठावर आला. त्याचे नाव होते उत्तांक. मगधच्या प्रसिद्ध लष्करी अधिकाऱ्याचा तो मुलगा होता. युद्धात उजव्या खांद्याला झालेल्या गंभीर जखमेमुळे त्याला आपली लष्करी कारकीर्द अर्ध्यावरच सोडून द्यावी लागली होती. ज्याप्रमाणे आयुष्यात मोठ्या प्रमाणात नैराश्य आलेले अनेक लोक काशीचा मार्ग पत्करत होते; त्याप्रमाणेच तोही काशीच्या आश्रयाला आला होता. नृत्यातील

सौंदर्याचा तिथेच त्याला शोध लागला होता. परंतु ज्या जखमेमुळे त्याची लष्करी कारकीर्द त्याला अर्धवट सोडावी लागली होती; त्याच जखमेमुळे त्याची नृत्याची कारकीर्दही त्याला हव्या तेवढ्या उंचीवर नेता आली नव्हती. त्याच्या खांद्याच्या हालचालींवर निर्बंध येत होते. त्यामुळे तो खराखुरा महान नर्तक बनू शकत नव्हता. आनंदमयी खरी चंद्रवंशी होती. त्यामुळे तिच्या हृदयाचा ओढा दुर्बलांकडे होता. उत्तांकाविषयीच्या सहानुभूतीपोटी तिने त्याच्यासह नृत्य करण्याचा त्याचा प्रस्ताव स्वीकारला होता, अशी अफवा तिथे पसरली होती.

परंतु ही सहानुभूती अयोग्य ठिकाणी वाटत असल्यामुळे उत्तांकाचा व्यासपीठावर अवमान होण्याची शक्यता होती. ते एक गुंतागुंतीची नृत्यरचना सादर करणे अपेक्षित होते. ऋषि विश्वामित्राला मेनका या अप्सरेने भुरळ घातल्याच्या पुराणकथेवर ते नृत्य आधारित असणार होते. या नृत्यासाठी उत्तांक योग्य होता का? आनंदमयीने आपण राजकन्या असतानाही तर्काधिष्ठित सिद्धान्त दूर सारून त्याला वाकून प्रणाम केला. त्यानेही तिला प्रतिप्रणाम केला. त्यानंतर ते एकमेकांजवळ आले. नृत्य करण्यासाठी एकमेकांजवळ जेवढे यावे लागते; त्याहूनही ते एकमेकांच्या बरेच जवळ आले होते. उत्तांकाला आपला हात खूप पुढे आणावा लागू नये, यासाठीची ती बहुधा तडजोड होती. शिवाने पुन्हा एकदा वळून पार्वतेश्वराकडे पाहिले. त्याने आपले डोळे बारीक केले होते आणि आपला श्वास रोखून धरला होता.

'त्याला असूया वाटतेय का?'

अयोध्येच्या राजकुमारीने त्यांच्या नृत्याची व्यवस्थित रचना केली होती. या विशिष्ट कार्यक्रमासाठी तिने प्राचीन नियम बदलले होते आणि उत्तांकाच्या मर्यादित हस्तसंचालनाच्या दृष्टीने योग्य अशी रचना केली होती. त्यामुळे संपूर्ण कार्यक्रमात त्या दोघांनाही एकमेकांच्या खूपच निकट येऊन नृत्य करावे लागत होते. त्यामुळे भोगासक्तीचे वातावरण तयार झाले होते. प्रेक्षकांनी प्रथम ते नृत्य धक्का बसल्यासारखे आ वासून पाहिले. राजकुमारी आनंदमयीला एवढ्या घट्ट पकडण्याची अनुमती एका माजी सैनिकाला कशी काय दिली जाऊ शकते? मात्र नंतर त्या कार्यक्रमाच्या गुणवत्तेकडे ते आकृष्ट झाले. इतक्या उघडउघड मादक पद्धतीने केलेले विश्वामित्र–मेनकेचे नृत्य तत्पूर्वी कोणीही कधीच पाहिलेले नव्हते.

कार्यक्रम संपल्यानंतर प्रेक्षकांनी उठून उभे राहून टाळ्या आणि शिट्ट्यांचा गजर केला. तो खरोखरच चांगला कार्यक्रम झाला होता. आनंदमयीने खाली

वाकून प्रेक्षकांना अभिवादन केले आणि उत्तांकाकडे अंगुलिनिर्देश केला. मोठ्या उमदेपणाने तिने त्या नृत्याचे श्रेय शारीरिकदृष्ट्या अपंग असलेल्या त्या सैनिकाला दिले होते. आपल्याला मिळालेल्या प्रशंसेमुळे उत्तांकाचा चेहरा चमकत होता. कदाचित आयुष्यात प्रथमच त्याच्या आयुष्याला काही अर्थ असल्याचे त्याला उमगले होते.

तिथे असलेला प्रत्येक जण टाळ्या वाजवत होता. फक्त एकटा पार्वतेश्वरच टाळ्या वाजवत नव्हता.

राजवाड्यात तिथे बांधण्यात आलेल्या तात्पुरत्या लष्करी प्रशिक्षण तळावर पार्वतेश्वर पूर्वाकाबरोबर मुष्टियुद्धाचा सराव करत होता. त्या माजी लष्करी अधिकाऱ्याला पार्वतेश्वराबरोबर सराव करत असताना आपली गमावल्यासारखी वाटणारी प्रचंड, भयावह ताकद परत येत असल्याचा अनुभव येत होता. दृष्टिहीनता असूनही, आपल्या तीव्र श्रवण क्षमतेने पूर्वाक पार्वतेश्वराच्या हालचालींचा अचूक अंदाज बांधू शकत होता आणि त्यानुसार त्याला प्रतिसाद देत होता. ज्यावेळी शक्य असेल त्यावेळी चपळाईने बाजूला होत होता आणि गरज असेल त्यावेळी तडाखा देत होता.

पार्वतेश्वराला आनंद झाला होता.

त्याला क्षणभर थांबण्यासाठी सांगून, पार्वतेश्वराने द्रपाकुकडे पाहून मान डोलावली. त्यानंतर तो पूर्वाकाकडे वळला आणि मेलुहाच्या पद्धतीप्रमाणे आपले मस्तक किंचित झुकवून त्याने औपचारिकपणे त्याला प्रणाम केला. आपल्या छातीवर आपल्या मुठीचा प्रहार करून पूर्वाकानेही कमरेतून वाकून पार्वतेश्वराला त्याच्यापेक्षा खूपच अधिक वाकून अभिवादन केले. पार्वतेश्वराच्या असामान्य शौर्याविषयी त्याला आदर वाटत होता.

''लष्कराधिकारी पूर्वाक, नीलकंठाबरोबर प्रवासासाठी निघणाऱ्या सूर्यवंशींच्या सैन्यात तुमचा समावेश करणं हा माझा सन्मान आहे,'' पार्वतेश्वर म्हणाला.

पूर्वाकाने स्मित केले. गेल्या कित्येक दशकांत प्रथमच त्याला कोणीतरी लष्कराधिकारी या नावाने संबोधित केले होते. ''सरलष्करप्रमुख, हा तर माझाच

सन्मान आहे. आणि चंद्रवंशी पलटणीत मला न धाडल्याबद्दल मी तुमचे आभार मानतो. त्यांची अकार्यक्षमता मी सहन करू शकलो असतो, असं मला वाटत नाही.''

खोलीच्या एका टोकाला उभ्या असलेल्या भगीरथाला आपले हसू आवरता आले नाही. ''नीलकंठासाठी कोण अधिक परिश्रम घेतं, ते आपण पाहूयाच पूर्वाका! सध्या तुम्ही चंद्रवंशीयांच्या राज्यात आहात, हे विसरू नका. इथे लढाया वेगळ्या प्रकारे लढल्या जातात.''

पूर्वाकाने काहीच प्रतिसाद दिला नाही. एखाद्या राजघराण्यातील व्यक्तीला प्रत्युत्तर देण्यापासून त्याच्या प्रशिक्षणाने त्याला रोखले होते. त्याने मान डोलावली.

तेवढ्यात त्या खोलीत आनंदमयीने प्रवेश केला. भगीरथाने स्मित केले आणि त्याने पार्वतेश्वराकडे कटाक्ष टाकला आणि पुन्हा तिच्याकडे पाहिले. तिने चमकदार, एखाद्या विदुषकाच्या पोशाखा सारखी दिसणारी हिरव्या रंगाची कंचुकी घातली होती. त्या कंचुकीचा रंग इतका भडक होता, की फक्त आनंदमयीसारखी लावण्यवती आणि निर्लज्ज वाटावी एवढी धीट असलेली स्त्रीच ती घालू शकली असती. दिवसेंदिवस पार्वतश्वराचे लक्ष अधिकाधिक वेधून घेण्याची गरज आनंदमयीला भासू लागल्यामुळेच ती अधिकाधिक निर्लज्जपणे वागू लागली असेल, असा संशय भगीरथाच्या मनात आला. त्याआधी कधीच त्याने आपल्या भगिनीला अशा प्रकारे वागताना पाहिले नव्हते. त्यामुळे आता आपल्या भगिनीशी बोलावे की सरळ पार्वतेश्वराला बाहेर बोलावून त्याच्या उद्देशाविषयी त्याच्याशी चर्चा करावी हे त्याच्या लक्षात येत नव्हते.

आपल्या बंधूच्या दिशेने येता येताच आनंदमयी थेट पार्वतेश्वराकडे गेली. तिच्या पाठोपाठ उत्तांकही होताच. ती पार्वतेश्वराला संकोच वाटावा इतकी त्याच्या जवळ गेली. त्यामुळे पार्वतेश्वराला दोन पावले मागे सरकणे भाग पडले. ''मेलुहाच्या सर्व सरलष्करप्रमुखांमधील माझा प्रिय सरलष्करप्रमुख काय करतो आहे?'' तिने विचारले. तिने आपल्या भुवया उंचावल्या होत्या.

''मेलुहामध्ये आमच्याकडे विविध राज्ये नाहीत, राजकुमारी. आमच्याकडे फक्त एकच लष्कर आहे,'' पार्वतेश्वर म्हणाला.

आनंदमयीने कपाळाला आठ्या घातल्या.

''मेलुहामध्ये एकच सरलष्करप्रमुख आहे, याचा अर्थ सरलष्करप्रमुखाला

प्रिय म्हणण्याची गरज नाही!'' पार्वतेश्वर पुढे म्हणाला.

''बरोबर आहे. मला ते मान्य आहे. मेलुहात फक्त एकच पार्वतेश्वर ......''

पार्वतेश्वराचा चेहरा लाल झाला. द्रपाकुला तो काहीसा किळसवाणा प्रकार वाटला.

''राजकुमारी, मी तुमच्यासाठी करण्याजोगं काही आहे का?'' पार्वतेश्वराला हे संभाषण संपवण्याचा मार्ग चटकन शोधून काढायचा होता.

''मला वाटतं, ते तुम्ही विचारू नये,'' आनंदमयीने स्मित केले आणि उत्तांकाकडे निर्देश केला. ''हा तरुण इथे मगधचा निर्वासित म्हणून आला आहे. त्याचं नाव उत्तांक आहे. त्याला नेहमीच योद्धा बनायचं होतं. परंतु घोड्यावरून पडून झालेल्या अपघातामुळे त्याच्या खांद्याला दुखापत झाली आहे. त्या मूर्ख आणि बुद्धीची कदर न करणाऱ्या राजकुमार सुरापद्मनने त्याला लष्करातून काढून टाकलं. बहुतेक दुःखी लोकांप्रमाणे त्यानेही काशीत आसरा शोधला. काल त्याला नृत्य करताना तुम्ही पाहिलंच असेल. म्हणजे तुम्ही पाहिलेलं आहे, याची मला खात्रीच आहे. तो अत्यंत बुद्धिमान नर्तक आहे. त्याला नीलकंठाच्या सैन्याच्या तुकडीत तुम्ही भरती करून घ्यावं, अशी माझी इच्छा आहे.''

''नर्तक म्हणून?'' आश्चर्याने थक्क झालेल्या पार्वतेश्वराने विचारले.

''तुम्हाला हेतूतः मूर्खासारखं वागायला आवडतं की तुम्ही हे नाटक करता आहात?''

पार्वतेश्वराच्या कपाळावर आठ्या पडल्या.

''नर्तक म्हणून मी नक्कीच म्हणत नाही,'' संतप्त आनंदमयीने खांदे उडवले. ''सैनिक म्हणूनच मी म्हणत आहे.''

पार्वतेश्वर उत्तांकाकडे वळला. त्याने पावलांमध्ये अंतर राखले होते. त्याचे हात आपल्या शस्त्रांवर स्थिरावलेले होते. जणू तो युद्धासाठी सज्ज होता. उत्तांकाला उत्तम प्रशिक्षण मिळाले होते, यात शंकाच नव्हती. पार्वतेश्वराची नजर त्याच्या खांद्यांच्या हालचालींवर खिळली. ''उंच व्यक्तीशी तू युद्ध करू शकणार नाहीस.''

''पराभव पत्करण्यापूर्वी मी मरण पत्करेन, महाराज,'' उत्तांक म्हणाला.

''मला मृत्यूला कवटाळणाऱ्या सैनिकांची गरज नाही,'' पार्वतेश्वर म्हणाला, ''जे शत्रूला ठार मारतील आणि स्वतः जगतील, अशाच सैनिकांची मला गरज आहे. तू नृत्याचाच सराव करून त्याच क्षेत्रात काही का करत नाहीस?''

''नर्तक योद्धे बनू शकत नाहीत, असं तुम्हांला म्हणायचं आहे का?'' आनंदमयीने त्यांच्या संभाषणात मध्येच हस्तक्षेप करत विचारले.

पार्वतेश्वराने रागाने पाहिले. नीलकंठ हा उत्तम नर्तक होता आणि तरीही भयावह योद्धा होता. तो मागे वळला. त्याने दोन लाकडी तलवारी आणि ढाली घेतल्या. त्यापैकी एक जोडी त्याने उत्तांकाकडे फेकली. दुसरी तलवार त्याने आपल्या हातात घेतली. आपली ढाल त्याने हातात व्यवस्थित धरली आणि त्या मगधच्या सैनिकाला पवित्रा घेण्याची खूण केली.

''तुम्ही त्याच्याबरोबर युद्ध करणार आहात?'' धक्का बसलेल्या आनंदमयीने विचारले. उत्तांक हा पार्वतेश्वरासाठी युद्धातील उत्तम जोडीदार नव्हता. त्याची पार्वतेश्वराशी कोणत्याही बाबतीत तुलनाच होऊ शकत नव्हती. तो पार्वतेश्वरासमोर अगदीच नगण्य होता, हे आनंदमयीला चांगलेच ठाऊक होते.

''तुमचं काय बिनसलंय? तो तसाच आपल्याबरोबर का येऊ शकत नाही?''

भगीरथाने तिच्या हाताला स्पर्श केल्यामुळे आनंदमयी बोलता बोलता थबकली. त्याने तिला मागे ओढली. पूर्वाक आणि द्रपाकुही मागे सरकले.

''तुला अजूनही निवडीची संधी आहे, सैनिका,'' पार्वतेश्वर म्हणाला, ''निघून जा.''

''नाहीतरी मी तुमच्याबरोबर निघून जाणारच आहे, महाराज,'' उत्तांक म्हणाला.

पार्वतेश्वराने आपले डोळे बारीक केले. त्याला त्या माणसाच्या बोलण्यातील चमक आणि उमदेपणा आवडला. परंतु आता त्याच्या क्षमतेची चाचणी त्याला घ्यायची होती. क्षमता नसताना निव्वळ उमदेपणा असेल, तर युद्धभूमीवर तो यातनामय मृत्यूकडे घेऊन जातो.

पार्वतेश्वर हळूहळू सरकला. उत्तांकाने हल्ला करण्याची तो प्रतीक्षा करत होता. परंतु तो माणूस स्तब्ध राहिला. मगध सैनिक बचावाच्या पवित्र्यात असल्याचे पार्वतेश्वराच्या लक्षात आले. पार्वतेश्वरासारख्या उंच व्यक्तीवर हल्ला करण्यासाठी हात उंचवावा लागणार होता आणि त्यासाठी त्याच्या खांद्याची दुखापत त्याच्या मार्गातील अडथळा बनत होती.

सरलष्करप्रमुखाने हल्ला केला. तो एक अपारंपरिक हल्ला होता. आपली ढाल पुढच्या बाजूला मध्यभागी धरून त्याने फक्त वरच्या बाजूने वार केला. उत्तांकाला

मागे सरकावे लागले. आपल्यावर होणाऱ्या तडाखेबंद वारांचा मारा चुकवण्यासाठी त्याने आपली ढाल डाव्या हातात उंच धरली होती. जर त्याला आपला उजवा हात वर करणे शक्य असते, तर त्याने पार्वतेश्वराच्या उघड्या मस्तकावर आणि खांद्यावर वार केला असता. पण जायबंदी झालेल्या खांद्यामुळे तो ते करू शकत नव्हता. त्यामुळे छातीएवढ्या उंचीपर्यंत तो तलवार खुपसू शकत होता. पार्वतेश्वर लीलया ते वार आपल्या ढालीवर झेलत होता. हळूहळू, पण खात्रीपूर्वकरीत्या पार्वतेश्वराने उत्तांकाला भिंतीजवळ ढकलत नेले. आता काही क्षणांतच उत्तांकाला माघार घ्यायला जागाच उरणार नव्हती.

मेलुहाचा सरलष्करप्रमुख असूयेपोटी हे करत असल्याचे वाटून आनंदमयी आधी खूपच खूश झाली होती. परंतु आता तिला उत्तांकाची काळजी वाटू लागली.

"त्याला ते थोडीशीही दया का दाखवू शकत नाहीत?"

भगीरथ आपल्या भगिनीकडे वळला. "पार्वतेश्वर योग्य तेच करत आहेत. युद्धात शत्रू कोणालाही दयेची भीक घालत नाही."

तेवढ्यात उत्तांकाची पाठ भिंतीवर आदळली. त्याच्या हातातून त्याची ढाल गळून पडली. पार्वतेश्वराने तातडीने उजवीकडे उंच उडी मारून उत्तांकाच्या छातीवर जोरदार प्रहार केला.

"खऱ्या तलवारीच्या वाराने तुला यामुळे मृत्यूला कवटाळावं लागेल," पार्वतेश्वर पुटपुटला.

उत्तांकाने मान डोलावली. आपली दुखापत झालेली छाती चोळण्याचा प्रयत्नही त्याने केला नाही.

त्या कक्षाच्या मध्यभागी पार्वतेश्वर शांतपणे गेला आणि त्याने मोठ्याने उत्तांकाला विचारले, "आणखी एकदा प्रयत्न करायचा आहे का?"

उत्तांकाने पुन्हा एकदा युद्धाचा पवित्रा घेतला. पार्वतेश्वराने आणखी एकदा हल्ला केला. पुन्हा तोच निकाल समोर आला.

उत्तांकाला यातना होत असल्याचे पाहून आनंदमयीने सुस्कारा सोडला. ती आपले पाऊल पुढे टाकणार होती, तोच भगीरथाने तिला मागे ओढले. त्यालाही उत्तांकाची काळजी वाटत होती. परंतु तो त्यात हस्तक्षेप करू शकत नव्हता. तो सरलष्करप्रमुखाचा आणि मूर्खपणाने शौर्याचा आव आणून त्याच्याशी द्वंद्वयुद्ध खेळू पाहणाऱ्या त्या सैनिकाचा अपमान ठरला असता.

“तू या माणसाला इकडे का आणलंस?” भगीरथाने विचारले.

“उत्तांक सुंदर नृत्य करतो. त्यामुळे ब्रंगाच्या प्रवासात त्याला बरोबर नेलं तर प्रवासात थोडीफार गंमत येईल, असं मला वाटलं.”

भगीरथ आपल्या भगिनीकडे वळला आणि आपले डोळे बारीक करून तो म्हणाला, “हे पूर्ण सत्य नाही. तू काय करते आहेस ते मला माहिती आहे आणि ते चांगलं नाही.”

“युद्धात आणि प्रेमात सारं काही क्षम्य असतं, भगीरथा. पण मला खरोखरच उत्तांकाला दुखापत होऊ द्यायची नव्हती.”

“मग तू त्याला इकडे आणायलाच नको होतं.”

पार्वतेश्वर पुन्हा एकदा मध्यभागी गेला. “पुन्हा एकदा?”

उत्तांक कसाबसा धडपडत उठला. त्याला खूपच वेदना होत असल्याचे स्पष्ट दिसत होते. त्याच्या चेहऱ्यावरून राग आणि नैराश्य ओसंडून वाहत होते. पार्वतेश्वराला आता चिंता वाटत होती. आणखी एक हल्ला झाला, तर त्या सैनिकाच्या छातीच्या सगळ्या फासळ्या तुटून जातील, अशी त्याला भीती वाटत होती. पण त्याचे अविचारी साहस त्याला थांबवायचे होते. हे जर खरोखरीचे युद्ध असते, तर याआधीच किमान दोन वेळा उत्तांक मरण पावला असता.

त्याने पुन्हा एकदा उत्तांकावर हल्ला केला. आता उत्तांकाने तो हल्ला दोन पावले दुसऱ्या बाजूला टाकून चुकवला. पार्वतेश्वराला आश्चर्य वाटले. त्यामुळे क्षणभरासाठी पार्वतेश्वर पुढच्या बाजूला गेला. नंतर उत्तांकाने वळून आक्रमकपणे त्याच्यावर हल्ला केला. त्याने डावीकडे उंच उडी मारली. आपली ढाल त्याने हवेतून खाली येऊ दिली. आपल्या शरीराची एक बाजू त्याने खुली ठेवली. पार्वतेश्वराने आपली तलवार पुढे खुपसली. त्याचा वार चुकवण्यासाठी उत्तांक उजवीकडे वळला आणि त्याच वेळी तेवढ्याच गतीने त्याने आपला उजवा हात गरागरा फिरवला. त्यामुळे त्या क्षणी त्याची तलवार उंच धरली गेली होती. सहसा दुखापत झालेल्या हातात एवढ्या उंचीवर तलवार धरता येत नाही. त्याने पार्वतेश्वराच्या मानेवर जोरदार वार केला. तो मृत्यू ओढवू शकणारा वार होता. ती जर खरी तलवार असती, आणि सरावाची लाकडी तलवार नसती तर तिच्यामुळे खचितच मृत्यू ओढवला असता.

पार्वतेश्वर अचंबित आणि स्तंभित झाला. उत्तांक हे कसे काय करू शकला

होता?

उत्तांकाला स्वतःलाही धक्का बसला होता. दुखापत झाल्यापासून एवढ्या उंचावर वार करणे त्याला कधीच जमू शकले नव्हते. कधीच नाही.

पार्वतेश्वराच्या चेहऱ्यावर किंचित स्मितहास्य झळकले. उत्तांकाने बचावात्मक पवित्रा घेणे सोडून दिले. तो आक्रमक बनला आणि तो जिंकला होता.

''आपल्या ढालीशी असलेली जवळीक सोडून दे,'' पार्वतेश्वर म्हणाला, ''तू जेव्हा जोरदार वार करतोस, त्यावेळी समोरच्याला ठार मारण्याची क्षमता तुझ्याकडेही आहे.''

उत्तांक अजूनही धापा टाकत होता. त्याने हळुवारपणे स्मित केले.

''शूर सैनिका, मेलुहाच्या लष्करात तुझं स्वागत आहे.''

उत्तांकाने लगेच आपल्या हातातील तलवार सोडून दिली आणि त्याने पार्वतेश्वराच्या पायांवर लोटांगण घातले. त्याचे डोळे ओलावले होते.

पार्वतेश्वराने उत्तांकाला वर उचलून घेतले. ''आता या क्षणापासून तू मेलुहाचा सैनिक आहेस आणि माझे सैनिक रडत नाहीत. मेलुहाचा सैनिक बनण्यायोग्य तुझं वर्तन ठेव.''

भगीरथाने सुटकेचा निःश्वास सोडला आणि तो आनंदमयीकडे वळला.

''यावेळी तू सुदैवी ठरलीस.''

आनंदमयीने हळूहळू मान डोलावली. पण तिचे हृदय त्यावेळी खूपच जोरात धडधडत होते. पार्वतेश्वराला लष्करी सामर्थ्यच प्रभावित करू शकले होते. आपल्या सरलष्करप्रमुखाला आपल्या जाळ्यात ओढण्यासाठी आनंदमयीने आणखी एक नवीन योजना आखली.

''शिवाचं म्हणणं योग्य आहे, पिताजी,'' सती म्हणाली, ''तुम्ही एवढा सोमरस देऊ शकत नाही. मेलुहाला त्याची गरज आहे.''

कार्तिकाचा जन्म होऊन दहा दिवस उलटले होते. सम्राट दिलीपा आणि त्याचे सैन्य अयोध्येकडे रवाना झाले होते. गंगेच्या तीरावर सुरू असलेल्या जहाज बांधणीवर देखरेख ठेवण्यासाठी शिव तिकडे गेला होता. दक्ष आणि वीरिनी सतीच्या

खास कक्षात बसले होते. शेजारीच पाळण्यात ठेवलेल्या कार्तिकाचा पाळणा सती झुलवत होती.

वीरिनीने दक्षाकडे पाहिले, परंतु ती काहीच बोलली नाही.

"मेलुहाची काळजी माझ्यावर सोपव, माझ्या बाळे," दक्ष म्हणाला, "तू फक्त कार्तिकासाठी तुझ्या चिमुकल्या डोक्याला ताण दे."

अशा प्रकारे पितृत्वाच्या ममतेने या विषयाला बगल दिल्यामुळे सतीला राग आला. "पिताजी, मी नक्कीच कार्तिकची काळजी घेते आहे. पण मेलुहाविषयीचं आपलं कर्तव्यही मी विसरू शकत नाही."

"माझ्या बाळे," दक्षाने स्मित केले. "मेलुहा सुरक्षित आहे. आतापर्यंत कधीही नव्हतं, एवढं ते सुरक्षित आहे. माझ्या प्रजेची काळजी घेण्याविषयीच्या माझ्या क्षमतेविषयी तू शंका घेण्याची गरज आहे, असं मला वाटत नाही."

"पिताजी, मी तुमच्या क्षमतांविषयी किंवा निष्ठेविषयी शंका घेत नाही. मला एवढंच म्हणायचं आहे, की ज्या सोमरसावर मेलुहाच्या प्रजेचा हक्क आहे, तो सोमरस एवढ्या मोठ्या प्रमाणात कार्तिकला देणं चुकीचं आहे, असं मला वाटतं. मंदार पर्वताच्या विध्वंसानंतर आता सोमरसाचा भरपूर तुटवडा असणार, याविषयी माझी खात्री आहे. मग एवढ्या मोठ्या प्रमाणात माझ्याच मुलाला सोमरस का द्यायचा? हे प्रभू रामाच्या नियमांच्याविरुद्ध आहे."

दक्ष मोठ्याने हसला. "माझ्या प्रिय मुली, सम्राट आपल्या नातवाला सोमरस देऊ शकत नाही, असं रामाच्या कुठल्याही कायद्यात किंवा नियमात म्हटलेलं नाही."

"अर्थातच असेच नेमके शब्द तिथे नसतीलही पिताजी;" रागावलेली सती म्हणाली, "पण ही बाब तिथे असलेल्या नेमक्या शब्दांविषयी नाहीच. ही प्रभू रामाने घालून दिलेली तत्त्वप्रणाली आहे. सम्राटाने आपल्या प्रजेला नेहमीच आपल्या कुटुंबाहून उच्च स्थान दिलं पाहिजे. आपण ते तत्त्व पाळत नाही आहोत."

"आपण ते तत्त्व पाळत नाही, असं तू म्हणतेस त्याचा अर्थ काय?" दक्षाने विचारले. तो रागावल्यासारखा दिसत होता. "तू मला कायदेभंग करणारा म्हणते आहेस?"

"पिताजी, कृपा करून हळू आवाजात बोला. कार्तिक उठेल आणि तुम्ही जर मेलुहाच्या सर्वसामान्य जनतेपेक्षाही कार्तिकवर अधिक कृपा करत असाल,

तर होय. तुम्ही प्रभू रामाच्या नियमांचा भंग करत आहात."

वीरिनी दचकली. "कृपा करून......"

वीरिनीच्या म्हणण्याकडे दुर्लक्ष करत दक्ष पुढे म्हणाला, "मी प्रभू रामाचे कायदे मोडत नाही."

"तुम्ही मोडत आहात," सती म्हणाली, "सूर्यवंशींसाठी तुमच्याकडे पुरेसा सोमरस आहे, असं तुम्ही म्हणू शकता का? कार्तिकापेक्षा कमी सुदैवी असलेल्या एखाद्या मेलुहाच्या नागरिकापेक्षा कार्तिकाला अधिक सोमरसाचा लाभ दिला जात नाही का? तुम्ही याविषयी मला वचन दिल्याखेरीज मी ही सोमरसाची पूड कार्तिकाला देणार नाही. ती इथेच पडून राहील. इतर कोणालाही मी कार्तिकाला ती देऊ देणार नाही."

"तुझ्या स्वतःच्या पुत्राला तू दुखापत होऊ देशील?" आपल्या झोपी गेलेल्या नातवाकडे दृष्टिक्षेप टाकत दक्षाने विचारले. त्याने सतीकडे रागाने पाहिले.

"कार्तिक माझा पुत्र आहे. दुसऱ्यांच्या जिवावर आपल्याला लाभ मिळाल्याचं त्याला आवडणार नाही. कारण मी त्याला राजधर्म म्हणजे काय आहे, ते शिकवेन."

आपली स्वतःचीच मुलगी आपल्याला राजधर्म पाळत नसल्याबद्दल दूषणे देत आहे? आता मात्र दक्षाचा तोल सुटला. तो जोरात ओरडला,

"माझ्या राजधर्माची मी काळजी घेतली आहे."

कार्तिक त्या आवाजाने उठला आणि रडू लागला. सती त्याच्याकडे गेली. त्याच्या आईच्या परिचित सुगंधाने तो लगेच शांत झाला. सती वळली आणि तिने रागाने आपल्या पित्याकडे पाहिले.

"खरं तर मी तुला हे सांगणार नव्हतो," दक्ष म्हणाला, "पण तू कार्तिकाच्या हितालाच बाधा पोहोचवू पाहत आहेस, तेव्हा ऐक. सोमरस उत्पादनाची दुसरी सुविधा आहे. कित्येक वर्षांपूर्वीच महर्षी भृगूंनी गुप्तपणे मला ती उभारण्याचा आदेश दिला होता. मंदार पर्वतासाठीचा तो एक पर्यायी आधारस्तंभ होता. आम्ही हे गुपित ठेवलं, कारण आपल्यातच काही राजद्रोही लोक आहेत."

धक्का बसल्याप्रमाणे सती आपल्या पित्याकडे एकटक पाहत राहिली. वीरिनीने आपले डोके हातात गच्च धरले होते.

"त्यामुळे माझ्या प्रिय मुली," दक्ष म्हणाला, "माझ्या राजधर्माचं पालन मी

केलं आहे. आगामी शेकडो वर्षं मेलुहाच्या सर्व नागरिकांना पुरेल एवढा सोमरस उपलब्ध आहे. आता कार्तिक अठरा वर्षांचा होईपर्यंत रोज त्याला हे देवांचं पेय पाजत राहा. इतिहासात एक महान पुरुष म्हणून त्याची कीर्ती उरेल.''

सतीने काहीही म्हटले नाही. सोमरस उत्पादनाच्या गुप्त सुविधेविषयी ऐकून तिला चांगलाच धक्का बसला होता. तिच्या मनात शेकडो प्रश्न रुंजी घालत होते.

''मी काय म्हणतो आहे, ते तू ऐकलंस का?'' दक्षाने विचारले, ''तू कार्तिकाला रोज सोमरस देत राहा. रोजच्या रोज. समजलं?''

सतीने मान डोलावली.

कोरड्या पडलेल्या नदीपात्रात शिव उभा होता. तिथेच ब्रंगांनी त्यांच्या तात्पुरत्या कार्यस्थळाची उभारणी केली होती. मेलुहाच्या कराचापु या बंदरात शिवाने काही प्रचंड जहाजांची उभारणी होताना पाहिले होते. त्याहून ब्रंगांच्या जहाजाची रचना खूपच भिन्न होती. ती पाहून शिवाला आश्चर्य वाटले. पार्वतेश्वरही चकित झाला होता.

ती जहाजे ठेवण्यात आलेल्या मोठ्या लाकडी ठोकळ्यांमधून ते फिरत होते. स्वद्वीपच्या प्रमाणित जहाजांपेक्षा या जहाजांचा आकार आणि रचना अधिक चांगली होती. मेलुहाकडे असलेल्या जहाजांएवढा त्यांचा आकार होता. फक्त जहाजाच्या मुख्य भागाच्या तळाच्या रचनेत फरक होता. जहाजाच्या ज्या उंचीपर्यंत पाण्याची पातळी पोहोचू शकत होती, तिथपर्यंत जहाजावर रेष मारलेली असते. जहाजात माल भरायचा असला तरी पाणी त्या रेषेपर्यंत येईल, इतपतच माल भरावा लागतो. त्या रेषेच्या खालच्या बाजूला जहाजाचा तळ अगदीच पातळ आणि अरुंद करण्यात आला होता आणि नंतर तर तो जवळजवळ दोन ते तीन मीटरपर्यंत पूर्णपणे सपाट झाला होता.

''असं करण्याचं काय कारण असू शकेल, पार्वतेश्वर?'' शिवाने विचारले.

''मला माहीत नाही प्रभू,'' पार्वतेश्वर म्हणाला. ''मी आजपर्यंत पाहिलेल्या सर्व रचनांमधील ही एक वेगळीच आणि विचित्र रचना आहे.''

''या रचनेमुळे जहाज पाण्याला अधिक वेगाने कापू शकत असेल, असं तुम्हांला

वाटतं का?''

''मला त्याविषयी खात्रीनं सांगता येणार नाही. पण अशा प्रकारच्या रचनेमुळे जहाज कमी स्थिर बनणार नाही का?''

''त्याच्यावर देण्यात आलेल्या थरामुळे ते जड बनलं असेल,'' शिव म्हणाला. लाकडावर ठोकून बसवण्यात आलेल्या धातूच्या पट्ट्यांवरून तो हात फिरवत होता. ''तुमच्या लोकांनी नुकताच ज्या धातूचा शोध लावला, तोच हा धातू आहे ना?''

''होय प्रभू. हे पोलादासारखंच दिसतं आहे.''

''मग अशा वेळी या धातूच्या जडपणामुळे स्थैर्यही वाढणारच.''

''होय. ते खरं आहे.''

''पण या विचित्र खाचा इथे का पाडण्यात आल्या आहेत, ते मला समजत नाही,'' पार्वतेश्वर म्हणाला. त्या धातूच्या पट्ट्यांच्या संपूर्ण लांबीभर खोल खाचा पाडण्यात आल्या होत्या. त्यांच्यावरून पार्वतेश्वराने हात फिरवला.

जहाजाच्या मुख्य भागावर कित्येक मोठमोठे आकडे होते. त्या चरांच्या वर सुमारे दोन मीटरवर ते ठेवण्यात आले होते. ''कदाचित या आकड्यांसाठी त्या बनवण्यात आल्या असाव्यात,'' शिवा त्या आकड्यांकडे पाहत म्हणाला.

तेवढ्यात आयुर्वतीसमवेत दिवोदास तिथे आला आणि त्यांच्याबरोबर बोलू लागला. दोन पाळ्यांमध्ये उन्हात काम करण्याने ब्रंग लोक दमून जात होते. दिवोदासाने त्यासाठी आयुर्वतीचे साहाय्य मिळावे अशी शिवाला विनंती केली होती. ब्रंगांसाठी आयुर्वतीच्या सहकाऱ्यांनी आयुर्वेदिक ऊर्जाद्रव्ये तयार केली होती. त्यामुळे आयुर्वतीला खूपच समाधान वाटत होते.

''प्रभू,'' दिवोदास स्मित करत म्हणाला, ''देवी आयुर्वती खूपच बुद्धिमान आहेत. त्यांनी तयार केलेली औषधं प्राशन करणं हे शुद्ध ऊर्जा रिचवण्यासारखंच आहे. माझ्या कामगारांनी गेल्या काही दिवसांत दुप्पट काम करण्यास सुरुवात केली आहे.''

संकोचलेल्या आयुर्वतीचा चेहरा लालेलाल झाला. ''नाही. नाही. तसं काही नाही.''

''तुम्हां सूर्यवंशींचा हा काय प्रकार आहे?'' दिवोदासाने विचारले, ''तुम्ही प्रशंसेचा व्यवस्थितपणे स्वीकार का करू शकत नाही?''

शिव आणि आयुर्वती मोठ्याने हसले. पार्वतेश्वराला त्यात काही विनोदी असल्यासारखे वाटले नाही. ''विनय हा महान व्यक्तित्वाचा एक गुणधर्म आहे, असं प्रभू रामानं सांगून ठेवलं आहे. आम्ही जर आमची विनयशीलता विसरलो, तर आम्ही प्रभू रामाचा अपमान करू.''

''पार्वतेश्वर, प्रभू रामाचा अवमान व्हावा, अशा प्रकारचं काही सूचक विधान दिवोदासानं केलं आहे, असं मला तरी वाटत नाही. आपण आयुष्यातील विविध पैलूंचा आनंद अधिक मोकळेपणानं उपभोगावा, असं दिवोदासाला म्हणायचं आहे आणि मला तरी त्यात काही चुकीचं आहे, असं वाटत नाही,'' आयुर्वती म्हणाली.

''ठीक आहे,'' शिव विषय बदलत म्हणाला, ''या जहाजाची ही तळाकडची रचना मला बुचकळ्यात पाडते आहे. मला तिच्याविषयी अधिक स्वारस्य आहे. सर्वात प्रथम म्हणजे, अशा प्रकारची रचना करणं नक्कीच अत्यंत अवघड आहे. तुम्हांला वजन आणि मापं अगदी अचूकतेनं घ्यावी लागणार; अन्यथा जहाज एका बाजूला कलंडेल. त्यामुळे मला तुमच्या अभियंत्यांचं कौतुक वाटतंय.''

''मला प्रशंसेचा स्वीकार करण्यात काहीच समस्या नाही, प्रभू.'' दिवोदास स्मित करत म्हणाला, ''माझे अभियंते बुद्धिमान आहेतच.''

शिव म्हणाला, ''ते नक्कीच बुद्धिमान आहेत. परंतु अशा प्रकारे जहाजाचा भाग वाढवण्यामागे कोणता हेतू आहे? त्यामुळे नेमकं काय होतं?''

''त्यामुळे कुलपं उघडली जातात, प्रभू.''

''काय?''

''ती चावी आहे. ब्रंगांच्या प्रवेशद्वाराजवळ आपण पोहोचू, त्यावेळी त्यांचं कार्य कसं चालतं, ते आपण प्रत्यक्ष पाहू शकू.''

शिव विचारमग्न झाला.

''अशा प्रकारची रचना नसली, तर कोणतंही जहाज ब्रंगांच्या प्रदेशात प्रवेश करू शकणार नाही. ते चिरडलं जाईल.''

''महान गंगेमधील प्रवेशद्वारं?'' पार्वतेश्वराने विचारले, ''मला ती एक दंतकथा आहे, असं वाटत होतं. एवढ्या विशाल पात्रात आणि एवढ्या प्रचंड वेगाच्या प्रवाहात अशा प्रकारची प्रवेशद्वारं बांधता येतात, याची कल्पनाही मी करू शकत नाही.''

दिवोदासाने स्मित केले. ‘‘दंतकथा वास्तवात उतरवण्यासाठी तुमच्याकडे अतिकुशल अभियंते असावे लागतात आणि ब्रंगामध्ये आमच्याकडे अशा बुद्धिमान माणसांची कमतरता नाही.’’

‘‘मग त्या प्रवेशद्वारांचं कार्य कसं काय चालतं?’’ शिवाने विचारले.

‘‘प्रभू, ते तुम्ही प्रत्यक्ष पाहणंच अधिक चांगलं ठरेल,’’ दिवोदास म्हणाला, ‘‘त्यासारख्या आश्चर्यजनक रचनांचं वर्णन करणं शक्य नसतं. त्या फक्त पाहाताच येतात.’’

तेवढ्यात एका महिन्याच्या अर्भकाला घेऊन एक स्त्री तिथे आली. ती ब्रंगांची उच्च धर्मोपदेशिका होती. ब्रंगांच्या इमारतीत भगीरथाला वार रोखण्यास सांगणारी ती स्त्री होती.

शिवाने त्या अर्भकाकडे पाहून स्मित केले. ‘‘किती सुंदर बाळ आहे!’’

‘‘ती माझी मुलगी आहे, प्रभू,’’ दिवोदास म्हणाला, ‘‘आणि ही यशिनी, माझी पत्नी.’’

यशिनीने शिवाच्या पायांना स्पर्श करून शिवाला नमस्कार केला. त्यानंतर तिने आपल्या मुलीचे मस्तकही शिवाच्या पायांवर टेकवले. शिवाने तत्काळ खाली वाकून त्या बाळाला वर उचलले. ‘‘हिचं नाव काय आहे?’’

‘‘देवयानी, प्रभू,’’ यशिनी म्हणाली.

शिवाने स्मित केले. ‘‘गुरू शुक्राचार्यांच्या मुलीच्या नावावरून हिचं नाव ठेवलं गेलं आहे का?’’

यशिनीने मान डोलावली. ‘‘होय प्रभू.’’

‘‘हे सुंदर नाव आहे. ती मोठी झाल्यावर जगाला महान ज्ञानाचा उपदेश करेल, याची मला खात्री आहे,’’ शिव म्हणाला. त्याने त्या बाळाला यशिनीकडे दिले.

‘‘आमच्या मुलांच्या कारकिर्दीविषयी स्वप्नं पाहाणं ही आम्हा ब्रंग लोकांसाठी खूपच महत्त्वाकांक्षी गोष्ट आहे, प्रभू,’’ यशिनी म्हणाली, ‘‘आपलं भवितव्य पाहण्यासाठी ती फक्त जिवंत राहावीत, एवढीच आमची इच्छा असते.’’

शिवाने सहानुभूतीपूर्वक आपली मान डोलावली. ‘‘हे सगळं बदलेपर्यंत मी थांबणार नाही, यशिनी.’’

‘‘आभारी आहे, प्रभू,’’ दिवोदास म्हणाला, ‘‘तुम्हांला त्यात यश येईल, हे मला माहिती आहे. आम्हांला आमच्या स्वतःच्या आयुष्याची पर्वा नाही. पण

आम्हांला आमच्या मुलांना वाचवायचं आहे. तुम्ही या कामगिरीत यशस्वी झालात, तर आम्ही तुमचे आजन्म ऋणी राहू.''

''पण दिवोदास,'' आयुर्वती मध्येच म्हणाली, ''प्रभूसुद्धा तुमच्याविषयी कृतज्ञ असतील.''

''का?'' दिवोदासाने विचारले.

''तुमच्या औषधामुळे कार्तिकाचे प्राण वाचले,'' आयुर्वतीने स्पष्टीकरण दिले.

''तुम्ही कशाबद्दल बोलत आहात?''

''ठीक आहे. बऱ्याच वेळा गर्भाशयातच बाळाच्या मानेभोवती नाळ गुंडाळली जाते. अशा काही प्रकरणांमध्ये जन्म घेण्याच्या प्रक्रियेपर्यंत बाळ जिवंत राहत नाही. ते गुदमरून मरण पावतं. मी त्यावेळी तिथे नव्हते; त्यामुळे मी खात्रीनं सांगू शकणार नाही; पण राजकुमारी सतीच्या पहिल्या बाळाच्या बाबतीतसुद्धा बहुधा तसंच काहीसं घडलं असावं. कार्तिकाच्या मानेभोवतीही त्याची नाळ गुंडाळली गेली होती. परंतु यावेळी राजकुमारी सतीच्या पोटावर तुम्ही दिलेलं औषध मी लावलं. कसा कुणास ठाऊक; पण त्याचा अपेक्षित परिणाम झाला आणि त्या महत्त्वपूर्ण क्षणांमध्ये कार्तिकाच्या अंगात तेवढी ताकद राहिली. तो गर्भाशयातून बाहेर पडेपर्यंत त्याच्यावर कोणताही दुष्परिणाम झाला नाही. तुमच्या औषधामुळे त्याचे प्राण वाचले.''

''कसलं औषध?'' दिवोदासाने विचारले.

''नागांकडचं औषध,'' आयुर्वती कपाळाला आठ्या घालत म्हणाली. ''वास घेतल्याबरोबरच मी ते औषध ओळखलं होतं आणि ते औषध फक्त तुम्हीच देऊ शकता. बरोबर आहे ना?''

''पण ते तर मी दिलेलं नव्हतं.''

''तुम्ही दिलं नव्हतं?'' धक्का बसलेल्या आयुर्वतीने विचारले. ती शिवाकडे वळली आणि म्हणाली, ''मग.....प्रभू, ते औषध तुम्हांला कसं काय मिळालं?''

शिव स्तंभित झाला. जणू काही आपल्या अत्यंत मौल्यवान स्मृती कोणीतरी क्रूरपणे नष्ट कराव्यात, असे त्याला वाटले.

''प्रभू? नेमकं काय झालं?'' आयुर्वतीने विचारले.

शिव संतप्त झाल्यासारखा दिसत होता. तो झटकन मागे वळला आणि म्हणाला, ''नंदी, भद्र! चला माझ्याबरोबर या.''

''प्रभू, तुम्ही कुठे निघाला आहात?'' पार्वतेश्वराने विचारले.

परंतु शिव आधीच निघून गेला होता. नंदी, वीरभद्र आणि त्यांच्या सैनिकांच्या तुकड्याही त्यांच्यापाठोपाठ जलद गतीने निघून गेल्या होत्या.

— ⵣⵀⵡⵠⵙ —

''पंडितजी!''

काशीच्या विश्वनाथ मंदिरात शिव पोहोचला होता. त्याच्या आज्ञेप्रमाणेच नंदी आणि वीरभद्र आपापल्या सैन्यदलाबरोबर मंदिराबाहेरच थांबले होते.

''पंडितजी!''

आणि नंतर शिवाच्या लक्षात आले, की त्याला आरडाओरडा करण्याची काहीच गरज नव्हती. त्याला फक्त आपले विचार प्रक्षेपित करण्याचीच गरज होती. *''वासुदेव! तुमच्यापैकी कोणी ऐकता आहात का?''*

काहीच उत्तर मिळाले नाही. शिवाच्या क्रोधाने आता परिसीमा गाठली होती.

''तुम्ही माझं बोलणं ऐकू शकता आहात, हे मला माहिती आहे. तुमच्यापैकी कोणाकडे बोलण्याचं धाडस आहे का?''

तरीही कोणतेही उत्तर त्याला मिळाले नाही.

''नागांकडचं ते औषध तुम्हांला कुठून मिळालं?''

सगळीकडे तशीच नीरव शांतता होती.

''मला स्पष्टीकरण द्या. तुमचे आणि नागांचे संबंध कोणत्या प्रकारचे आहेत? तुम्ही त्यांच्या किती निकट आहात?''

एकाही वासुदेवाने प्रतिसाद दिला नाही.

''पवित्र तळ्याची शपथ, मला उत्तर द्या; अन्यथा तुमचं नावही सुष्टतेच्या शत्रूंमध्ये मला टाकावं लागेल.''

शिवाला एकही शब्द ऐकू आला नाही. तो भगवान रुद्राच्या मूर्तीकडे वळला. त्याला ती मूर्ती पूर्वी अत्यंत भयावह वाटली होती. कोणत्या तरी अनाकलनीय कारणामुळे आता मात्र ती तेवढी भयावह वाटत नव्हती. ती शांततापूर्ण वाटत होती. विरक्त दिसत होती. जणू काही शिवाला ती काही सांगू पाहत होती.

मंदिरात शिव स्वतःभोवती गोल फिरला आणि अखेरीस पुन्हा एकदा जोरात

किंचाळला.

"वासुदेवांनो! माझ्या प्रश्नाचं उत्तर द्या अन्यथा, सर्वाधिक वाईट गोष्टच तुमच्या बाबतीत सत्य आहे, असं मी समजेन."

कोणतेच उत्तर न मिळाल्याने संतप्त शिव झपाट्याने मंदिराबाहेर पडला.

■■

प्रकरण ९

तुमचे कर्म काय आहे?

"काय झालं शिवा?"

आपल्या काकांना शोधण्यासाठी एक छोटासा मुलगा मागे वळला. त्या मुलाने झटकन आपले डोळे पुसले, कारण गण जमातीत अश्रू हे दुर्बलतेचे प्रतीक मानले जात असे. काकांनी स्मित केले. ते शिवाच्या शेजारीच बसले आणि त्याच्या चिमुकल्या खांद्यांभोवती त्यांनी आपले हात टाकले.

थोडा वेळ ते दोघेही मूक राहिले. मान सरोवराचे पाणी त्यांच्या पायांपर्यंत पोहोचेपर्यंत ते तसेच स्तब्ध बसून राहिले. हवा थंड होती. पण त्यांना त्याचे काहीच वाटत नव्हते.

"तुला कशाचा त्रास होतोय, बाळा?" काकांनी विचारले.

शिवाने वर पाहिले. त्याच्या काकांसारख्या भयावह, शूर योद्ध्याच्या चेहऱ्यावर अशा प्रकारचे शांत, समजूतदारपणाचे स्मित कसे काय झळकू शकते, याचे शिवाला नेहमीच आश्चर्य वाटत असे.

"आईनं मला सांगितलं, की मी स्वतःला अपराधी वाटून घेऊ नये....."

अश्रूंमुळे शिवाचा आवाज सर्द झाला होता, त्यामुळे त्याच्या तोंडून आणखी शब्द बाहेर पडू शकले नाहीत. त्याच्या भुवयांच्या मध्यभागी जोरजोरात धडधडती हालचाल होत असल्याचे त्याला जाणवू लागले.

"त्या गरीब बिच्चाऱ्या स्त्रीविषयी बोलतो आहेस का?" काकांनी विचारले.

त्या मुलाने मान डोलावली.

"आणि तुला काय वाटतं?"

"आणखी कसा विचार करावा, तेच मला कळेनासं झालंय."

"नाही. तुला ते समजतंय. तू तुझ्या अंतःकरणाचे बोल ऐक."

शिवाचे चिमुकले हात आपल्या व्याघ्रचर्माशी अस्वस्थपणे चाळा करू लागले. "आई म्हणते, की मी खूपच लहान असल्यामुळे मी तिला वाचवू शकलो नसतो. मी खूपच लहान, खूपच छोटा आहे. मी खूपच दुबळा आहे. माझ्या हाती काहीच लागलं नसतं. मी काहीच करू शकलो नसतो. तिला मदत करण्याऐवजी, कदाचित स्वतःलाच मी जखमी करून घेतलं असतं."

"हे कदाचित खरंही असू शकेल. पण त्याला एवढं महत्त्व आहे का?"

त्या छोट्या मुलाने वर पाहिले. त्याचे डोळे बारीक झाले. त्याच्या डोळ्यांतून अश्रू ओघळले. "नाही."

काकांनी स्मित केले. "याविषयी विचार कर. तू तिला मदत करण्याचा प्रयत्न केला असतास, तर तिला याहूनही अधिक त्रास होण्याची शक्यता होती. पण किती का अल्प असेना; तिच्या सुटकेची शक्यताही होतीच. पण तू काहीच प्रयत्न केला नाहीस, त्यामुळे तिच्यासाठी संधीच उपलब्ध झाली नाही. तिला काही संधी उरली होती का?"

शिवाने नकारार्थी मान डोलावली.

"तुझ्या आईने तुला आणखी काय सांगितलं?"

"त्या स्त्रीनंही त्याच्याशी प्रतियुद्ध करण्याचा प्रयत्न केला नव्हता."

"होय. तेही कदाचित सत्य असू शकेल."

"जर त्या स्त्रीनंच लढा देण्याचा प्रयत्न केला नव्हता; तर मग मी तसाच वागलो, तर माझं त्यात काय चुकलं? असंही आई म्हणाली."

"हा एक महत्त्वाचा मुद्दा आहे. तिच्या बाबतीत गुन्हा घडत होता आणि तरीही ती तो स्वीकारत होती."

काही वेळ सूर्याकडे एकटक बघत ते दोघेही स्तब्ध राहिले.

"पण जरी त्या स्त्रीनं प्रतियुद्ध केलं नसेल, तरीही तू काय करायला हवं होतंस असं तुला वाटतं?" काकांनी विचारले.

"मी...."

"हां, बोल..."

"त्या स्त्रीनं स्वसंरक्षणासाठी लढा दिला किंवा नाही, यानं काहीच फरक पडत नाही, असं मला वाटतं. पण मी मात्र तिच्यासाठी लढायला हवंच होतं."

"का?"

शिवाने वर पाहिले. "मी हटवादीपणे वागत आहे, असं तुम्हांलाही वाटतंय का? मी पळून येण्यात काहीच चुकीचं नव्हतं का?"

"मला काय वाटतं, हे महत्त्वाचं नाही. त्यानं काहीच फरक पडत नाही. मला तुझं स्पष्टीकरण, तू यातून काढलेला अर्थ ऐकायचा आहे. तू तिथून पळून आलास ती तुझी चूक झाली, असं तुला का वाटतंय?"

शिवाने खाली बघितले. तो आपल्या व्याघ्रचर्माशी पुन्हा चाळा करू लागला. त्याच्या भुवयांच्या मध्यभागी पुन्हा एकदा वेड्यासारखी जोरजोरात धडधड होऊ लागली. "कारण मला ते चुकीचं वाटतंय."

काकांनी स्मित केले. "हे खरं उत्तर आहे. तुला ते चुकीचं वाटतंय, कारण तुझ्या कर्माविरुद्ध तू वागलास. तू तुझं कर्म केलं नाहीस. त्या स्त्रीच्या कर्माशी तुला काहीही देणंघेणं नाही. तिनं जे काही केलं, ती तिची निवड होती. तुझ्या स्वतःच्या कर्मांसह तुला जगायचं आहे. तुझ्या स्वतःची कर्मं बरोबर घेऊन तुला राहायचं आहे."

शिवाने वर बघितले.

"दुष्टांबरोबर, सैतानाबरोबर लढा देणं हे तुझं कर्म आहे. ज्या लोकांच्या बाबतीत वाईट, दुष्ट व्यवहार होत आहेत, ते त्याचा प्रतिकार करतात की करत नाहीत, यानं काहीच फरक पडत नाही. संपूर्ण जगानं जरी वेगळ्या मार्गाची निवड केली, तरी त्यानं काहीच फरक पडत नाही. हे नेहमीच लक्षात ठेव. इतर लोकांच्या कर्मांचे परिणाम घेऊन तुला जगायचं नाही. त्यांच्या कर्माच्या फळाचं तुझ्या दृष्टीन काहीच महत्त्व नाही. तुझ्या स्वतःच्या कर्मांचे परिणामच तुला भोगायचे आहेत. त्यांच्यासोबतच तुला जगायचं आहे."

शिवाने किंचित मान हलवली.

"तिथे दुखतंय का?" काकांनी विचारले. शिवाच्या डोळ्यांच्या आणि भुवयांच्या मध्यभागी दिसणाऱ्या काळपट लालसर ठिपक्याकडे त्यांनी निर्देश केला.

शिवाने तिथे जोरात दाबले. त्यामुळे त्याला थोडा आराम वाटला. ''नाही. पण तिथे दाह होतोय. तिथे खूपच दाह होतोय.''

''विशेषतः तू जेव्हा अस्वस्थ होतोस, तेव्हा असं होतं, हो ना?''

शिवाने मान डोलावली.

काकांनी आपल्या अंगरख्याच्या खिशातून एक छोटीशी थैली बाहेर काढली. ''हे एक अत्यंत मौल्यवान औषध आहे. माझ्याकडे ते कित्येक वर्षं होतं आणि मला वाटतं, की ते देण्यासाठी तूच योग्य व्यक्ती आहेस.''

शिवाने ती थैली घेतली आणि ती उघडून पाहिली. तिच्यात लालसर-तपकिरी रंगाचा जाडसर लगदा होता. ''यामुळे दाह थांबेल का?''

काकांनी स्मित केले. ''हे औषध तुझ्या नियतीच्या मार्गावरून तुला पुढे नेईल.''

शिव विचारमग्न झाला. त्याचा गोंधळ उडाला होता.

मानसरोवराच्याही पलीकडे पसरलेल्या भव्य हिमालयाकडे निर्देश करत काका पुढे बोलू लागले, ''माझ्या बाळा, या भव्यदिव्य पर्वतापेक्षाही तुझी नियती उत्तुंग आहे. पण ते समजण्यासाठी तुला हाच भव्य, उत्तुंग पर्वत पार करून जावं लागेल.''

काकांना यापेक्षा अधिक स्पष्टीकरण देण्याची गरज भासली नाही. त्या लालसर-तपकिरी औषधातील थोडासा लगदा घेऊन त्यांनी शिवाच्या भुवयांच्या मध्ये लावला. त्याच्या भुवयांपासून त्याच्या केसांच्या महिरपीपर्यंत त्यांनी त्या औषधाची नीट, उभी रेषा रेखली. त्याच्या भुवयांचा दाह त्वरेने थांबल्यामुळे शिवाला लगेच आराम वाटला. त्यानंतर काकांनी शिवाच्या गळ्याभोवती त्यातील थोडेसे औषध लावले. त्यांनी ते उर्वरित औषध घेतले आणि ते शिवाच्या उजव्या हाताच्या तळव्यावर ठेवले. त्यानंतर आपले बोट किंचित कापून त्यांनी त्या लगद्यात आपल्या रक्ताचे थेंब टाकले. नंतर ते पुटपुटले, ''भगवान रुद्रा, आम्हांला तुझ्या आदेशाचा विसर कधीच पडणार नाही. एका वायुपुत्रानं आपल्या रक्तानं घेतलेली ही शपथ आहे.''

शिवाने आपल्या काकांकडे आणि नंतर आपल्या तळव्याकडे पाहिले. त्याच्या काकांच्या रक्तात भिजलेला आणि मिसळलेला तो लालसर तपकिरी लगदा त्याच्या तळव्यावर होता.

''तुझ्या तोंडात आतील बाजूला तो ठेव. पण तो गिळू नकोस,'' त्याचे काका म्हणाले, ''त्याचे संपूर्ण शोषण होईपर्यंत त्याला जिभेने चोळत राहा.''

शिवाने तसेच केले.

“आता तू तयार आहेस. आता फक्त नशिबाने वेळेची निवड करायची आहे.”

शिवाला काहीच समजले नाही. मात्र त्या औषधामुळे आपल्याला आराम मिळाल्याची सुखद जाणीव त्याला होत होती. “तुमच्याकडे आणखी थोडं औषध आहे का?”

“माझ्याकडे असलेलं सगळंच्या सगळं औषध मी तुलाच दिलंय, माझ्या बाळा.”

— ⚲ —

“नागांकडे असलेलं औषध त्या वासुदेवांकडे होतं?” धक्का बसलेल्या सतीने विचारले.

आपल्या पित्याशी सकाळीच झालेल्या त्या त्रासदायक संभाषणाविषयी तिला शिवाशी बोलायचे होते. सोमरस उत्पादनासाठी आणखी एक सुविधा असल्याचे आणि त्याविषयी कोणालाही माहिती नसल्याचे समजल्यामुळे तिला बसलेला धक्का अद्यापही ओसरला नव्हता. मात्र शिवाचा संतप्त चेहरा पाहताच तो धक्का कुठल्या कुठे पळून गेला होता.

“मला गैरमार्गावरून नेलं गेलं. त्यांची कदाचित नागांशी युती असेल. या देशात आपण कोणावरच विश्वास ठेवू शकत नाही का?”

सतीला अंतःकरणापासून असे वाटत होते की, वासुदेव नक्कीच सैतान असणार नाहीत. ते दुष्ट नाहीत. पण ते त्याला स्पष्टपणे ती सांगू शकली नाही. “शिवा, कदाचित तू घाईघाईत.........”

“घाईघाईत? घाईघाईत निष्कर्षापर्यंत आलोय?” शिवाने रागाने तिच्याकडे पाहत विचारले. “आयुर्वतीनं काय सांगितलं ते तुला माहिती आहे. ते औषध फक्त नागांच्या भूमीतच तयार होऊ शकतं. ब्रंगांकडे ते कसं आलं तेही आपल्याला माहिती आहे. त्यांना त्यासाठी वेठीस धरलं जात आहे. वासुदेवांच्या बाबतीत याविषयी आणखी कोणतं स्पष्टीकरण असू शकणार आहे? त्यांना मंदिरं बांधण्यासाठी नागांची गरज आहे?”

सती शांत राहिली.

शिव खिडकीजवळ गेला आणि तो विश्वनाथ मंदिराकडे रागाने रोखून पाहू लागला. मात्र काही अज्ञात कारणामुळे त्याच्या अंतःकरणातूनही त्याला तोच ध्वनी ऐकू येऊ लागला, 'शांत राहा. एकदम निष्कर्षापर्यंत पोहोचण्याची घाई करू नकोस.'

शिवाने मान हलवली.

''हे औषध कुठून आलं आहे, ते तू शोधून काढशील, असा अंदाज वासुदेवांनी नक्कीच बांधलेला असावा,'' सती म्हणाली, ''मग तरीही त्यांनी तुला ते का दिलं, याविषयी दोनच स्पष्टीकरणं असू शकतात.''

शिव तिच्याकडे वळला.

''एक तर ते मूर्ख असतील किंवा तुझ्या मुलाचा जन्म सुरक्षितपणे झाल्यामुळे तुझ्या संतापापासून आपली सुटका होईल, असं तरी त्यांना वाटलं असावं.''

शिव विचारात पडला.

''तू मला आतापर्यंत जे सांगितलंयस त्यावरून तरी ते मूर्ख आहेत, असं मला नक्कीच वाटत नाही,'' सती म्हणाली, ''त्यामुळे आपल्याकडे आता एकच पर्याय उरतो. त्यांना असं वाटलं असेल, की आपल्या बाळाला काही झालं, तर तू विदीर्ण होशील आणि त्याचा फटका त्यांच्या सैतानाविरुद्धच्या लढ्याला बसू शकेल.''

शिवाने गप्प राहणेच पसंत केले.

— ⅄ⵀ ⊔ ⇑ ⊗ —

आपल्या खासगी कक्षात नागांचा लोकनेता आपल्या आसनावर अगदी खिडकीसमोर बसला होता. आठवड्यातून एकदा पंचवटीत संध्याकाळी गायल्या जाणाऱ्या समूहगीताचे सूर रस्त्यावरून त्याच्यापर्यंत पोहोचत होते. त्या आर्त स्वरात गायल्या जाणाऱ्या शोकगीतांवर बंदी घालण्याची राणीची इच्छा होती. ती त्यांना पराभववादी, पळपुटे असे म्हणून तुच्छ लेखत असे. मात्र नागांच्या राज्यसभेने तिचा हा प्रस्ताव फेटाळला होता. त्यामुळे ती गाणी सातत्याने गायली जात होती.

त्या गाण्यांमधून त्या नागाच्या मनात प्रभावी तीव्र भावना निर्माण होत होत्या. परंतु त्याने त्या आतल्या आत दाबून टाकल्या होत्या.

तूच माझं जग आहेस, हे देवा, हे सृष्टिकर्त्या
आणि तरीही तूच माझा त्याग केलास
मी तुला शोधलं नव्हतं, तूच मला हाक मारलीस
आणि तरीही तूच माझा त्याग केलास
मी तुझा मान राखला, तुझे नियम पाळले, तुझ्या रंगात मीच न्हालो
आणि तरीही तू माझा त्याग केलास
तू मला दुखावलंस, तू मला वाळीत टाकलंस, तू कर्तव्यच्युत झालास
आणि तरीही, मी राक्षस आहे.
हे प्रभू, मला सांग मी काय करू.......

''तिरस्करणीय गीत,'' त्या नागाच्या विचारांचा भंग करत राणी म्हणाली, ''आपला दुबळेपणा आणि आपला लोचटपणा यातून दिसतो.''

''मावशी,'' तो नाग आसनावरून उठत म्हणाला, ''तू माझ्या महालात येत असल्याचं मी ऐकलं नाही.''

''तू कसा काय ऐकू शकशील? ही किळसवाणी गीतं जगाला बुडवून टाकतील. कोणत्याही सकारात्मक विचारालाच ती बुडवून टाकतील.''

''सूड हा काही सकारात्मक विचार नाही, महाराणी,'' तो नाग स्मित करत म्हणाला, ''या भक्तिगीतांमध्ये काही आनंदी गाणीही असतात.''

राणीने रागाने आपला हात हलवला, ''मला तुझ्याशी याहूनही काहीतरी महत्त्वाचं बोलायचं आहे.''

''बोल, मावशी.''

राणीने एक दीर्घ श्वास घेतला. ''तू वासुदेवांना भेटला होतास?

त्या नागाने आपले डोळे बारीक केले. हे शोधून काढायला राणीला एवढा विलंब लागल्याचे पाहून त्याला आश्चर्य वाटत होते. ''होय.'' तो म्हणाला.

''का?'' राणीने आपला राग महत्प्रयासाने आवरून धरत विचारले.

''महाराणी, मला वाटतं, की त्यांच्या मदतीचा आपल्याला उपयोग होऊ शकेल.''

''ते कधीही आपल्याला पाठबळ देणार नाहीत. कदाचित ते आपले शत्रू नसतीलही; परंतु ते कधीही आपले मित्र बनू शकणार नाहीत.''

''मला हे पटत नाही! मला वाटतं, की आपला शत्रू सामायिक आहे. ते आपल्या

बाजूला वळतील.''

''मूर्ख कुठला! वासुदेव हे प्राचीन दंतकथेचा फाजील प्रसार करणारे लोक आहेत. कोणीही निळ्या गळ्याची परदेशी व्यक्ती या देशाला वाचवू शकणार नाही.''

''पण दाढीत मणी घालणाऱ्या दुसऱ्या एका परदेशी व्यक्तीने या देशाला एके काळी वाचवलं होतं. नाही का?''

''महान भगवान रुद्राबरोबर या आदिवासी जमातीच्या माणसाची तुलना करू नकोस. सर्वनाश हीच कदाचित या देशाची नियती असू शकेल. आपल्याला भरतवर्षानं जर काही दिलंच असेल, तर ते केवळ दुःख आणि वेदना आहेत. आपण त्यांची काळजी कशाला करायची?''

''कारण काही का असेना; अखेरीस तो आपलाच देश आहे.''

राणीने रागाने हुंकार दिला. ''आपलं औषध तू त्यांना दिलंस, त्यामागचं खरं, खरं कारण मला सांग. त्या औषधाचा तुटवडा पडलेला आहे, हे तुला माहिती आहे. आपल्याला ब्रंग लोकांनाही त्या औषधाचा वार्षिक पुरवठा करायचा आहे. माझा शब्द मी मोडणार नाही. त्या लबाड देशात फक्त तेच सभ्य लोक आहेत. फक्त त्याच लोकांना आपल्याला ठार मारायचं नाही.''

''ब्रंगांना द्यायच्या औषधाच्या पुरवठ्यावर काहीच परिणाम होणार नाही, महाराणी. मी फक्त माझ्या वाट्याचं औषध त्यांना दिलं.''

''पवित्र भूमिदेवी शपथ, पण का? नीलकंठावर तुझाही अचानकच विश्वास बसू लागला आहे का?''

''माझा कशावर विश्वास आहे, त्यानं काहीही फरक पडत नाही, महाराणी. भरतखंडाचे लोक त्यावर विश्वास ठेवतात, यामुळे मात्र फरक पडतो.''

राणीने संतप्तपणे त्या नागाकडे पाहिले. ''ते खरं कारण नाही.''

''तेच आहे.''

''माझ्याशी असत्य संभाषण करू नकोस.''

तो नाग शांत राहिला.

''हे सगळं तू त्या घाणेरड्या, क्षुद्र स्त्रीसाठी केलंस,'' राणीने म्हटले.

तो नाग त्रस्त झाला, परंतु त्याचा आवाज शांतच होता. ''नाही. आणि महाराणी निदान तू तरी तिच्याविषयी अशा शब्दांत बोलू नकोस.''

"का बोलू नको?"

"कारण माझ्याखेरीज फक्त तुलाच सत्य काय आहे, ते माहिती आहे."

"काही वेळा मला वाटतं, की मला ते माहितीच असायला नको होतं."

"आता त्यासाठी खूपच उशीर झाला आहे."

राणी कुत्सितपणे हसली. "एकाच व्यक्तीला देवानं सगळ्याच्या सगळ्या क्षमता बहाल केलेल्या नाहीत, हे खरंच आहे. तू स्वतःच तुझा सर्वाधिक वाईट शत्रू आहेस."

— ᛸ⦾ᛠ⍋⊗ —

दक्ष जमिनीवर बसला होता. देवगिरीत महर्षी भृगूंच्या झालेल्या अचानक आगमनामुळे त्याला धक्का बसला होता. मेलुहाच्या सम्राटाला त्यांच्या येण्याचा पत्ताच लागला नव्हता.

भृगूंनी खाली बसलेल्या दक्षाकडे संतप्तपणे रोखून पाहिले. ते चांगलेच असंतुष्ट दिसत होते. "राजन, तू माझ्या थेट आदेशाचं उल्लंघन केलंस."

दक्ष मूक राहिला. त्याने आपली मान खाली घातली होती.

'महर्षींना ही गोष्ट कशी काय कळली? फक्त सती, वीरिनी आणि मी अशा तिघांतच तर ते संभाषण झालं होतं. वीरिनी माझ्यावर हेरगिरी करते आहे की काय? प्रत्येक जणच माझ्या विरोधात का जातो? माझ्याच बाबतीत हे का घडतं?

त्याच्या मनातील विचार वाचत, भृगू दक्षाकडे एकटक पाहत होते. दक्ष दुर्बल आहे, हे त्या ज्ञानी ऋषींना माहिती होतेच. मात्र आतापर्यंत त्यांनी दिलेल्या स्पष्ट आदेशाचे सम्राटाने कधीच उल्लंघन केले नव्हते. शिवाय भृगू अशा प्रकारचे भरपूर आदेश देतच नव्हते. त्यांना फक्त एकाच गोष्टीची काळजी होती. त्याखेरीज इतर सर्व बाबतीत दक्षाला हवे ते तो करू शकत होता.

"काही कारणासाठी तुला सम्राट बनवण्यात आलं होतं," भृगू म्हणाले, "कृपा करून माझ्याच निर्णयाविषयी मला साशंक बनायला लावू नकोस."

दक्ष शांत बसला होता. तो भयभीतही झाला होता.

भृगूंनी खाली वाकून दक्षाचा चेहरा वर केला. ''राजन, तू तिला ते नेमकं ठिकाणही सांगितलंस?''

दक्ष कुजबुजत्या आवाजात म्हणाला, ''नाही, प्रभू. मी शपथपूर्वक सांगतो.''

''माझ्याशी असत्य संभाषण करू नकोस.''

''मी शपथपूर्वक सांगतो, प्रभू!''

भृगूंनी दक्षाचे विचार वाचले. त्यांचे समाधान झाले होते.

''तू त्याचा कोणाकडेही उल्लेखसुद्धा करू नकोस. तुला हे समजलंय का?''

''होय, प्रभू,'' भृगूंचे चरण धरत भयभीत झालेला दक्ष म्हणाला.

* * *

अस्सी घाटावर शिव उभा होता. ब्रंगांच्या पाच चमकत्या जहाजांची शिडे घड्या घालून एकाच जहाजावर ठेवण्यात आली होती. बंदराजवळच नांगरून ठेवलेल्या त्या जहाजावर शिडे घट्ट उभारण्यात आली होती. त्यामुळे तिथे अत्यंत सुंदर दृश्य दिसत होते. तिथे असलेल्या लोकांच्या प्रशंसेला ते पात्र ठरले होते.

''ती चांगली दिसतायत, दिवोदास,'' शिव म्हणाला.

''आभारी आहे, प्रभू.''

''तुमच्या जमातीने ही सर्व उभारणी केवळ नऊ महिन्यांत केली, यावर माझा विश्वासच बसत नाही.''

''आम्ही ब्रंग लोक काहीही करू शकतो, प्रभू.''

शिवाने स्मित केले.

अथिथिग्वा शिवाच्या शेजारीच उभा होता. तो म्हणाला, ''दिवोदास, ही सगळी जहाजं व्यवस्थित प्रवास करू शकतील, याची तुला खात्री आहे का? इथल्या या जहाजांची सगळी शिडं खुली आहेत आणि जोरदार वारे वाहत आहेत आणि तरीही, जहाज यत्किंचितही हलताना दिसत नाही.''

अर्थातच राजाला नौकानयनाविषयी जास्त माहिती नव्हती, हे उघडच होते.

''महाराज, हा एक अत्यंत चांगला मुद्दा आहे,'' दिवोदास म्हणाला, ''पण जहाज हलत नाही, कारण आपल्याशिवाय त्या जहाजाचा प्रवास सुरू व्हावा, असं आपल्याला वाटत नाही. जहाजाची शिडं अशा प्रकारे उभारली आहेत, की

त्यामुळे ती वाऱ्याच्या विरुद्ध दिशेला आहेत. मुख्य शीड अगदी नाट्यमयरीत्या फडफडत असलेलं तुम्हांला दिसतंय का?''

अथिथिग्वाने मान डोलावली.

''याचा अर्थ वाऱ्याला पकडू शकत नसल्यामुळे ते शीड आपल्याला हसत आहे.''

शिवाने स्मित केले. ''हसतंय?''

''ज्यावेळी शीड वाऱ्याच्या चुकीच्या दिशेला लावलेलं असतं आणि ते फडफडत राहतं, त्यावेळी त्यासाठी आम्ही हा वाक्प्रयोग वापरतो, प्रभू,'' दिवोदास म्हणाला.

''ठीक आहे,'' शिव म्हणाला, ''आता मी गंभीरपणे सांगतो. आपण तीनच दिवसांत ब्रंगाकडे प्रस्थान करणार आहोत. त्यासाठीची सर्व तयारी पूर्ण करा.''

आपल्या कक्षाच्या खिडकीतून सती गंगेकडे एकटक पाहत होती. पूर्वेकडच्या तीरावरच्या त्याच्या राजवाड्याकडे अथिथिग्वाला आरमारी सैनिकांच्या छोट्या ताफ्याच्या संरक्षणात नेले जात असल्याचे तिला दिसले.

'तो तिकडे का बरं जात असेल? त्यानं आपल्याबरोबर फक्त आपल्या कुटुंबीयांनाच का घेतलं आहे?''

''सती तू कसला विचार करते आहेस?''

शिव तिच्या पाठीमागेच उभा होता. तिने त्याला आलिंगन दिले. ''मला तुझी खूपच आठवण येत होती.''

शिवाने तिचा चेहरा वर उचलला. तिचे चुंबन घेतले आणि तो स्मित करत म्हणाला, ''तू हा विचार करत नव्हतीस.''

सतीने त्याच्या छातीवर हळुवारपणे थोपटले. ''तू माझं मन चांगल्या प्रकारे वाचू शकतोस.''

''मला ते वाचता यावं, असं मला खरंच मनापासून वाटतं.''

''कोणत्याही गंभीर गोष्टीचा मी विचार करत नव्हते. राजा अथिथिग्वा सातत्यानं पूर्वेकडच्या आपल्या राजवाड्यात का जात असतो, याचं मला आश्चर्य वाटलं.

त्याहूनही खटकणारी गोष्ट म्हणजे तिथे तो फक्त आपल्या कुटुंबीयांनाच घेऊन जातो.''

''होय. ही गोष्ट माझ्याही लक्षात आली होती. त्यामागे काहीतरी चांगलंच कारण असणार, याविषयी माझी खात्री आहे. पूर्वेकडचा तीर अशुभ असल्याची वदंताही आहे. बरोबर?''

सतीने खांदे उडवले. नंतर क्षणभर थांबून ती म्हणाली, ''ते निश्चित झालंय का? तुम्ही तीन दिवसांत प्रयाण करणार आहात का?''

''होय.''

''तू किती दिवसांसाठी जाशील, असं तुला वाटतंय?''

''मला माहिती नाही. पण त्याला फार दिवस लागणार नाहीत, असं मला वाटतंय.''

''मलाही तुझ्याबरोबर येता आलं असतं, तर बरं झालं असतं.''

''मला ते माहिती आहे. पण एवढा मोठा प्रवास करण्याएवढा कार्तिक मोठा झालेला नाही.''

सतीने कार्तिककडे पाहिले. तो पलंगावर गाढ झोपी गेला होता. त्याची झपाट्याने वाढ होत होती. त्या पाळण्यात आता तो मावत नव्हता. ''तो दिवसेंदिवस अधिकाधिक तुझ्यासारखा दिसू लागला आहे.''

शिवाने स्मित केले. ''तो फक्त सहाच महिन्यांचा तर आहे. पण तो दोन वर्षांच्या मुलाएवढा दिसतो आहे.''

सतीने शिवाचे शब्दच प्रमाण मानले. ती मेलुहाची नागरिक होती. ती मैकात राहत नव्हती. त्यामुळे सोळा वर्षांहून लहान वयाच्या मुलाला तिने कधीच पाहिलेले नव्हते.

''ही कदाचित सोमरसाची कृपा असू शकेल,'' सती म्हणाली.

''शक्यता आहे. त्याने प्रथमच सोमरस प्राशन केला, तेव्हा तो आजारी पडला नाही, याचं आयुर्वतीलाही आश्चर्य वाटलं होतं.''

''ती आश्चर्यजनक बाबच होती. पण कदाचित तो खास मुलगा असल्यामुळे हे घडलं असेल.''

''होय. तो खास, विशेष मुलगा आहेच. सहा महिन्यांच्या वयात चालू लागलेलं बाळ मी तर अद्याप पाहिलेलंच नाही.''

सतीने स्मित केले. ‘‘तो आपल्याला अभिमानास्पद वाटणारी कामगिरीच करेल.’’

‘‘मलाही त्याविषयी खात्री वाटते.’’

सतीने वर पाहिले आणि पुन्हा एकदा शिवाचे चुंबन घेतले. ‘‘नागांच्याकडे जाणारा मार्ग लवकर शोधून काढ आणि माझ्याकडे अगदी लवकर परत ये.’’

‘‘मी नक्कीच तसं करेन, प्रिये.’’

जहाजे प्रवासासाठी सज्ज करण्यात आली. संपूर्ण प्रवासात कोणत्याही बंदरात जहाजे थांबवली जाणार नव्हती. त्यांची गती हा महत्त्वाचा भाग होता. अतिजलद गतीने हा संपूर्ण प्रवास पार पडणार होता.

सूर्यवंशीय आणि चंद्रवंशीय यांच्या सैन्याची संयुक्त तुकडी तयार करण्यात आली होती. अर्थातच पार्वतेश्वराला ही आपली मानखंडना वाटत होती. पाच जहाजांमध्ये अधिक लोकांना सामावून घेणे अवघड होते. मात्र सर्वसाधारण हुकूमत द्रपाकुच्या हाती होती, ही त्यातल्या त्यात बरी बाजू होती.

अस्सी घाटाच्या पायऱ्यांवरून शिवाने जहाजांकडे पाहिले. सेनाप्रमुख म्हणून द्रपाकु मुख्य जहाजावर होता. त्याच्याबरोबर त्याचे पिताजी पूर्वाक होते. नीलकंठाचे प्रमुख सहकारी प्रमुख जहाजावर होते. हे जहाज सर्वाधिक सुरक्षित भागातून प्रवास करणार होते. इतर चार जहाजे या जहाजाच्या सभोवती राहून प्रवास करणार होती. पार्वतेश्वर, भगीरथ, आनंदमयी, आयुर्वती, नंदी आणि वीरभद्र त्या जहाजाच्या कठड्यावर उभे होते. उत्तांकही मुख्य जहाजावर असल्याचे पाहून शिवाला आश्चर्य वाटले.

‘आनंदमयीने नक्कीच आग्रह धरला असणार. पार्वतेश्वराला त्याची ब्रह्मचर्याची शपथ मोडायला लावणारी जर कोणती एकमेव स्त्री असेल, तर ती फक्त तीच होती.’

‘‘प्रभू,’’ अथिथिग्वाने शिवाची विचारधारा भंग करत हाक मारली.

काशीच्या त्या राजाने शिवाला खाली वाकून वंदन केले.

अथिथिग्वाच्या हाताला शिवाने हळुवारपणे स्पर्श केला. ‘‘आयुष्यमान भव!’’

आपले हात जोडून अथिथिग्वा कुजबुजत्या स्वरात म्हणाला, ''आपण काशीकडे लवकरच परत यावं, अशी मी आपल्याकडे याचना करत आहे, प्रभू. आपल्याविना आम्ही पोरके आहोत.''

''महाराज, तुम्हांला माझी गरज भासणार नाही. तुम्हांला खरोखरच आणखी कोणाचीच गरज नाही. तुम्ही फक्त तुमच्यावर सर्वाधिक प्रेम करणाऱ्या त्या एकमेव व्यक्तीवरच भरवसा ठेवा. ती व्यक्ती म्हणजे खुद्द तुम्हीच आहात.''

साश्रू नयनांनी त्याच्याकडे पाहत असलेल्या सतीकडे शिव वळला. आपल्याशेजारीच उभ्या असलेल्या कार्तिकाचा हात धरून ती उभी होती. वाऱ्याच्या जोरदार झोतांमुळे कार्तिक किंचित डळमळत होता.

कार्तिकाने शिवाकडे अंगुलिनिर्देश करत म्हटले, ''बा-बा.''

शिवाने स्मित करून कार्तिकाला उचलून घेतले. ''बा-बा लवकरच परत येईल, कार्तिक. आईला जास्त त्रास देऊ नकोस.''

शिवाने आणखी स्मित करत कार्तिकाच्या कपाळाचे चुंबन घेतले. त्यानंतर कार्तिकाला आपल्या कडेवर घेत तो सतीला आलिंगन देण्यासाठी पुढे झाला. काहीही झाले तरी सूर्यवंशींच्या प्रथा मोडणे सतीला कठीण जात होते. सतीने संकोचत शिवाला अगदी हळू आलिंगन दिले. कारण सार्वजनिक ठिकाणी अशा प्रकारे प्रेमाचे प्रदर्शन करण्यास तिला संकोच वाटत होता. शिवाने मात्र ही गोष्ट सोडून दिली नाही. सूर्यवंशींच्या जन्मजात अंतर्मुखपणावर शिवाच्या प्रेमाने मात केली. तिने त्याच्याकडे वर पाहिले आणि त्याचे चुंबन घेतले. ''लवकर परत ये.''

''मी नक्कीच लवकर परत येईन.''

■■

प्रकरण १०

ब्रंगाची प्रवेशद्वारे

पाण्यात जोरदार लाटा उसळत होत्या. ते छोटेसे जहाज त्यामुळे हेलकावत होते.

शिवाने त्या जहाजावर नियंत्रण मिळवण्याचे महत्प्रयास केले. क्रोधित झालेल्या नदीशी आपल्या वल्ह्यांच्या साहाय्याने जोरदार लढा देत तो चालला होता. आपल्या मित्राच्या भेटीसाठी तो जोरदार प्रयत्न करत होता.

बृहस्पती संघर्ष करत होते. अचानकच आश्चर्याने त्यांचे डोळे खाड्कन उघडले. एखाद्या दोरखंडासारखी ती गोष्ट अचानकच तिथून वर आली होती आणि त्यांचे पाय त्या दोरखंडात बांधले गेले होते. ते झपाट्याने ओढले जात होते.

''शिवा! साहाय्य कर! कृपा करून साहाय्य कर!''

शिव त्यांना खेचून घेण्याचा जोरदार प्रयत्न करत होता. महत्प्रयास करत होता. ''धीर धर! मी येत आहे.''

अचानकच एक तीन डोक्यांचा नाग त्या नदीतून वर आला. बृहस्पतींच्या भोवतीचा तो दोरखंड अचानकच अधिकाधिक आवळला जाऊ लागल्याचे शिवाच्या लक्षात आले. त्या दोरखंडाच्या विळख्यात बृहस्पती क्रूरपणे चिरडले जात होते. तो दोरखंड म्हणजेच तो साप होता तर!

''नाहीऽऽऽऽऽऽऽऽऽऽऽ''

शिव एकदम जागा झाला. क्षणभर त्याची मती कुंठित झाली. त्याने सभोवताली बघितले. त्याच्या भुवया थाड्थाड् उडत होत्या. त्याचा गळा असह्यरीत्या थंड पडला होता. प्रत्येक जण गाढ झोपेत होता. गंगेच्या लाटांच्या आवाजाच्या स्वरावर जहाज हळुवारपणे हेलकावल्यावर आपल्या पायाखालची जमीन हेलकावल्यासारखे त्याला वाटले. जहाजातील आपल्या कक्षाच्या खिडकीजवळ तो गेला. तिथून येणाऱ्या वाऱ्याच्या हळुवार झुळकीमुळे त्याच्या हृदयाची धडधड हळूहळू कमी झाली.

त्याने आपली मूठ आवळली आणि जहाजाच्या भिंतीवर ती आपटली. ''मी त्याला पकडेनच, बृहस्पती! त्या सापाला शिक्षा भोगावीच लागेल.''

शिवाच्या पथकाने काशी सोडल्याला आता दोन आठवडे झाले होते. ते नदीच्या प्रवाहाच्या खालच्या दिशेने चालले होते त्यामुळे त्यांचा वेळ मजेत चालला होता. त्यांनी नुकतेच मगध ओलांडले होते.

''आणखी तीन आठवड्यांनी आपण ब्रंगाला पोहोचू, प्रभू,'' पार्वतेश्वर म्हणाला.

शिव काशीकडे जाणाऱ्या नदीच्या वरच्या प्रवाहाकडे टक लावून पाहत होता.

''प्रभू,'' पार्वतेश्वर म्हणाला.

काशीच्या दिशेने जाणाऱ्या नदीच्या प्रवाहाकडे पाहत असलेला शिव त्यांच्याकडे स्मित करत वळला. ''तुम्ही दिवोदासाशी बोलला आहात का?''

''होय.''

''आता सध्या तो कुठे आहे?''

''डोलकाठीजवळ, प्रभू. आता तो वाऱ्याच्या दिशेप्रमाणे शिडे ठीक करत आहे. साहजिकच, त्याला स्वतःलाही ब्रंगाला पोहोचण्याची घाई आहे.''

शिवाने पार्वतेश्वराकडे बघितले. ''नाही. मला तसं वाटत नाही. मला वाटतं, की तो फक्त माझ्या तपासाच्या मोहिमेतील त्याची भूमिका उत्कटपणे पार पाडतो आहे. त्यानंतर तो आपल्या पत्नी आणि मुलीकडे परत जाईल. त्याला नक्कीच त्यांची आठवण येत असेल.''

"तुम्हांला सतीची आणि कार्तिकाची आठवण येत आहे, तशीच ना, प्रभू?"

शिवाने स्मित करून मान डोलावली. ते दोघेही जहाजाच्या कठड्याला रेलून उभे होते. त्यांची नजर संथपणे वाहणाऱ्या गंगेच्या पाण्याकडे लागली होती. तेवढ्यात पाण्यातून डॉल्फिन वर आले आणि त्यांनी हवेत उंच उसळ्या मारल्या. अत्यंत डौलदारपणे पाण्यात डुबकी घेऊन त्यांनी पुन्हा एकदा हवेत उसळ्या मारल्या. नदीच्या त्या उत्फुल्ल संगीतावर मोठ्या उमदेपणाने ते नृत्य करत होते. डॉल्फिनच्या अशा समुदायाकडे बघत राहायला शिवाला आवडत असे. ते नेहमीच आनंदी आणि निष्काळजी दिसत. "लहरी नदीतील निष्काळजी मासे! काव्यात्मक गोष्ट आहे, नाही का?"

पार्वतेश्वराने स्मित केले. "होय, प्रभू."

"निष्काळजी आणि छांदिष्टपणाविषयी आपण बोलतो आहोत, तेव्हा आनंदमयी कुठे आहे?"

"मला वाटतं, राजकुमारी उत्तांकासमवेत असावी, प्रभू. येथील सरावाच्या खोलीत ती त्याच्याबरोबर जात असते. कदाचित नृत्याच्या इतर काही हालचालींमध्ये ते परिपूर्णता आणत असावेत."

"हंऽऽऽ"

पार्वतेश्वर नदीकडे पाहत राहिला.

"ती चांगलं नृत्य करते, नाही का?" शिवाने विचारले.

"होय, प्रभू."

"खरं तर अपवादात्मकरीत्या सुंदर नृत्य करते."

"ही एक चांगली प्रतिक्रिया आहे, प्रभू."

"उत्तांकाच्या नृत्य कौशल्याविषयी तुम्हांला काय वाटतं?"

पार्वतेश्वराने शिवाकडे पाहिले आणि नंतर पुन्हा एकदा नदीच्या प्रवाहाकडे तो पाहू लागला. "मला वाटतं, त्याला नृत्यात सुधारणा करण्यास भरपूर वाव आहे, प्रभू. पण राजकुमारी आनंदमयी त्याला ते चांगलं शिकवेल, याविषयी माझी खात्री आहे."

शिवाने पार्वतेश्वराकडे पाहून स्मित केले आणि आपली मान डोलावली. "होय. मलाही त्याविषयी खात्री वाटते."

— ᛅᏇᏬᛏ⊗ —

"नीलकंठ आणि त्याचं आरमार एक महिन्यापूर्वीच ब्रंगाकडे रवाना झालंय, महाराणी," लोकनायक नाग राणीला म्हणाला.

राणीच्या खासगी कक्षात ती दोघे बसली होती.

"तू पुन्हा एकदा आपल्या कामावर लक्ष केंद्रित करू लागला आहेस, हे पाहून आनंद झाला. राजा चंद्रकेतूला मी एक सूचना देणारा संदेश पाठवणार आहे."

नागाने मान हलवली. तो आणखी काहीतरी बोलणार होता; परंतु त्याने काहीच म्हटले नाही. त्याऐवजी त्याने खिडकीतून बाहेर बघितले. त्या ठिकाणाहून काही अंतरावरून संथपणे वाहणारी गोदावरी नदी त्याला दिसत होती.

"आणखी काही?" राणीने विचारले.

"काशीला जाण्यासाठी मला तुझी परवानगी हवी होती."

"का? तुला त्यांच्याशी व्यापारी संबंध जोडायचे आहेत का?" अत्यंत झोंबणाऱ्या स्वरात राणीने विचारले.

"ती नीलकंठाबरोबर गेलेली नाही."

राणी ताठरली.

"कृपा करा, महाराणी. माझ्यासाठी ही गोष्ट महत्त्वपूर्ण आहे."

"बाळा, तुला नेमकं काय मिळेल असं वाटतंय?" राणीने विचारले, "तो एक अविचारी प्रश्न आहे."

"मला उत्तरं हवी आहेत."

"त्यानं काय फरक पडणार आहे?"

"त्यामुळे मला शांतता लाभेल."

राणीने उसासा सोडला. "हा प्रश्नच तुला उतरंडीला नेत आहे."

"त्यामुळे मला पूर्णत्व येईल, महाराणी."

"तुझ्या स्वतःच्या प्रजेविषयीही तुझी काही कर्तव्यं आहेत, याचा तुला विसर पडतोय."

"पण स्वतःविषयीचं कर्तव्य हे माझं आद्यकर्तव्य आहे, मावशी."

राणीने आपली मान हलवली. "राज्यसभा संपेपर्यंत प्रतीक्षा कर. ब्रंगांना पाठिंबा देण्याचा ठराव फेटाळला जाऊ नये, यासाठी मला तुझ्या मदतीची आवश्यकता

आहे. त्यानंतर तू जाऊ शकतोस.''

त्या नागाने खाली वाकून राणीच्या पावलांना स्पर्श केला. ''आभारी आहे, मावशी.''

''पण तू एकटाच जाणार नाहीस. तू आपली काळजी व्यवस्थित घेऊ शकतोस, यावर माझा विश्वास नाही. मीही तुझ्यासोबत येईन.''

त्या नागाने हळुवारपणे स्मित केले. ''आभारी आहे.''

आता ब्रंगांच्या प्रवेशद्वारापासून शिवाचा ताफा जेमतेम आठवडाभराच्या अंतरावर येऊन ठेपला होता. त्या जहाजांनी आपले वेळापत्रक अगदी काटेकोरपणे पार पाडले होते. पार्वतेश्वर आणि दिवोदासाने आपले वेगाने जाणारे जहाज आघाडीच्या जहाजाजवळ नेले होते. त्या प्रवेशद्वाराजवळ पोहोचण्याच्या नियमांविषयी द्रपाकुला सांगण्यासाठी त्यांनी हा पवित्रा घेतला होता. प्रभू नीलकंठाला कोणत्याही प्रकारचा रक्तपात नको आहे, असे पार्वतेश्वराने स्पष्टपणे सांगितले होते. ब्रंगांच्या सीमांमध्ये प्रवेश करण्यास बंदी होती; मात्र दिवोदास प्रवेश मिळावा यासाठी आवश्यक असणाऱ्या वाटाघाटी करणार होता. नीलकंठाची उपस्थिती स्पष्ट केल्याशिवाय प्रवेश मिळणे दुरापास्तच नव्हे; तर अशक्य आहे, हे दिवोदास जाणून होता, कारण ब्रंगाच्या लोकांचाही नीलकंठाच्या दंतकथेवर विश्वास होता. मात्र यावर विसंबून न राहता प्रयत्न करून प्रवेश मिळवावा, असा सल्ला पार्वतेश्वराने त्याला दिला होता.

दिवोदास हा द्रपाकुच्या डाव्या बाजूला होता. त्यामुळे तो आपला ध्वज व्यवस्थितपणे फडकवू शकत होता. आता पार्वतेश्वर मधल्या जहाजावर परतला होता. ब्रंगाच्या सीमा सुरक्षा दलाच्या सैनिकांना कशा प्रकारे हाताळावे, याविषयी त्याला महादेवाचा सल्ला हवा होता. पार्वतेश्वराला आपल्या सैनिकांना कोणताही धोका होऊ द्यायचा नव्हता आणि तरीही मोहिमेतील नाजूक बाब लक्षात घेता, केवळ पाचच जहाजांमुळे ब्रंगाच्या लोकांनाही कोणताच धोका जाणवणार नव्हता. पार्वतेश्वराच्या नावाड्यांनी मुख्य जहाजाला पाती जोडली आणि पार्वतेश्वर वर चढून जहाजाच्या मागच्या बाजूला गेला. तिथे आनंदमयीला पाहून त्याला

आश्चर्याचा धक्काच बसला. त्याच्याकडे तिची पाठ होती. तिच्या हातात सहा खंजीर होते. नेहमीचा मानांकित लक्ष्य फलक तिथून हटवण्यात आला होता आणि त्याहून अधिक लहान आकाराचा विशेष फलक तिथे लटकवण्यात आला होता. भगीरथ आणि उत्तांक तिथून थोड्याच अंतरावर उभे होते.

उत्तांक आनंदमयीकडे वळला. ''मी तुम्हांला जे शिकवलं ते ध्यानात ठेवा, राजकुमारी. अजिबात थांबायचं नाही. खंजिरांचा सातत्यपूर्ण पाऊस पाडायचा.''

आनंदमयीने आपले डोळे गरागरा फिरवले. ''होऽऽऽऽय, समजलं बरं का गुरुजी. तुम्ही प्रथम सांगितलं, तेव्हाच मी ऐकलं होतं. मी काही बहिरी नाही, म्हटलं!''

''मला क्षमा करा, राजकुमारी.''

''आता बाजूला थांब.''

उत्तांक बाजूला गेला.

पार्वतेश्वर मागच्या बाजूला थांबला आणि त्याने जे काही पाहिले, त्यामुळे त्याच्या तोंडातून शब्दच फुटेनासा झाला. आनंदमयी अगदी अचूक पद्धतीने उभी राहिली होती. अगदी प्रशिक्षित योद्ध्यासारखी दोन पावलांत पुरेसे अंतर राखून स्थिरचित्तपणे ती योग्य पवित्र्यात उभी होती. तिचा उजवा हात तिच्या एका बाजूला होता. उजव्या खांद्याजवळ असलेल्या सहा खंजिरांच्या मुठीवर तिचा डावा स्थिरावला होता. तिचे श्वसन अगदी हळुवारपणे आणि शांतपणे सुरू होते. अगदी परिपूर्ण पवित्रा होता.

त्यानंतर तिने आपला उजवा हात उचलला आणि अत्यंत नाट्यमयरीत्या तिने आपल्या डाव्या हातातून खंजीर काढून घेऊन तो जोरात फेकला. त्यानंतर लगेचच तिने दुसरा खंजीर घेतला आणि तशाच प्रकारे फेकला. त्यानंतर तिसरा, चौथा, पाचवा आणि सहावाही!

आनंदमयीच्या हालचाली इतक्या निर्दोष आणि अचूक होत्या, की अगदी पार्वतेश्वरालाही लक्ष्य दिसले नाही. तिच्या कृतीचे कौतुक करत तो तिथेच थांबला. त्याने आश्चर्याने आ वासला होता. उत्तांक आणि भगीरथ तिची प्रशंसा करत असल्याचे त्याने ऐकले. त्याने त्या फलकाकडे वळून पाहिले. प्रत्येक खंजीर बरोबर मध्यभागी घुसला होता. अगदी परिपूर्णरीत्या!

''महान प्रभू रामाशपथ!'' पार्वतेश्वर त्या कौशल्याने भारावून जात म्हणाला.

आनंदमयीच्या चेहऱ्यावर हसू होते. ती मागे वळली. ‘‘पर्वा! तुम्ही इथे कधी आलात?’’

पार्वतेश्वराला त्याआधी आणखीही प्रशंसात्मक बाब आढळली होती. आनंदमयीच्या उघड्या पायांकडे तो एकटक पाहत होता किंवा तसे वाटत तरी होते.

आनंदमयीने आपले वजन एका पायावरून दुसऱ्या पायावर टाकले. त्याबरोबर तिच्या नितंबांची मादक हालचाल झाली. ‘‘तुम्हांला आवडण्याजोगं तुम्ही काही पाहिलंत, पर्वा?’’

पार्वतेश्वर कुजबुजत्या आवाजात काहीतरी बोलला. आनंदमयीच्या कमरेला लटकणाऱ्या म्यानाकडे तो आश्चर्याने निर्देश करत होता. ‘‘ती लांबलचक तलवार आहे.’’

आनंदमयीचा चेहरा पडला. ‘‘हवेत उडणाऱ्या एखाद्या स्त्रीला फटकारून पुन्हा आपल्या पायांवर कसं उभं करायचं, ते तुम्हांला चांगलंच माहिती आहे, नाही का?’’

‘‘मला क्षमा करा, पण कशाबद्दल?’’

आनंदमयीने फक्त मान हलवली.

‘‘पण ती तर लांबच तलवार आहे,’’ पार्वतेश्वर म्हणाला, ‘‘ती चालवायला तुम्ही कधी शिकलात?’’

लढवय्याच्या हातापेक्षाही लांब असलेली अशा प्रकारची तलवार चालवणं हे एक क्वचित आढळणारं कौशल्य होतं. त्यावर प्रभुत्व मिळवणं अवघड होतं. पण ज्यांनी त्यावर प्रभुत्व मिळवलं होतं, त्यांना शत्रूला ठार मारण्यात नाट्यमयरीत्या यश मिळत गेलं होतं.

भगीरथ आणि उत्तांक आता त्यांच्याजवळ पोहोचले.

भगीरथाने उत्तर दिले, ‘‘गेल्या महिन्यापासून उत्तांक तिला शिकवत आहे, सरलष्करप्रमुख. ती अत्यंत जलदरीत्या शिकत आहे.’’

पार्वतेश्वर पुन्हा आनंदमयीकडे वळला. त्याने आपली मान किंचित झुकवली. ‘‘तुमच्याशी द्वंद्व खेळणं हे मी माझं सौभाग्य समजेन, राजकुमारी!’’

आनंदमयीने आपल्या भुवया उंचावल्या. ‘‘तुम्हांला माझ्याबरोबर युद्ध करायचं आहे? तुम्ही नेमकं काय सिद्ध करू पाहाताय?’’

"मला काहीच सिद्ध करायचं नाही, राजकुमारी!" पार्वतेश्वर म्हणाला. तिच्या युद्धाच्या पवित्र्याचा त्याला विस्मय वाटला होता. "तुमच्याबरोबर द्वंद्व करणं आणि तुमच्या कौशल्याची चाचणी घेणं हा केवळ एक माझ्या आनंदाचा भाग होता."

"माझ्या कौशल्याची चाचणी? म्हणजे यासाठी मी युद्धकौशल्य शिकत आहे, असं तुम्हांला वाटतंय का? म्हणजे तुम्ही माझी चाचणी घेऊन स्वतः श्रेष्ठ असल्याचं सिद्ध करणार आहात? मी तुम्हांला आधीच चांगली ओळखतेय. स्वतःच्या जिवाला उगीच शिणवू नका."

पार्वतेश्वराने दीर्घ श्वास घेतला. आपल्या रागाचा पारा चढू न देण्यासाठी त्याने प्रयत्न केला. "राजकुमारी, मी हे दाखवून देण्याचा प्रयत्न करत नव्हतो. मी फक्त.........."

आनंदमयीने त्याचे वाक्य मध्येच तोडले. "तुम्ही एवढे हुशार असूनही काही वेळा अगदीच मूर्खासारखे वागता, सरलष्करप्रमुख. मी तुम्हांला काय समजत होते, ते आता माझं मलाही आठवेनासं झालं आहे."

भगीरथाने हस्तक्षेप करण्याचा प्रयत्न केला. "अंऽऽ ऐक. मला नाही वाटत, की एवढं चिडण्याची काही....."

पण आनंदमयी आधीच गर्रकन वळून फणकाऱ्याने निघून गेली होती.

गंगेच्या पाण्यावर सूर्य आधीच उगवला होता. त्यामुळे अत्यंत सुंदर नारिंगी रंगाचे प्रतिबिंब पाण्यात पडले होते. आपल्या कक्षाच्या खिडकीत सती उभी होती. ती नदीकडे पाहत होती. तिच्या मागच्या बाजूलाच कृत्तिकेजवळ कार्तिक खेळत होता. आपल्या मैत्रिणीकडे आणि मुलाकडे पाहण्यासाठी सती मागे वळली. तिने स्मित केले.

'कृत्तिका ही कार्तिकाची जवळजवळ दुसरी आईच आहे. माझा बाळ खरंच सुदैवी आहे.'

सतीने पुन्हा वळून नदीकडे पाहिले. तिला काहीतरी हालचाल झाल्यासारखे वाटले. अगदी निरखून पाहिल्यावर तिथे काय चालले होते, ते तिच्या लक्षात आले आणि तिच्या कपाळावर आठी पडली. सम्राट अथिथिग्वा पुन्हा एकदा

आपल्या गूढ राजवाड्याकडे निघाला होता. अर्थातच काशीच्या भवितव्यासाठी त्याला तिथे आणखी एखादी पूजा करावयाची असेल. तिला ते विचित्र वाटले.

त्या दिवशी संपूर्ण काशी रक्षाबंधनाचा सण साजरा करत होती. त्या दिवशी प्रत्येक बहीण आपल्या भावाला राखी बांधते. त्याद्वारे संकटाच्या वेळी आपल्या भावाने आपले रक्षण करावे, अशी इच्छा तिने व्यक्त केलेली असते. मेलुहातही हा सण साजरा केला जात असे. स्वद्वीपमधील पद्धतीत फक्त एकच फरक होता. तो म्हणजे इथे प्रत्येक बहीण आपल्या भावाकडून भेटवस्तू उकळत असे आणि भावांना भेटवस्तू देण्याखेरीज गत्यंतरच नसे.

'त्यानंही आपला वेळ आता काशीत घालवायला नको होता का? मेलुहामध्ये स्थानिक सरकारी अधिकाऱ्यालाही स्त्रिया राखी बांधत आणि त्यांना संरक्षण देणं हे त्याचं कर्तव्य असे. ही रूढी नक्कीच प्रभू रामानं सुरू केली होती. राजा अथिथिग्वा ही पद्धत का बरं पाळत नव्हता आणि त्याऐवजी तो आपल्या गूढ राजवाड्याकडे का निघाला होता? आणि प्रभू रामाचं नाव घेऊन तो इतक्या गोष्टी मग का करत होता? पूर्व किनाऱ्यावरच्या दुर्दैवी गोष्टींपासून सुटका करून घेण्यासाठी तिथे काही धार्मिक कृत्यं केली जात होती का? की तिथे काही भेटवस्तू होत्या?'

''एवढ्या कसल्या गहन विचारात गढला आहात राजकुमारी?''

सती मागे वळली. कृत्तिका आपल्याकडे एकटक पाहत असल्याचे तिच्या लक्षात आले. ''त्या पूर्वेकडच्या राजप्रासादाचं गूढ मला उकललंच पाहिजे.''

''पण तिथे जाण्याची कोणालाच परवानगी नाही. तुम्हांला ते माहिती आहे. नीलकंठालाही तिकडे न्यावं लागू नये, यासाठी महाराजांनी काहीतरी विचित्र कारणं दिली होती.''

''मला माहिती आहे. पण काहीतरी अनिष्ट घडत असल्यासारखं मला वाटतंय आणि मुख्य म्हणजे राजा आजच्या दिवशी एवढ्या भेटवस्तू घेऊन तिकडे का चालला असेल?''

सती पुन्हा कृत्तिकेकडे वळली. ''मी तिकडे चालले आहे.''

कृत्तिका सावधपणे सतीकडे पाहत राहिली. ''राजकुमारी, तुम्ही जाऊ शकणार नाही. राजवाड्याच्या उंच मनोऱ्यांवरून सातत्यानं टेहळणी केली जाते. तिकडे जाणारं कोणतंही जहाज त्यांच्या नजरेतून सुटू शकणार नाही.''

''म्हणून तर मला त्या किनाऱ्यापर्यंत पोहत जायचं आहे.''

कृत्तिका आता रडकुंडीला आली. ती घाबरली. गंगेतून पोहत जायचं म्हटलं, तरी गंगेचं पात्र खूपच विशाल होतं. "राजकुमारी,....."

"गेल्या काही आठवड्यांपासून मी यासाठी नियोजन करत होते, कृत्तिके. मी कित्येक वेळा सरावही केला आहे. नदीच्या मध्यभागी वालुकामय किनारा आहे, तिथे कोणालाही न दिसता गुप्तपणे मी विश्राम करू शकेन."

"पण तुम्ही त्या राजवाड्यात कसा काय प्रवेश कराल?"

"आपल्या कक्षाच्या गच्चीवरून मी त्या प्रासादाच्या रचनेविषयी अंदाज बांधला आहे. मुख्य राजप्रासादात सैनिकांनाही प्रवेश दिला जात नाही. राजवाड्याच्या दूरच्या टोकाजवळून पाणी बाहेर पडण्याची यंत्रणा आहे. मी त्यामधून पोहू शकेन. त्यावेळी मला कोणीही पाहू शकणार नाही."

"पण..."

"मी निघाले आहे. कार्तिकाची काळजी घे. सगळं काही ठीक झालं, तर मी रात्र पडेपर्यंत परत येईन."

जहाजाने गंगेच्या प्रवाहाच्या अखेरच्या वळणाजवळ वळसा घेतला. दंतकथा बनून राहिलेल्या ब्रंगाच्या प्रवेशद्वारांपासून जहाज आता अगदी थोड्याच अंतरावर होते.

"पवित्र तळ्याशप्पथ!" शिव आश्चर्यचकित होत कुजबुजला.

मेलुहामध्ये अत्यंत उत्कृष्ट स्थापत्यशास्त्राचे नमुने होते. अभियांत्रिकीतील अनेक आश्चर्यकारक गोष्टी मेलुहातही होत्या. शिवाय काही नावाजली गेलेली प्रसिद्ध स्मारकेही तिथे होती. परंतु तरीही मेलुहाचे लोकही आश्चर्याने थक्क झाले होते.

माध्यान्हीच्या सूर्यप्रकाशात ती प्रवेशद्वारे चमकत होती. नुकत्याच शोध लागलेल्या पोलाद या नवीन धातूच्या साहाय्याने ती बनवण्यात आली होती. नदीच्या संपूर्ण पात्रभर ती पसरलेली होती. शिवाय किनाऱ्यावरील किल्ल्याच्या भिंतींपर्यंतही ती पसरली होती. त्याशिवायही ब्रंगांच्या प्रदेशात सुमारे शंभर किलोमीटर आतपर्यंत ती बांधण्यात आली होती. एखाद्या छोट्याशा नावेचे भाग सुटे करून घेऊन येऊन ब्रंगांच्या सरहद्दीत प्रवेश करून मग पुन्हा त्या नावेची जोडणी

करण्याचा कोणी प्रयत्न केलाच तर त्याला प्रतिबंध करण्यासाठी ही रचना करण्यात आली होती. फक्त गंगेच्या प्रवाहातूनच राज्यात प्रवेश करणे शक्य होते. एखाद्या मूर्खाने राज्यात प्रवेश करण्यासाठी शेजारच्या घनदाट वन्य प्रदेशात प्रवेश केलाच असता, तर कोणत्याही ब्रंग व्यक्तीला भेटण्याआधी तो खचितच हिंस्त्र वन्य प्राण्यांच्या भक्ष्यस्थानी पडला असता.

त्या अडथळ्याच्या तळाशी लोखंडी पिंजरा बांधण्यात आला होता. त्यातून गंगेचा प्रचंड प्रवाह वाहू शकत होता. परंतु कोणतीही व्यक्ती किंवा मोठा मासा खालच्या बाजूने वाहणाऱ्या या प्रवाहातून पोहू शकला नसता. त्या अडथळ्यांना पाच ठिकाणी विचित्रपणे मोकळ्या जागा ठेवलेल्या होत्या. एकापाठोपाठ पाच जहाजे जाऊ शकतील अशा त्या जागा होत्या. प्रथमदर्शनी ते विचित्र भासत होते. कारण ब्रंगांनी हल्ला करण्याआधीच जलद गतीने मार्ग कापणारी जहाजे त्या मोकळ्या जागांतून सहजपणे जाऊ शकतील, असे वाटत होते.

''हे विचित्र दिसतं,'' भगीरथ म्हणाला, ''मुळातच मग अडथळा कशाला बांधला आणि बांधलाच तर त्यातून जाण्यासाठी या मोकळ्या जागा कशाला ठेवल्या गेल्या?''

''त्या खुल्या जागा नाहीत, भगीरथ,'' शिव म्हणाला, ''ते सापळे आहेत.''

त्या प्रवेशद्वारांमध्ये प्रवेश केलेल्या एका ब्रंगांच्या जहाजाकडे शिवाने निर्देश केला. सुरुवातीला त्या मोकळ्या जागा म्हणजे पाण्याची खोल तळी होती. त्यांचे तळ जलरोधक सागवानी लाकडांपासून बनवण्यात आले होते. त्यातून जहाज सहज पुढे गेले. तिथेच पंपाची यंत्रणा वापरण्यात आली होती. त्यामुळे त्या तळ्यात गंगेचे पाणी भरले जात होते. त्यामुळे जहाज योग्य उंचीवर राहिले. त्यानंतर ब्रंगांच्या प्रवेशद्वाराची भयावह जादू त्यांच्या दृष्टीस पडली. त्या तळ्याच्या दोहो बाजूंनी अचानकपणे जाड लोखंडी चौथरे पुढे आले होते. तळाच्या बाजूला जहाजाच्या वाढवल्या गेलेल्या पायाच्या भागातील मोठमोठ्या चरांमध्ये ते चपखल अडकले. त्या चौथऱ्यांवर गडगडणारी यंत्रे होती. जहाजाच्या लोखंडी तळामधील जागेत ती घट्ट बसली.

शिवाने पार्वतेश्वराकडे पाहिले. ''म्हणूनच दिवोदासाने आपल्या जहाजांच्या तळाशी या प्रकारचा तळ बसवला होता.''

पार्वतेश्वराने विस्मयाने मान डोलावली. ''चौथरे खूपच जलदपणे आणि

झटक्यात अंगावर येतात. आपल्या जहाजांना लोखंडी तळ नसते, तर आपल्या जहाजांचा तळ भरडला गेला असता.''

जहाजाच्या मुख्य भागावरील आकड्यांना लोखंडी साखळ्या लावलेल्या होत्या. त्या साखळ्या नंतर एका विचित्र दिसणाऱ्या यंत्राला अडकवल्या गेल्या. कप्प्यांच्या भागासारखे ते दिसत होते.

''पण कोणत्या प्राण्याचा वापर करून ते एवढ्या जलद गतीने चौथरे हलवू शकतात?'' भगीरथाने विचारले, ''एवढी प्रचंड ताकद कोणत्याही प्राण्याच्या आवाक्याच्या पलीकडची आहे. अगदी हत्तींचा एखादा कळपही हे करू शकणार नाही.''

शिवाने ब्रंगांच्या जहाजाकडे अंगुलिनिर्देश केला. कप्प्या जलद गतीने हलण्यास सुरुवात झाली होती. त्यामुळे साखळ्या ओढल्या जात होत्या आणि जहाजे आत खेचली जात होती. चौथऱ्यांवरची गडागडा फिरणारी यंत्रे जहाजांना कमीत कमी घर्षणाने पुढे सरकण्यास मदत करत होती. मात्र जहाजांची विलक्षण गती तशीच राखली जात होती.

''हे परमेश्वरा!'' भगीरथाने पुन्हा एकदा कुजबुजत्या आवाजात म्हटले, ''तिकडे बघा! या कप्प्या कोणत्या प्राण्यामुळे एवढ्या जलद गतीने ओढल्या जात आहेत ते तिकडे बघा!''

''ते यंत्र आहे,'' शिव म्हणाला, ''दिवोदासाने मला काही विद्युत घटांविषयी सांगितलं होतं. विविध प्राण्यांची ऊर्जा ती काही तासांपर्यंत साठवून ठेवू शकतात आणि नंतर काही क्षणांतच ती ऊर्जा ते सोडून देतात.''

भगीरथ विचारमग्न झाला.

''बघ,'' शिव म्हणाला.

एक भला मोठा दगडी दंडगोल झपाट्याने खाली येत होता. त्याच्यापुढेच आणखी एक तशाच प्रकारचा दंडगोल होता. तो कप्प्यांच्या साहाय्याने हळूहळू ढकलला जात होता. वीस बैलांच्या पाठीवर त्या यंत्राच्या साहाय्याने जू ठेवले गेले होते. हळूहळू ते गोलाकार फिरू लागले.

''तासोगणती काम करून ते बैल यंत्राला ऊर्जेचा पुरवठा करतात,'' शिव म्हणाला, ''एक भला मोठा खडक उंचावर घट्ट बांधून ठेवण्यात आला आहे. ज्यावेळी चौथरा पुढे सरकवायचा असेल किंवा जहाजांना आत खेचून घ्यायचं

असेल त्यावेळी त्या खडकावरचं कुलूप बाजूला काढलं जातं. तो खडक जोरात खाली घसरत येतो. त्यामुळे त्याच्यातून क्षणातच प्रचंड शक्ती बाहेर पडते आणि त्याद्वारे चौथरा सरकवला जातो.''

''महान इंद्र देवा शप्पथ!'' भगीरथ म्हणाला, ''साधीच रचना आहे, पण तिच्यातही किती बुद्धिमत्ता आहे.''

शिवाने मान डोलावली. त्यानंतर प्रवेशद्वाराजवळच असलेल्या ब्रंगांच्या कार्यालयाकडे तो वळला.

त्यांच्या जहाजांनी प्रवेशद्वाराजवळच नांगर टाकले. ब्रंगांच्या प्रमुख अधिकाऱ्याशी वाटाघाटी करण्यासाठी दिवोदास आधीच जहाजावरून उतरून गेला होता.

''तुम्ही एवढ्या लवकर का परत आलात? तुमच्याकडे वर्षभर पुरतील एवढी औषधं आहेत की!''

प्रवेशद्वारावरची प्रमुख अधिकारी उमा ज्या प्रकारे बोलत होती, ते पाहून दिवोदासाला धक्काच बसला. ती नेहमीच कडकपणे वागत असे; परंतु ती उद्धटपणे कधीच वागत नसे. प्रवेशद्वाराजवळ तिचा नेमणूक झाल्याचे पाहून त्याला आनंद झाला होता. कित्येक वर्षांत तो तिला भेटला नसला, तरीही दीर्घ काळापासून त्यांची मैत्री होती. ब्रंगामध्ये सहजपणे प्रवेश मिळवण्यासाठी आपल्याला आपल्या मैत्रीचा उपयोग करून घेता येईल, अशी त्याची अटकळ होती.

''काय घडलंय, उमा?'' दिवोदासाने विचारले.

''मुख्याधिकारी उमा. मी कामावर आहे.''

''मला क्षमा करा मुख्याधिकारी. मला तुमचा अनादर करायचा नव्हता.''

''तू मला योग्य कारण सांगितल्याशिवाय मी तुला आत जाऊ देणार नाही.''

''माझ्या स्वतःच्या देशात प्रवेश करण्यासाठी मला योग्य कारण सांगण्याची गरजच काय आहे?''

''यापुढे हा तुझा देश नाही. तू याचा त्याग केला आहेस. ती तुझी निवड आहे. आता काशी हाच तुझा देश आहे. तू तिकडे परत जा.''

"मुख्याधिकारी उमा, तुम्हांला माहिती आहेच, की माझ्यासमोर इतर कोणताही पर्याय उपलब्ध नव्हता. ब्रंगामध्ये माझ्या मुलाच्या जिवाला किती धोका होता, तेही तुम्हांला माहिती आहे."

"जे ब्रंगामध्ये राहतात, त्यांना असला धोका नाही, असं तुला वाटतं? आमच्या मुलांवर आमचं प्रेम नाही, असं तुला वाटतं? तरीही आम्ही आमच्या स्वतःच्या देशात राहण्याचा पर्यायच निवडला. आता तुझ्या निवडीचे परिणाम तुला भोगावे लागत आहेत."

या वादातून काहीच निष्पन्न होणार नाही, हे दिवोदासाच्या लक्षात आले. "राष्ट्रीय महत्त्वाच्या विषयावर मला महाराजांची भेट घ्यायची आहे."

उमाने आपले डोळे बारीक केले. "खरंच? मला वाटतं, की महाराजांना काशीशी काही महत्त्वाचे व्यापार व्यवहार करायचे असतील. बरोबर?"

दिवोदासाने दीर्घ श्वास घेतला. "मुख्याधिकारी उमा, महाराजांची भेट घेणं ही एक अत्यंत महत्त्वाची बाब आहे. तुला माझ्यावर विश्वास ठेवावाच लागेल."

"या जहाजांपैकी एका जहाजावर जोपर्यंत नागांची राणी स्वतः जातीनं उपस्थित असणार नाही, तोपर्यंत कितीही महत्त्वाची बाब असली, तरी मी तुझ्या जहाजांना ब्रंगामध्ये प्रवेश करू देणार नाही."

"नागांच्या राणीपेक्षाही खूप खूप महत्त्वाच्या असलेल्या एका व्यक्तीला मी माझ्यासमवेत आणलं आहे."

"काशीमध्ये तुझी विनोदबुद्धी खूपच सुधारली आहे," उमाने उपहासाने म्हटले, "तू परत जा आणि तुझा सर्वोच्च प्रकाश तू आणखी कुठेतरी पाड, असं मी तुला सुचवते."

उमाने काशीचा तुच्छतेने केलेला उल्लेख ऐकून दिवोदासच्या लक्षात आले, की आपण पूर्णपणे बदललेल्या उमाशी बोलत आहोत. संतप्त आणि कडवटपणे बोलणारी उमा कोणतेही कारण ऐकण्याच्या मनःस्थितीतच नव्हती. त्याच्याकडे आता इतर कोणताही पर्याय नव्हता. उमाचा दंतकथेवर विश्वास होता, हे त्याला माहिती होते.

"नागांच्या राणीपेक्षाही कितीतरी अधिक पटीनं महत्त्वाच्या असलेल्या त्या व्यक्तीला घेऊन मी परत येतो," दिवोदास म्हणाला आणि तिथून बाहेर पडला.

ब्रंगांच्या कार्यालयाला लागूनच ते छोटे जहाज उभे होते. दिवोदास त्याच्यातून प्रथम उतरला. त्यापाठोपाठ शिव, पार्वतेश्वर, भगीरथ, द्रपाकु आणि पूर्वाक उतरले.

कार्यालयाबाहेर उभ्या असलेल्या उमाने उसासा टाकला. ''तू ऐकणार नाहीस. होय ना?''

''हे अत्यंत महत्त्वाचं आहे, मुख्याधिकारी उमा,'' दिवोदास म्हणाला.

उमाने भगीरथाला ओळखले. ''हीच ती व्यक्ती आहे का? अयोध्येच्या राजकुमारासाठी मी आपले नियम मोडावेत, असं तुला वाटतंय का?''

''हे स्वद्वीपचे राजकुमार आहेत, मुख्याधिकारी उमा, हे विसरू नकोस. आपण अयोध्येला खंडणी पाठवतो.''

''म्हणजे आता तू अयोध्येशी अधिक एकनिष्ठ आहेस ना? तू किती वेळा ब्रंगाचा त्याग करणार आहेस?''

''मुख्याधिकारी, अयोध्येशप्पथ मी तुम्हांला आदरपूर्वक विनंती करतो आहे, की तुम्ही आम्हांला ब्रंगामध्ये प्रवेश करू द्यावा,'' भगीरथ म्हणाला. आपला संताप तो मोठ्या कष्टाने आवरून धरत असल्यासारखे दिसत होते. नीलकंठाला कोणत्याही प्रकारचा रक्तपात नको असल्याचे त्याला माहिती होते.

''अश्वमेध तहातील आमच्या अटी अत्यंत स्पष्ट होत्या, राजकुमार. आम्ही तुम्हांला वार्षिक खंडणी पाठवायची आणि अयोध्येनं कधीच ब्रंगामध्ये प्रवेश करायचा नाही. तहाच्या आमच्या अटी आम्ही पाळत आहोत. आपल्या व्यवहारातील तुमच्या बाजूच्या अटी तुम्हांला पाळायला मदत करायची, असे मला आदेश आहेत.''

शिव पुढे गेला. ''जर कदाचित मी.... ''

उमाची सहनशक्ती आता संपुष्टात येण्याच्याच बेतात होती. ती पुढे गेली आणि तिने शिवाला ढकलून दिले. ''इथून चालता हो!''

''उमा!'' दिवोदासाने तलवार उपसली.

भगीरथ, पार्वतेश्वर, द्रपाकु आणि पूर्वाक यांनीही तातडीने आपापल्या तलवारी उपसल्या.

''प्रभूविषयी अशा प्रकारे निंद्य वर्तन केल्याबद्दल मी तुझ्या संपूर्ण कुटुंबाची

कत्तल करेन,'' द्रपाकुने शपथ घेतली.

''थांबा!'' शिव म्हणाला. त्याने आपला हात उंच केला आणि आपल्या माणसांना थांबवले.

शिव उमाकडे वळला. ती त्याच्याकडे धक्का बसल्यासारखी टक लावून पाहत होती. उबदारपणासाठी त्याने आपल्या अंगावर घेतलेले अंगवस्त्र गळून पडले होते. त्यामुळे त्याचा निळा गळा स्पष्टपणे दृग्गोचर होत होता. उमाभोवती असलेले ब्रंगाचे सैनिक ताबडतोब आपल्या गुडघ्यावर बसले. त्यांनी आदराने आपली मस्तके झुकवली. त्यांच्या डोळ्यांतून अश्रुधारा वाहत होत्या. उमा अजूनही शिवाकडे एकटक पाहत होती. तिचे तोंड अर्धवट उघडे होते.

शिवाने आपला घसा खाकरला. ''मुख्याधिकारी उमा, मला प्रवेशद्वारातून जाण्याची अत्यंत गरज आहे. तुमच्या सहकार्यासाठी मी तुम्हांला विनंती करू शकतो का?''

उमाचा चेहरा लालेलाल झाला होता. ''आतापर्यंत तुम्ही कुठे होतात?''

शिवाच्या कपाळावर आठ्या पडल्या.

उमा पुढे झुकली. तिच्या डोळ्यांत अश्रू आले होते. तिने आपल्या छोट्या मुठी शिवाच्या दणकट छातीवर आपटल्या. ''तुम्ही आतापर्यंत कुठे होतात? आम्ही तुमची वाट पाहत होतो. आम्ही यातना भोगत आहोत. तुम्ही होतात तरी कुठे?''

तिचे सांत्वन करण्यासाठी शिवाने तिला जवळ घेण्याचा प्रयत्न केला. पण शिवाचे चरण धरून ती रडत रडत पुनःपुन्हा म्हणत राहिली, ''इतके दिवस तुम्ही कुठे होतात?''

चिंताग्रस्त दिवोदास सीमेवर तैनात असलेल्या दुसऱ्या एका ब्रंग मित्राकडे वळला. त्याचा मित्र कुजबुजत्या आवाजात म्हणाला, ''गेल्या महिन्यात मुख्याधिकारी उमाच्या एकुलत्या एका मुलीचा महामारीमुळे बळी गेला आहे. कित्येक वर्षांच्या प्रयत्नांनंतर तिच्या पतीला आणि तिला ती मुलगी झाली होती. त्यामुळे ती विदीर्ण झाली आहे.''

दिवोदासाने उमाकडे सहानुभूतीने पाहिले. तिचा राग, उद्वेग तो समजू शकत होता. आपल्या बाळाचा मृत्यू झाला, तर आपण काय करू, याची कल्पनाही तो करू शकत नव्हता.

शिवाने ते सारे संभाषण ऐकले होते. तो उकिडवा बसला. त्याने उमाला जवळ घेतले आणि तिच्या पाठीवरून तो हात फिरवू लागला. तो जणू काही आपली ताकद तिला देऊ पाहत होता.

''तुम्ही आधीच का आला नाहीत?'' उमाचे रडणे थांबत नव्हते. ती सांत्वनापलीकडे गेली होती.

■■

प्रकरण ११

पूर्वेकडील राजप्रासादाचे गूढ

गंगेच्या मध्यभागी असलेल्या वालुकामय किनाऱ्यावर सती विश्राम करत होती. पूर्वेकडील राजप्रासादातून आपल्याकडे पाहता येऊ नये, म्हणून ती खाली वाकून बसली होती. तिने तपकिरी रंगाचे कपडे घातले होते. पाहणाऱ्यांना चकवा देण्यासाठी ते अत्यंत प्रभावी ठरत होते.

तिने आपले श्वसन स्थिर ठेवले होते. आपल्या श्रांत स्नायूंना ती पुन्हा उत्तेजित करत होती. तिने पुन्हा एकदा आपल्या म्यानातील तलवार आणि ढाल चाचपून पाहिली. गंगेच्या पात्रात त्या निसटून पडू नयेत, असे तिला वाटत होते. अन्यथा, राजप्रासादात प्रवेश केल्यावर स्वसंरक्षण करण्यास ती असमर्थ ठरली असती.

शरीराच्या एका बाजूला अडकवलेली लहानशी थैली तिने काढली. तिच्यातील फळे चटकन खाऊन त्यानंतर तिने ती रिकामी थैली पुन्हा एकदा तशीच एका बाजूला अडकवून ठेवली. तिने पुन्हा एकदा शांतपणे गंगेच्या पात्रात स्वतःला हळुवारपणे झोकून दिले.

त्यानंतर थोड्याच वेळात सती हळूहळू पूर्वेकडच्या किनारपट्टीवर रांगत निघाली. राजाचे जहाज जिथे नांगरण्यात आले होते, त्या राजप्रासादाच्या अत्यंत सुरक्षित असलेल्या घाटापासून दूरवर बंद भागातून पाण्याचा निचरा होत होता. त्या ठिकाणी काशीतून किंवा गंगेतून तिला पाहणे कोणालाही शक्यच नव्हते.

मात्र या शहराला तिने दिलेल्या या भेटीच्यावेळी तिचे वास्तव्य असलेल्या ठिकाणी म्हणजेच त्या राजवाड्याच्या वाढीव भागामुळे तिला हा भाग आधी थोडाफार पाहता आला होता. काशीत एवढ्या उंचीची तेवढी एकमेव इमारत होती. ती हळूहळू त्या झाडीतून पुढे सरकत होती. आपल्या मागच्या बाजूलाच पाण्याचा निचरा करण्याची ती जागा असावी, असा तिला संशय होता. ती हळूच त्या पाण्याच्या निचरा होत असलेल्या प्रवाहात शिरली. आता जोरदार हात पाय मारत ती राजप्रासादाच्या दिशेने जाऊ लागली. पाण्याचा निचरा होत असलेला तो प्रवाह आश्चर्यकारकरीत्या स्वच्छ होता. कदाचित राजप्रासादात खूप लोक राहत नसावेत. राजप्रासादाच्या भिंतीजवळ पाण्याचा तो प्रवाह जमिनीखालून वाहत असल्यामुळे दिसेनासा झाला. आता सती जमिनीखालून पोहत चालली होती. राजवाड्याच्या आवारात धातूच्या गजांनी पाण्याचा निचरा होणारी ती जागा बंद करण्यात आली होती. सतीने आपल्या थैलीतून हळूच पाते काढले आणि ती ते गज कापू लागली. तिच्या फुप्फुसांचा प्राणवायूसाठी दाह होऊ लागल्यावरच ती पुन्हा पोहत मागे जाऊन फुप्फुसात प्राणवायू भरून घेत होती आणि नंतर परत येऊन ते गंजलेले, जुने धातूचे गज कापण्याचा प्रयत्न करत होती.

हवेसाठी फक्त पाच वेळाच तिला मागे जावे लागले होते. पण तेवढ्या वेळातच सतीला दोन गज कापण्यात यश आले. तिथून बाहेर पडण्यासाठी सतीला तेवढी जागा पुरेशी होती. त्या राजप्रासादाच्या पश्चिमेकडच्या भिंतीजवळ ती बाहेर पडली होती. तिथे चित्तथरारक वाटणारा बगिचा होता. तो परिसर पूर्णपणे ओसाड होता. कदाचित या टोकाकडून कोणीही हल्ला करेल, अशी कल्पनाही कोणाच्या मनाला शिवली नसावी. जमिनीवर लुसलुशीत हिरवेगार गवत पसरलेले होते, सुंदर फुले आणि झाडेही होती. मात्र त्यांची छाटणी न करता, त्यांना रानटीपणे तसेच वाढू देण्यात आले होते. त्यामुळे त्या बागेला अनिर्बंध वनाचे स्वरूप प्राप्त झाले होते. ती अगदी सुंदर आणि नैसर्गिक दिसत होती.

कोणत्याही वाळक्या फांदीवर पाय पडू नये, याची काळजी घेत सती जलद गतीने त्या बागेतून पुढे गेली. तिला एका बाजूला असलेले प्रवेशद्वार दिसले आणि त्याच्यातून तिने आत प्रवेश केला.

आता त्या राजप्रासादाचा गूढपणा तिला जाणवू लागला. तिथे अजिबात आवाज नव्हता. सेवकांची लगबग नव्हती. प्रसन्न वाटावे, अशा कोणत्याही

प्रकारच्या राजप्रासादातील ध्वनींचा तिथे मागमूसही नव्हता. बगिच्यात पक्ष्यांचा आवाज नव्हता. काहीही नव्हते. जणू काही तिने एखाद्या निर्वात पोकळीतच प्रवेश केला होता.

ओसऱ्यांमधून ती लगबगीने पुढे गेली. तिला अडवण्यासाठी किंवा आव्हान देण्यासाठी तिथे कोणीच नव्हते, त्यामुळे त्या आरामशीर राजप्रासादातून ती तशीच पुढे गेली. जणू काही त्या राजप्रासादात कोणीही राहातच नव्हते!

अचानक तिला हळूहळू हसण्याचे आवाज ऐकू येऊ लागले. त्या दिशेने ती हळूहळू रांगत पुढे जाऊ लागली. ओसरी पुढे मुख्य अंगणाकडे जात होती. सती खांबाआड लपली. तिथे मध्यभागी राजा अथिथिग्वा सिंहासनावर बसला होता. त्याच्या बाजूलाच त्याची पत्नी आणि पुत्र होता. प्राचीन काळातील वाटाव्यात अशा त्याच्या जुन्या सेविका त्यांच्यासमोर उभ्या होत्या. सतीने कधीच त्या सेविकांना पाहिलेले नव्हते. राखीच्या सणासाठी आवश्यक असलेले सर्व पूजा साहित्य घेऊन आणि पूजेचे ताम्हण घेऊन त्या उभ्या होत्या. त्यात पवित्र धाग्याचाही समावेश होता.

'हा आपली राखी इथे का बरं बांधून घेत आहे?'

आणि नंतर एक स्त्री पुढे आली.

सतीचा श्वास भीतिपोटी रोखला गेला.

ती नाग स्त्री होती!

— ⚲ —

त्या पाचही जहाजांमधील सर्व लोक बंदरात आणि जहाजाच्या उजव्या बाजूला उतरले आणि तेथील प्रक्रिया आश्चर्याने पाहू लागले. ब्रंगांच्या प्रवेशद्वारांमुळे शिवाचे लोक पूर्णपणे विस्मयचकित झाले होते. भयावह गतीने तो चौथरा त्यांच्या जहाजाजवळ आल्याचे त्यांनी पाहिले होते. त्यानंतर ते आकडे साखळीत अडकल्याचे त्यांना दिसले होते. संबंधित जहाजांच्या कप्तानांनी पुढे जाण्यास अनुमती दिल्यावर ब्रंग लोकांनी चपळाईने हालचालींना सुरुवात केली.

जहाजाच्या मागील बाजूला थांबून शिव प्रवेशद्वाराजवळच्या कार्यालयाकडे पाहत होता.

प्रवेशद्वाराच्या यंत्रणेत न गुंतलेली प्रत्येक ब्रंग व्यक्ती नीलकंठाला गुडघ्यावर बसून वाकून अभिवादन करत होती. परंतु शिव मात्र त्या मोडून पडलेल्या स्त्रीकडे एकटक पाहत होता. भिंतीकडे तोंड करून आणि भिंतीला चिकटून ती उभी होती. ती अद्यापही रडत होती.

शिवाच्या डोळ्यांतही अश्रू तरळले. नियतीने तिच्या मुलीला नेले, त्यावेळी तिच्या नशिबाने तिला धोका दिला, असे उमाला वाटत होते. नीलकंठ महिनाभर आधी आला असता, तर तिच्या मुलीचा बळी गेला नसता, अशी तिची ठाम श्रद्धा होती.पण नीलकंठाला स्वतःला मात्र त्याविषयी खात्री वाटत नव्हती.

'मी काय करू शकलो असतो?'

तो उमाकडे एकटक पाहत होता.

'हे पवित्र तळ्या, मला शक्ती दे. मला या महामारीच्या रोगाशी लढण्याची शक्ती दे. मी त्याच्याशी लढा देईन.'

जमिनीवरच्या कर्मचाऱ्यांना निर्देश मिळाले. त्यांनी ताबडतोब ऊर्जा यंत्रे मोकळी केली आणि कप्प्या वळवल्या. जहाजे गतीने पुढे सरकली.

उमा हळूहळू दिसेनाशी होऊ लागली. ते दृश्य पाहत असतानाच शिव हलक्या आवाजात म्हणाला, ''मला क्षमा कर.''

सती विषण्ण झाली होती. काशीच्या राजाबरोबर एक नाग स्त्री होती.

ती नाग स्त्री म्हणजे खरे तर एकाच शरीरात दोन स्त्रिया होत्या. छातीपासून खाली एकच शरीर होते. परंतु तिला खांद्यांचे दोन संच होते. आतील दोन्ही खांदे छातीजवळ जुळलेले होते. दोन्ही खांद्यांपासून एकेक हात खाली लोंबकळत होता. त्या नाग स्त्रीला दोन मस्तके होती.

'एक शरीर, दोन हात, चार खांदे आणि दोन मस्तकं. हे प्रभू रामा, हा कोणत्या प्रकारचा सैतान आहे?'

शरीरावर आपलाच ताबा राहावा, म्हणून प्रत्येक मस्तक संघर्ष करत होते. एक मस्तक अगदी आज्ञाधारक होते. त्याला पुढे जाऊन राजाच्या पुढे झालेल्या हातावर राखी बांधायची होती. दुसरे मस्तक मात्र थोडेसे खोडकर होते. त्याला

आपल्या भावाबरोबर थट्टामस्करी करायची होती. ते मागे झुकत होते.

"माया!" अथिथिग्वा म्हणाला, "चेष्टा पुरे कर आणि माझ्या मनगटावर राखी बांध बरं!"

ते खोडकर मस्तक खदाखदा हसले आणि आपल्या भावाची इच्छा पूर्ण करण्यासाठी त्याने आपल्या शरीराला पुढे येण्यास फर्मावले. अथिथिग्वाने मोठ्या अभिमानाने आपली राखी आपल्या पत्नीला आणि मुलाला दाखवली. नंतर सेविकांनी आणलेल्या ताटातील थोडी मिठाई त्याने घेतली आणि आपल्या बहिणीला दिली. अथिथिग्वाने त्या खोडकर बहिणीकडे बघितले आणि तिला एक तलवार दिली. "व्यवस्थित सराव कर. तुझ्यात खरोखरच खूपच सुधारणा होत आहे."

त्यानंतर सेविकेने राजाकडे एक वीणा आणून दिली. अथिथिग्वाने ती वीणा दुसऱ्या आज्ञाधारक मस्तक असलेल्या बाजूच्या तिच्या हातात दिली. तिच्या त्या मस्तकाकडे वळून तो म्हणाला, "तुझं वीणावादन ऐकायला मला खूप आवडतं."

आता आपण कोणती भेटवस्तू आपल्याजवळ ठेवायची असा संभ्रम बहुधा तिच्या हातांना पडला असावा.

"आता तुम्ही आपल्या भेटवस्तूंवरून भांडणार नाही ना प्रिय भगिनींनो? आता तुम्ही त्या वस्तू शहाण्यासारख्या वाटून घ्या."

तेवढ्यात एका सेविकेचे लक्ष सतीकडे गेले. तिने जोरात किंकाळी फोडली.

सतीने लगेच आपली तलवार उपसली. मायानेही तसेच केले. मात्र तिच्या मस्तकांमध्ये एकमत झाले नाही. तिचा गोंधळ उडालेला होता. अखेरीस त्या आज्ञाधारक मस्तकाचा विजय झाला. आपल्या बंधुपाठोपाठ तीही धावली. अथिथिग्वाची पत्नी आणि मुलगा खिळल्यासारखे एका जागी उभे राहिले.

अथिथिग्वा रागाने सतीकडे पाहत होता. त्याच्या डोळ्यांत उद्धटपणाची, बेपर्वाईची झाक दिसत होती. आपल्या भगिनीभोवती संरक्षणासाठी त्याने आपले हात टाकले होते.

"महाराज," सती म्हणाली, "या सगळ्याचा अर्थ काय आहे?"

"मी फक्त माझ्या भगिनीकडून राखी बांधून घेत आहे, राजकुमारी," अथिथिग्वा म्हणाला.

"तुम्ही एका नाग व्यक्तीला आश्रय दिला आहे. हे तुमच्या प्रजेपासून तुम्ही

लपवून ठेवलं आहे. ही गोष्ट चुकीची आहे.''

''ती माझी भगिनी आहे, राजकुमारी.''

''पण ती नाग आहे.''

''मला त्याची फिकीर नाही. मला एवढंच माहिती आहे, की ती माझी भगिनी आहे. तिचं रक्षण करण्याची शपथ मी घेतली आहे.''

''पण ती नागांच्या प्रदेशात राहू शकली असती.''

''त्या राक्षसांबरोबर तिनं का बरं राहावं?''

''भगवान रुद्रानं याला परवानगी दिली नसती.''

''भगवान रुद्रानं सांगितलं होतं, की कोणत्याही व्यक्तीचं मूल्यमापन त्याच्या कर्मावरून करावं, त्याच्या दिसण्यावरून नाही.''

सती शांत राहिली. ती त्रस्त झाली होती.

माया चटकन एक पाऊल पुढे आली. तिचे आक्रमक व्यक्तिमत्त्व पुढे आले होते. आज्ञाधारक मस्तक शरीराला मागे खेचण्यासाठी संघर्ष करत होते.

''मला जाऊ दे!'' ते आक्रमक मस्तक किंचाळले.

ते आज्ञाधारक मस्तक त्याला शरण गेले. माया पुढे गेली आणि तिने आपल्या हातातील तलवार टाकून दिली. आपण कोणतीही धमकी देत आहोत, असे सतीला वाटू नये, याची तिने पुरेपूर काळजी घेतली.

''तू आमचा तिरस्कार का करतेस?'' त्या नागाच्या आक्रमक मस्तकाने विचारले.

सतीच्या तोंडातून शब्द फुटेना. तिला काय बोलावे ते कळत नव्हते. ''मी तुमचा तिरस्कार करत नाही....मी फक्त जे नियम पाळले गेले पाहिजेत, त्यांच्याविषयी बोलत होते.''

''खरंच? हजारो वर्षांपूर्वी, ज्यांना आम्ही किंवा आमच्या परिस्थिती माहितीही नव्हत्या, अशा एका वेगळ्याच भूमीतील लोकांनी केलेले नियम आपल्या आयुष्याच्या प्रत्येक बाबीवर नियंत्रण ठेवू शकतात?''

सती शांत राहिली.

''तुला असं वाटतं का, की भगवान रामाला हे आवडलं असतं?''

''प्रभू रामाने आपल्या अनुयायांना नियम पाळण्याचा आदेश दिला होता.''

''त्यानं असंही सांगितलं होतं, की नियम म्हणजेच सर्वस्व नाही. तीच

कोणत्याही गोष्टीची अखेर नाही. एका न्याय्य आणि स्थिर समाजाच्या निर्मितीसाठी त्याने नियम तयार केले होते. पण जर त्या नियमांच्यामुळेच अन्याय घडत असेल तर? मग तुम्ही प्रभू रामाचं अनुसरण कसं काय कराल? त्यानं तयार केलेले नियम पाळून की मोडून?''

सतीने काहीच उत्तर दिले नाही.

''माझ्या बंधूनं तुझ्याविषयी आणि प्रभू नीलकंठाविषयी बरंच काही आम्हांला सांगितलंय,'' माया म्हणाली, ''तुलाही विकर्मा मानलं जात नव्हतं का?''

सतीचे शरीर ताठरले. ''जोपर्यंत त्या नियमांची अंमलबजावणी केली जात होती, तोपर्यंत मी ते सर्व नियम पाळले आहेत.''

''मग तो विकर्मांचा कायदा का बरं बदलला गेला?''

''शिवाने तो काही माझ्यासाठी बदलला नाही.''

''तुला हवं त्यावर तू विश्वास ठेव. पण त्या कायद्यातील बदलाचं तुला साहाय्य झालं. बरोबर?''

सती पुन्हा काहीच बोलली नाही. ती त्रस्त वाटत होती.

माया पुढे बोलतच राहिली, ''नीलकंठाविषयीच्या अनेक दंतकथा मी ऐकल्या आहेत. त्यानं तो नियम का बदलला ते मी तुला सांगते. हजारो वर्षांपूर्वी त्या विकर्मा कायद्याला अर्थ होता, असेल. पण सध्याच्या दिवसांत आणि काळात, तो अन्याय्य होता. ज्या लोकांना आपण समजून घेऊ शकत नाही, त्यांना दडपून टाकण्याचं ते एक हत्यार होतं.''

सती काहीतरी बोलणार होती, पण तेवढ्यात ती शांत झाली.

''आणि आज अपंगत्व असलेल्या व्यक्तीखेरीज आणखी कोणाला कमी समजून घेतलं जातं? आम्हांला नाग म्हटलं जातं. आम्हांला राक्षस म्हटलं जातं. नर्मदेच्या दक्षिणेकडे आम्हांला भिरकावलं जातं. त्यामुळे तुमच्या लिलीसारख्या पांढऱ्याशुभ्र जीवनांना त्रास होत नाही.''

''म्हणजे सगळे नाग हे नीतिमत्तेचे नमुने आहेत, असं तुला म्हणायचं आहे का?''

''ते आम्हांला माहिती नाही आणि आम्ही त्याची फिकीरही करत नाही. आम्ही नागांसाठी का उत्तर द्यावं? कारण एवढंच की आम्ही अपंगत्व घेऊन जन्मलो आहोत म्हणून? कोणत्याही नियमभंग करणाऱ्या सूर्यवंशीविषयी तू उत्तर

देशील का?''

सती शांत राहिली.

''देवानंही त्याग केलेल्या या भूमीत फक्त तीन सेविकांच्या सान्निध्यात आम्ही एकाकीपणे राहत आहोत, आमच्या बंधूच्या नियमित भेटी एवढाच काय तो आमच्या आयुष्यातील विरंगुळा आहे, एवढी शिक्षा आमच्यासाठी पुरेशी नाही का? आम्हांला आणखी किती जास्त शिक्षा देण्याची तुझी इच्छा आहे? आणि आम्हांला कशासाठी शिक्षा दिली जाणार आहे, याविषयी तू कृपा करून आम्हांला स्पष्टीकरण देशील का?''

आज्ञाधारक व्यक्तिमत्त्वाने तोपर्यंत अचानकच त्या स्त्रियांच्या व्यक्तिमत्त्वाचा ताबा घेतला आणि माया एकदमच मागे सरकली आणि अथिथिग्वाच्या मागे लपली.

अथिथिग्वाने खाली वाकून सतीला अभिवादन केले. ''कृपा करा, राजकुमारी. मी तुमच्याकडे याचना करतो. कृपा करून याविषयी कोणालाही काहीही सांगू नका.''

सती शांत राहिली.

''ती माझी बहीण आहे,'' अथिथिग्वा याचना करत म्हणाला, ''मी हिचं कायम रक्षण करेन, असं वचन माझे पिताजी मृत्युशय्येवर असताना मी त्यांना दिलं होतं. माझं वचन मी मोडू शकत नाही.''

सतीने मायाकडे पाहिले आणि नंतर पुन्हा एकदा अथिथिग्वाकडे पाहिले. आयुष्यात प्रथमच तिला नागांचा दृष्टिकोन पटला होता. त्यांना सहन करावा लागणारा अन्याय तिच्या लक्षात आला होता.

''माझं तिच्यावर प्रेम आहे,'' अथिथिग्वा म्हणाला, ''कृपा करा.''

''मी याविषयी कोणालाही काहीही सांगणार नाही, असं मी तुम्हांला वचन देते.''

''तुम्ही प्रभू रामाची शपथ घेऊन मला हे वचन द्याल का, राजकुमारी?''

सतीच्या कपाळावर आठ्या चढल्या.

''मी सूर्यवंशी आहे, महाराज. आमच्या वचनांचा आम्ही कधीच भंग करत नाही आणि प्रत्येक गोष्टच आम्ही रामाची शपथ घेऊनच करत असतो.''

— ⅄ⵀⵒⴷ⊗ —

प्रवेशद्वारातून ती जहाजे आत शिरल्याक्षणीच द्रपाकुने डोलकाठी व्यवस्थित काम करण्याचा आदेश दिला. इतर जहाजांनाही त्याने त्याप्रमाणेच काम करण्याचा आदेश दिला होता.

त्यांनी थोडेसेच अंतर कापले होते. तेवढ्यात ब्रह्मपुत्रेच्या विशाल प्रवाहाचा महान गंगेच्या प्रवाहाशी होणारा संगम त्यांच्या दृष्टीस पडला. त्यानंतर त्यांना तिथे कदाचित जगातील सर्वात मोठा गोड्या पाण्याचा विशाल जलाशय तयार झाल्याचे दिसले.

''प्रभू वरुणाची शपथ,'' द्रपाकु विस्मयाने थक्क होत उद्‌गारला. त्या क्षणी त्याला वरुणदेवतेची आठवण झाली होती. ''ही नदी तर एखाद्या सागराएवढी मोठी आहे.''

''होय,'' दिवोदास अभिमानाने म्हणाला.

पूर्वाकाकडे वळून द्रपाकु म्हणाला, ''पिताजी, तुम्हांलाही पाहता आलं असतं, तर आज मी धन्य झालो असतो. एवढा विशाल, विस्तीर्ण जलाशय माझ्या आयुष्यात मी कधीच पाहिला नव्हता.''

''मी तुझ्या डोळ्यांनी ते सारं पाहतोच आहे, बाळा.''

''ब्रह्मपुत्र ही भारतातील सर्वात मोठी नदी आहे, सैनिकांनो!'' दिवोदास म्हणाला, ''फक्त या एकाच नदीला पौरुषेय नाव आहे.''

द्रपाकुने काही क्षण विचार केला. ''तुमचं बरोबर आहे. मी याचा कधीच विचार केला नव्हता. भारतातील प्रत्येक मोठ्या नदीचं नाव स्त्रैण आहे. अगदी आपण आता ज्या महान नदीतून जलप्रवास करत आहोत, त्या नदीचं नावही स्त्रैण आहे.''

''होय. ब्रह्मपुत्र आणि गंगा हे ब्रंगांचे पिता आणि माता आहेत, अशी आमची श्रद्धा आहे.''

पूर्वाक बोलू लागला, ''अर्थातच! तुमच्या मुख्य नदीच्या आणि तुमच्या राज्याच्या नावाचाही तोच स्त्रोत असला पाहिजे. ब्रह्मपुत्र आणि गंगा या दोन नावांच्या संगमातूनच ब्रंग या नावाची उत्पत्ती झाली असली पाहिजे.''

''हा मुद्दा मोठाच स्वारस्यपूर्ण आहे!'' द्रपाकु म्हणाला. त्यानंतर दिवोदासाकडे

वळून त्याने विचारले, ‘‘हे सत्य आहे का?’’

‘‘होय.’’

आता ब्रंग नदीमधून जहाजे खालच्या बाजूला निघाली होती. ब्रंगांच्या राज्याच्या ब्रंगहृदय या राजधानीच्या दिशेने त्यांचा प्रवास सुरू झाला होता. ब्रंगहृदय या शब्दाचा शब्दशः अर्थ आहे ब्रंगांचे हृदय.

जहाजाच्या मागच्या बाजूला पार्वतेश्वर एकटाच उभा होता. आघाडीच्या जहाजाकडे तो पाहत होता. प्रमुख जहाज आणि मध्यवर्ती भागातील जहाज यांना दोरखंडाने बांधण्याच्या आनंदमयीने सुचवलेल्या कल्पनेची अंमलबजावणी करण्यात आली होती. या कल्पनेच्या अत्यंत साधेपणाने सरलष्करप्रमुख अद्यापही प्रभावित होता.

‘‘सरलष्करप्रमुख.’’

पार्वतेश्वर मागे वळला. त्याच्या पाठीमागेच आनंदमयी उभी होती. थंडीमुळे तिने आपल्या शरीराभोवती एक लांब अंगवस्त्र गुंडाळले होते.

‘‘राजकुमारी,’’ पार्वतेश्वर म्हणाला, ‘‘मला क्षमा करा. मला तुम्ही आल्याची चाहूल लागली नाही.’’

‘‘ते ठीक आहे,’’ आनंदमयी म्हणाली. तिच्या चेहऱ्यावर मंद स्मित होते. ‘‘मी चोरपावलांनीच आले होते.’’

पार्वतेश्वराने मान डोलावली. तो काहीतरी बोलणार होता, पण ते बोलावे की न बोलावे अशी त्याच्या मनाची संदिग्ध अवस्था झाली होती.

‘‘तुम्हांला काय सांगायचं आहे सरलष्करप्रमुख?’’

‘‘राजकुमारी,’’ पार्वतेश्वर म्हणाला, ‘‘तुम्हांला माझ्याबरोबर द्वंद्वासाठी आमंत्रित करण्यामागे तुमचा अपमान करण्याचा माझा अजिबात हेतू नव्हता. मेलुहामध्ये हा एक सहकारी बनवण्याचा प्रकार आहे.’’

‘‘सहकारी? सरलष्करप्रमुख, तुम्ही आपलं नातं कंटाळवाणं बनवत आहात.’’

पार्वतेश्वर शांत राहिला.

‘‘बरं, ते जाऊ दे. तुम्ही जर मला मैत्रीण मानत असाल, तरच कदाचित तुम्ही

माझ्या प्रश्नाचं उत्तर देऊ शकाल.''

''अर्थातच!''

''आजन्म ब्रह्मचर्याची शपथ तुम्ही का बरं घेतली होती?''

''ती एक प्रदीर्घ कहाणी आहे, राजकुमारी.''

''ती ऐकण्यासाठी माझ्याकडे जगभरातील सगळा वेळ आहे, असं समजा.''

''सुमारे अडीचशेहून अधिक वर्षांपूर्वी प्रभू रामाचे कायदे बदलण्यासाठी मेलुहातील सरदारांनी मतदान केलं.''

''मग त्यात काय बिघडलं? न्याय मिळण्यासाठी आपले नियम, कायदे बदलले जावेत, असं प्रभू रामानंही सांगितलं होतं, असं मला वाटतं.''

''होय. त्यानंही तसंच सांगितलं होतं. परंतु या विशिष्ट बदलाचा न्यायाशी काडीचाही संबंध नव्हता. मुलांच्या व्यवस्थापनाच्या आमच्या मैका यंत्रणेविषयी तुम्ही ऐकलंच असेल.''

''होय.'' आनंदमयी म्हणाली. आपले बाळ पुन्हा कधीही दिसणार नाही, हे माहिती असतानाही एखादी माता त्याला अशा प्रकारे दुसऱ्या यंत्रणेकडे कशी काय सुपूर्द करू शकते, हे तिला कळत नव्हते. परंतु तिला पार्वतेश्वराबरोबर कोणत्याही प्रकारचा वाद घालायचा नव्हता. ''मग त्यात कोणत्या प्रकारचा बदल घडवून आणला गेला?''

''सरदार आणि इतर मान्यवरांची मुलं अशा प्रकारे सर्वसामान्यांच्या मुलांमध्ये मैकाला पाठवली जाऊ नयेत, अशा प्रकारचा बदल केला गेला. मैकामध्ये त्या मुलांना स्वतंत्रपणे शिक्षण दिलं जावं, असा तो ठराव होता. त्यांच्यावर स्वतंत्रपणे सर्व काळ लक्ष ठेवून त्यांना सोळा वर्षं पूर्ण झाल्यावर त्यांच्या जन्मदात्या माता - पित्यांकडेच त्यांना परत पाठवलं जावं, असं त्या ठरावात म्हटलं होतं.''

''सर्वसामान्यांच्या मुलांचं काय?''

''त्यांना या शिथिलीकरणाचा लाभ देण्यात आला नव्हता.''

''ही गोष्ट न्याय्य नाही.''

''अगदी बरोबर. हीच गोष्ट माझे आजोबा सत्यध्वज यांच्याही मनात आली. नियम किंवा कायदे शिथिल करण्यात काहीच चूक नाही. पण प्रभू रामाच्या कधीही न बदलणाऱ्या अबाधित नियमांपैकी एक नियम असा आहे, की कायदा हा सर्वांसाठी समानपणेच लागू झाला पाहिजे. सर्वसामान्य लोक आणि सरदार दरकदार

किंवा उच्चभ्रू आणि इतर मान्यवर यांच्यासाठी वेगवेगळे नियम असता कामा नयेत. हे चुकीचं होतं.''

''मलाही ते मान्य आहे. परंतु तुमच्या आजोबांनी या बदलाला विरोध केला नव्हता का?''

''त्यांनी विरोध केला होता. परंतु या बदलाला विरोध करणारे ते एकटेच होते. त्यामुळे त्यांच्या विरोधाला न जुमानता तो बदल संमत केला गेला.''

''ही खूपच वाईट गोष्ट आहे.''

''भ्रष्टाराविरुद्ध लढा देणं हा प्रभू रामाचा मार्ग आहे. त्यामुळे माझ्या आजोबांनी अशी शपथ घेतली, की ते स्वतः किंवा मैकामधून त्यांना प्राप्त झालेला त्यांचा कोणताही वंशज यापुढे स्वतःच्या मुलाला जन्म देणार नाहीत.''

आपल्या सर्वच वंशजांसाठी अशा प्रकारे शाश्वत स्वरूपाचा निर्णय घेण्याचा अधिकार सत्यध्वजाला कोणी दिला, याविषयी आनंदमयीला आश्चर्य वाटले. परंतु तिने त्यावर काहीही मतप्रदर्शन केले नाही.

पार्वतेश्वराचा ऊर अभिमानाने भरून आला होता. तो म्हणाला, ''आणि आजपर्यंत मी त्या शपथेचा सन्मान राखला आहे.''

आनंदमयीने उसासा टाकला आणि ती ब्रंगा नदीच्या किनाऱ्याच्या पलीकडे पसरलेल्या घनदाट जंगलाकडे पाहत राहिली. नदीच्या प्रवाहात मोठ्या प्रमाणात गाळ भरला होता आणि जोरदार वाहणाऱ्या प्रवाहाबरोबर तोही वाहत चालला होता.

''आयुष्य कशा प्रकारे चालतं, ही एक विस्मयचकित करणारी बाब असते,'' आनंदमयी पार्वतेश्वराकडे न वळता म्हणाली, ''अडीचशे वर्षांपूर्वी एका चांगल्या व्यक्तीने परक्या भूमीतील अन्यायाविरुद्ध बंड केलं होतं. पण आज तीच बंडखोर व्यक्ती माझ्यावर अन्याय करत आहे....''

आनंदमयीकडे पाहण्यासाठी पार्वतेश्वर तिच्याकडे वळला. तिच्या सुंदर चेहऱ्याकडे त्याने रोखून पाहिले. आनंदमयीच्या ओठांवर अस्फुट स्मित होते. त्यानंतर त्याने आपले मस्तक हलवले आणि पुन्हा वळून तो नदीकडे पाहू लागला.

प्रकरण १२

ब्रंगांचे हृदय

एकसंध राहण्यासाठी ब्रंगा नदीने पाण्याबरोबर बराचसा गाळही वाहून आणला होता. त्यानंतर लवकरच नदीमधून अनेक स्वतंत्र प्रवाह फुटले होते. त्या सगळ्या उपनद्या ब्रंगांच्या भूमीमध्ये आपले सारे औदार्य लुटून नंतर पूर्वेकडच्या समुद्राला जाऊन मिळत होत्या. पृथ्वीवरचा कदाचित सर्वाधिक विशाल त्रिभुज प्रदेश तिथे तयार होत होता. पुरातून वाहून आलेल्या गाळामुळे तेथील भूमी सुपीक बनली होती आणि नदीच्या विपुल पाण्यामुळे ती एवढी समृद्ध बनली होती, की शेतकऱ्यांना पिके घेण्यासाठी फारसे श्रम करावे लागत नव्हते, असे म्हटले जात असे. त्यांना फक्त बियाण्यांची पेरणी करावी लागत असे आणि बाकीचे सगळे काम ती समृद्ध भूमी आपले आपणच करून टाकत असे.

ब्रंगहृदय हे पद्मा या ब्रंगा नदीच्या मुख्य उपनदीजवळ वसले होते.

ब्रंगांची प्रवेशद्वारे ओलांडल्यानंतर सुमारे दोन आठवड्यांनंतर शिवाचा आरमारी ताफा ब्रंगहृदयाजवळ पोहोचला होता. सुंदर आणि समृद्ध भूमीतून त्यांच्या जहाजांनी प्रवास केला होता. परंतु तिथे दुःखाची, मृत्यूची भली मोठी सावली पसरलेली होती. ती भूमी त्यामुळे भारून गेलेली होती.

ब्रंगहृदयाची तटबंदी हजारो हेक्टरांत बांधलेली होती. साधारणपणे देवगिरीएवढेच या राजधानीचेही क्षेत्रफळ असावे. देवगिरी शहर हे तीन चौथऱ्यांवर

बांधलेले होते; परंतु ब्रंगहृदय हे नैसर्गिकरीत्या उंचावर असलेल्या भूमीवर वसलेले होते. पद्मा नदीपासून एक किलोमीटर आतवर शहर होते. त्यामुळे पुरांपासून त्याचे रक्षण होत होते. कोणत्याही दीर्घकालीन नियोजनाचा चंद्रवंशीयांना तिटकारा होता. त्याचा प्रत्यय उंचच उंच भिंतींनी वेढलेल्या या राजधानीतही येत होता. आपोआप तयार झालेले रस्ते तिथे दिसत होते आणि मेलुहाच्या व्यवस्थित बांधणी केलेल्या जाळीदार चौकटीवर बांधलेल्या रस्त्यांप्रमाणे ते सुव्यवस्थितरीत्या बांधलेले नव्हते. परंतु तरीही रस्ते चांगलेच रुंद आणि विस्तीर्ण होते आणि त्यांच्या दुतर्फा वृक्षराजी होती. ब्रंग लोकांच्याकडे विपुल संपत्ती असल्यामुळे त्यांच्या इमारती उत्तम प्रकारे बांधल्या गेल्या होत्या आणि त्यांची उत्कृष्ट निगा राखली गेली होती. त्यांची मंदिरे भव्य आणि उंच मनोऱ्यांची होती. शेकडो वर्षे कित्येक सार्वजनिक स्मारके उभारण्यात आली होती. कार्यक्रमांसाठी विविध प्रेक्षागृहे, समारंभांसाठी सभागृहे, प्रचंड मोठे आणि सुशोभित बगिचे, सार्वजनिक स्नानगृहे अशा प्रकारच्या सार्वजनिक इमारतीही मोठ्या प्रमाणात बांधल्या गेल्या होत्या. त्या उत्तम स्थितीत असूनही सार्वजनिक इमारतींचा वापर मात्र क्वचितच होत होता. सातत्याने येत राहिलेल्या महामारीच्या साथींमुळे ब्रंगांना रोजच मृत्यूचे तांडव पाहावे लागत होते. जगण्याचा अत्यल्प उत्साह आता तिथे उरला होता.

शहरापासून दूर, नदीवर उभारण्यात आलेल्या बंदरावर पद्मा नदीच्या वर्षभराच्या विविध प्रकारच्या खोलींना अनुरूप अशा विविध सपाट्या होत्या. वर्षाच्या त्या काळात म्हणजे प्रचंड थंडीच्या दिवसांत पद्मा नदीपात्रात मध्यम प्रमाणात पाणी होते आणि त्याची गतीही मध्यम होती. शिव आणि त्याचे आरमारी पथक पाचव्या सपाटीवर उतरले. बंदराच्या त्या सपाटीवर पार्वतेश्वर, द्रपाकु, पूर्वाक आणि दिवोदास शिवाची प्रतीक्षा करत असल्याचे शिवाने पाहिले.

''पूर्वाकजी हे एक प्रचंड मोठे बंदर आहे,'' शिव म्हणाला.

''मला त्याची जाणीव होते आहे, प्रभू,'' पूर्वाकाने स्मित केले. ''या ब्रंग लोकांकडे मेलुहाच्या लोकांएवढीच क्षमता कदाचित असू शकेल, असं मला वाटतं.''

''परंतु पिताजी, ते क्षमतेची फिकीर करत असतील, असं मला वाटत नाही,'' द्रपाकु म्हणाला, ''फक्त जिवंत राहणं हेच सध्या त्यांच्यापुढचं सगळ्यात मोठं आव्हान आहे.''

तेवढ्यात एक बुटकी, भरदार शरीरयष्टीची व्यक्ती भराभरा पायऱ्या उतरत तिथे पोहोचली. त्या व्यक्तीने अशक्य कोटीतील वाटावेत एवढे सोन्याचे भारंभार दागिने घातले होते. त्याने पार्वतेश्वराला पाहिले आणि त्याच्यासमोर गुडघे टेकले आणि त्याच्या पायांवर आपले मस्तक टेकले. ''प्रभू, तुम्ही आलात! तुम्ही आलात! आता आमचं रक्षण होणारच!''

पार्वतेश्वराने खाली वाकून त्या माणसाला वर उचलले आणि तो म्हणाला, ''मी नीलकंठ नाही.''

त्या ब्रंग व्यक्तीने त्याच्याकडे गोंधळून पाहिले.

पार्वतेश्वराने शिवाकडे बोट दाखवले. ''खऱ्या प्रभूला नमस्कार कर.''

ती व्यक्ती लगबगीने शिवाच्या चरणांकडे गेली. ''मला क्षमा करा, प्रभू. माझ्या भयंकर चुकीची शिक्षा ब्रंग लोकांना करू नका.''

''माझ्या मित्रा, वर उठ,'' शिव म्हणाला, ''तू जर मला आधी कधीच पाहिलेलं नाहीस, तर तू मला कसं काय ओळखलं असतंस?''

ती ब्रंग व्यक्ती उभी राहिली. त्याच्या डोळ्यांतून अश्रुधारा वाहत होत्या. ''एवढं सामर्थ्य असतानाही एवढा विनम्रपणा, एवढी विनयशीलता! फक्त तुम्हीच ते महान महादेव असू शकता!''

''मला लाजवू नकोस. तुझं नाव काय?''

''मी बप्पीराज. मी ब्रंगाचा पंतप्रधान आहे, प्रभू. आम्ही आपल्यासाठी आमच्या भूमीवर स्वागत समारंभाचं आयोजन केलं आहे. सम्राट चंद्रकेतू तिथेच आपली प्रतीक्षा करत आहेत.''

''कृपा करून मला तुमच्या महाराजांकडे घेऊन चल.''

बप्पीराजाने अभिमानाने पायऱ्या पार केल्या. त्याच्या पाठोपाठ शिव, भगीरथ, पार्वतेश्वर, आनंदमयी, आयुर्वती, दिवोदास, द्रपाकु, पूर्वाक, नंदी आणि वीरभद्रही पायऱ्या चढून वर आले.

शिव वरच्या भागात आल्या क्षणीच पंडितांच्या समूहाने वाजवलेल्या शंखांचे प्रचंड ध्वनी वातावरणात निनादले. तिथून थोड्याच अंतरावर सुवर्णाचे सुंदर दागिने

घातलेले हत्तींचे मोठे कळप झुलत होते. त्यांनीही मोठ्या आवाजात चीत्कार करून मानवंदना दिली. त्या चीत्कारांमुळे पूर्वाक दचकला. जमिनीवर उभारण्यात आलेल्या आणि भरपूर कोरीवकाम असलेल्या दगडी इमारतीला शिवाच्या स्वागतासाठी सोन्याचा मुलामा चढवण्यात आला होता. तेथील सर्वच्या सर्व म्हणजे सुमारे चार लाख नागरिक नीलकंठाच्या स्वागतासाठी ब्रंगहृदय येथे जमल्यासारखे वाटत होते. इमारतीच्या मध्यभागी, चंद्रकेतूची रुबाबदार मूर्ती उभी होती.

तो मध्यम उंचीचा, कास्यवर्णी पुरुष होता. त्याच्या गालाची हाडे उंच होती आणि त्याचे डोळे हरणासारखे पाणीदार होते. त्याचे केस काळे होते आणि बहुतेक सर्व भारतीयांप्रमाणेच त्याने लांब केस राखले होते. तेल लावून, चापून चोपून विंचरलेले त्याचे केस कुरळे होते. क्षत्रियांप्रमाणे त्याचे शरीर पीळदार नव्हते. त्याच्या बेडौल शरीरावर साधे, मलईच्या रंगाचे धोतर आणि अंगवस्त्र होते. दंतकथा बनलेला सुवर्णाचा साठा असलेल्या आणि प्रचंड समृद्धी असलेल्या त्या राज्याचा सम्राट असूनही चंद्रकेतूच्या अंगावर गुंजभरही सोने नव्हते. दुर्दैवाशी झगडत असलेल्या व्यक्तीप्रमाणे त्याच्या डोळ्यांत पराभूतपणाची भावना होती.

चंद्रकेतू गुडघे टेकून बसला आणि त्याने आपले मस्तक जमिनीला टेकवले. त्याने आपले हात पुढे पसरले होते. त्याच्याप्रमाणेच सर्व ब्रंग लोक बसले होते.

"आयुष्यमान भव, महाराज," चंद्रकेतूला दीर्घायुष्याचा आशीर्वाद देत शिव म्हणाला.

चंद्रकेतूने वर पाहिले. अजूनही तो गुडघ्यांवरच बसला होता. त्याने नमस्कारासाठी आपले हात जोडले होते. त्याच्या डोळ्यांतून अश्रूंचा महापूर सुरू होता. "आता मी दीर्घ काळ जगू शकेन, हे मला माहिती आहे, प्रभू आणि मीच काय, ब्रंगातील प्रत्येक जणच आता दीर्घायुषी बनेल. कारण...कारण आता तुम्ही प्रकटला आहात."

"आपण हे निरर्थक युद्ध थांबवलंच पाहिजे," नागांच्या राज्यसभेत सभोवार पाहत वासुकी म्हणाला. अनेकांनी माना डोलावून त्याला संमती दर्शवली.

भूतकाळातील एका प्रसिद्ध राजाचा तो वंशज होता. त्याच्या वंशावळीमुळे तिथे जमलेल्या सर्वांच्या मनात त्याच्याविषयी आदर होता.

''पण ते तर केव्हाच थांबवलं गेलं आहे,'' राणी म्हणाली, ''मंदार पर्वताचा संहार घडवून आणला गेला आहे. त्याचं गुपित आपल्यासोबत आहे.''

''मग आपण ब्रंगांना कशासाठी औषध पाठवत आहोत?'' निशादाने विचारले. ''आपल्याला आता त्यांची आणखी गरज नाही. त्यांना साहाय्य केल्यामुळे आपल्या शत्रूंमधील शत्रुत्वाची भावनाच फक्त आपण जिवंत ठेवतो आहोत.''

''यापुढे नाग लोक अशाच प्रकारे वागणार आहेत काय?'' राणीने विचारले. ''आपल्याला गरज नसली की मित्रांचा त्याग करण्याची, त्यांना वाऱ्यावर सोडून देण्याची रीत आपण पाळणार आहोत का?''

एखाद्या पक्ष्यासारखा चेहरा असलेली सुपर्णा म्हणाली, ''महाराणींच्या म्हणण्याला माझा दुजोरा आहे. ब्रंग हे आपले मित्र होते आणि आहेत. फक्त त्यांनीच आपल्याला पाठिंबा दिला होता. आपण त्यांना मदत केलीच पाहिजे.''

''पण आपण नाग लोक आहोत,'' आस्तिक म्हणाला, ''आपल्या पूर्वजन्मातील पापांसाठी आपल्याला शिक्षा दिली गेली आहे. आपल्या नियतीचा स्वीकार करून आपापलं जीवन आपण शांततेत घालवलं पाहिजे. ब्रंगांनाही आपण तसाच सल्ला दिला पाहिजे.''

राणीने आपला ओठ चावला. कार्कोटकाने तिच्याकडे तीक्ष्ण नजरेने पाहिले. अशा प्रकारच्या दैववादी दृष्टिकोनाचा राणी तिरस्कार करत होती, हे त्याला माहिती होते. परंतु आस्तिक जे म्हणत होता, ते बहुसंख्य नाग लोकांचे म्हणणे होते, हेही त्याला माहिती होते.

''मला मान्य आहे,'' इरावत म्हणाला आणि नंतर सुपर्णाकडे पाहत तो म्हणाला, ''आणि गरुड लोकांना ते समजेल अशी माझी अपेक्षाही नाही. सदासर्वकाळ ते युद्धाचे भुकेले असतात.''

त्याचे वक्तव्य झोंबणारे होते. गरुड लोक किंवा पक्ष्यांसारखे चेहरे असलेले नाग लोक आणि उर्वरित नाग लोक यांच्यात प्रदीर्घ काळापासूनच शत्रुत्व होते. पंचवटीच्या पूर्वेकडे खूपच दूर असलेल्या; परंतु अद्यापही दंडकारण्यात असलेल्या नागापूर येथे ते राहत असत. त्या महान लोकनायकाने कित्येक वर्षांपूर्वी त्या भागात शांतता प्रस्थापित केली होती आणि त्यांची वर्तमानातील नेता असलेली सुपर्णा

राज्यसभेवर आली होती. राणीची विश्वासू साहाय्यिका म्हणून ती काम करत होती. तिचे लोक आता पंचवटीत राहत होते.

राणी ठामपणे बोलू लागली, "महाराज इरावत, अशा प्रकारचं संभाषण आपण करू नये. राणी सुपर्णाने गरुड लोकांना नागांच्या संयुक्त कुटुंबात आणलं आहे, याचा विसर पडू देऊ नका. आता आपण सारी जणं भावंडं आहोत. राणी सुपर्णाचा अवमान करणाऱ्या कोणालाही माझ्या रोषाला पात्र व्हावं लागेल."

इरावताने ताबडतोब माघार घेतली. राणीच्या क्रोधाच्या अनेक दंतकथा प्रचलित होत्या.

कार्कोटकाने सभोवताली चिंताग्रस्तपणे नजर फिरवली. इरावताने माघार घेतल्यानंतर चर्चा जवळजवळ थांबलीच होती. राणीने वचन दिल्याप्रमाणे ब्रंग लोकांना ते औषध पाठवत राहणार होते का? बोलण्यासाठी उठलेल्या लोकनायकाकडे त्याने पाहिले.

"महाराजांनो आणि महाराणींनो, तुमच्या चर्चेमध्ये हस्तक्षेप करून मध्येच बोलण्याचा उतावीळपणा मी करतो आहे, पण मला त्याबद्दल क्षमा करा."

प्रत्येक जण लोकनायकाकडे वळून पाहू लागला. राज्यसभेचा तो सर्वाधिक लहान सदस्य होता. परंतु त्यालाही मोठाच आदर दिला जात होता.

"आपण या बाबीकडे चुकीच्या पद्धतीनं पाहत आहोत. युद्ध किंवा मैत्री याच्याशी हे सारं निगडित नाही. भूमिदेवीच्या तत्त्वांशी एकनिष्ठ राहण्याशी ही बाब निगडित आहे."

प्रत्येक जण विचारात पडला. प्राचीन काळी भूमिदेवी ही नाग नसलेली, गूढ स्त्री उत्तरेकडून नागांच्या भूमीत आली होती. तिनेच नागांच्या प्रचलित जीवनपद्धतीचा पाया घालून दिला होता. एखाद्या देवीसारखा तिला आदर दिला जात होता आणि तिचा सन्मान केला जात होता. भूमिदेवीच्या तत्त्वांचा अनादर करणं हा तिचा अवमान होता. ते धर्मविरोधी होतं.

"प्रत्येक नागाने आपल्याला मिळालेल्या प्रत्येक गोष्टीची परतफेड केलीच पाहिजे, हे तिच्या मार्गदर्शक तत्त्वांपैकी एक तत्त्व होतं. आपल्या पापकर्मांपासून मुक्ती मिळवण्याचा हा एकमेव मार्ग आहे."

राज्यसभेचे बहुतेक सदस्य विचारात पडले. या सगळ्यातून लोकनायक आपल्याला कुठल्या दिशेने नेणार आहे, याचा त्यांना अंदाज येत नव्हता. मात्र

राणी, कार्कोटक आणि सुपर्णा यांच्या चेहऱ्यांवर हलकेच स्मित उमटले.

"आपापल्या थैल्यांमध्ये डोकावून पाहण्यास मी तुम्हांला उद्युक्त करतो आहे. चंद्रकेतू राजाची मोहर असलेल्या किती सुवर्णमुद्रा त्यात आहेत ते पाहा. आपल्या राज्यातील सुमारे तीन चतुर्थांश सुवर्ण हे ब्रंगांच्या राज्यातून आलेलं आहे. आपल्या मैत्रीला पाठिंबा म्हणून त्यांनी ते पाठवलं आहे. परंतु प्रत्यक्षात ते काय आहे, हेही आपण जाणून घेतलं पाहिजे. हा खरं म्हणजे औषधासाठीचा आगाऊ हप्ता आहे."

राणीने आपल्या पुतण्याकडे पाहून स्मित केले. सोन्याच्या विटा किंवा लगडी पाठवण्याऐवजी चंद्रकेतूने आपल्याला त्याची मोहर असलेल्या सुवर्णमुद्रा पाठवून द्याव्यात, ही त्याचीच कल्पना होती. ब्रंगाकडून आपल्याला काय मिळाले आहे, याची नाग लोकांना जाणीव राहावी, यासाठी त्याने ही योजना केली होती.

"माझ्या साध्या हिशेबाप्रमाणे, आगामी तीस वर्षं तरी आपण त्यांना औषध पाठवू शकू, एवढं सोनं आपल्याला त्यांच्याकडून मिळालेलं आहे. आता आपल्याला जर भूमिदेवीच्या तत्त्वांचा सन्मान राखायचा असेल, तर आपल्याकडे अन्य कोणताच पर्याय नसून आपल्याला त्यांना औषधाचा पुरवठा करत राहावंच लागेल, असं मला वाटतं."

राज्यसभेपुढे कोणताच पर्याय उरला नव्हता. भूमिदेवीच्या मार्गदर्शक तत्त्वांविषयी ते कसे काय प्रश्नचिन्ह उपस्थित करू शकणार होते?

तो ठराव ताबडतोब संमत झाला.

"प्रभू, या महामारीच्या साथीचं निर्मूलन आपण कशा प्रकारे करू शकतो?" चंद्रकेतूने विचारले.

ब्रंगहृदयातील राजवाड्यातील राजाच्या खाजगी कक्षात शिव, चंद्रकेतू, भगीरथ, पार्वतेश्वर, दिवोदास आणि बप्पीराज बसले होते.

"हा मार्ग नागांमधून जातो, महाराज," शिव म्हणाला, "भरतवर्षात निर्माण होणाऱ्या त्रासाला, दुःखाला आणि तुमच्याकडे उद्भवलेल्या या महामारीच्या साथीलाही तेच कारणीभूत आहेत, असा माझा विश्वास आहे. ते कुठे राहतात, हे तुम्हांला माहिती आहे, हे मी जाणून आहे. त्यांचा शोध मला घेतलाच पाहिजे."

चंद्रकेतू एकदम ताठरल्यासारखा झाला. त्याचे दुःखार्त डोळे त्याने क्षणभरासाठी मिटून घेतले. त्यानंतर तो बप्पीराजकडे वळला आणि म्हणाला, ''कृपा करून थोड्या वेळासाठी आम्हांला एकांत हवा आहे, पंतप्रधान महोदय.''

बप्पीराजाने वाद घालण्याचा प्रयत्न केला. ''परंतु महाराज.........''

राजाने आपले डोळे बारीक केले आणि तो पंतप्रधानाकडे एकटक पाहू लागला. बप्पीराज तातडीने कक्षातून बाहेर पडला.

चंद्रकेतू शेजारच्या भिंतीकडे गेला. आपल्या बोटातून त्याने अंगठी काढली आणि त्या भिंतीवरच्या खोबणीत ती दाबली. त्या भिंतीतून ताबडतोब उसळी मारून एक छोटी पेटी बाहेर आली. राजाने ती घेतली आणि त्यातून एक चर्मपत्र काढले. ते घेऊन तो शिवाकडे आला.

''प्रभू,'' चंद्रकेतू म्हणाला, ''काही दिवसांपूर्वीच नागांच्या राणीकडून हे पत्र मला प्राप्त झालं आहे,''

शिवाच्या चेहऱ्यावर हळूहळू संताप आला. त्याच्या कपाळावर आठ्या आल्या.

''कृपा करून, आपण हा मजकूर खुल्या मनानं ऐकावा, अशी मी आपल्याकडे याचना करतो आहे,'' चंद्रकेतू म्हणाला. त्याने ते चर्मपत्र उचलले आणि त्यातील मजकुर तो मोठ्याने वाचू लागला.

'माझ्या मित्रा चंद्रकेतू, या वर्षीच्या औषधांच्या पुरवठ्यात दिरंगाई झाल्याबद्दल मला क्षमा करा. माझ्या राज्यसभेतील त्रास अद्यापही तसाच सुरू आहे. पण कोणत्याही परिस्थितीत, लवकरच तुम्हांला औषधं पाठवली जातील. हा माझा शब्द आहे. याशिवाय स्वतःला नीलकंठ म्हणवून घेणारा तो भोंदूही तुमच्या राजधानीत येत आहे, अशी माहिती मला मिळाली आहे. त्याला आमच्या भूमीपर्यंत पोहोचण्याचा मार्ग नक्कीच हवा असेल, याची माझी खात्री आहे. तुम्हांला तो फक्त वचनं देऊ शकेल. आमच्याकडून मात्र तुम्हांला औषध मिळेल. आपल्या लोकांना जिवंत ठेवण्यासाठी काय करावं असं तुम्हांला वाटतं? सुज्ञपणे पर्यायाची निवड करा.''

चंद्रकेतूने शिवाकडे पाहिले. ''यावर नागांच्या राणीची मोहर आहे.''

शिवाकडे यावर कोणतेही उत्तर नव्हते.

दिवोदास म्हणाला, ''परंतु महाराज, नागांनीच आपल्यावर हा जादूटोणा केला

आहे, असं मला वाटतं. महामारीची साथ ही त्यांनी निर्माण केलेली परिस्थिती आहे. आपल्याला तिच्याशी लढा द्यावाच लागणार आहे. परंतु त्या साथीशी योग्य पद्धतीनं लढा देण्यासाठी आपल्याला त्या साथीच्या स्त्रोतावर हल्ला चढवावा लागेल. पंचवटी या नागांच्या शहरावर हल्ला करावा लागेल.''

''दिवोदास, मीही तुझ्याशी सहमत आहे. परंतु आतापर्यंत आपण फक्त त्यांच्या औषधामुळेच जीवित राहिलो आहोत, ही बाब विसरून चालणार नाही. जोपर्यंत महामारीची साथ आटोक्यात येणार नाही, तोपर्यंत नागांच्या मदतीशिवाय आपण जिवंत राहू शकत नाही.''

''पण महाराज, ते आपले शत्रू आहेत,'' भगीरथ म्हणाला, ''त्यांनी तुमच्यावर लादलेल्या या महामारीच्या साथीसाठी तुम्ही त्यांच्यावर सूड उगवण्याचा प्रयत्न न करणं कसं काय शक्य आहे?''

''राजकुमार भगीरथ, माझ्या माणसांना जिवंत ठेवण्यासाठी मी रोजच संघर्ष करत आहे. माझ्या दृष्टीनं सूड ही एक चैन आहे आणि सध्याच्या परिस्थितीत मला ती परवडणारी नाही.''

''इथे सूड घेण्याचा प्रश्नच उद्‌भवत नाही; हा फक्त न्यायाचा प्रश्न आहे,'' पार्वतेश्वर म्हणाला.

''नाही, सरलष्करप्रमुख,'' चंद्रकेतू म्हणाला, ''सूड किंवा न्याय या कशाशीही ही बाब निगडित नाही. ती फक्त एकाच गोष्टीशी संबंधित आहे. ती म्हणजे माझ्या लोकांना जिवंत ठेवणं. मी काही मूर्ख नाही. मी जर तुम्हांला पंचवटीला जाणारा मार्ग दाखवला, तर मोठ्या सैन्यानिशी प्रभू त्यांच्यावर हल्ला करतील. त्यामुळे नागांचा सर्वनाश होईल. त्यांच्याबरोबरच त्यांचं औषधही नष्ट होईल. याचाच अर्थ ब्रंग लोकांचं जीवनच नष्ट होईल. जोपर्यंत औषध पुरवठ्याचा पर्यायी स्त्रोत तुम्ही मला सांगत नाही, तोपर्यंत पंचवटी कुठे आहे, ते मी तुम्हांला सांगू शकणार नाही.''

शिवाने चंद्रकेतूकडे रागाने पाहिले. आपण जे ऐकतो आहोत, ते त्याला रुचणारे नसले तरीही ब्रंगाचा राजा योग्य तेच बोलत होता, हे त्याला पटले होते. त्याच्याकडे दुसरा पर्याय नव्हता.

चंद्रकेतूने हात जोडून नमस्कार केला आणि याचनेच्या स्वरात तो म्हणाला, प्रभू, तुम्ही माझे नेता आहात. माझे परमेश्वर, माझे तारणहार आहात.

तुमच्याविषयीच्या दंतकथेवर माझी श्रद्धा आहे. तुम्ही सारं काही ठीक कराल, हे मला माहिती आहे. तरीही भगवान रुद्राविषयीचे तपशीलवार बारकावे माझी प्रजा विसरली असली, तरी मला ते माहिती आहेत. आपली वचनं पूर्ण करण्यासाठी प्रभूच्या अवतारालाही वेळ लागतो, हे मला माहिती आहे आणि माझ्या प्रजेकडे फक्त वेळ ही एकच गोष्ट नाही.''

शिवाने उसासा टाकला. ''तुमचं म्हणणं योग्य आहे, महाराज! मी आता लगेच, या क्षणी तुम्हांला औषधाच्या पुरवठ्याविषयी वचन देऊ शकणार नाही आणि जोपर्यंत मी ते देऊ शकत नाही, तोपर्यंत तुमच्याकडून त्यागाची मागणी करण्याचा मला कोणताही हक्क नाही.''

दिवोदासला काहीतरी बोलायचे होते. परंतु शिवाने त्याला शांत राहण्याचा इशारा केला.

''मला जाण्याची परवानगी द्या, महाराज,'' शिव म्हणाला, ''मला विचार केला पाहिजे.''

चंद्रकेतूने शिवाचे चरण पकडले. ''कृपा करून माझ्यावर रागावू नका, प्रभू. माझ्याकडे दुसरा पर्याय नाही.''

शिवाने त्याला वर उठवले आणि तो म्हणाला, ''ते मला माहिती आहे.''

शिव जाण्यासाठी वळला; तोच त्याची नजर नागांच्या राणीने पाठवलेल्या त्या पत्रावर पडली. त्या पत्राच्या तळाला असलेली ती मोहर पाहताच त्याचे शरीर ताठरले. त्यावर ते ओमचे चिन्ह होते. परंतु ते मानांकित प्रकारचे ओमचे चिन्ह नव्हते. वरच्या बाजूला आणि तळाशी जिथे त्या दोन वक्राकार रेषा जुळतात, तिथे दोन सापांची डोकी होती. तिसरी वक्राकार रेषा पूर्वेकडे बाहेर पडत होती आणि तिच्या अग्रभागी आणखी एका सापाचे डोके होते. त्याची दुभंगलेली जीभ त्यातून धमकी देत असल्याप्रमाणे बाहेरच्या बाजूला वळवळत होती.

शिवाने नापसंतीदर्शक उद्गार काढला. ''ही नागांच्या राणीची मोहर आहे?''

''होय, प्रभू,'' चंद्रकेतू म्हणाला.

"आणखी कोणी नाग व्यक्ती ही मोहर वापरू शकतो?"

"नाही, प्रभू. फक्त नागांची राणीच ती वापरू शकते."

"मला सत्य सांगा. कोणताही पुरुष ही मोहर वापरतो का?"

"नाही, प्रभू. कोणीही नाही."

"हे सत्य नाही, महाराज."

"प्रभू, मला जेवढी माहिती आहे...."अचानकच चंद्रकेतू स्तब्ध झाला. "अर्थातच, लोकनायक या मोहरेचा वापर करू शकतो. नागांच्या इतिहासात राज्यकर्त्यांशिवाय तेवढ्या एकाच व्यक्तीला ही मोहर वापरण्याचा अधिकार देण्यात आला आहे."

शिवाने मान हलवली. "लोकांचा नायक? त्याचं नाव काय आहे?"

"मला माहिती नाही, प्रभू."

शिवाने आपले डोळे बारीक केले.

"माझ्या प्रजेची शपथ घेऊन सांगतो, प्रभू," चंद्रकेतू म्हणाला, "मला माहिती नाही. त्याला औपचारिकपणे लोकांचा नायक असंच म्हटलं जातं, तोच त्याचा किताब आहे, एवढंच मला माहिती आहे."

"प्रभू," भगीरथ महणाला, "आपण चंद्रकेतूकडे आग्रह धरला पाहिजे."

ब्रंगहृदय येथील राजवाड्यातील शिवाच्या खासगी कक्षात भगीरथ, पार्वतेश्वर आणि दिवोदास बसले होते.

"मीही याच्याशी सहमत आहे, प्रभू." दिवोदास म्हणाला.

"नाही," शिव म्हणाला, "चंद्रकेतूच्या म्हणण्यात तथ्य आहे. पंचवटीवर हल्ला करण्यापूर्वी चंद्रकेतूला आपण त्या औषधाची हमी दिलीच पाहिजे."

"पण ते तर अशक्य आहे, प्रभू," पार्वतेश्वर म्हणाला, "ते औषध तर फक्त नागांकडेच आहे. आपण जर नागांच्या प्रदेशावर कब्जा केला, तरच आपण त्या औषधाचा पुरवठा करू शकू आणि जर ब्रंगांच्या राजाने पंचवटी कुठे आहे, हेच आपल्याला सांगितलं नाही, तर आपण नागांच्या प्रदेशावर कसं काय नियंत्रण मिळवू शकू?"

शिव दिवोदासाकडे वळला. ''नागांचं औषध मिळवण्याचा आणखी एखादा मार्ग असलाच पाहिजे.''

''एक अत्यंत विचित्र मार्ग आहे, प्रभू,'' दिवोदास म्हणाला.

''कोणता?''

''पण तो अगदीच अशक्य कोटीतील आहे, प्रभू!''

''ते मला ठरवू दे. कोणता मार्ग आहे?''

''मधुमती नदीच्या पलीकडे असलेल्या अरण्यात एक दरोडेखोर राहतो.''

''मधुमती?''

''ब्रंगा नदीचीच ती एक उपनदी आहे, प्रभू. आमच्या देशाच्या पश्चिमेकडे ती आहे.''

''अस्सं!''

''नागांचं हे औषध कसं तयार करायचं ते त्या दरोडेखोराला माहिती आहे, अशी अफवा मी ऐकलेली आहे. अर्थातच नैऋत्येकडे असलेल्या महानदी पलीकडच्या अरण्यातून या औषधासाठी तो एक औषधी वनस्पती आणतो, असंही म्हटलं जातं.''

''मग तो दरोडेखोर त्या औषधाची विक्री का करत नाही? कारण काहीही झालं, तरी दरोडेखोराला पैशांत स्वारस्य असलंच पाहिजे.''

''तो एक विचित्र दरोडेखोर आहे, प्रभू. तो ब्राह्मण म्हणून जन्माला आला होता, असं म्हटलं जातं. परंतु कित्येक वर्षं त्यानं हिंसाचारासाठी आपला ब्राह्मण्याचा मार्ग सोडून दिला आहे. आमच्यापैकी बहुतेकांचा असा विश्वास आहे, की त्याला काहीतरी गंभीर मानसिक आजार असला पाहिजे. पैसा बाळगण्यास तो नकार देतो. क्षत्रियांविषयी त्याच्या मनात आत्यंतिक द्वेष आणि तिरस्कार आहे. त्याच्या प्रदेशातून जाणाऱ्या कोणत्याही क्षत्रियाला तो ठार मारतो. अगदी एखादा निरुपद्रवी क्षत्रिय रस्ता चुकल्यामुळे जरी त्याच्या प्रदेशातून जाऊ लागला, तरी तो त्याची गय करत नाही. आपल्याकडचं ते नागांचं औषध कोणालाही देण्यास तो नकार देतो. तो मागेल तेवढा प्रचंड सुवर्णसाठा देऊ केला तरीही तो ते देत नाही. आपल्या गुन्हेगारांच्या टोळीसाठीच तो त्याचा वापर करतो.''

शिवाच्या कपाळावर आठ्या पडल्या. ''किती विचित्र गोष्ट आहे!''

''तो राक्षस आहे, प्रभू. तो नागांहूनही भयंकर आहे. त्यानं आपल्या स्वतःच्या

मातेचं मुंडकं उडवल्याची अफवाही सांगितली जाते.''

''हे परमेश्वरा!''

''होय, प्रभू. अशा विचित्र, वेडसर माणसाला तुम्ही आपले मुद्दे कसे काय पटवून देणार?''

''नागांचं औषध मिळवण्याचा आणखी काही मार्ग आहे का?''

''मला तरी तसं वाटत नाही.''

''मग आपल्यासमोर दुसरा पर्यायच नाही. आपल्याला त्या दरोडेखोराला पकडलंच पाहिजे.''

''त्या दरोडेखोराचं नाव काय आहे, दिवोदास?'' भगीरथाने विचारले.

''परशुराम.''

''परशुराम!'' पार्वतेश्वराने धक्का बसल्यासारखे विचारले, ''भगवान विष्णूच्या हजारो वर्षांपूर्वी जन्म घेतलेल्या सहाव्या अवताराचं ते नाव आहे.''

''मला ते माहिती आहे, सरलष्करप्रमुख,'' दिवोदास म्हणाला, ''पण माझ्यावर विश्वास ठेवा. या वाटमाऱ्याकडे भगवान विष्णूच्या त्या सहाव्या अवताराचा एकही गुण नाही.''

■■

प्रकरण १३

इच्छावरमधील नरभक्षक

"महर्षी भृगू! इकडे?" आश्चर्यचकित झालेल्या दिलीपाने विचारले.

राजघराण्यातील प्रत्येक मान्यवराला, सरदार आणि उच्च घराण्यातील लोकांना महर्षी भृगू हे मेलुहाच्या राजवंशीयांचे राजगुरू असल्याचे माहिती होते. सूर्यवंशीयांच्या राजघराण्याला त्यांचा भक्कम पाठिंबा असल्याचेही सर्वज्ञात होते. अयोध्येत ते अचानकच प्रकटल्याचे पाहून त्यामुळेच दिलीपाला आश्चर्याचा जोरदार धक्काच बसला होता. मात्र तोही क्वचित मिळणाऱ्या सन्मानाचा एक योग होता. कारण त्याआधी कधीच दिलीपाच्या राजधानीत भृगूंचे आगमन झाले नव्हते.

"होय महाराज," स्वद्वीपच्या पंतप्रधानाने स्यमंतकाने दिलीपाला उत्तर दिले.

स्यमंतकाने भृगू ऋषींना उतरण्यास दिलेल्या कक्षाकडे दिलीपा लगबगीने निघाला. भृगूंची खोली अपेक्षेप्रमाणेच अगदी थंड ठेवण्यात आली होती. तिथली हवा ओलसर आणि दमटही होती. हिमालयातील गुहेप्रमाणे वातावरण वाटावे याची काळजी घेण्यात आली होती.

दिलीपाने झटकन भृगूंच्या पायावर डोके टेकले. "प्रभू, भृगू माझ्या नगरीत! माझ्या राजवाड्यात! हा माझा केवढा मोठा सन्मान आहे!"

भृगूंनी स्मित केले आणि ते हळुवारपणे म्हणाले, "हा माझा सन्मान आहे, महान सम्राटा. तू भारतातील देदीप्यमान प्रकाश आहेस."

दिलीपाच्या भुवया उंचावल्या. तो आणखीच आश्चर्यचकित झाला होता. ''गुरुजी, मी आपल्यासाठी काय करू शकतो?''

भृगूंनी दिलीपाकडे रोखून पाहिले. ''मला स्वतःला वैयक्तिकरीत्या काहीच नको आहे, महाराज. या ज़गातील प्रत्येक गोष्ट ही माया आहे. आभास आहे. आपल्याला कशाचीच खरी गरज नसते, हे अंतिम सत्य प्रत्येकानं जाणून घेतलं पाहिजे. कारण आभासाची प्राप्ती होणं म्हणजे काहीही न मिळण्यासारखंच असतं.''

दिलीपाने स्मित केले. भृगूंच्या बोलण्याचा मथितार्थ त्याच्या स्पष्टपणे लक्षात आला नव्हता, परंतु तरीही त्या सामर्थ्यशाली ब्राह्मणाशी वाद घालण्याची कल्पनाही अत्यंत भीतिदायक होती.

''तुझी तब्येत आता कशी आहे?'' भृगूंनी विचारले.

ओल्या सुती कपड्याने दिलीपाने आपले ओठ पुसले. राजवैद्याने त्याच्या ओठांना लावलेले औषध आता ओठांमध्ये पूर्णपणे शोषले गेले होते. आदल्या दिवशी सकाळीच स्वद्वीपच्या राजाला रक्ताची गुळणी झाली होती. त्यामुळे तो आता काही महिन्यांचाच सोबती असल्याचे राजवैद्यांनी त्याला सांगितले होते. ''आपल्यापासून कोणतीही गोष्ट गुप्त राहिलेली नाही, प्रभू. मी संपूर्ण आयुष्याचा उपभोग घेतला आहे. आता मी समाधानी आहे.''

''सत्य वचन. बरं. ते ठीक आहे, परंतु तुझा पुत्र कुठे आहे?''

दिलीपाने आपले डोळे बारीक केले. असत्य बोलण्यात काहीच अर्थ नव्हता. ते महर्षि भृगू होते. त्यांना सप्तर्षींचे उत्तराधिकारी मानले जात होते. ''मला ठार मारण्याची गरज त्याला भासणार नाही, असं दिसतंय. त्याच्यासाठी नियतीच हे कार्य करेल. ते जाऊ दे. नियतीशी कोण लढा देऊ शकलंय?''

भृगू पुढे झुकले. ''नियती फक्त दुर्बलांवर नियंत्रण ठेवते, महाराज. सामर्थ्यशाली लोक परिस्थिती आपल्याला हवी तशी वळवू शकतात.''

दिलीपा विचारात पडला. ''गुरुजी, तुम्ही काय सांगू पाहता आहात?''

''तुला आणखी किती वर्षं जगण्याची इच्छा आहे?''

''ते माझ्या हातात आहे का?''

''नाही. पण माझ्या आहे.''

दिलीपा हळुवारपणे हसला. ''प्रभू, सोमरसाचा काहीही परिणाम झाला नाही.

मेलुहातून चोरट्या मार्गानं मोठ्या प्रमाणात मी तो मिळवला होता. त्यासाठी मी मोठाच कष्टमय मार्ग अनुसरला असला तरीही त्यामुळे माझा आजार काही बरा झाला नाही.''

''सोमरस हा सप्तर्षींचा महान शोध होता, महाराज. परंतु तो एकमेव शोध नव्हता.''

''तुम्हांला असं म्हणायचं आहे, की..........''

''होय.''

दिलीपा मागे रेलला. त्याचा श्वासोच्छ्वास जोरजोरात सुरू होता. ''आणि त्या बदल्यात?''

''तुझ्यावरचं हे ऋण फक्त ध्यानात ठेव.''

''गुरुजी, तुम्ही मला खरोखरच हा आशीर्वाद दिला, तर मी तुमचा कायमचा ऋणी राहीन.''

''माझा ऋणी नाही,'' भृगू म्हणाले, ''भरतवर्षाचा ऋणी रहा आणि वेळ येईल, त्यावेळी तुझ्या देशाच्या सेवेसाठी मी तुला या गोष्टीची आठवण करून देईन.''

दिलीपाने मान डोलावली.

काही दिवसांनंतर शिव, भगीरथ, पार्वतेश्वर, आनंदमयी, दिवोदास, द्रपाकु, पूर्वाक, नंदी आणि वीरभद्र यांना घेऊन फक्त एक जहाज पद्मा नदीकडे मार्गस्थ झाले. त्यांच्यासोबतच सैनिकांचे अर्धे पथक म्हणजे काशीहून आलेले सुमारे पाचशे लोक होते. ते सर्व सूर्यवंशी होते. त्या भयानक दरोडेखोराला आणि त्याच्या साथीदारांना ताब्यात घेण्यासाठी शिवाला अत्यंत शिस्तबद्ध सैनिकच हवे होते. भरपूर सैनिकांचे पथक बरोबर नेले तर ते मोकाट सुटलेले वाटमारे जंगलातून बाहेरच पडणार नाहीत, असा शिवाचा कयास होता. चार जहाजे आणि पाचशे चंद्रवंशी सैनिकांना ब्रंगहृदयातील आतिथ्याचा स्वीकार करण्यासाठी मागेच सोडण्यात आले.

अर्थातच आयुर्वतीही जहाजावर होतीच. तिच्या वैद्यकीय ज्ञानाची खचितच

गरज भासली असती. कारण दिवोदासाने मोठ्या रक्तपाताचा इशारा दिला होता.

थोडे दिवस प्रवास केल्यानंतर ब्रंगा नदीच्या मधुमती या उपनदीच्या उगमस्थानी जहाज पोहोचले. मधुमतीतून त्यांनी खालच्या दिशेने प्रवास सुरू केला. ब्रंग देशाचे ते अतिपश्चिम टोक होते. तिथे अत्यंत तुरळक प्रमाणात लोकसंख्या होती. तिथली भूमी अधिक अरण्यमय होती. नदीच्या दोन्ही काठांवर निबिड अरण्य होते.

"एखाद्या दरोडेखोरासाठी ही जागा अगदी परिपूर्ण आहे," शिव म्हणाला.

"होय प्रभू," द्रपाकुने सहमती दर्शवली. "लोकवस्तीवर दरोडे टाकण्यासाठी लोकवस्तीपासून तशी ही जागा पुरेशी जवळ आहे आणि तरीही झटकन लपण्यासाठी पुरेसे निबिड आणि घनदाट अरण्यही इथे आहे. या माणसाला पकडण्यात ब्रंग लोकांना का अडचणी आल्या असतील, याची मी कल्पना करू शकतो."

"द्रपाकु, आपल्याला त्याला जिवंत पकडायचं आहे, आपल्याला नागांच्या औषधांचा तो स्त्रोत जिवंत हवा आहे."

"मला ते माहिती आहे, प्रभू. सरलष्करप्रमुख पार्वतेश्वरांनी आधीच आम्हांला तशा सूचना दिल्या आहेत."

शिवाने मान डोलावली. पाण्यात डॉल्फिनचे नृत्य सुरू होते. घनदाट सुंदरी वृक्षांमध्ये पक्ष्यांचा चिवचिवाट सुरू होता. एका तीरावर एक भला मोठा वाघ आळसावून पडला होता. निसर्गाच्या औदार्याचा तो एक देखणा आविष्कार होता. प्रत्येक प्राणीच ब्रह्मपुत्र आणि गंगा यांनी दिलेल्या भेटीचा आस्वाद घेत होता.

"ही सुंदर भूमी आहे, प्रभू," द्रपाकु म्हणाला.

शिवाने काहीच उत्तर दिले नाही. तो काठांकडे रोखून पाहत होता.

"प्रभू," द्रपाकु म्हणाला, "तुम्हांला काही दिसलं का?"

"आपल्यावर कोणीतरी नजर ठेवून आहे. मला तसं जाणवतंय. आपल्यावर कोणीतरी टेहळणी करत आहे."

पूर्वेकडील राजप्रासादात सतीने गुप्तपणे प्रवेश केल्यापासून अथिथिग्वा आणि सती यांच्यातील नाते अधिक दृढ झाले होते. अगदी पिता आणि कन्या यांच्यातील

नात्याचा रंग त्यांच्या नात्याला चढला होता. एखाद्या रहस्यामध्ये कोणी सहभागी झाले, तर असे बंध जुळून येतात. सतीने आपला शब्द पाळला होता. मायाविषयी तिने कोणालाही सांगितले नव्हते; अगदी कृत्तिकेलाही नाही.

राज्यातील दैनंदिन घडामोडींविषयी अथिथिग्वा सतीचा सल्ला घेत होता. सतीचा सल्ला नेहमीच सुज्ञपणाचा असे. बेलगाम स्वातंत्र्य आणि गोंधळ या चंद्रवंशीच्या आवडत्या गोष्टींवर सतीच्या सल्ल्यामुळे नियंत्रण येत असे आणि काही प्रमाणात शिस्तीचे वातावरण तयार होत असे.

त्यावेळी निर्माण झालेला पेच थोडासा गुंतागुंतीचा होता.

''फक्त तीनच सिंहांमुळे एवढा मोठा गोंधळ कसा काय निर्माण होऊ शकतो?'' सतीने विचारले.

इच्छावर येथील खेडुतांनी नुकतीच मदतीची मागणी केली होती. त्याविषयी अथिथिग्वाने सतीला सांगितले होते. गेले कित्येक महिने ते लोक नरभक्षक सिंहांच्या भीतीच्या छायेखाली जीवन कंठत होते. त्याविषयी सांगण्यासाठी दीर्घ काळापासून तेथील लोक काशीत येत होते. स्वद्वीपच्या सम्राटाच्या अधिपत्याखाली असल्यामुळे काशीने अयोध्येकडे त्याविषयी मदत करण्याची विनंती केली होती. दरम्यान, अश्वमेध यज्ञातील कलमाविषयी चंद्रवंशी कर्मचाऱ्यांमध्ये जोरदार वादंग सुरू होते. अयोध्या आपल्या मांडलिक राज्यांचे संरक्षण करेल, हे या करारातील पहिले कलम होते. मात्र त्या अंतर्गत जनावरांनी केलेले हल्ले येतात की नाही, याविषयी हा वाद सुरू होता. कर्मचाऱ्यांच्या मते, जनावरांचे हल्ले त्याअंतर्गत येत नव्हते. काशीमध्ये मात्र अगदी थोड्या सिंहांबरोबर लढा देण्यासाठीसुद्धा एखादा शूर लढवय्या नव्हता.

''आता आपण काय करावं, देवी?''

''पण तुम्ही तर महिन्यापूर्वीच काशीच्या अंतर्गत सुरक्षा दलाच्या तुकडीला तिकडे धाडलं होतं. बरोबर आहे ना?''

''होय, देवी,'' अथिथिग्वा म्हणाला, ''त्यांनी कसोशीने सारे प्रयत्न केले. त्या सिंहांना पकडण्यासाठी खूपच हुशारी वापरून त्यांनी पिंजरे लावले होते. ग्रामस्थांना ढोल वाजवून क्षोभ निर्माण करून त्या सिंहांना खड्ड्यांपर्यंत जायला भाग पाडायला लावण्यात येणार होते. त्या खड्ड्यांमध्ये भले मोठे खिळे लावण्यात आले होते आणि झुडपांनी ते खड्डे पूर्ण झाकले गेले होते. परंतु आश्चर्याची गोष्ट

म्हणजे, बहुतेक सिंह निसटून गेले आणि त्यांनी खेड्यातील मुलांच्या शाळेवर हल्ला केला. मुलं सुरक्षित राहावीत, म्हणून ग्रामस्थांनी त्यांना त्याच शाळेत ठेवलं होतं."

आपल्याला धक्का बसल्याचे सतीने दर्शवले नाही.

साश्रू नयनांनी अथिथिग्वा म्हणाला, "या हल्ल्यात पाच मुलं मारली गेली."

"प्रभू रामानं कृपा करावी," सती पुटपुटली.

"त्या जनावरांनी एकाही मुलाचं शरीर तिथून नेलं नाही. फक्त त्यांना ठार मारलं. त्यांच्या कळपातील एक सिंह त्या खड्ड्यात पडून मेला होता; त्यांनी कदाचित त्याचा सूड घेतला."

"ते काही मानव नाहीत, महाराज," संत्रस्त झालेली सती म्हणाली, "त्यांच्या मनात रागाची किंवा सूडाची भावना येत नाही. प्राणी फक्त दोन कारणांसाठीच इतरांना ठार मारतात. भूक किंवा स्वसंरक्षण ही ती दोन कारणं होत."

'पण त्यांनी त्यांना ठार मारलं आणि त्यांची शरीर तिथेच का सोडून दिली?'

"मग दृष्टीस पडतंय त्याहून त्यामागे अधिक काही आहे का?" सतीने विचारले.

"मला माहिती नाही, देवी. मला त्याविषयी खात्री नाही."

"तुमचे लोक कुठे आहेत?"

"ते अद्यापही इच्छावरमध्येच आहेत. परंतु आणखी काही सापळे लावण्यास त्यांना ग्रामस्थ प्रतिबंध करत आहेत. सिंहांना आमिष म्हणून त्यांना थांबावं लागलं तरी त्यांच्या स्वतःच्या आयुष्याला मोठ्या प्रमाणात धोका असतो, असं ते सांगत आहेत. माझ्या शिपायांनी अरण्यात जाऊन सिंहांना शोधून काढून ठार मारावं, अशी ग्रामस्थांची इच्छा आहे."

"आणि ही गोष्ट शिपायांना करायची नाही?"

"त्यांना ती करायची इच्छा नाही, असं नाही देवी. परंतु त्यांना ती कशी करायची ते माहिती नाही. ते काशीचे नागरिक आहेत. आम्ही कधीही शिकार करत नाही."

सतीने उसासा टाकला.

"परंतु त्यांची लढण्याची इच्छा आहे," अथिथिग्वा म्हणाला.

"मी जाईन," सती म्हणाली.

"अर्थातच नाही, देवी," अथिथिग्वा म्हणाला, "मला तुमच्याकडून या गोष्टीची अजिबात अपेक्षा नाही. तुम्ही फक्त सम्राट दिलीपाकडे मदतीसाठी शब्द

टाकावा, एवढीच माझी इच्छा आहे. तुम्हांला ते नकार देऊ शकणार नाहीत.''

''हे असंच कायम घडत राहील, महाराज. स्वद्वीपचे कर्मचारी कसे काम करतात, ते मला माहीत आहे. तुमचे लोक या साऱ्या प्रकारात मरतच राहतील. मी जाते. काशीच्या अंतर्गत सुरक्षा दलाच्या शिपायांच्या दोन तुकड्या माझ्याबरोबर पाठवण्याची व्यवस्था करा.''

''साठ शिपाई. चाळीस माझ्याबरोबर प्रवास करतील आणि उर्वरित वीस आधीच इच्छावरमध्ये आहेत. त्यामुळे काम होईल.''

अथिथिग्वाला सतीला अरण्यातील मोहिमेवर पाठवण्याची इच्छा नव्हती. आपल्या भगिनीप्रमाणेच त्याची तिच्यावरही माया होती. ''देवी, मी काहीही अनिष्ट झालेलं पाहू शकणार.....''

''मला काहीही होणार नाही,'' सतीने त्याचे वाक्य अर्धवट तोडत मध्येच म्हटले, ''आता लवकरच काशीच्या शिपायांच्या दोन तुकड्या माझ्याबरोबर पाठवा. दोन सिंहांच्या विरोधात साठ माणसं पुरेशी आहेत. ब्रंगाच्या संरक्षणासाठी सरलष्करप्रमुख पार्वतेश्वरांना ज्यांनी साहाय्य केलं होतं, त्यांच्या नेतृत्वाखाली या दोन तुकड्यांनी काम करावं, असं मला वाटतं. त्यांचं नाव कावास होतं, बरोबर?''

अथिथिग्वाने मान डोलावली. ''देवी, तुमच्या क्षमतेविषयी माझ्या मनात शंका आहे, असा गैरसमज कृपया करून घेऊ नका. पण तुम्ही मला भगिनीसमान आहात. तुम्ही जावं असं मला मुळीच वाटत नाही.''

''आणि मला वाटतं, की मी गेलंच पाहिजे. निष्पाप लोकांचा बळी जात आहे. भगवान राम मला इथे राहण्याची परवानगी देणार नाही. एक तर मी एकटीच काशी सोडून तिकडे जाते किंवा तुम्ही माझ्याबरोबर चाळीस सैनिक द्या. तुम्हांला यापैकी कोणता पर्याय आवडेल?''

मधुमतीमधून हळूहळू जहाज पुढे चालले होते. परशुरामाकडून त्यावर हल्ला झाला नव्हता. दुसऱ्या जहाजातून येऊन शिवाचे जहाज बुडवण्याचा प्रयत्नही झाला नव्हता. टेहळणी करणाऱ्यांनी जखमी करण्यासाठी बाणही सोडले नव्हते. काहीही घडले नव्हते. जहाजाच्या मागच्या बाजूला असलेल्या खांबाला रेलून

पार्वतेश्वर आणि आनंदमयी उभे होते. संथ गतीने वाहणाऱ्या मधुमतीमध्ये उगवत्या सूर्याच्या किरणांचे प्रतिबिंब पडले होते. त्याकडे ती दोघे एकटक पाहत होती.

"प्रभूंचं म्हणणं अगदी योग्य आहे," पार्वतेश्वर म्हणाला, "ते टेहळणी करत आहेत. आपल्यावर त्यांची नजर आहे. मलाही ते जाणवतंय. त्यामुळे मला राग येतो आहे."

"खरंच?" आनंदमयीने स्मित करत विचारले. "माझ्या संपूर्ण आयुष्यभर माझ्याकडे एकटक पाहणारे लोकच मी पाहिले आहेत. पण मला त्याचा कधीच राग आला नाही."

आपला मुद्दा स्पष्ट करण्यासाठी पार्वतेश्श्वर आनंदमयीकडे वळला. परंतु तेवढ्यात तिच्या बोलण्यातील श्लेष त्याच्या लक्षात आला. त्याने स्मित केले.

"हे प्रभू इंद्रा!" आनंदमयी उद्गारली, "मी तुम्हांला स्मित करायला लावलं! माझा हा केवढा मोठा विजय आहे! केवढी मोठी गोष्ट आज मला गवसलेय!"

पार्वतेश्वर आणखी जास्त हसला. "नाही, ते ठीक आहे. परंतु हे दरोडेखोर लोक आपल्यावर का हल्ला करत नाहीत, याविषयीच फक्त मला बोलायचं होतं."

"आता हा क्षण वाया घालवू नका," आनंदमयी म्हणाली. आपल्या हाताचा पंजा उलटा करून पार्वतेश्वराच्या मनगटावर तिने एक चापट मारली. "तुम्ही जेव्हा स्मित करता ना, तेव्हा तुम्ही खूप छान दिसता. तुम्ही ते वरचेवर केलं पाहिजे." पार्वतेश्वर शरमेने लालबुंद झाला.

"आणि तुम्ही लाजता, तेव्हा तर तुम्ही आणखी चांगले दिसता," आनंदमयी हसत म्हणाली.

पार्वतेश्वर आणखी जास्त लाजला. "राजकुमारी...."

"आनंदमयी!"

"काय?"

"मला आनंदमयी म्हणा."

"मी कसा काय म्हणू शकेन?"

"अगदी सोपं आहे. फक्त आनंदमयी म्हणा."

पार्वतेश्वर गप्प राहिला.

"तुम्ही मला आनंदमयी का बरं म्हणू शकत नाही?"

"मी तुम्हांला नाही म्हणू शकत राजकुमारी. ते योग्य नाही."

आनंदमयीने सुस्कारा सोडला. ‘‘मला एक सांगा पार्वतेश्वर, योग्य म्हणजे काय याची अगदी बरोबर व्याख्या कोण बरं करू शकेल?’’

पार्वतेश्वर विचारात पडला. त्याच्या कपाळावर आठ्या आल्या. ‘‘प्रभू रामाचे कायदे आणि नियम.’’

‘‘आणि गुन्ह्याच्या शिक्षेविषयी प्रभू रामाचा मूलभूत कायदा काय होता?’’

‘‘अगदी एकाही निष्पाप माणसाला शिक्षा होता कामा नये. अगदी एकही गुन्हेगार सुटता कामा नये.’’

‘‘मग तुम्ही प्रभूचे कायदे मोडत आहात.’’

पार्वतेश्वर पुन्हा विचारमग्न झाला. ‘‘कसं काय?’’

‘‘एका निरपराध स्त्रीला तिने न केलेल्या गुन्ह्याची तुम्ही शिक्षा देत आहात.’’

पार्वतेश्वराने पुन्हा एकदा विचार करण्यास सुरुवात केली.

‘‘अडीचशे वर्षांपूर्वीच अनेक राजघराण्यातील लोकांनी, सरदारांनी आणि मान्यवरांनी प्रभू रामाचा कायदा मोडून गुन्हा केला होता. तो गुन्हा करूनच ते जगले आणि काळाच्या पडद्याआडही गेले. कोणीही त्यांना शिक्षा दिली नाही आणि माझ्याकडे पाहा. त्या गुन्ह्याशी माझं काहीच देणंघेणं नाही. त्या काळात तर माझा जन्मही झालेला नव्हता. पण तरीही आज त्यांच्या गुन्ह्यासाठी तुम्ही मला शिक्षा करत आहात.’’

‘‘मी तुम्हांला कसलीच शिक्षा देत नाही, राजकुमारी. मी ते कसं काय करू शकेन?’’

‘‘होय. तुम्ही मला शिक्षा देत आहात. तुम्हांला माहिती आहे, तुम्ही मला शिक्षा देत आहात. तुम्हांला काय वाटतं, ते मला माहिती आहे. मी काही अंध नाही. जाणीवपूर्वक मूर्ख बनण्याचं ढोंग करू नका. ते अवमानकारक आहे.’’

‘‘राजकुमारी.....’’

‘‘प्रभू रामानं तुम्हांला काय करायला सांगितलं असतं?’’ आनंदमयीने त्याला बोलू न देता विचारले.

पार्वतेश्वराने आपला घसा खाकरला. तो अधोवदन झाला. त्याची नजर जमिनीवर खिळल्यासारखी झाली. त्याने आपली मूठ आवळली.

‘‘आनंदमयी, कृपा करून समजून घ्या. अगदी माझीसुद्धा इच्छा असली तरीही मी नाही............’’

तेवढ्यात द्रपाकु तिथे आला. ‘‘महाराज, प्रभू नीलकंठांनी तुम्हांला पाचारण केलं आहे.’’

पार्वतेश्वर आपल्या जागी तसाच खिळल्यासारखा उभा होता. अजूनही तो आनंदमयीकडे टक लावून पाहत होता.

‘‘महाराज...’’ द्रपाकुने पुन्हा हाक मारली.

पार्वतेश्वर कुजबुजत्या आवाजात म्हणाला, ‘‘मला क्षमा करा राजकुमारी. मी तुमच्याशी नंतर बोलेन.’’

मेलुहाचा तो लष्करप्रमुख तसाच वळला आणि द्रपाकुच्या मागे गेला.

द्रपाकुच्या पाठमोऱ्या आकृतीकडे पाहून आनंदमयीने तिरस्काराने सुस्कारा सोडला.

‘‘अगदीच योग्य वेळ!’’ ती उपहासाने म्हणाली.

‘‘देवी तुम्हांला जावं लागणार आहे का?’’ कृत्तिकेने विचारले. झोपी गेलेल्या कार्तिकाला ती हळुवारपणे जोजवत होती.

सतीने कृत्तिकेकडे पाहिले. ‘‘तिकडे निष्पाप जिवांचे बळी जात आहेत. आता माझ्याकडे काही पर्याय उरला आहे का?’’

कार्तिकाकडे बघण्याआधी कृत्तिकेने सतीकडे पाहून मान डोलावली.

‘‘माझा मुलगा मला समजून घेईल,’’ सती म्हणाली, ‘‘त्यालाही हेच करावं लागेल. मी क्षत्रिय आहे. दुर्बलांचं रक्षण करणं हा माझा धर्म आहे. इतर कोणत्याही गोष्टीआधी धर्माचं पालन करावंच लागतं.’’

कृत्तिकेने एक दीर्घ श्वास घेतला आणि ती पुटपुटली, ‘‘मी तुमच्याशी सहमत आहे, देवी.’’

सतीने कार्तिकाच्या चेहऱ्यावरून मायेने हात फिरवला. ‘‘याची तू चांगली काळजी घ्यावीस असं मला वाटतं. तो माझं जीवन आहे. मातृत्वाचा आनंद काय असतो, ते याआधी कधीच मला माहिती नव्हतं. मी शिवावर जेवढं नितांत प्रेम करते, तेवढंच प्रेम आणखी एका व्यक्तीवरही मी करू शकेन, असं मला कधीच वाटलं नव्हतं. पण त्याच्या एवढ्याशा छोट्या आयुष्यातच कार्तिकानं...........’’

कृत्तिकेने स्मित करत सतीकडे पाहिले. राजकुमारीच्या हाताला स्पर्श करत ती म्हणाली, ''मी त्याला व्यवस्थित सांभाळेन. त्याची चांगली काळजी घेईन. तो माझंही जीवन आहे.''

चंबळच्या नदीच्या थंड पाण्यात नागांचा लोकनायक गुडघे टेकून बसला होता. आपल्या हातात त्याने थोडे पाणी घेतले आणि त्याने ते हळूहळू नदीच्या पात्रात सोडून दिले. त्यावेळी तो काहीतरी पुटपुटत होता. त्यानंतर त्याने आपले हात आपल्या चेहऱ्यावर घासले.

राणीही त्याच्या बाजूलाच गुडघ्यांवर बसली होती. तिने भुवया उंचावून त्याला विचारले, ''प्रार्थना?''

''प्रार्थनांचा उपयोग होईल का, ते मला माहिती नाही. तिथे वर बसलेल्या कोणाला माझ्यात स्वारस्य असेल, असं मला खरोखरच वाटत नाही.''

राणीने स्मित केले आणि ती पुन्हा नदीकडे पाहू लागली.

''पण असाही एक काळ होता, त्यावेळी तूसुद्धा परमेश्वराच्या मदतीविषयी बेफिकीर होतीस.'' तो नाग पुटपुटला.

राणीने त्याच्याकडे पाहून मान डोलावली. ''तिने काशी सोडली असल्याची माहिती माझ्याकडे आली आहे. ती इच्छावरकडे निघाली आहे.''

नागाने खोल श्वास घेतला. तो हळूहळू उठला आणि त्याने आपल्या चेहऱ्यावर मुखवटा चढवला.

''फक्त चाळीस सैनिकांनिशी ती निघाली आहे.''

त्या नागाचा श्वासोच्छ्वास जोरजोरात होऊ लागला. शंभर ब्रंग सैनिकांसह थोड्याच अंतरावर विश्वद्युम्न शांतपणे बसला होता. हाच तो क्षण होता. दोन लाख प्रजेच्या देखत एका भल्या मोठ्या शहरातून तिला पकडून आणणे महा कर्मकठीण काम होते. इच्छावर खूपच दूर होते. त्यामुळे अशा प्रकारचा अवघड प्रकार नाट्यमयरीत्या घडवून आणण्याच्या शक्यता वाढल्या होत्या. शिवाय त्यांना संख्येचा फायदाही होणारच होता. त्या नागाने हळूहळू आपली श्वासाची लय नियंत्रित केली. आपला स्वर शांत ठेवण्याचा प्रयत्न करत तो कुजबुजला, ''ही

चांगली बातमी आहे.''

राणीने स्मित केले आणि त्या नागाच्या खांद्यावर हळुवारपणे थोपटले. ''बाळा, तू नाऊमेद होऊ नकोस. तू एकटा नाहीस. मी तुझ्याबरोबर आहे. या मार्गावरच्या प्रत्येक पावलावर मी तुझ्यासोबत आहे.''

त्या नागाने मान डोलावली. त्याचे डोळे बारीक झाले होते.

आपल्या सैनिकांच्या तुकडीसह सतीने इच्छावरमध्ये प्रवेश केला, त्यावेळी दिवसाच्या दुसऱ्या प्रहराला नुकतीच सुरुवात झाली होती. ती आपल्या तुकडीच्या अग्रभागी होती. तिच्या शेजारीच कावास होता. त्या खेड्याच्या एका टोकाला मोठी चिता रचलेली पाहून सतीला धक्का बसला. आपल्या माणसांसह जोरात घोडदौड करत ती तिथपर्यंत पोहचली.

एक माणूस पळत पळत आला. तो जोरजोरात श्वास घेत होता आणि दुःखावेगाने ओरडत होता, ''कृपा करून निघून जा. कृपा करून निघून जा!''

सतीने त्याच्याकडे दुर्लक्ष केले आणि त्या प्रचंड चितेपर्यंत ती गेली.

''तुम्ही माझ्याकडे दुर्लक्ष करू शकत नाही. मी इच्छावरचा प्रमुख आहे.''

सतीने ग्रामस्थांचे चेहरे पाहिले. प्रत्येकाच्या चेहऱ्यावर दहशतीची गडद छाया पसरलेली होती.

''तुम्ही इथे आल्यापासून गोष्टी आणखी भयानक बनल्या आहेत,'' तो प्रमुख ओरडला.

त्या चितेजवळचे अत्यंविधी आटोपून उठलेल्या ब्राह्मणाकडे सतीने पाहिले. मृतांच्या आत्म्यांना शांतता आणि सुरक्षितता मिळावी म्हणून त्याने नुकतीच प्रार्थना केली होती. फक्त तोच व्यवस्थित स्थिरचित्त आणि नियंत्रित दिसत होता.

सती घोड्यावरून त्याच्याकडे गेली. ''काशीचे सैनिक कुठे आहेत?''

त्या ब्राह्मणाने त्या प्रचंड चितेकडे बोट दाखवले आणि तो म्हणाला, ''तिथे आहेत.''

''सर्वच्या सर्व वीस सैनिक?'' स्तंभित झालेल्या सतीने विचारले.

त्या ब्राह्मणाने मान डोलावली. ''काल रात्रीच त्या सिंहांनी त्यांना ठार मारलं.

आमच्या इथल्या ग्रामस्थांप्रमाणेच तुमच्या सैनिकांनाही ते नेमकं काय करत आहेत ते माहिती नव्हतं.''

सतीने चितेच्या सभोवताली बघितले. ते गावाबाहेरचे खुले क्षेत्र होते. तिथून पुढे अरण्य सुरू होत होते. तिथून दूरवर डाव्या बाजूला काही रजया आणि शेकोटीचे अवशेष पडलेले होते. तो संपूर्ण परिसर रक्ताने माखलेला होता.

''ते इथे झोपत होते का?'' सतीने घाबरून विचारले.

त्या ब्राह्मणाने मान डोलावली.

''नरभक्षक सिंह आजूबाजूला असताना इथे झोपणं म्हणजे आत्महत्येच्या प्रदेशातच राहिल्यासारखं आहे. प्रभू रामाशपथ, रात्री ते इथे का झोपले होते?''

त्या ब्राह्मणाने प्रमुखाकडे पाहिले.

''तो त्यांचा निर्णय होता,'' त्या प्रमुखाने बचावात्मक पवित्रा घेत सांगितले.

''असत्य बोलू नकोस,'' तो ब्राह्मण म्हणाला, ''तो फक्त त्यांचाच निर्णय नव्हता.''

''सुरयक्ष, तू मला खोटारडा म्हणण्याचं धाडस करू नकोस,'' तो प्रमुख म्हणाला, ''ते कोणत्याही घरात राहिले, तर त्यामुळे त्यांच्याकडे त्या सिंहांचं लक्ष वेधलं जाईल आणि त्यामुळे त्यांच्याबरोबरच त्या घरातील लोकांच्या जीवितालाही धोका निर्माण होईल आणि खरं म्हणजे त्यांना मृत्यू येईल, एवढंच मी त्यांना सांगितलं होतं. पण त्यामुळे कोणत्याही घरात न राहण्याचा निर्णय हा फक्त त्यांचाच होता.''

''पण सिंहांना फक्त त्या सैनिकांमध्येच स्वारस्य होतं, असं तुला मनापासूनच वाटत होतं का?'' सुरयक्षाने विचारले, ''तू चुकतो आहेस.''

सतीने त्यांचे संभाषण ऐकणे थांबवले. काशीचे सैनिक जिथे मरण पावले होते, त्या क्षेत्राची ती पाहणी करू लागली. भरपूर प्रमाणात सांडलेले रक्त आणि भोसकल्याच्या खुणा असूनही तिला काही सिंहांचा आणि कदाचित सिंहिणींचाही माग काढणे शक्य झाले. तिथे किमान सात सिंहांचे किंवा सिंहिणींच्या पावलांचे वेगवेगळे ठसे होते. याचा अर्थ त्यांच्याकडे असलेली माहिती चुकीची होती. ती मागे वळली आणि तिने दरडावून विचारले, ''इथे एकूण किती सिंह आहेत?''

''दोन,'' प्रमुख म्हणाला, ''आम्ही दोनहून अधिक सिंह बघितलेले नाहीत. तिसऱ्या सिंहाचा सापळ्यात मृत्यू झाला.''

सतीने त्याच्याकडे दुर्लक्ष केले आणि ती सुरयक्षाकडे बघू लागली. त्या ब्राह्मणाने प्रतिसाद दिला. "पाऊलखुणांचा अदमास घेता, किमान पाच ते सात सिंह तरी असावेत."

सतीने मान डोलावली. आपण काय बोलतो आहोत, ते माहिती असणारा फक्त एकटा सुरयक्षच असल्याचे दिसत होते. खेड्याकडे वळत सती म्हणाली, "माझ्याबरोबर या."

सात. म्हणजे किमान पाच सिंहिणी असाव्यात. एक योग्य प्रमाणबद्ध कळप. पण जो एक मरण पावला होता, त्याला हिशेबात धरले तर कळपात तीन सिंह होते? हे आश्चर्यजनक होते. सहसा प्रत्येक कळपात एकच प्रौढ सिंह असतो. काहीतरी चुकत होते. नक्कीच!

"आपल्याला सांगितलं गेलं, त्यापेक्षा तो अधिक हुशार आहे," शिव म्हणाला, "त्यांना शोधण्यासाठी आपण गेले काही आठवडे योजत असलेली प्रत्येक युक्ती अपयशी ठरली आहे."

आता सूर्य अगदी माथ्यावर आला होता. किनाऱ्याजवळच जहाज नांगरून ठेवण्यात आले होते. नदीच्या प्रवाहाबरोबर मोठ्या प्रमाणात वाहून आलेला गाळ साचल्यामुळे नदीच्या प्रवाहाचा मार्ग सतत बदलत होता. परिणामी, नदीच्या नियमित प्रवाहाबरोबरच अनेक वालुकामय किनारे नुकतेच तयार झाल्याचे दिसत होते. त्या भागात कोणतीही झाडेझुडपे नव्हती. त्यामुळे पुढे होणारे तुंबळ युद्ध करण्यासाठी ती जागा योग्य होती. अशाच एका किनाऱ्याजवळ झाडांना बाण मारत शिवाने आपले जहाज नेले. त्या बाणांमुळे परशुरामाला खुल्या जागी येण्यास प्रवृत्त करता येईल, असा त्याचा होरा होता. आतापर्यंत तरी ती योजना अयशस्वी ठरली होती.

"होय प्रभू," पार्वतेश्वराने सहमती दर्शवली. "अंध सुडापोटी किंवा तिरस्कारापोटी आपल्यावर खुल्या जागी हल्ला करण्यास आपण त्याला प्रवृत्त करू शकणार नाही."

शिवाने नदीच्या काठाकडे रोखून बघितले.

''हे तेच जहाज आहे, असं मला वाटतं,'' पार्वतेश्वर म्हणाला.

''होय. आपल्याकडे किती माणसं आहेत, याचा त्याला अंदाज बांधता येणं शक्य नाही.''

पार्वतेश्वरही सहमत झाला. ''प्रभू, त्याला शोधून बाहेर काढण्यासाठी आपल्याला आणखी धोका पत्करावा लागेल.''

''माझ्याकडे एक योजना आहे,'' शिवाने कुजबुजत्या आवाजात सांगितले, ''आणखी थोड्या अंतरावर आणखी एक किनारा आहे. मी किनारपट्टीवरून तिथपर्यंत शंभर सैनिकांसह जातो. एकदा का मी सैनिकांना अरण्यात आतवर नेलं, की जहाज परत फिरेल. त्यामुळे परशुरामाला असं वाटेल, की आपल्यात काहीतरी वाद आहे. त्यामुळे आम्हांला तडीपार करून इथे सोडून देऊन जहाज ब्रंगाकडे निघालं आहे. मी अरण्यात पुढे पुढे जात राहीन आणि त्याला किनाऱ्यावर घेऊन येईन. ज्यावेळी मला तो तिथे सापडेल, त्यावेळी त्याचं निदर्शक म्हणून मी हवेत अग्निबाण सोडेन.''

''त्यानंतर भगीरथ तातडीनं जहाज तिथेच ठेवून त्यावरची छोटी लढाऊ जहाजं घेऊन चारशे सैनिकांसह अरण्याकडे कूच करेल. फक्त दोनच प्रमुख गोष्टी ध्यानात ठेवाव्या लागतील, प्रभू. त्यांची नदीकडे पाठ असली पाहिजे. त्यामुळे ज्यावेळी लढाऊ जहाजं पोहोचतील, त्यावेळी ते निसटून जाऊ शकणार नाहीत आणि अर्थातच जहाजं हाकणं फक्त शिडांवरच अवलंबून असणार नाही. त्याबरोबरच वल्हीही मारली जातील. जहाजांची गती तुफान असेल.''

शिवाने स्मित केले. ''अगदी बरोबर! आणखी एक गोष्ट. किनारपट्टीवर आपण सारे असणार नाही. फक्त मी असेन. तुम्ही जहाजावर असण्याची मला गरज वाटते.''

''प्रभू!'' पार्वतेश्वर ओरडला. ''मी तुम्हांला एवढा मोठा धोका पत्करू देणार नाही.''

''पार्वतेश्वर, मी त्या बदमाशाला बाहेर काढतो. पण तुम्ही माझ्याकडे लक्ष ठेवून असण्याची गरज आहे. जर लढाऊ जहाजं वेळेवर आली नाहीत, तर आपण सारेच जण मारले जाऊ. आपण त्याला पकडण्याचा प्रयत्न करू; आपण त्याला ठार मारणार नाही. त्यानं तेवढं आत्मसंयमन दाखवूही नये.''

''परंतु....प्रभू...'' पार्वतेश्वर म्हणाला.

“मी निर्णय घेतला आहे, पार्वतेश्वर. मला तुम्ही जहाजावर हवे आहात. मी फक्त तुमच्यावर विश्वास ठेवू शकतो. तो उद्याचाच दिवस असेल.”

— ⅄ ⵔ ⋃ ⍋ ⊛ —

“आपण इथेच तळ ठोकू,” शाळेच्या इमारतीकडे बोट दाखवत सती म्हणाली. इच्छावरमधील तेवढी एकच इमारत रिकामी होती. तिला दारे नव्हती आणि सिंहांना प्रतिबंध करणारा कोणताही अडथळा तिथे नव्हता. परंतु त्या इमारतीला संरक्षणात्मक बाजू म्हणून वापरण्याजोगा जिना होता. तो गच्चीपर्यंत जात होता.

आता दिवसाचा तिसरा प्रहर अर्धा उलटून गेला होता. रात्र पडू लागली होती. हल्ला करण्याची सिंहांची आवडती वेळ जवळ येत होती. आता त्यासाठी फक्त काही तासांचाच अवधी उरला होता. सर्व ग्रामस्थ तिथून निघून गेले होते आणि आपापल्या घरांमध्ये त्यांनी स्वतःला कोंडून घेतले होते. आदल्या रात्रीच काशीच्या सैनिकांच्या झालेल्या हत्येमुळे ते सगळेच जण हादरून गेले होते. कदाचित त्या प्रमुखाचे म्हणणेच योग्य होते, असे त्यांना आता वाटत होते. काशीच्या सैनिकांची उपस्थिती त्यांच्यासाठी दुर्दैवी ठरली होती.

त्या खेड्याचा प्रमुख सतीच्या पाठोपाठ चालत गेला. ती सुरयक्षच्या मागे निघाली होती. “तुम्ही इथून निघून गेलंच पाहिजे. परदेशी लोकांच्या उपस्थितीनं आत्मे संतप्त होतात.”

सतीने त्याच्याकडे दुर्लक्ष केले आणि ती कावासाकडे वळली. “आपल्या माणसांना गच्चीवर उतरव. त्याचबरोबर घोड्यांनाही वर ओढून घ्या.”

कावासाने मान डोलावली आणि तो आदेशाची अंमलबजावणी करण्यासाठी लगबगीने निघून गेला.

तो प्रमुख अजूनही बोलतच होता, “हे बघा, सुरुवातीला ते फक्त जनावरांनाच ठार मारत होते; पण आता ते माणसांनाही मारू लागले आहेत. तुम्ही इथून लगेच निघा. ते आत्मे शांत होतील.”

सती त्या प्रमुखाकडे वळली. “त्यांना मानवी रक्ताची चटक लागली आहे. आता तुमची त्यातून सुटका नाही. एक तर तुम्ही या खेड्याचा त्याग करा अन्यथा सगळे सिंह मारले जाईपर्यंत इथेच राहून आम्ही तुमचं संरक्षण करणं क्रमप्राप्तच

आहे. तुम्ही सगळ्या ग्रामस्थांना गोळा करा आणि आपण उद्या सकाळी इथून निघून जाऊ, असा माझा तुम्हांला सल्ला आहे.''

''आमच्या मातृभूमीचा त्याग आम्ही करू शकत नाही.''

''तुमच्या लोकांना मृत्यूच्या तोंडी द्यायला मी तुम्हांला कधीच परवानगी देणार नाही. मी उद्या इथून जाणार आहे आणि त्याबरोबरच तुमच्या लोकांनाही माझ्याबरोबर घेऊन जाणार आहे. तू स्वतः काय करायचं, हे तू ठरवायचं आहे.''

''माझे लोक इच्छावर सोडून जाणार नाहीत, कधीच नाही!''

आता सुरयक्ष बोलू लागला. ''ग्रामस्थांनी माझं ऐकलं असतं, तर आम्ही कधीच हे गाव सोडून निघून गेलो असतो आणि त्यांना या यातना भोगाव्या लागल्या नसत्या.''

''धर्मोपदेशक असलेल्या तुझ्या वडलांच्या सामर्थ्यातील अर्धं सामर्थ्य जरी तुझ्याकडे असतं ना,'' तो प्रमुख तावातावाने म्हणाला, ''तरी तू आत्म्यांना शांत करण्यासाठी आणि सिंहांना हाकलून लावण्यासाठी पूजा केली असतीस.''

''सिंहांना पूजा करून दूर हाकलता येत नाही रे मूर्खा! तुझ्या ते लक्षात येत नाही का? सिंहांनी या प्रदेशाला आपलं भक्ष्य बनवलं आहे. आपलं खेडं हा त्यांना त्यांचा मुलुख वाटतो आहे. आता फक्त दोनच पर्याय शिल्लक आहेत. युद्ध करा किंवा पळून जा. आपल्याला नक्कीच युद्ध करण्याची इच्छा नाही. मग आपल्याला पळून जावं लागेल,'' सुरयक्ष म्हणाला.

''पुरे झालं!'' सती संतापली. ''तुमच्यापेक्षा सिंह परवडले. आता घरी जा. आपण उद्या भेटू या.''

शाळेच्या पायऱ्या चढून सती वर गेली. पायऱ्यांवर अर्ध्या भागावर लाकडांचा ढीग होता, ते पाहून सती खूश झाली. त्या ढिगावरून उडी मारून ती वर चढत राहिली. तिने गच्चीवर प्रवेश केला, तेव्हा तिला डावीकडेच अग्नीसाठी पेटवण्यात येणाऱ्या लाकडांचा ढीग दिसला.

ती कावासाकडे वळली. ''रात्रभर पुरण्याएवढा हा ढीग आहे ना?''

''होय, देवी.''

तिने अरण्याचे निरीक्षण केले आणि ती कुजबुजत्या आवाजात म्हणाली, '''सूर्यास्त झाल्याबरोबर लगेच पायऱ्यांवरची लाकडं पेटवा.''

तिने समोर पाहिले. सिंहांनी काशीच्या सैनिकांना जिथे ठार मारले होते, तिथे

आमिष म्हणून बांधून ठेवलेला बकरा तिला दिसला. ती उभी असलेल्या उंच जागेवरून तिला ते दृश्य अगदी स्पष्ट दिसत होते. आपण निदान काही सिंहांना तरी बाणांनी घायाळ करू शकू, असा तिचा अंदाज होता. तिथे बांधून ठेवलेल्या आमिषाचा उपयोग होईल, असा विचार करून सती गच्चीवर स्थिरावली आणि प्रतीक्षा करू लागली.

■■

प्रकरण १४

मधुमतीचे युद्ध

शिव, पार्वतेश्वर, भगीरथ, द्रपाकु आणि दिवोदास जहाजाच्या मागच्या बाजूला बसले होते. आकाशात चंद्राचा पत्ता नव्हता. त्यामुळे संपूर्ण क्षेत्र अंधारात बुडाले होते. रातकिड्यांच्या किरकिरण्याचा आवाज वगळता अरण्यात संपूर्ण शांतता पसरलेली होती. त्यामुळे त्यांनाही आपोआपच हळू आवाजात बोलणे भाग पडत होते.

''आपल्यापैकी एक बंडखोर आहे आणि त्याला या संपूर्ण पथकाबरोबर नव्हे; तर फक्त शंभर माणसांशी लढायचं आहे, यावर विश्वास ठेवायला त्याला कसं भाग पाडायचं हाच खरा प्रश्न आहे,'' शिव कुजबुजला.

''त्याचे हेर आपल्यावर संपूर्ण वेळ पाळत ठेवून आहेत,'' दिवोदास पुटपुटला, ''त्याला खरं वाटावं, अशा प्रकारे आपल्याला नाटक वठवावं लागेल. आपल्या सैनिकांना अगदी क्षणभरासाठीसुद्धा आपण जमिनीवर उतरवता कामा नये.''

शिव अचानक थांबला. प्रत्येकाने बोलणे सुरूच ठेवावे, असा हातानेच त्यांना इशारा करून तो हळूहळू उठून उभा राहिला. जहाजाच्या कठड्याकडे तो रांगतच गेला. आपले धनुष्य त्याने शांतपणे उचलून घेतले होते. अगदी कोणाच्याही नकळत त्याने त्यावर बाण चढवला होता. अचानकच एक वेदनेने कळवळून फोडलेली जोरदार किंकाळी आसमंतात घुमली. दरोडेखोरांच्या टोळीतील एक

जण जहाजाकडे पोहत येत होता. त्याला शिवाने टिपले होते.

''अरे भ्याडा, बाहेर ये!'' शिव ओरडला, *''पुरुषासारखा लढ!''*

या अचानक झालेल्या त्रासामुळे अरण्यात प्राण्यांचा गोंधळ निर्माण झाला. पक्षी जोरात पंख फडफडवत गेले. हरणे ओरडू लागली. वाघांनी डरकाळ्या फोडल्या. चितळेही जोरजोरात ओरडू लागली. नदीत काही शिंतोडे उडाल्याचे दिसत होते. त्या जखमी व्यक्तीची सुटका करण्यासाठी कोणीतरी आले होते. कोणीतरी फांदी मोडत असल्याचा आवाज ऐकल्यासारखे शिवाला वाटले. कोणीतरी किंवा काहीतरी मोडल्याचा आणि माघारी वळल्याचा आवाजही त्याला ऐकू आला.

त्याचे सहकारी पुढे झाले. त्यावेळी शिव कुजबुजला, ''त्याला मृत्यू येण्याएवढी मोठी जखम झालेली नाही. आपल्याला परशुराम जिवंत हवा आहे. लक्षात ठेवा. त्यामुळेच आपलं काम होईल. पण आपल्याला तो जिवंतच हवा आहे.''

आणि तेवढ्यात त्यांना अरण्यातून एक भरदार आवाज ऐकू आला,

''पाठीचा कणा नसलेल्या भ्याडांनो, तुम्ही जहाजातून खाली का उतरत नाही? मग मी तुम्हांला पुरुष कसा लढतो, ते दाखवून देईन.''

शिवाने स्मित केले. ''ही गोष्ट भलतीच स्वारस्यपूर्ण बनत चालली आहे.''

सती झटक्यात जागी झाली. तिला कोणताही आवाज ऐकू आला नव्हता. पण आजूबाजूचा आवाज मात्र अचानकच बंद झाला होता.

तिने डावीकडे बघितले. तिथे ज्वाळा चांगल्याच भडकल्या होत्या. तलवार उपसून दोन सैनिक वरच्या पायऱ्यांवर उभे होते. ते अग्नीवर देखरेख करत होते.

''आणखी लाकूड,'' सती कुजबुजली.

त्यांच्यापैकी एक सैनिक लगेच जळणाच्या लाकडाच्या ढिगाकडे सरपटत गेला आणि त्याने आणखी थोडे सरपण जिन्यावर पेटवलेल्या आगीच्या ज्वाळांमध्ये टाकले. दरम्यान, सती संरक्षक भिंतीकडे गेली आणि तिने परिस्थितीचा अंदाज घेतला. संपूर्ण रात्रभर ते बकरे व्याकुळतेने ओरडत होते. पण नंतर त्याचा आवाज बंद झाला होता. तिने उत्सुकतेने कठड्यावरून वाकून खाली पाहिले. रात्रीने

आपले काळेशार कफन त्या प्रदेशावर पसरले होते. फक्त त्या पेटवलेल्या लाकडांचा उजेडच थोडाफार चमकदारपणा आणि उजेड निर्माण करत होता. ते बकरे अजूनही तिथेच होते. पण ते आता उभे राहिलेले नव्हते. त्याचे मागचे पाय कोसळलेले होते आणि ते आर्ततेने थरथरत होते.

''ते इथे आले का देवी?'' कावासने विचारले. तो हळूहळू रांगत सतीच्या मागे आला होता.

''होय.'' सती कुजबुजली.

त्यांना एक हळुवार, खोल डरकाळी ऐकू आली. अरण्यातील कोणत्याही जिवंत प्राण्याच्या हृदयात धडकी भरवण्यास ती डरकाळी पुरेशी होती. उर्वरित सर्व सैनिकांना कावासाने जागे केले. त्यांनी आपापल्या तलवारी उपसल्या आणि दारातून बाहेर पडून ते जिन्यावरून हळूहळू खाली गेले आणि जिन्याच्या पायथ्याशी उभे राहिले. त्या शाळेत आत येण्याचा तेवढा एकच मार्ग होता आणि तिथूनच सिंहांचा हल्ला होण्याची शक्यता होती. सती अजूनही त्या बकऱ्याकडे एकटक पाहत होती. काहीतरी हळूहळू फरफटत, ओढत पुढे नेले जात असल्यासारखा आवाज नंतर तिला ऐकू आला.

तिने डोळे विस्फारले. एक. दोन. तीन. चार. हा काही त्यांचा संपूर्ण कळप नव्हता. तो चौथा सिंह काहीतरी ओढत घेऊन चालला होता.

''हे देवा!'' सती भयग्रस्ततेने उद्गारली.

खेड्यातील ब्राह्मण सुरयक्षाचे शरीर ते ओढत नेत होते. त्याचा हात किंचित हलत होता. तो अजूनही जिवंत असावा. परंतु ती शक्यताही अत्यल्प होती.

त्या कळपाचा नेता असलेला सर्वात मोठा सिंह अगदी संपूर्ण दिसू लागला. तो अपवादात्मकरीत्या बलदंड होता. सतीने तोपर्यंत बघितलेल्या सर्वात मोठ्या सिंहाहूनही तो खूपच मोठा आणि बलदंड होता आणि तरीही त्याच्या मानेवरची आयाळ दाट नव्हती. तो किशोरवयीन होता, हे अगदी स्पष्ट दिसत होते. कदाचित तो वर्षभराचाही नव्हता.

त्यानंतर सतीच्या मनात एक संत्रस्त विचार धडकला. त्या प्रमुख प्राण्याच्या त्वचेकडे ती निरखून पाहू लागली. त्याच्या अंगावर वाघासारखे पट्टे होते. तो अजिबात किशोरवयीन नव्हता. तिला धक्का बसला होता. तिचा श्वास रोधला गेला होता. ''वाघ आणि सिंहिणीचं पिल्लू!''

“काय?” कावासने कुजबुजत्या आवाजात विचारले.

“हा दुर्मीळ प्राणी आहे. सिंह आणि वाघीण यांच्या संकरातून त्याचा जन्म झालेला आहे. तो आपल्या पालक प्राण्यांच्या दुपटीहून अधिक आकाराचा असतो आणि त्याच्याकडे त्यांच्याहून कित्येक पटींनी अधिक क्रौर्य असतं.”

त्या सिंहाने त्या बकऱ्यावर हल्ला केला. आता त्या बकऱ्याचे पुढील पायही दुमडल्यासारखे झाले आणि ते भीतीने जमिनीवर कोसळले. ते आता आपल्या मृत्यूची प्रतीक्षा करत होते. परंतु त्या प्राण्याने त्याला ठार मारले नाही. तो फक्त त्याच्याभोवती फिरला. त्याला फक्त आपल्या शेपटीने त्याने फटकारले. आपल्या आमिषाला तो खेळवत होता.

सुरयक्षाला फरफटत नेणाऱ्या सिंहाने त्याचा मृतदेह तिथेच टाकला आणि त्या ब्राह्मणाच्या पायाचा चावा घेण्यासाठी तो वाकला. त्या वेदनेने सुरयक्षाने किंकाळी फोडावयास हवी होती; परंतु त्याच्या मानेतून प्रचंड रक्तस्राव होत होता. त्याच्यात किंकाळी फोडण्याचेसुद्धा त्राण आता शिल्लक राहिले नव्हते. सुरयक्षाच्या पायाचा चावा घेणाऱ्या सिंहावर, सिंह आणि वाघाच्या संकरातून निर्माण झालेला तो प्राणी गुरकावला. तो सिंहही त्याच्यावर गुरकावला, परंतु त्याने माघार घेतली. सुरयक्षाला किमान तेव्हा तरी तो प्राणी खाणार नव्हता, हे स्पष्टच होते.

तो प्राणी नुकताच नेता झालेला असावा. इतर सिंहांमध्ये अद्याप त्याला विरोध करण्याची ताकद शिल्लक असली पाहिजे.

आता त्या महाकाय प्राण्यापाठोपाठ एक सिंहीणही चालली होती. तो प्राणी पुन्हा त्या बकऱ्याजवळ गेला. त्याने आपला मागचा पाय उचलला आणि त्या क्षेत्रात लघुशंका केली. त्याने पुन्हा एकदा आपला परिसर निश्चित केला होता. त्यानंतर त्याने जोरदार डरकाळी फोडली. ती खूपच जबरदस्त आणि मोठी होती.

त्यातून दिला गेलेला संदेश स्पष्ट होता. तो त्याचा प्रदेश होता. त्याची सीमा होती. त्या हद्दीत कोणीही आला असता, तरी त्याला प्राण गमवावे लागले असते.

सती हळूच आपल्या धनुष्यापर्यंत गेली. तो प्राणी जर मेला असता, तर कळपाची आक्रमकता संपुष्टात आली असती. तिने धनुष्याला हळूच प्रत्यंचा चढवली आणि नेम धरून बाण सोडला. दुर्दैवाने तिने बाण सोडला, त्याच क्षणी तो प्राणी सुरयक्षाच्या मृतदेहाला अडखळला. त्यामुळे सतीचा नेम चुकला आणि तो बाण त्याच्या मागेच असलेल्या सिंहिणीच्या डोळ्यात खोल घुसला. ती वेदनेने

डरकाळी फोडून अरण्यात पळून गेली. इतरांनीही तसेच केले; परंतु तो प्राणी मागे वळला. त्याने ज्या बाजूने हल्ला झाला, तिकडे पाहून क्रूरपणे आपले दात विचकले आणि तो डरकाळ्या फोडू लागला. सुरयक्षाच्या चेहऱ्यावर त्याने आपल्या पंजाने जोरदार तडाखा दिला. तो प्राणघातक तडाखा होता. सतीने पुन्हा एकदा धनुष्याला प्रत्यंचा चढवली आणि बाण सोडला. तो बाण त्या प्राण्याच्या खांद्याला लागला. त्या प्राण्याने डरकाळी फोडून माघार घेतली.

''ती सिंहीण लवकरच मरेल,'' सती म्हणाली.

''परंतु तो प्राणी पुन्हा परत येईल,'' कावास म्हणाला, ''आतापर्यंत कधीही नव्हता, एवढा तो क्रुद्ध झालेला असेल. उद्या आपण ग्रामस्थांसह इथून निघून जाणंच अधिक श्रेयस्कर ठरेल.''

सतीने मान डोलावली.

— ⁂ —

रात्रीच्या उदरातून बाहेर येत सूर्याने नुकतेच दर्शन दिले होते.

''तुम्हांला इथून निघावंच लागेल. तुमच्याकडे दुसरा पर्याय नाही,'' सती म्हणाली. जी गोष्ट अगदी सूर्यप्रकाशाइतकी स्वच्छ आणि स्पष्ट होती, तिच्यासाठी ग्रामस्थांबरोबर वाद घालावा लागेल, असे सतीला अजिबात वाटले नव्हते.

आता दुसरा प्रहर सुरू झाला होता. सुरयक्षाच्या धगधगत्या चितेभोवती ते उभे होते. दुर्दैवाने, त्याच्या शूर आत्म्यासाठी प्रार्थना म्हणणारे तिथे कोणीच नव्हते.

''ते पुन्हा परत येणार नाहीत,'' एक ग्रामस्थ म्हणाला, ''प्रमुख म्हणतो ते बरोबर आहे. आता ते सिंह परत येणार नाहीत.''

''काय मूर्खपणा आहे!'' सती रागाने म्हणाली, ''त्या प्राण्याने आपली हद्द आखून घेतली आहे. त्याने तिथे खूण केली आहे. एक तर तुम्हांला त्याला ठार मारावं लागेल किंवा ही जागा तरी सोडावी लागेल. याशिवाय तिसरा पर्याय नाही. त्याच्या भूमीत तो तुम्हांला फेरफटका मारू देणार नाही. तसं झालं तर आपल्या कळपावरील त्याची पकड ढिली होईल.''

एक ग्रामीण स्त्री प्रतिवाद करण्यासाठी पुढे आली. ''सुरयक्षानं आत्म्यांना थोड्या प्रमाणात संतुष्ट केलं आहे. आता काय होईल? आपल्याला जास्तीत

जास्त आणखी एक बळी द्यावा लागेल आणि ते ही जागा सोडून जातील.''

''आणखी एक बळी?'' संतप्त झालेल्या सतीने विचारले.

''होय,'' गावप्रमुख म्हणाला, ''संपूर्ण खेड्याच्या आणि आपल्या कुटुंबीयांच्या कल्याणासाठी खेड्याची सफाई करणाऱ्या कामगाराला आपल्यासह आपल्या कुटुंबीयांचे बळी दिले जावेत, असं वाटतंय.''

सती त्या सफाई कामगाराकडे वळली. तो एक हडकुळा, कमी उंचीचा माणूस होता. त्याच्याकडे जंगलातून लाकडे गोळा करून आणण्याचे कष्टप्रद काम होते. गेल्या काही दिवसांत मृतदेहांच्या दहनाचे कामही त्याला करावे लागत होते. त्याच्यामागे त्याची तेवढीच अशक्त, हडकुळी आणि बुटकी पत्नी उभी होती. तिच्या चेहऱ्यावर दृढनिश्चयाचा भाव होता. तिच्या धोतराला धरून दोन लहान मुले उभी होती. ती जेमतेम दोन ते तीन वर्षांची होती. त्यांच्या अंगावर फाटकेतुटके सुती कपडे होते. त्यांच्या पालकांनी त्यांच्यापुढे काय वाढून ठेवले होते, ते त्यांना समजतही नव्हते.

सती गावप्रमुखाकडे वळली. तिच्या मुठी आवळल्या गेल्या होत्या. ''तो सर्वाधिक दुबळा आहे, म्हणून तुम्ही या गरीब माणसाचा आणि त्याच्या कुटुंबीयांचा बळी द्यायला निघाला आहात? ही गोष्ट साफ चुकीची आहे.''

''नाही देवी,'' तो सफाई कामगार म्हणाला, ''हा माझा निर्णय आहे. माझी नियती आहे. माझ्या पूर्वजन्मातील कर्मांमुळे या जन्मात अशा गरीब आणि खालच्या स्तरातील कुटुंबात माझा जन्म झाला. खेड्याच्या कल्याणासाठी मी आणि माझे कुटुंबीय स्वेच्छेने आमचे बळी देणार आहोत. परमेश्वर आमच्या या सत्कृत्यामुळे खूश होईल आणि त्यामुळे आमचा पुढचा जन्म चांगला असेल.''

''तुझ्या शौर्याची मी प्रशंसा करते,'' सती म्हणाली, ''पण त्यामुळे सिंहांना रोखता येणार नाही. तुमच्यापैकी प्रत्येकाचा मृत्यू झाल्याखेरीज किंवा तुम्हांला ओढून नेल्याखेरीज ते मुळीच थांबणार नाहीत.''

''आमच्या रक्तानं त्यांची शांती होईल, देवी. गावप्रमुखानं मला तसंच सांगितलंय आणि मलाही त्याविषयी खात्री वाटते.''

सतीने त्या सफाई कामगाराकडे रोखून बघितले. तत्त्वज्ञानाने अंधश्रद्धेवर मात करता येत नाही. तिने त्यांच्या मुलांकडे बघितले. ती एकमेकांना ढकलत होती आणि जोरजोरात हसत होती. अचानक ती थांबली आणि त्यांनी सतीकडे पाहिले.

ही परदेशी स्त्री आपल्याकडे एवढी टक लावून का पाहते आहे, हे न कळल्यामुळे ती एकदम शांत झाली होती.

'मी हे होऊ देणार नाही.'

"मी इथे राहीन. प्रत्येक सिंह मारला जाईपर्यंत मी इथेच राहीन. पण तुमचा किंवा तुमच्या कुटुंबाचा बळी तुम्ही देऊ नका. लक्षात आलं?"

त्या सफाई कामगाराने सतीकडे रोखून पाहिले. तिने एवढी विचित्र गोष्ट त्याला कशी काय सुचवली याचे त्याला आश्चर्य वाटत होते. सती कावासाकडे वळली. त्याने तातडीने सर्व सैनिकांना शाळेकडे नेण्यास सुरुवात केली. काही जण वाद घालत होते. परिस्थितीने अचानक घेतलेल्या वळणामुळे ते असंतुष्ट झाले होते.

परशुरामाचे हेर उंच वृक्षांवरून अत्यंत लक्षपूर्वक टेहळणी करत होते. शिव आणि भगीरथ जहाजाच्या पृष्ठभागावर होते. ते एकमेकांशी वाद घालत असल्यासारखे दिसत होते. त्या जहाजावरून तीन लढाऊ नौका मधुमतीमध्ये उतरल्या आणि हळुवारपणे तरंगत जाऊ लागल्या.

अखेरीस शिवाने संतप्त मुद्रा केली आणि त्या लढाऊ नौकेवर तो चढला. तिच्यात द्रपाकु, नंदी, वीरभद्र आणि तीस सैनिक होते. शिवाने इशारा केला आणि ते तीराकडे निघाले.

दुसऱ्या बाजूला ते जहाज मात्र नांगर ओढून घेण्याच्या तयारीत असल्यासारखे दिसत होते.

एका हेराने दुसऱ्याकडे पाहून स्मित केले. "फक्त शंभर सैनिक. हे परशुराम महाराजांना कळवायलाच हवं."

मधुमतीचे समृद्ध पाणी आणि ब्रंगाची सुपीक जमीन यांच्यामुळे तिथे अत्यंत घनदाट अरण्य तयार झाले होते. शिवाने आकाशाकडे पाहिले. घनदाट वृक्षराजीच्या पानांमधून मार्ग शोधत काही सूर्यकिरण खाली पोहोचत होते. सूर्यकिरणांच्या

दिशेमुळे शिवाच्या लक्षात आले, की सूर्याचा मावळतीकडचा प्रवास आधीच सुरू झाला होता.

प्रवेश करणेही दुरापास्त असलेले ते अरण्य शिवाची सैनिकांची तुकडी जवळजवळ आठ तास घोड्यांवरून तुडवत होती. दरोडेखोरांच्या हालचालींचा वेध घेण्याचे त्यांचे अथक प्रयत्न सुरू होते. दोन तासांपूर्वीच शिवाने भोजन केले होते. त्याचे सैनिक शारीरिकदृष्ट्या जरी तृप्त असले तरीही आता लढाईसाठी आतुर झाले होते. त्यांचे हात शिवशिवत होते. लढ्यासाठी ते अस्वस्थ बनले होते. अगदी इथेसुद्धा परशुराम लढाई टाळत असल्याचे दिसत होते.

अचानक शिवाने आपला हात उंचावला. तुकडी तिथल्या तिथे थांबली. द्रपाकु शिवाकडे हळूच येत कुजबुजला, ‘‘काय झालं, प्रभू?’’

शिवाने आपल्या डोळ्यांनीच इशारा केला आणि तो कुजबुजला, ‘‘ही हद्द आखून घेतली गेलेली आहे.’’

द्रपाकुने एकटक तिकडे पाहिले; पण तो काहीच न समजल्याने गोंधळात पडला.

‘‘या झुडपावरचा हा वार पहा,’’ शिव म्हणाला.

द्रपाकुने निरखून पाहिले. ‘‘ते इथूनच गेलेले आहेत. याचा अर्थ हा मार्ग त्यांचा आहे.’’

‘‘नाही,’’ पुढे पाहत शिव म्हणाला, ‘‘चालत जाण्यासाठी हा मार्ग त्यांनी आपल्या ताब्यात ठेवलेला नाही. झुडपावरची कापल्याची खूण उजव्या बाजूकडून केली गेली आहे. ते इथूनच चालत गेलेले आहेत, असं आपल्याला भासावं, यासाठी त्यांनी तसं केलं आहे. इथून सरळ पुढे तो सापळा रचला गेलेला आहे.’’

‘‘तुम्हांला याविषयी खात्री आहे, प्रभू?’’ द्रपाकुने विचारले. शिव आपले धनुष्य हळूहळू हातात घेत असल्याचे पाहून द्रपाकुने विचारले.

शिव अचानक गोल फिरला. आपल्या धनुष्याला प्रत्यंचा चढवत आणि सटासट बाण सोडत तो गोल फिरला. त्याने तातडीने त्या झाडांपैकी एका झाडाच्या वरच्या बाजूवर बाण सोडला. त्याबरोबर जखमी होऊन खाली पडत असलेल्या एका माणसाची जोरदार किंकाळी तिथल्या वातावरणात घुमली.

‘‘या मार्गानं!’ शिव म्हणाला. तो झटकन पळत पळत उजवीकडे वळला.

सैनिक त्याच्या पाठोपाठ निघाले. आपल्या आक्रमक प्रभूपासून थोडे अंतर राखून ते चालत होते. अशा प्रकारे ते काही क्षण पळत गेले आणि शिव अचानक

एका किनारपट्टीवर पोहोचला आणि तिथेच थिजल्यासारखा उभा राहिला.

त्याच्या समोरच, सुमारे शंभर मीटरच्या अंतरावर परशुराम आपल्या टोळीसह उभा होता. त्याच्याबरोबर सुमारे शंभर सैनिक होते. सूर्यवंशींएवढेच ते सैनिक होते. शिवाचे सैनिक अरण्यातून पळत पळत एका ओळीत बाहेर पडले आणि ताबडतोब त्या किनारपट्टीवर ते युद्धाचा पवित्रा घेण्यासाठी रचना करू लागले.

"मी प्रतीक्षा करेन," परशुराम उपहासाने म्हणाला. त्याची नजर शिवावर पडली. "तुझ्या लोकांना त्यांची जागा घेऊ देत."

शिवानेही त्याच्याकडे रोखून पाहिले. परशुराम हा सामर्थ्यशाली पुरुष दिसत होता. उंचीने तो शिवापेक्षा थोडासा कमी असला तरीही त्याचे शरीर कमालीचे पीळदार होते. त्याचे खांदे रुंद होते. त्याची छाती हळूहळू वर खाली होत होती. त्याच्या डाव्या हातात खूपच मोठे धनुष्य होते. कोणत्याही माणसाला ते उचलणे केवळ अशक्य होते. परंतु त्याच्या सामर्थ्यशाली हातांना ते धनुष्य उचलणे सहजशक्य होते. त्याच्या पाठीवर भरपूर बाणांनी भरलेला भाता होता. मात्र दुसरीकडे एक वेगळेच शस्त्र लटकत होते. त्यामुळेच तो प्रसिद्ध झाला होता. त्याच्या दुर्दैवी बळींचे मुंडके उडवण्यासाठी तो त्याचा वापर करत होता. तो त्याचा परशू होता. साधे केशरी रंगाचे धोतर तो नेसला होता. पण त्याने चिलखत घातलेले नव्हते. तो ब्राह्मण असल्याचे सिद्ध करणारे जानवे त्याच्या उजव्या बाजूकडून त्याच्या छातीवर रुळत होते. त्याने आपले केस संपूर्ण कापून डोक्याचा तुळतुळीत गोटा केला होता. त्याच्या डोक्यावर फक्त एक शेंडी होती. त्याने लांब आणि खूपच दाट केसांची दाढी राखली होती.

शिवाने आपल्या बाजूला बघितले. आपल्या सैनिकांनी एका रेषेत उभे राहण्याची प्रतीक्षा तो करत होता. शिवाने जोरदार श्वास घेतला.

'हे काय होतं?'

आपले प्रहरदिवे पेटवण्यासाठी मेलुहाचे लोक वापरत तसा तो रॉकेलसारखा पदार्थ होता. त्याने खाली बघितले. वाळू तर स्वच्छ होती. त्याचे लोक सुरक्षित होते. शिवाने आपली तलवार उपसली आणि त्याने जोराने आरोळी ठोकली. "आता शरण ये, परशुरामा. तुला न्याय मिळेल."

परशुराम कुत्सितपणे हसू लागला. "न्याय? या दरिद्री भूमीत?"

शिवाने आपल्या दोन्ही बाजूंना नजर फिरवली. त्याचे सैनिक आता युद्धाच्या

पवित्र्यात होते. ते आक्रमणासाठी तयार होते. ''एक तर तू आपलं मस्तक न्यायासमोर झुकव; नाही तर न्यायाच्या ज्वाळा तुझ्यावर बरसत असल्यासारखं तुला वाटेल. तुला काय हवं आहे?''

परशुराम तुच्छतेने हसला आणि त्याने आपल्या एका माणसाकडे पाहून मान हलवली. त्या माणसाने आपला बाण धनुष्यावर चढवला आणि त्याने हवेत उंच एक अग्निबाण सोडला. सूर्यवंशींच्या कितीतरी पलीकडे तो बाण जाऊन पडला.

'हे काय होतं?'

सूर्यप्रकाशात शिवाला क्षणभर तो बाण दिसलाच नव्हता. शिवाच्या माणसांच्या थोडे अंतर पुढेच तो बाण जाऊन पडला होता आणि लगेचच तिथे इंधन पसरण्यास सुरुवात झाली होती. ज्वाळा झपाट्याने धडधडू लागल्या. तिथून आत प्रवेश करता येऊ नये, अशा प्रकारची एक सीमा तिथे तयार झाली होती. आता त्या किनाऱ्यावर सूर्यवंशी सापळ्यात अडकले होते. आता माघार घेणेही शक्य नव्हते.

''तुम्ही तुमचे बाण वाया घालवत आहात, मूर्खांनो!'' शिव ओरडला, ''इथून कोणीही पळून जाणार नाही आणि माघार घेणार नाही.''

परशुरामाने स्मित केले. ''तुम्हांला ठार मारण्याचा आनंद मला घ्यायचा आहे.''

परशुरामाचा तो धनुर्धारी नंतर मागे वळला आणि त्याने दुसरा अग्निबाण सोडला. तो त्याने नदीच्या दिशेने सोडला होता. शिवाला आश्चर्य वाटले.

'ह्या! हे काय होतं!'

परशुरामाच्या लोकांनी पातळ पडाव बनवले होते आणि त्यांना एकमेकांना चिकटवून जोडून नदीच्या संपूर्ण वळणभर किनाऱ्यावर त्यांनी ते उभे केले होते. त्यांच्यामध्ये भरपूर प्रमाणात इंधन होते. त्या धनुर्धारीने सोडलेल्या भयंकर अग्निबाणाचा तडाखा त्यापैकी एका पडावाला बसला आणि त्यामुळे सगळ्या पडावांचा बघता बघता स्फोट झाला. मोठ्या प्रमाणात झगझगीत प्रकाश निर्माण झाल्यामुळे संपूर्ण नदीपात्रच पेटल्यासारखे दिसू लागले. त्या अग्नीच्या ज्वाळा खूपच उंच भडकल्या. त्यामुळे पार्वतेश्वराच्या छोट्या लढाऊ नौकांना त्यांच्यातून मार्ग कापणे जवळजवळ अशक्य झाले.

परशुरामाने शिवाकडे थंडगार नजरेने तुच्छतेने बघितले.

''आमचा आनंद आम्हांला आमच्यापुरता ठेवू दे. चालेल ना?''

शिव वळला आणि त्याने द्रपाकुकडे पाहून मान हलवली. द्रपाकुने तातडीने

सर्वांपर्यंत आदेश पोहोचवला. एक बाण उंच आकाशाच्या दिशेने झेपावला आणि त्याच्यातून निळ्या ज्वाळा भडकल्या. पार्वतेश्वराला खूण पटली. परंतु मधुमतीच्या काठावरची ती अग्नीची भिंत पार करून मेलुहाचा सरलष्करप्रमुख आतपर्यंत कसा काय पोहोचू शकेल, याविषयी शिव साशंक बनला. लहान युद्धनौका त्यातून येऊ शकल्या नसत्या. शिवाय मोठे जहाजही किनाऱ्यावर येऊ शकले नसते, कारण ते किनाऱ्यापर्यंत येण्याआधीच तिथल्या प्रचंड गाळात रुतून बसले असते.

'आता कोणीही येणार नाही. आपल्यालाच आता स्वबळावर या साऱ्याची अखेर घडवून आणावी लागणार आहे.'

"हे असंस्कृत माणसा, ही तुला अखेरची संधी आहे," शिव ओरडला. त्याने आपली तलवार उपसून ती समोर धरली.

परशुरामाने आपले धनुष्य टाकून दिले. त्याबरोबर त्याच्या धनुर्धारींनीही आपापली धनुष्ये खाली टाकली आणि आपली शस्त्रे बाहेर काढली. परशुरामाने परशू बाहेर काढला. त्याला आता हिंस्त्रपणे लढले जाणारे तुंबळ युद्धच हवे होते.

"नाही, ब्रंगवासियांनो, ही तुम्हांला मिळालेली अखेरची संधी होती. मी तुम्हांला मंद गतीने येणारा यातनामय मृत्यू देणार आहे."

शिवाने आपले धनुष्य खाली टाकले आणि ढाल पुढे धरली. तो आपल्या सैनिकांना म्हणाला, "सावधान! त्यांच्या तलवारींच्या हातावर वार करा. त्यांना जखमी करा; परंतु ठार मारू नका. आपल्याला ते जिवंत हवे आहेत."

सूर्यवंशींनी आपल्या ढाली समोर धरल्या आणि तलवारी उपसल्या आणि ते प्रतीक्षा करू लागले.

परशुरामाने आक्रमण केले. त्याच्या दुष्ट टोळीनेही त्याच्याबरोबरच आक्रमणाला सुरुवात केली. विस्मयजनक वेगाने आणि चापल्यपूर्ण हालचालींनी शिवाच्या सैनिकांवर दरोडेखोरांची टोळी धावून गेली. त्यात परशुराम आघाडीवर होता. त्याने स्वसंरक्षणासाठी ढाल घेतली नव्हती. त्याच्या हातातील वजनदार परशू फिरवण्यासाठी त्याला दोन्ही हात वापरावे लागत होते. तो थेट शिवावर चाल करून येत होता; परंतु उंच उडी मारून द्रपाकु त्याच्या डाव्या बाजूला पोहोचला आणि त्याच्यावर त्याने हल्ला चढवला. तलवारीचा वार चुकवण्यासाठी परशुरामाने एकदम आपली दिशा बदलली आणि तो दूर गेला आणि तेवढ्याच सहज हालचालीने त्याने आपला परशू वर उचलला आणि एका हिंस्त्र उडीत त्याने

परशूचा वार केला. आपल्या जायबंदी झालेल्या डाव्या हाताच्या जागी बसवलेल्या आकड्यात अडकवलेली ढाल द्रपाकुने झटकन समोर धरली. त्या कास्याच्या ढालीच्या एका बाजूवर त्याच्या परशुचा जोरदार प्रहार झाला. स्तिमित झालेल्या द्रपाकुने आपली ढाल मागे घेतली आणि परशूरामाच्या डाव्या खांद्याची दिशा एकदम बदलत असल्याचे पाहून आपली तलवार खाली घेतली.

दरम्यान, शिवाने मोठ्या हुशारीने आणि चपळाईने चवड्यावर गिरक्या घेत एका दरोडेखोराच्या तलवारीचा वार चुकवला आणि त्याच्या हातातील ढाल आपल्या हातातील ढालीने दूर सारली. त्या दरोडेखोराचा तोल ढळला. तो त्याला सांभाळता येईपर्यंत शिवाने आपली तलवार मोठ्या सफाईने शत्रूच्या तलवार असलेल्या हातावर चालवली आणि त्याचा तो हात कोपरापासून कापून काढला. तो ठग खाली पडला. आता तो जायबंदी झाला होता; परंतु जिवंत होता. शिव झटकन वळला आणि दुसऱ्या दरोडेखोराचा वार चुकवण्यासाठी त्याने आपली तलवार वर केली.

शत्रूच्या उजव्या खांद्यातून आरपार घुसलेली आपली तलवार उपसून बाहेर काढत नंदीने त्याला आपल्या ढालीने ढकलून दिले. आता तो दरोडेखोर खाली पडेल आणि शरण येईल, अशी त्याची अपेक्षा होती. परंतु नंदीला त्याचे आश्चर्य आणि कौतुकही वाटले. कारण त्या दरोडेखोराची ढाल पडली. पण त्याने सहजगत्या आपल्या जखमी झालेल्या उजव्या हातातील तलवार आपल्या जखम नसलेल्या डाव्या हातात घेतली आणि पुन्हा एकदा त्याने युद्धात उडी घेतली. त्याचा वार चुकवण्यासाठी नंदीने आपली ढाल समोर धरली आणि पुन्हा एकदा त्या जखमी ठगाच्या उजव्या खांद्यात त्याने आपली तलवार घुसवली. त्याच्यावर जोरात ओरडत तो म्हणाला, ''मूर्खा, शरण ये.''

शत्रूला जिवंत ठेवण्याच्या बाबतीत वीरभद्राचे नशीब मात्र जोरावर नव्हते. त्याने आधीच दोघा जणांना मारले होते आणि अत्यंत निश्चयाने लढणाऱ्या तिसऱ्या दरोडेखोराला जिवंत ठेवण्यासाठी तो शर्थीचे प्रयत्न करत होता. तलवार धरलेल्या आपल्या जखमी हाताकडे दुर्लक्ष करत त्या दरोडेखोराने डाव्या हाताने आपली तलवार उचलली. संतप्त झालेल्या वीरभद्राने उंच उडी घेऊन त्या ठगाच्या मस्तकावर आपल्या ढालीचा जोरदार प्रहार केला. आता त्या माणसाला युद्धातून बाहेर काढण्याचा त्याचा इरादा होता. परंतु त्या ठगाने आपला खांदा वळवला

आणि तो हिंदकळवत त्याने उंच उडी मारून वीरभद्रावर हिंस्रपणे वार केला. वीरभद्राला जखम झाली. त्यामुळे संतप्त झालेल्या वीरभद्राने त्या दरोडेखोराच्या पुढे आलेल्या छातीत आपली तलवार जोरात खुपसली. तलवारीचे पाते त्याच्या हृदयातून आरपार गेले.

''छे, काहीतरीच!'' निराश झालेला वीरभद्र ओरडला, ''तू फक्त शरण का आला नाहीस?''

युद्धभूमीच्या दुसऱ्या कोपऱ्यात शिवाने आपली ढाल एका बाजूला घेतली होती आणि त्या दरोडेखोरावर जोरदार वार केला होता. त्या दरोडेखोराने आपले डोके मागे हिंदकळवले. त्याच्या चेहऱ्यावर त्याचा वार झाला. परंतु जोराचा तडाखा चुकवण्यात तो यशस्वी झाला.

आता शिव चिंताग्रस्त होऊ लागला होता. कित्येक लोक मारले जात होते. परशुरामाच्या बाजूच्याच बहुतेक लोकांचा मृत्यू पावलेल्या लोकांमध्ये समावेश होता. त्याला ते जिवंत हवे होते; अन्यथा नागांच्या औषधाचे रहस्य गुप्तच राहिले असते. त्यानंतर त्याने मोठा ध्वनी ऐकला. तो पार्वतेश्वराच्या शंखाचा ध्वनी होता.

'ते येत होते.'

आपल्या शत्रूला हिंस्रपणे भोसकून शिवाने आपल्या ढालीने त्याच्या मस्तकावर पुन्हा एकदा तडाखेबंद वार केला. यावेळी मात्र या वाराचा उपयोग झाला. तो दरोडेखोर निपचित पडला. त्यानंतर वर पाहून शिवाने स्मित केले.

त्या जळत्या पडावांना पार करून प्रचंड सूर्यवंशी सैन्य पुढे येत होते. जहाज किनाऱ्यावर नांगरून ठेवण्यात आले होते. सूर्यवंशीयांना आपले जहाज किनाऱ्यावर नांगरता येणार नाही, त्यामुळे ब्रंगाला परतण्याखेरीज त्यांच्याकडे काहीच पर्याय उरलेला नाही, असा परशुरामाने बांधलेला अंदाज साफ चुकीचा ठरला होता. मधुमतीच्या लाटा छोट्या युद्धनौकांसाठी खूपच मोठ्या ठरत असल्या, तरी मोठ्या जहाजासाठी त्या फारशा मोठ्या नव्हत्या. परशुरामाने सूर्यवंशी सैनिकांच्या दृढनिश्चयाला आणि सरलष्करप्रमुख पार्वतेश्वराच्या शौर्याला कमी लेखण्याची चूक केली होती.

जहाजावरील चिलखती टोकाखाली चिरडून परशुरामाचे कित्येक लोक जागच्या जागीच मरण पावले. वालुकामय किनारपट्टीला जहाज लागता क्षणीच जहाजाच्या पुढच्या भागात उभ्या असलेल्या पार्वतेश्वराने चटकन खाली उडी

घेतली. त्याच्या कमरेला बांधलेल्या दोरखंडामुळे खूप उंचावरून उडी मारूनही त्याला काहीच इजा झाली नव्हती. त्याने त्या दोरखंडाला हिंदकळवून झोका घेतला आणि तो जमिनीवर उतरला. ताबडतोब त्याने आपल्या कमरेला बांधलेला दोरखंड कापून टाकला आणि आपली तलवार उपसून तो धावतच युद्धभूमीकडे निघाला. त्याच्या पाठोपाठ त्याचे चारशे सूर्यवंशी सैनिक धावत निघाले.

जहाज आल्याचे पाहिल्यामुळे क्षणभरासाठी द्रपाकुचे लक्ष दुसरीकडे वळले होते. परशुरामाच्या परशूवर त्याने तलवारीचा तडाखा दिला, त्यावेळी परशुरामाने आपल्या पाठीवर असलेला खंजीर काढल्याचे त्याच्या ध्यानात आले नाही. परशुरामाने आपल्या डाव्या हाताची सहज हालचाल करून द्रपाकुच्या गळ्यात खंजीर खुपसला. झटकन उसळलेल्या वेदनेच्या डोंबामुळे क्षणभरासाठी तो सूर्यवंशी थिजल्यासारखा झाला. परशुरामाने तो चाकू त्याच्या गळ्यात हिंस्त्रपणे खोलवर रुतवला. द्रपाकु मागच्या बाजूला धडपडत गेला. तलवारीवरची आपली पकड मोठ्या शौर्याने त्याने अजूनही ढिली पडू दिली नव्हती.

दरम्यान, सूर्यवंशींच्या मोठ्या संख्याबळापुढे परशुरामाचे सैनिक अगदीच तुटपुंजे दिसू लागले. जवळजवळ पाच सूर्यवंशींमागे परशुरामाचा एक सैनिक असे संख्याबळ होते. त्यामुळे सूर्यवंशीयांनी झपाट्याने परिस्थितीवर नियंत्रण मिळवले. आता युद्ध करण्यातील फोलपणा लक्षात आल्यामुळे कित्येक दरोडेखोर शरण आले.

युद्धभूमीच्या मध्यभागी परशुरामाने कोसळण्याच्या बेतात असलेल्या द्रपाकुच्या गळ्यातून तलवार उपसून बाहेर काढली. त्याने आपला परशु दोन्ही हातात घट्ट पकडला. तो मागे गेला आणि त्याने द्रपाकुवर भीषण वार केला. द्रपाकुच्या देहावर त्या परशूचा भयंकर वार झाला. कास्याचे चिलखत आणि चामडी पोशाख यांच्यामध्ये त्याचे शरीर चिरडले गेले. तो वार खोलवर होता. त्याची त्वचा आणि मांस यांच्यामधून तो हाडापर्यंत पोहोचला. तो सामर्थ्यशाली सूर्यवंशी लष्करी अधिकारी जमिनीवर कोसळला. परशुरामाने त्याच्या शरीरात रुतलेला परशू बाहेर ओढून काढण्याचा प्रयत्न केला, अखेरीस द्रपाकुची छाती फाडून तो परशू बाहेर पडला. परशुरामाला तरीही त्या सूर्यवंशीचे कौतुक वाटले, कारण अजूनही तो जिवंत होता. त्या अधिकाऱ्याने अत्यंत क्षीण झालेल्या आपल्या हातात धरलेली तलवार तरीही उंचावण्याचा प्रयत्न केला. अद्यापही तो लढण्याचा प्रयत्न करत

होता.

परशुराम पुढे झाला आणि त्याने द्रपाकुचा हात जखडून टाकला. त्या लष्करी अधिकाऱ्याच्या पायांची क्षीण हालचाल होत असल्याचेही त्याच्या लक्षात आले. मृत्युपंथाला लागलेल्या व्यक्तीची लढाई सोडून न देण्याची ती धडपड होती. अजूनही त्याची तलवारीवरची पकड घट्टच होती. परशुराम चकित झाला. सहसा आपल्या शत्रूंना यमाघरी पाठवण्यासाठी त्याला आपल्या परशूच्या एका तडाख्याखेरीज अन्य कशाचीही गरज भासत नसे. त्याचे सैनिक झपाट्याने हरत चालले होते; परंतु परशुरामाच्या अद्यापही ते लक्षात आले नव्हते. आपल्या पायाखाली मृत्युपंथाला लागलेल्या त्या सामर्थ्यशाली माणसावर त्याची नजर खिळून राहिली होती.

परशुरामाने आपली मान किंचित तुकवली आणि तो पुटपुटला, ''तुझा वध करणं हा मी माझा सन्मान समजतो.''

त्या दरोडेखोराने आपला परशू वर उचलला आणि आता द्रपाकुचे मस्तक धडावेगळे करण्यासाठी तो वार करणार होता; तोच आनंदमयीने दूरवरून त्याच्याकडे खंजीर फेकला. तो खंजीर सरळ परशुरामाच्या डाव्या हातात घुसला आणि त्यामुळे त्याच्या हातातील परशू सुरक्षितपणे दूरवर जाऊन पडला. दिवोदास आणि इतर दोन सूर्यवंशी सैनिकांच्या मदतीने भगीरथाने परशुरामाला ठोसे मारून जमिनीवर पाडले. मात्र त्यांनी त्या दरोडेखोराला आणखी जखम केली नाही.

शिव आणि पार्वतेश्वर यांनी द्रपाकुकडे धाव घेतली. त्याच्या शरीरातून प्रचंड रक्तस्राव होत होता. परंतु तो अद्यापही जिवंत होता. त्याच्या शरीरात धुगधुगी होती.

शिव मागे वळला आणि ओरडला, ''आयुर्वतीला तातडीनं इकडे घेऊन या.''

सूर्य मावळायला आता केवळ काही तासांचाच अवधी उरला होता. सती शाळेच्या गच्चीवर उभी होती. सुधारित धनुष्ये आणि बाण तयार केले जात होते. त्यावर ती देखरेख करत होती. काशीचे सैनिक सिंहांवर जवळून हल्ला करण्यास

पूर्णपणे निरुपयोगी ठरणार होते. शिवाय बाण चालवण्याचे कौशल्यही त्यांच्याकडे नव्हते. ते काही काळपर्यंत बाणांचा नुसता दिशाहीन मारा जरी करत राहिले, तरी कदाचित एखादा बाण तरी लक्ष्याला लागेल, अशी सतीला आशा होती.

जिन्याजवळचा लाकडाचा ढीग सतीने पुन्हा एकदा तपासला. सैनिकांनी मोठ्या प्रमाणात सरपणाचा साठा करून ठेवला होता आणि निदान त्या रात्रीपुरता तरी तो पुरेसा होता, असे दिसत होते.

गच्चीवर सुरक्षितपणे थांबून कळपातील काही सिंहांचा तरी वेध घेता येईल असा अदमास तिने बांधला होता. जर तिला नियतीची साथ लाभली असती, तर त्या महाकाय प्राण्यालाही आपण ठार मारू शकू, असे तिला वाटत होते. त्याला मारल्यामुळे नीचपणाचा प्रमुख स्त्रोतच नाहीसा झाला असता. त्यानंतर काही दिवस निरीक्षण केल्यानंतर हा प्रश्न एकदाच आणि कायमस्वरूपी सुटला असता. काहीही झाले तरी ते फक्त सातच प्राणी होते. तो काही फार मोठा कळप नव्हता.

तिने आकाशाकडे पाहिले आणि काहीही अनिष्ट घडू नये, यासाठी प्रार्थना केली.

■■

प्रकरण १५

लोकनायक

सूर्य झपाट्याने क्षितिजापलीकडे चालला होता. संध्यासमयीच्या आकाशावर गेरूसारखा पिवळसर चमकता प्रकाश पसरला होता. सूर्यवंशीयांच्या शिबिरात क्षुब्ध, लगबगीच्या हालचाली सुरू होत्या.

कैद्यांच्या सुरक्षिततेवर देखरेख करण्याचे प्रमुख काम भगीरथाकडे होते. जहाजावरच्या कास्याच्या साखळ्या वापरून परशुरामाच्या माणसांचे हात आणि पाय जखडण्यात आले होते. वालुकामय किनाऱ्यावर त्यांना एका ओळीत उभे राहण्यास भाग पाडण्यात आले होते. वालुकामय किनाऱ्यावर खोलवर ठोकण्यात आलेल्या मोठमोठ्या खुंट्यांना त्या साखळ्या घट्ट बांधण्यात आल्या होत्या. ते जणू काही पुरेसे नव्हते म्हणून त्यांच्या घोट्यांमधून आणखी एक साखळी बांधून त्यांचे पाय एकमेकांना घट्ट बांधून टाकण्यात आले होते. त्या कैद्यांच्या सभोवताली सूर्यवंशी सैनिकांचा कडक बंदोबस्त ठेवण्यात आला होता. ते त्या सर्वांवर सातत्याने नजर ठेवून होते. परशुराम आणि त्याच्या माणसांची सुटका आता केवळ अशक्य होती.

दिवोदास भगीरथाकडे गेला. ''राजकुमार, मी जहाजाची पाहणी केली.''

''आणि?''

''त्याची दुरुस्ती होण्यास किमान सहा महिने तरी लागतील.''

भगीरथ त्रस्त झाला. "आता आपण परत कसे जाणार?"

किनाऱ्याच्या दुसऱ्या टोकावर आयुरालयाचा तंबू ठोकण्यात आला होता. आयुर्वती आणि तिचे वैद्यकीय पथक तिथे लगबगीने काम करत होते. सूर्यवंशी आणि परशुरामाच्या सैनिकांपैकीही जेवढ्या जास्तीत जास्त लोकांना वाचवता येईल, तेवढ्या लोकांचे प्राण वाचवण्यासाठी त्यांचे निकराचे प्रयत्न सुरू होते. त्यांना त्यात चांगलेच यश आले होते. परंतु जिथे कोणतीच आशा नव्हती, अशा एका तंबूत त्यावेळी आयुर्वती आली होती.

द्रपाकुचा हात हातात घेऊन शिव तिथेच गुडघ्यावर बसला होता. आता काहीही करणे शक्य नव्हते, हे आयुर्वतीला माहिती होते. त्याच्या जखमा खूपच खोलवर होत्या. ती मागच्या बाजूला उभी होती. तिच्यासमवेत नंदी आणि पार्वतेश्वर होते. द्रपाकुचे पिताजी पूर्वाक दुसऱ्या बाजूला गुडघे टेकून बसले होते. पुन्हा एकदा सर्वस्व गमावल्याची भावना त्यांच्या चेहऱ्यावर स्पष्ट दिसत होती.

द्रपाकुने आपले तोंड उघडले. तो काहीतरी बोलू पाहत होता.

शिव पुढे झुकला. "बोल माझ्या मित्रा! काय सांगायचं आहे!"

द्रपाकुच्या तोंडातून शब्द फुटत नव्हता. त्याच्या तोंडातून सातत्याने रक्ताच्या चिळकांड्या बाहेर पडत होत्या. तो आपल्या पित्याकडे वळला आणि नंतर पुन्हा शिवाकडे वळला. तेवढ्या हालचालीनेही त्याच्या हृदयावर ताण आला आणि त्यामुळे त्याच्या जखमी हृदयातून त्यामुळे आणखी रक्त बाहेर पडले. त्याला झोपवण्यात आलेली चादर त्यामुळे आणखी रक्ताने माखली.

शिवाच्या डोळ्यांत अश्रू दाटून आले. "मी त्यांची काळजी घेईन, द्रपाकु. मी त्यांना सांभाळेन."

एक दीर्घ श्वास घेऊन द्रपाकुचा आत्मा अनंतात विलीन झाला. त्याला ज्या शब्दांची गरज होती, ते त्याच्या कानांवर पडले होते. त्यानंतर त्याने स्वतःला मृत्यूच्या स्वाधीन केले. अखेरीस त्याला शांतता लाभली होती.

पूर्वाकाच्या ओठांतून एक हुंदका बाहेर पडला. त्याचे मस्तक आपल्या मुलाच्या खांद्यावर कोसळले. त्याचे शरीर थरथरत होते. शिवाने पूर्वाकाच्या खांद्यावर हळुवारपणे थोपटले. पूर्वाकाने वर पाहिले. त्याच्या कपाळाला त्याच्या शूर पुत्राचे रक्त लागले होते. त्याच्या डोळ्यांतून अश्रूंचा महापूर सुरू होता. त्याने शिवाकडे आपली अंध नजर वळवली. त्याची ती नजर विदीर्ण आणि भकास होती.

अभिमानी, आत्मविश्वासू पूर्वाक कुठेतरी हरवला होता. मेलुहामध्ये कोटडवारमध्ये शिव ज्या मोडून पडलेल्या माणसाला भेटला होता, तोच हा माणूस होता. जिवंत राहण्यासाठी त्याच्याकडे असलेले त्याचे एकमेव कारणही त्याच्यापासून क्रूरपणे हिरावून घेण्यात आले होते.

शिवाच्या हृदयात कालवाकालव झाली. पूर्वाकाकडे पाहणेही त्याला सहन होत नव्हते आणि त्यानंतर त्याच्या मनात क्रोधाचा संचार झाला. शुद्ध, भयंकर क्रोध!

शिव उठला.

पार्वतेश्वर आश्चर्याने पाहातच राहिला. नंदी झेपावत पुढे आला आणि त्याने शिवाला अडवण्याचा प्रयत्न केला. ''नाही, प्रभू! हे अयोग्य आहे.''

शिवाने संतप्तपणे नंदीला बाजूला ढकलले आणि तो तसाच संतप्त झंझावातासारखा पुढे गेला. परशुरामाला बांधून ठेवलेल्या स्थानाकडे तो धावत सुटला.

नंदी त्याच्यामागे धावत होता. अद्यापही तो किंचाळत होता, ''नाही, प्रभू. नको. तो कैदी आहे. हे अयोग्य, चूक आहे.''

शिव आणखीच जोरात धावत सुटला. परशुरामाला बांधून ठेवलेल्या स्थानाजवळ आल्यावर त्याने आपली तलवार उपसली.

दुसऱ्या बाजूला उभा असलेला भगीरथ मोठ्याने ओरडला, ''नाही. प्रभू! आपल्याला तो जिवंत हवाय.''

परंतु वेडापिसा झाल्यासारखा शिव अनिर्बंधपणे आरोळ्या ठोकत परशुरामाजवळ पोहोचला. त्याने आपली तलवार हातात उंच धरली होती. कोणत्याही क्षणी त्या दरोडेखोराचे शीर त्याच्या धडावेगळे करण्यासाठी ती आता सज्ज होती.

परशुराम निर्विकारपणे त्याच्याकडे पाहत राहिला. त्याच्या चेहऱ्यावर भीतीचा लवलेशही नव्हता. त्यानंतर त्याने डोळे मिटले आणि ज्या शब्दांसोबत त्याला मृत्यूला कवटाळायचे होते, ते शब्द त्याने मोठ्याने उच्चारले,

''जय गुरू विश्वामित्र! जय गुरू वसिष्ठ!''

सुन्न झालेला शिव मार्गावरच थबकला. त्याच्या हाता-पायांतील त्राणच गेले. आपल्या मानेवर तलवारीचा घाव बसल्याची जाणीव न झाल्यामुळे परशुरामाने

डोळे उघडले आणि त्याने शिवाकडे पाहिले. तो गोंधळून गेला होता.

शिवाच्या हातातून तलवार गळून पडली. "वासुदेव?"

धक्का बसलेल्या शिवाकडे वासुदेवाने पाहिले. शिवाच्या गळ्याकडे त्याची नजर वळली. तोपर्यंत शिवाचा गळा शेल्याने झाकला गेला होता. परंतु आता तो शेला पडला होता. त्याच्या मस्तकात एकदम ओळखीची खूण पटली.

"अरे देवा! मी हे काय करून बसलो? नीलकंठ! प्रभू नीलकंठ!"

परशुरामाने शिवाच्या पायाच्या दिशेने आपले डोके झुकवले. त्याच्या डोळ्यांत अश्रूंचा महापूर लोटला होता. "मला क्षमा करा, प्रभू! मला क्षमा करा. ते तुम्हीच आहात, हे मला माहिती नव्हतं."

शिव फक्त तिथे सुन्न होऊन उभा होता. त्याच्या हातापायांतील त्राण केव्हाच निघून गेले होते.

अर्धवट झोपेत असलेल्या सतीला घशातून काढलेला गुरगुरण्याचा आवाज ऐकू आला. ती तातडीने सावध झाली.

'ते इथे आले आहेत.'

ती दाराकडे वळली. अग्नीच्या ज्वाळा जोरात धडधडत होत्या. दोन सैनिक तिथे पहारा देत होते.

"कावास, ते इकडे आले आहेत. प्रत्येकाला जागं करा."

सती रांगत रांगत गच्चीच्या कठड्याकडे गेली. तोपर्यंत तरी तिला एकही सिंह दिसला नव्हता. त्या रात्री चंद्राला थोडेसे तरी बळ लाभले होते. त्यामुळे ती फक्त अग्नीवर अवलंबून नव्हती.

त्यानंतर तिला झाडांच्या ओळींमधून तो महाकाय प्राणी उडी मारून बाहेर आलेला दिसला. सतीने सोडलेला बाण अद्यापही त्याच्या खांद्यात रुतून बसलेला होता. त्याचा मागचा भाग फक्त तुटला होता. त्यामुळे त्याचा पुढचा पाय त्याला किंचित फरफटत पुढे न्यावा लागत होता.

"आणखी एक नर सिंह आहे," कावास तिकडे बोट दाखवत म्हणाला.

सतीने मान डोलावली. तिने आपले धनुष्य हातात घेतले. त्याला प्रत्यंचा

चढवून ती बाण सोडणारच होती; पण तेवढ्यात तिच्या समोरचे दृश्य तिला विषण्ण करून गेले.

त्या महाकाय प्राण्याच्या पाठोपाठ कित्येक सिंहिणी उड्या मारून येत होत्या. त्या कळपात फक्त सातच सिंह असतील, असा तिचा कयास होता; परंतु तो कळप तर खूपच मोठा असल्याचे दिसत होते. जसजसे अधिकाधिक प्राणी तिकडे येऊ लागले, तसतशी सती त्यांच्याकडे भयग्रस्त नजरेने पाहतच राहिली. एका सिंहिणीपाठोपाठ दुसरी उडी मारून येत राहिली. आता तिथे जवळजवळ तीस सिंहिणी दिसत होत्या.

'प्रभू रामानं कृपा करावी!'

आदल्या दिवशी झालेल्या हल्ल्यानंतर त्या महाकाय प्राण्याने आपल्या शत्रूसोबत लढण्यासाठी आपल्यासोबत आपले सगळे सैन्यच आणले होते. तो कळप भलताच मोठा होता.

'आता तीन नर सिंह का आहेत, त्याचा उलगडा होतो. त्या महाकाय प्राण्याने प्रत्यक्षात तीन कळपांतील सिंहांवर वर्चस्व मिळवलं असून एकूण तीन कळप एकत्र केले आहेत.'

सती मागे सरकली आणि ती तिथल्या तिथे वळली. एवढ्या प्रचंड संख्येने असलेल्या सिंहिणींना ती बाण मारू शकत नव्हती. काशीच्या सैनिकांच्या डोळ्यांत फक्त भीती आणि भीतीच दिसत होती.

तिने प्रवेशद्वाराकडे बोट दाखवले. ''आणखी दोघांनी तिकडे जा आणि अग्नीत आणखी जास्त लाकडं टाका.''

काशीचे सैनिक आज्ञापालनासाठी तिकडे धावले. सतीच्या मेंदूला झिणझिण्या आल्यासारखे तिला वाटत होते. त्या क्षणी तिला कोणतीच कल्पना सुचत नव्हती. तेवढ्यात तिला तो आवाज ऐकू आला.

ती चटकन मागे वळली आणि रांगत रांगतच कठड्याजवळ गेली. तिला अधिक स्पष्ट आवाज ऐकू आला. दोन मुले रडत होती. आपले आयुष्य वाचावे म्हणून व्याकूळ होऊन ती रडत होती.

सतीने अतीव दुःखाने आणि भीतीने आपले डोळे मिटले आणि क्षणार्धात पुन्हा उघडले.

''कृपा करा...नको..''

खेड्यातील तो सफाई कामगार आणि त्याची पत्नी निश्चयपूर्वक त्या सिंहांसमोर जात होते. त्यांनी भगव्या रंगाचे कपडे परिधान केले होते. त्यांचा अंतिम प्रवास सुरू झाला होता. आपल्या त्यागाचे प्रतीक म्हणूनच त्यांनी भगवे कपडे घातले होते. त्यांची मुले नग्नच होती. त्या दोघांनी एकेका मुलाला कडेवर घेतले होते. ती भीतीने जोरजोरात किंचाळत होती.

तो महाकाय प्राणी त्यांच्याकडे वळला आणि गुरकावला.

सतीने आपली तलवार उपसली. ''नाहीऽऽऽ'' ती ओरडली.

''नाही, देवी!'' कावास ओरडला.

परंतु सती आधीच उडी मारून जमिनीवर उतरली होती. ती त्या सिंहांवर चालून गेली. तिने आपली तलवार हातात उंच धरली होती.

सिंह तिच्याकडे वळले. त्यांच्या डोळ्यांत आश्चर्य दिसत होते. तो सफाई कामगार आणि त्याच्या कुटुंबीयांना ते विसरून गेले होते...आणि त्याच्या कळपाने तिच्यावर हल्ला केला.

काशीच्या सैनिकांनी सतीच्या पाठोपाठ पटापट जमिनीवर उड्या मारल्या. आपल्या नेत्याने दाखवलेल्या शौर्यामुळे त्यांनाही प्रेरणा मिळाली होती. परंतु प्रेरणा ही कौशल्याला पर्याय ठरू शकत नव्हती.

एक भलीमोठी सिंहीण समोर आल्यावर सतीने गिरकी घेतली आणि अत्यंत सफाईदार हालचाली करत तिने त्या सिंहिणीच्या नाक आणि डोळ्यांच्या मधल्या भागातून तलवार जोरात आत खुपसली. त्या सिंहिणीने विव्हळल्यासारख्या डरकाळ्या फोडत माघार घेतली. तिच्या उजव्या बाजूकडून दुसऱ्या एका सिंहिणीने सतीवर हल्ला केला. काशीचा शूर शिपाई तिच्यासमोर उडी मारून आला. त्या दुर्दैवी सैनिकाचा गळा त्या सिंहिणीने पकडला. एखाद्या कचकड्याच्या बाहुलीप्रमाणे ती त्याला हलवत राहिली. त्या सैनिकाने तरीही आपली तलवार त्या सिंहिणीच्या छातीतून आरपार खुपसली. तो मरण पावला, पण त्याबरोबरच ती सिंहीणही मरण पावली. कावास मोठ्या शौर्याने एका सिंहिणीबरोबर लढत होता. त्याच्या पायाचा लचका तिने तोडला होता. तो आपल्या तलवारीबरोबर हात आणि पाय जोरजोरात हलवत उड्या मारत होता. शरीराला झोके देत होता आणि सिंहिणीवर वार करण्याचा प्रयत्न करत होता. तिच्या खांद्यांवर तो पुनःपुन्हा तडाखे मारत राहिला. परंतु ते वार पुरेशा ताकदीनिशी केलेले नव्हते.

काशीचे सैनिक पूर्ण ताकदीनिशी लढा देत होते. शौर्याने लढत होते, परंतु आपला जीव त्यांना कधी गमवावा लागेल, याचा काहीच नेम नव्हता. आता त्यासाठी केवळ काही क्षणांचाच अवधी उरला होता. एका सुसंघटित कळपाबरोबर लढण्यासाठी त्यांना कोणत्याही प्रकारचे प्रशिक्षण मिळालेले नव्हते किंवा त्यांच्याकडे कौशल्यही नव्हते. आता काही क्षणांतच ते सर्व जण ठार होतील, याची सतीला कल्पना आली होती.

'प्रभू रामा, मला सन्मानपूर्वक मृत्यू येऊ दे.'

एवढ्यात एक जोरदार शंखध्वनी त्या भयग्रस्त शांततेत घुमला. झाडांआडून सुमारे शंभर सैनिक बाहेर पडले आणि त्यांनी त्या धुमःश्चक्रीत उडी घेतली. त्यांच्यापैकी एक जण शंख वाजवत होता. नागांच्या हल्ल्याचा भयावह आवाज!

स्तिमित झालेल्या सतीने आपल्या समोरच्या सिंहिणीशी लढा देणे सुरूच ठेवले होते.. मात्र तिचे विचार भरकटले होते. या खेड्यात हे सैनिक तिच्या मदतीला का धावून आले असावेत, याविषयी तिच्या मनात तर्क निर्माण होत होते. लवकरच युद्धाचा रोख बदलला. त्या नवीन सैनिकांकडे काशीच्या सैनिकांच्या तुलनेत अर्थातच अधिक कौशल्य होते. त्या सिंहांवर ते हिंस्त्रपणे तुटून पडले.

आपल्या समोरच्या सिंहिणीला सतीने ठार मारले आणि तिने बाजूला पाहिले. तिला आपल्या सभोवती मृत जनावरांचा खच पडल्याचे दिसले. तिच्या डावीकडे तिला काहीतरी हालचाल होत असल्याचे जाणवले. तो महाकाय प्राणी उंच उडी मारून तिच्यावर झेपावत होता. तेवढ्यात अचानकच कुठून तरी एक महाकाय मुखवटाधारी आकृती तिथे अवतरली. त्याने त्या महाकाय प्राण्याला पकडले आणि वेगाने दूर फेकून दिले. त्या प्राण्याचे पंजे त्या मुखवटाधारी व्यक्तीच्या खांद्यात घुसले. त्या महाकाय प्राण्याने तोल सावरला आणि तो आपल्या नवीन संकटाकडे झेपावला. ती मुखवटाधारी व्यक्ती सतीसमोर संरक्षणात्मक पवित्र्यात उभी राहिली. त्याने आपली तलवार उपसली होती.

सतीने आपले संरक्षण करणाऱ्या त्या व्यक्तीच्या पाठमोऱ्या आकृतीकडे पाहिले.

''कोण आहे हा पुरुष?''

त्या मुखवटाधारी व्यक्तीने त्या महाकाय प्राण्यावर हल्ला चढवला. तेवढ्यात दुसऱ्या एका सिंहिणीने सतीवर हल्ला केला. सती खाली वाकली आणि तिने तिची तलवार हिंस्त्रपणे त्या सिंहिणीच्या छातीत खुपसली. त्या जनावराच्या हृदयातून

तलवार आरपार खुपसली. त्या सिंहिणीचे मृतशरीर सतीच्या अंगावर कोसळले. तिने त्या सिंहिणीला ढकलून देण्याचा प्रयत्न केला. तिचे मस्तक उजवीकडे झुकले. त्या भयावह महाकाय प्राण्याशी लढणाऱ्या त्या मुखवटाधारी व्यक्तीला लढा देताना ती पाहत होती. त्यानंतर ती किंचाळली, ''तिकडे बघ!''

दुसऱ्या एका सिंहिणीने त्या मुखवटाधारी आकृतीवर उजव्या बाजूने हल्ला केला. तिने क्रूरपणे त्याचा पाय पकडला. ती मुखवटाधारी व्यक्ती खाली कोसळली; पण त्याने तोपर्यंत त्या हल्ला करणाऱ्या सिंहिणीच्या डोळ्यात खोलवर आपली तलवार खुपसली होती. त्या मुखवटाधारी व्यक्तीवर पुन्हा एकदा तो महाकाय प्राणी तुटून पडला.

''नाही!'' सती किंचाळली. आपल्या अंगावरून त्या सिंहिणीला दूर करण्याचा जोरदार प्रयत्न ती करत होती. त्यानंतर कित्येक सैनिक त्या महाकाय प्राण्याच्या दिशेने धावताना तिने पाहिले. तो महाकाय प्राणी सर्व बाजूंनी घेरला गेला होता. तो वळला आणि पळून गेला. बाकीचे सिंह त्या खेड्याच्या भूमीवर पडले होते. ते मरण पावले होते. त्यांच्या मृतदेहांमध्येच काशीच्या दहा शूर सैनिकांचे मृतदेहही पडले होते. एकूण तीस प्राण्यांच्या त्या कळपातील फक्त तीन प्राणीच निसटून जाऊ शकले. एक सैनिक सतीच्या मदतीला धावून आला. त्याने सतीच्या अंगावरून सिंहिणीचा मृतदेह दूर केला. ती तातडीने उठली आणि त्या मुखवटाधारी आकृतीच्या मागे धावली. तो आपल्या जखमी पायावर मलमपट्टी करत होता.

त्यानंतर ती तिथेच थांबली. ती सुन्न झाली होती. त्या मुखवटाधारी आकृतीचा मुखवटा गळून पडला होता.

नाग!

त्या नागाचे कपाळ भलतेच रुंद होते. त्याचे डोळे दोन बाजूला होते. जवळजवळ ते दोन वेगवेगळ्या दिशांनाच होते. त्याचे नाक नको इतके लांब होते. जणू काही हत्तीची सोंडच तिथे होती. त्याच्या तोंडातून दोन मोठे सुळे बाहेर पडले होते. त्यापैकी एक मोडलेला होता. कदाचित त्याला झालेल्या एखाद्या जुन्या जखमेमुळे तो सुळा मोडला असावा. त्याचे कान सुपासारखे पसरट आणि मोठे होते. ते आपल्याला हवे तसे तो हलवत होता. त्या दुर्दैवी आत्म्याच्या शरीरावर जणू काही हत्तीचे मुंडके बसवले असल्यासारखे वाटत होते.

आपल्या मुठी घट्ट आवळून तो नाग व्यक्ती उभा राहिला. त्याने आपली बोटे

आपल्या पंजात घट्ट पकडली होती. या क्षणाची त्याने वर्षानुवर्षे प्रतीक्षा केली होती. त्याच्या आत्म्यातून भावना बाहेर पडत होत्या. राग, पराभूतपणा, भीती, प्रेम.

"मी कुरूप आहे ना?" त्या नागाने कुजबुजत्या आवाजात विचारले. त्याचे डोळे ओले झाले होते. त्याने आपले दात घट्ट आवळून धरले होते.

"काय? नाही!" सती ओरडली. त्या नागाला पाहिल्याच्या धक्क्यातून स्वतःला सावरत ती म्हणाली. तिचे आयुष्य वाचवणाऱ्या व्यक्तीचा अवमान ती कशी काय करू शकणार होती?

"मला माफ करा. मला फक्त...."

"म्हणूनच तू माझा त्याग केलास ना?" सतीच्या बोलण्याकडे दुर्लक्ष करत तो नाग पुटपुटला. त्याचे शरीर थरथरत होते. त्याच्या मुठी घट्ट आवळल्या गेल्या होत्या.

"काय?"

"म्हणूनच तू माझा त्याग केला होतास ना?" त्या नागाच्या गालांवरून हळुवारपणे अश्रू ओघळले. "कारण माझ्याकडे फक्त बघणंही तुला सहन होण्याजोगं नव्हतं."

गोंधळून जाऊन सती त्या नागाकडे एकटक बघत राहिली. "तुम्ही कोण आहात?"

"आपल्या पित्याच्या बिघडलेल्या मुली, निष्पाप असल्याचं नाटक करू नकोस!"पाठीमागून एक खंबीर स्त्रैण आवाज आला.

सती मागे वळली आणि तिचा श्वास रोधला गेला.

तिच्या डावीकडे थोड्याच अंतरावर नागांची राणी उभी होती. तिच्या संपूर्ण शरीरावर हाडांसारख्या कठीण प्रकारचे कवच होते. तिच्या खांद्यांपासून तिच्या पोटापर्यंत हाडांचे छोटेसे गोल रुळत होते. जणू काही तिने कवट्यांची माळच घातली आहे, असे वाटत होते. तिच्या खांद्याच्या मागून तिचे आणखी दोन छोटे हात बाहेर आले होते. त्यांपैकी एका हातात खंजीर होता. तिला तो सतीकडे फेकायचा होता, हे स्पष्टच होते. पण तिच्या चेहऱ्यामुळे सती अधिक अस्वस्थ झाली. तिचा वर्ण अगदी कोळशासारखा काळाकुट्ट होता. परंतु त्या नागांच्या राणीचा चेहरा हुबेहूब सतीसारखा होता. जणू काही सती आपली प्रतिमाच पाहत

होती.

‘‘कोण आहात तुम्ही लोक?’’ स्तंभित झालेल्या सतीने विचारले.

‘‘तिची बनवाबनवी न ऐकता मला तिच्याकडूनच सत्य वदवून घेऊ देत, बाळा,’’ त्या नागांच्या राणीचा खंजीर धरलेला हात थरथरत होता. ‘‘सरळपणानं ती कधीच सत्य कबूल करणार नाही. तीही आपल्या विश्वासघातकी, धोकेबाज पित्यासारखीच आहे.’’

‘‘नाही मावशी!’’

सती पुन्हा त्या नागाकडे वळली. त्यानंतर त्या नागांच्या राणीकडे कटाक्ष टाकत तिने विचारले, ‘‘कोण आहात तुम्ही?’’

‘‘खोटारडे! तुला हे माहिती नाही, यावर मी विश्वास ठेवावा अशी तुझी इच्छा आहे का?’’

गोंधळून जाऊन सती त्या नागांच्या राणीकडे एकटक पाहत राहिली.

‘‘मावशी....,’’ तो नाग पुटपुटला. तो गुडघ्यावर बसला होता आणि व्याकूळ होऊन आर्ततेने रडत होता.

‘‘माझ्या बाळा!’’ नागांची राणी त्याच्याकडे झेपावत ओरडली. आपल्या हातातील खंजीर त्याच्या हातात देण्याचा प्रयत्न ती करत होती. ‘‘ठार कर तिला! ठार मार! शांतता प्राप्त करण्याचा तेवढा एकमेव मार्ग आपल्याकडे आहे.’’

तो नाग थरथरत होता. आपले मस्तक हलवत होता. त्याच्या चेहऱ्यावरून अश्रू खाली ओघळत होते. विश्वद्युम्न आणि ब्रंग देशातील सैनिकांनी काशीच्या सैनिकांना काही अंतरावर पकडून ठेवले होते.

सतीने पुन्हा एकदा विचारले, ‘‘कोण आहात तुम्ही लोक?’’

‘‘आता माझ्या डोक्यावरून पाणी जाऊ लागलंय. बस्स! खूप झालं!’’ नागांची राणी खंजीर उगारत किंचाळली.

‘‘नाही मावशी,’’ढसाढसा रडणारा तो नाग कुजबुजत्या आवाजात म्हणाला, ‘‘तिला माहिती नाही. तिला माहिती नाही.’’

नागांच्या राणीकडे सतीने रोखून पाहिले. ‘‘मी शपथपूर्वक सांगते, की मला खरंच माहिती नाही. तुम्ही कोण आहात?’’

त्या नागांच्या राणीने डोळे मिटले. एक खोल श्वास घेतला आणि आपल्या आवाजातील हुकमत तशीच ठेवून उपहासगर्भतेने ती म्हणाली, ‘‘हे उदात्त,

सन्माननीय राजकुमारी, मग ऐक तर. मी तुझी जुळी बहीण काली आहे. तुझ्या दुतोंड्या पित्याने माझा त्याग केला होता.''

सती कालीकडे रोखून पाहत राहिली. तिचे तोंड अर्धवट उघडे होते. कोणतीही प्रतिक्रिया व्यक्त करणे तिला शक्य नव्हते, एवढा मोठा धक्का तिला बसला होता.

मला बहीण आहे?

''आणि हा दुःखी आत्मा,'' त्या लोकनायकाकडे बोट दाखवत काली म्हणाली, ''हा तू त्यागलेला तुझा पुत्र आहे. याचं नाव गणेश आहे.''

सतीला जोरदार धक्का बसला.

माझा पुत्र जिवंत आहे?

सती गणेशाकडे पाहत राहिली.

माझा पुत्र!

गणेशाच्या चेहऱ्यावरून संतप्त अश्रू ओघळत होते. दुःखातिशयाने त्याचे शरीर गदगदत होते.

माझा पुत्र...

सतीचे हृदय वेदनेने पिळवटून निघाले.

'परंतु...परंतु पिताजींनी तर मला मृत अर्भक जन्मल्याचं सांगितलं होतं.'

ती तशीच त्याच्याकडे एकटक बघत राहिली.

'मला असत्य सांगितलं गेलं.'

सतीने आपला श्वास रोखून धरला. ती आपल्या जुळ्या बहिणीकडेही बघत राहिली. बरोबर तिचीच प्रतिमा. नात्याचा जिवंत पुरावा. ती गणेशाकडे वळली.

''माझा पुत्र जिवंत आहे?''

गणेशाने वर बघितले. अजूनही त्याच्या डोळ्यांतून अश्रुधारा वाहत होत्या.

''माझा पुत्र जिवंत आहे,'' सती पुटपुटली. तिच्या डोळ्यांतूनही अश्रुधारा ओघळत होत्या.

गुडघे टेकून बसलेल्या गणेशाकडे सती अडखळत, धडपडत गेली. तीही आपले गुडघे टेकून बसली. तिने त्याचा चेहरा आपल्या ओंजळीत धरला. ''माझा पुत्र जिवंत.....''

तिने त्याचे मस्तक कुरवाळले. ''मला माहिती नव्हतं, माझ्या बाळा. मी शपथ घेऊन सांगते, मला खरंच माहिती नव्हतं.''

गणेशाने आपले हात पुढे केले नाहीत.

''माझं बाळ,'' सती पुटपुटली. तिने गणेशाचे मस्तक खाली केले आणि त्याच्या कपाळाचे चुंबन घेतले. त्याला घट्ट मिठीत घेतले. ''आता मी तुला कुठेही जाऊ देणार नाही. कधीही नाही.''

गणेशाच्या डोळ्यांतून आता अश्रूंचा अधिकच महापूर सुरू झाला. त्याने आपल्या मातेच्या अंगाभोवती आपले हात टाकले आणि ते सर्वाधिक जादुई शब्द उच्चारले, ''माते...''

सतीही पुन्हा रडू लागली, ''माझं बाळ. माझा पुत्र.''

आईच्या मायेची ऊब हवी असणारे एखादे छोटे बाळ ज्याप्रमाणे रडते, त्याप्रमाणे गणेश हमसून हमसून रडू लागला. आता तो सुरक्षित होता. अखेरीस त्याला सुरक्षितता लाभली होती. आपल्या लाडक्या मातेच्या मिठीत आता तो सुरक्षित होता.

परशुराम वेळेची किंमत जाणत होता.

ज्यावेळी जहाज किनाऱ्याला लागले होते, त्यावेळी त्याची मोडतोड झाली होती. त्यामुळे मधुमतीचे पाणी पिण्याखेरीज सूर्यवंशीयांकडे दुसरा पर्यायच नव्हता. दिवोदासाने प्रथम पाणी उकळण्याचा आग्रह धरला. परंतु मधुमतीचे पाणी प्रथमच पिणाऱ्यांना आधीच उतारा म्हणून औषध दिले नाही, तर ते निदान काही तास तरी गुंगीत पडून राहतात, हे परशुरामाला माहिती होते.

त्या पाण्याचा परिणाम होईपर्यंत त्याने काही काळ प्रतीक्षा केली. त्याला आता आणखी एक काम उरकायचे होते.

शिबिर गुंगीत झोपी गेल्यावर परशुराम कामासाठी तयार झाला. त्याने आपल्या साखळीतील कच्चा दुवा शोधला आणि ती तुटेपर्यंत दगडाने त्यावर प्रहार केले. त्याच्या शेजारचा त्याचा अधिकारीही मुक्त होणे अपेक्षित होते. परंतु परशुरामाने आपली साखळी पुन्हा एकदा त्या दगडाला घट्ट बांधून टाकली.

''कोणीही पळून जाणार नाही. समजलं ना? जो कोणी पळून जाण्याचं धाडस करेल, त्याला माझ्या परशूची शिकार व्हावं लागेल.''

तो अधिकारी विचारमग्न झाला. तो चांगलाच गोंधळला होता. परंतु आपल्या मुख्य अधिकाऱ्याला कोणताही प्रश्न विचारण्याचे धाडस त्याला झाले नाही. किनाऱ्यावरील स्वयंपाक क्षेत्राकडे परशुराम वळला. चंद्रप्रकाशात त्याचा परशू चमकला. आपण काय करायला हवे, ते त्याला चांगलेच ठाऊक होते.

ते करायलाच हवे होते. त्याच्याकडे अन्य पर्यायच नव्हता.

■■

प्रकरण १६

भिन्नत्वाचे आकर्षण

अग्नीच्या ज्वाळा भडकत होत्या.

मानसरोवर तलावाच्या जवळ अग्नीच्या एवढ्या मोठ्या ज्वाळा शिवाने त्याआधी कधीच पाहिल्या नव्हत्या. वाऱ्यांचा भेसूर आवाज, संपूर्ण खुला परिसर..अशा वेळी सामर्थ्यशाली गणाचे, त्याच्या जमातीचे लोक कधीच अग्नीच्या ज्वाळा एवढ्या दीर्घ काळ भडकू देत नव्हते.

त्याने सभोवताली पाहिले. त्याचे खेडे उद्‌ध्वस्त झाले होते. तिथे कोणीही दिसत नव्हते. त्या ज्वाळा त्याच्या गावाच्या भिंतींना चाटून जात होत्या.

तो तळ्याकडे वळला. ''हे पवित्र तळ्या, माझे लोक कुठे आहेत? पाक्रतींनी आपला सूड उगवला का?

''शिऽऽवाऽऽ! मला साहाय्य कर!''

शिवाने वळून पाहिले. त्या खेड्याच्या प्रवेशद्वारातून त्या यज्ञकुंडातून बाहेर पडून रक्ताने माखलेले बृहस्पती जोरात धावत बाहेर येत होते. एक अतिप्रचंड आकाराची मुखवटाधारी व्यक्ती तिचा पाठलाग करत होती. तिच्या हातात उपसलेली तलवार होती. त्याच्या चालण्याच्या ढबीमधून त्याचा कपटीपणा, धोकादायकपणा स्पष्ट होत होता.

शिवाने बृहस्पतींना आपल्या पाठीमागे घातले. त्याने आपली तलवार उपसली

आणि तो रक्ताळलेला नाग जवळ येण्याची तो प्रतीक्षा करू लागला. हाकेच्या अंतरावर आल्यावर शिव किंचाळला, ''तो तुझ्या ताब्यात मिळणार नाही. निदान जोपर्यंत मी जिवंत आहे, तोपर्यंत तरी नाहीच''

नागाचा मुखवटा जिवंत झाल्यासारखा वाटत होता. त्याने कुत्सितपणे मंद स्मित केले. ''तो आधीच माझ्या ताब्यात आहे.''

शिव आपल्याभोवती गरागरा फिरला. त्याच्या मागे तीन भलेमोठे नाग होते. त्यापैकी एक नाग बृहस्पतीचे मरगळलेले शरीर फरफटत ओढत नेत होता. बृहस्पतीच्या शरीरावर कित्येक ठिकाणी दंश केल्याच्या मोठमोठ्या जखमा होत्या. इतर दोन नाग पहारा देण्यासाठी तिथे उभे होते. त्यांच्या तोंडातून सारख्या ज्वाळा बाहेर पडत होत्या. शिवाला जवळ येण्यापासून त्या ज्वाळांमुळे प्रतिबंध होत होता. त्यांनी बृहस्पतीला विळखा घातलेल्या अवस्थेत फरफटत त्या नागाकडे नेले, त्यावेळी असाहाय्यपणे फक्त पाहण्याखेरीज शिव काहीही करू शकत नव्हता. संतप्त शिवाने नागाकडे वळून पाहिले.

''प्रभू रुद्राने कृपा करावी,'' शिव पुटपुटला.

त्या नागाच्या बाजूलाच भरपूर रक्तस्राव होत असलेला द्रपाकु पराभूत, उपेक्षित, निराधार असल्यासारखा गुडघे टेकून बसला होता. आपल्याला ठार मारले जाण्याची तो प्रतीक्षा करत होता.

द्रपाकुच्या पुढेच एक स्त्री आपले गुडघे टेकून बसली होती. तिच्या हातावरून रक्ताचे ओघळ वाहत होते. तिच्या सैरभैर उडणाऱ्या केसांमुळे तिच्या चेहऱ्याचा खालचा अर्धा भाग झाकला गेला होता आणि नंतर वारा बंद झाला. तिने वर पाहिले.

ती 'तीच' होती. ज्या स्त्रीला तो वाचवू शकला नव्हता, तीच ती स्त्री होती. ज्या स्त्रीला त्याने वाचवले नव्हते, तीच ती स्त्री होती. ज्या स्त्रीला वाचवण्याचा साधा प्रयत्नही त्याने केला नव्हता, ती तीच स्त्री होती.

''साहाय्य कर! कृपा करून मला साहाय्य कर!''

''तू हिंमत करू नकोस!'' शिव त्या नागाकडे बोट दाखवत रागाने किंचाळला.

त्या नागाने शांतपणे आपली तलवार वर उचलली आणि त्या स्त्रीचे मुंडके धडावेगळे केले. त्याच्या मनात त्याविषयी यत्किंचितही उलघाल झाली नाही.

शिव जागा झाला, तेव्हा त्याचे शरीर थंडगार घामाने भिजले होते. पुन्हा एकदा

त्याच्या भुवईच्या मध्यभागी आग होत होती. त्या छोट्याशा तंबूतील अंधाऱ्या जागेवर त्याने आपली नजर फिरवली. मधुमतीच्या लाटा किनाऱ्यावर आदळत असल्याचा आवाज त्याच्या कानांवर पडला. त्याने आपल्या हाताकडे बघितले. त्याच्या हातात ते सापाचे वेटोळे असलेले कडे होते. त्याने मोठ्याने ओरडून शिव्याशाप दिले. ते कडे त्याने जमिनीवर जोरात आपटले आणि तो पुन्हा आपल्या अंथरुणावर झोपला. त्याचे डोके जड झाल्यासारखे त्याला वाटत होते. खूपच जड!

त्या रात्री मधुमती शांतपणे वाहत होती. परशुरामाने वर बघितले. आपले कार्य पूर्ण करण्यासाठी आवश्यक तेवढा चंद्रप्रकाश तिथे असल्याचे त्याच्या लक्षात आले.

छोट्याशा अग्नीवर तापत असलेल्या तव्याचे तापमान त्याने तपासले. तो कढत होता. त्याच्यातून वाफा येत होत्या. त्या तशाच यायला हव्या होत्या. जखम तातडीने भरून येणे आवश्यक होते. अन्यथा रक्तस्राव थांबला नसता. आपल्या परशूला धार लावण्यासाठी तो पुन्हा परतला.

त्याने पुन्हा एकदा पात्याची धार तपासली. पाते धारदार होते. त्यामुळे त्याने घातलेला घाव अगदी व्यवस्थित बसला असता. त्याने मागे वळून पाहिले. तिथे कोणीही नव्हते.

त्याने आपल्या अंगावर पांघरलेला कपडा फेकून दिला आणि एक दीर्घ श्वास घेतला.

"भगवान रुद्रा, मला ताकद दे."

त्याने आपला डावा हात पिरगळला. याच हाताने नीलकंठाच्या प्रिय व्यक्तीचा खून करण्याचे धाडस केले होते. ते पाप त्या हाताने केले होते. त्याने झाडाच्या बुंध्याजवळच्या खडकाला पकडले. त्याने त्याला घट्ट पकडले. आपला खांदा मागे घेता यावा, एवढे घट्ट त्याने त्या खडकाला धरले होते.

त्याच बुंध्यावर आपल्या कित्येक शत्रूंची शिरे त्याने कापून टाकली होती. त्या दुर्दैवी बळींच्या रक्ताने तो बुंधा माखला होता. आता त्याचे रक्त त्या रक्तात मिसळून

जाणार होते.

आपल्या उजव्या हाताने त्याने आपला परशू उंच उचलला.

परशुरामाने एकदा अखेरचेच वर बघितले आणि त्याने एक दीर्घ श्वास घेतला.

''प्रभू, मला क्षमा करा.''

तो परशू हवेत उंच उसळला आणि त्याने अगदी अचूकपणे वेध घेतला. त्याचा हात झपकन कापून निघाला.

''पवित्र तळ्याशप्पथ, तो कसा काय निसटून जाऊ शकला? तुम्ही काय करत होतात?'' शिव ओरडला.

पार्वतेश्वर आणि भगीरथ खाली पाहत होते. एवढे संतप्त होण्यासाठी प्रभूकडे योग्य कारण होते. ते प्रभूच्या तंबूत होते. पहिल्या प्रहराचा तो अखेरचा तास होता. सूर्य नुकताच उगवला होता आणि त्याबरोबरच परशुरामाच्या नाहीशा होण्यावरही प्रकाश पडला होता.

अंतःकरणातील क्षोभामुळे शिवाचे चित्त विचलित झाले होते. तो गडबडीने बाहेर पडला, तेव्हा परशुरामावर तलवारी रोखून उभे असलेले दिवोदास आणि इतर काही सैनिक त्याला दिसले. परशुराम झोकांड्या खात, लटपटत शिवाकडे येत होता. त्याची नजर शिवावर होती. इतर कोणाकडेही नव्हती.

परशुरामाला तसेच येऊ दे, असा इशारा शिवाने आपल्या डाव्या हाताने केला. काही कारणाने आपली तलवार उपसण्याची गरज शिवाला भासली नाही. परशुरामाकडे काही हत्यार आहे का ते पाहण्यासाठी भगीरथ पुढे झाला. शिवाने त्याला हातानेच थांबण्याची खूण करत म्हटले, ''ठीक आहे, भगीरथ! त्याला माझ्याकडे येऊ दे!''

परशुराम शिवाकडे धडपडत आला. तो खूपच अशक्त दिसत होता. त्याच्या पापण्या मिटत होत्या. त्याच्या अंगरख्यावर रक्ताचे मोठमोठे डाग पडले होते. शिवाने आपले डोळे बारीक केले.

''तू कुठे गेला होतास?''

परशुरामाने वर बघितले. त्याच्या डोळ्यांत विषण्ण, खिन्न भाव होते.

“मी....प्रायश्चित्त.....प्रभू.........”

शिव विचारात पडला.

त्या दरोडेखोराने आपल्या अंगावर पांघरलेला कपडा आपल्या उजव्या हाताने फेकून दिला आणि आपला कापून काढलेला डावा हात शिवाच्या चरणावर ठेवला. “या हातानं......पाप केलं होतं...........प्रभू. मला क्षमा करा....”

शिवाचा श्वास भयाने रोधला गेला.

परशुराम खाली कोसळला. तो बेशुद्ध झाला होता.

आयुर्वतीने परशुरामाच्या जखमेवर उपचार केले. जंतुसंसर्ग होऊ नये म्हणून पुन्हा एकदा तिने ती जखम स्वच्छ केली. उघड्या पडलेल्या जखमेवर लिंबाच्या पानांचा रस चोळला. लिंबाच्या पानांनी जखम झाकली गेली आणि त्या कापल्या गेलेल्या हाताच्या जागी झालेली जखम तिने घट्ट बांधून टाकली.

तिने शिवाकडे पाहिले. “परशू स्वच्छ आणि धारदार होता. त्यामुळे हा मूर्ख सुदैवी आहे. अशा प्रकारच्या जखमेतून होणारा रक्तस्राव आणि जंतुसंसर्ग प्राणघातकही ठरू शकतो.”

“स्वच्छता किंवा धारदारपणा योगायोगाने आला होता, असं मला वाटत नाही,” भगीरथ पुटपुटला, “त्याने तसं जाणीवपूर्वक केलं असावं. आपण काय करतो आहोत, याची त्याला जाणीव होती.

पार्वतेश्वर परशुरामाकडे टक लावून पाहत होता. तो स्तंभित झाला होता.

‘हा अनोळखी पुरुष कोण आहे?’

शिवाने तोपर्यंत एक शब्दही उच्चारला नव्हता. तो फक्त परशुरामाकडे पाहत राहिला होता. त्याचा चेहरा निर्विकार होता. त्याने आपले डोळे खूपच बारीक केले होते.

“प्रभू, याच्या बाबतीत कोणता निर्णय घ्यावा लागेल?” पार्वतेश्वराने विचारले.

“आपलं जहाज दुरुस्त व्हायला जवळजवळ सहा महिने लागतील. आपण एवढा प्रदीर्घ काळ इथे राहू शकणार नाही. परशुरामाला छोट्या लढाऊ नौकेतून नेऊन इथल्या नजीकच्याच एखाद्या ब्रंग शिपायांच्या ठाण्यात त्यांच्या हवाली करू

या,'' भगीरथाने सुचवले, ''ब्रंग लोकांना हवा असलेला कुख्यात गुन्हेगार त्यांच्या सुपूर्द केल्याचा फायदा आपल्याला मिळेल. आपण त्यांच्याकडून त्यामुळे एखादं जहाज मिळवू शकू आणि नागांपर्यंत पोहोचण्याचा मार्गही ते आपल्याला सांगतील.''

शिवाने काहीच म्हटले नाही. तो परशुरामाकडे एकटक पाहत राहिला.

भगीरथाचा उपाय पार्वतेश्वराला आवडला नाही. परंतु सध्या करण्याजोगी तीच एक व्यवहार्य गोष्ट होती, हेसुद्धा त्याला माहिती होते. त्याने शिवाकडे बघितले. ''प्रभू?''

''आपण याला ब्रंगांच्या ताब्यात देणार नाही,'' शिवाने सांगितले.

''प्रभू?'' भगीरथ ओरडला. त्याला धक्का बसला होता.

शिवाने भगीरथाकडे बघितले. ''आपण त्याला देणार नाही.''

''पण प्रभू, आपण नागांपर्यंत कसे काय पोहोचू शकू? ब्रंगांना औषध मिळवून देण्याची शपथ आपण घेतली आहे.''

''परशुराम आपल्याला ते औषध देईल. तो शुद्धीवर आला की मी त्याला त्याविषयी विचारेन.''

''परंतु प्रभू,'' भगीरथ पुढे बोलू लागला, ''तो गुन्हेगार आहे. त्याला बोलायला भाग पाडल्याशिवाय तो काहीही सांगणार नाही. त्याने त्याग केला आहे, हे मला मान्य आहे. परंतु आपल्याला इथून बाहेर पडण्यासाठी जहाजाचीही गरज आहे.''

''मी ते जाणतो.''

भगीरथ शिवाकडे पाहत राहिला. त्यानंतर तो पार्वतेश्वराकडे वळला. मेलुहाच्या सरलष्करप्रमुखाने अयोध्येच्या राजकुमाराला गप्प बसण्याची खूण केली.

परंतु भगीरथाला ते पटले नाही. नीलकंठ सुचवत असलेली गोष्ट व्यवहार्य नव्हती. ''मी पुन्हा तेच बोलत आहे, त्याबद्दल मला क्षमा करा, प्रभू. परंतु ब्रंगांच्या हाती याला सुपूर्द करणं हाच एकमेव व्यवहार्य मार्ग आहे. हे करण्यामागे तेवढं एकच कारण नाही. परशुराम हा गुन्हेगार आहे. त्याने कित्येकांचे खून केले आहेत. ब्रंगांच्या न्याय्य कायद्यांअंतर्गत शिक्षा दिली जावी, म्हणून आपण त्याला त्यांच्या हवाली का करू नये?''

''कारण मी तसं सांगतो आहे म्हणून.''

एवढे बोलून शिव तिथून बाहेर गेला. काहीही न बोलता भगीरथ पार्वतेश्वराकडे

पाहत राहिला.

परशुरामाने आपले डोळे किंचित उघडले. त्याच्या चेहऱ्यावर मंद, अस्फुट स्मित झळकले आणि त्यानंतर तो पुन्हा झोपी गेला.

दुसरा प्रहर समाप्त होण्याची वेळ जवळ आली होती. मध्यान्हीचा सूर्य भर माथ्यावर प्रखरतेने चमकत होता.

विश्वद्युम्नाने सूत्रे हाती घेतली होती. ब्रंगाचे आणि काशीचे सैनिक एकत्रितपणे सारे काम उपसत होते. सक्षम ब्रंग सैनिकांकडून आदेश स्वीकारण्यात कावासाला काहीच वावगे वाटत नव्हते. ब्रंगांच्या वैद्यांनी सर्व जखमींवर उपचार केले. ते सगळेच जण रस्त्यावर काम करत होते. इच्छावरच्या भूमीवर मृतांचे दहन करण्यात आले. यापुढे उरलेल्या सिंहिणी आणि तो महाकाय प्राणी परतण्याची कोणालाही अपेक्षा नव्हती. तरीही त्या खेड्याभोवती खूप खोल असे अनेक खड्डे सैनिकांनी खणून ठेवले होते. ब्रंगाच्या आणि काशीच्या सैनिकांसाठी शाळेच्या इमारतीत तात्पुरत्या छावण्या उभारण्यात आल्या होत्या. ग्रामस्थांना अन्नाचा पुरवठा करण्याचे आदेश देण्यात आले होते.

कळप नष्ट झाल्यामुळे ग्रामस्थांना आनंद झाला असला, तरीही विश्वद्युम्नाने त्यांच्यासाठी दिलेली कामे ते थोड्याफार प्रमाणात अंतर राखूनच करत होते. त्यांच्या मनात नागांविषयी प्रचंड भीती होती. त्यांना खरे तर नाग लोकांनीच वाचवले होते; परंतु तरीही त्यांच्या मनातील भीतीमुळे ते त्यांच्यासमोर दबकूनच वागत होते.

सफाई कामगाराच्या मुलांना मात्र कालीबरोबर खेळण्यात आनंद वाटत होता. ती मुले तिचे केस ओढत होती. तिच्या अंगावर उड्या मारत होती आणि दर वेळी जोरजोरात हसत होती. तीही त्यांना लटके रागे भरत होती.

''मुलांनो!'' त्यांची आई कठोरपणे, रागाने म्हणाली. तिचा आवाज ऐकून मुले तिच्याकडे धावली. तिचे धोतर पकडून ती उभी राहिली. सफाई कामगाराची पत्नी कालीला म्हणाली, ''या सगळ्यासाठी मी आपली क्षमा मागते, महाराणी. आता ती तुम्हांला त्रास देणार नाहीत.''

प्रौढ लोकांच्या सान्निध्यात कालीचे वर्तन पुन्हा एकदा गंभीर बनले. तिने काहीही न बोलता फक्त मान हलवली.

उजवीकडे वळून तिने सतीच्या मांडीवर मस्तक ठेवून झोपलेल्या गणेशाकडे पाहिले. त्याच्या चेहऱ्यावर फक्त आनंद पसरला होता. त्याच्या जखमांना मलमपट्टी करण्यात आली होती. सिंहिणीने गणेशाच्या पायाचा चावा घेतला होता. त्याबद्दलच वैद्यांना काळजी वाटत होती. ती जखम स्वच्छ करून तिच्यावर घट्ट मलमपट्टी करण्यात आली होती.

सतीने कालीकडे पाहून स्मित केले. तिने आपल्या भगिनीचा हात आपल्या हातात घेतला.

कालीही हळुवारपणे हसली. ''त्याला एवढ्या शांतपणे झोपलेला मी कधीच बघितलं नव्हतं.''

सतीने स्मित केले आणि गणेशाच्या चेहऱ्यावरून तिने आपला हात प्रेमाने फिरवला.

''इतका प्रदीर्घ काळ त्याला सांभाळल्याबद्दल मी तुझे आभार मानलेच पाहिजेत.''

''ते माझं कर्तव्य होतं.''

''होय. परंतु प्रत्येक जणच आपलं कर्तव्य बजावत नाहीत. खरंच आभारी आहे.''

''खरं तर मलाही त्यात आनंद लाभला.''

सतीने स्मित केले. ''तुला किती खडतरपणे आयुष्य जगावं लागलं, याची मी कल्पनासुद्धा करू शकत नाही. मी तुला यातून बाहेर काढेन. मी तुला वचन देते.''

काली थोडी विचारमग्न झाली. तिच्या चेहऱ्यावर आठ्या निर्माण झाल्या. परंतु ती शांत राहिली.

सतीने पुन्हा एकदा वर बघितले. तिच्या मनात एक विचार आला. ''तू पिताजींविषयी काहीतरी म्हणत होतीस. त्याविषयी तुझी खात्री आहे का? ते दुबळे आहेत; परंतु आपल्या कुटुंबीयांवर त्यांचं अतोनात प्रेम आहे. आपल्यापैकी कोणालाही ते जाणीवपूर्वक दुखावतील अशी कल्पनाही मी करू शकत नाही.''

कालीचा चेहरा कठोर झाला. अचानक गणेशाच्या आवाजाने त्यांच्या बोलण्यात व्यत्यय आला. सतीने आपल्या पुत्राकडे खाली बघितले.

गणेश ओठ बाहेर काढत म्हणाला, ''मला भूक लागलेय!''

सतीने आपल्या भुवया वक्र केल्या आणि जोरजोरात हसू लागली. तिने गणेशाच्या कपाळाचे हळुवार चुंबन घेतले. ''मी काय करू शकते, ते मला पाहू दे.''

सती गेल्यावर काली गणेशाकडे वळली. त्याच्या वर्तनाबद्दल ती त्याला ओरडणार होती. परंतु गणेशाच्या मनात भावनांची मोठीच खळबळ माजली होती

तो म्हणाला, ''तू तिला सांगू नकोस, मावशी.''

''काय?'' कालीने विचारले.

''तू तिला सांगू नकोस.''

''ती काही मूर्ख नाही. तुला ते माहिती आहे. ती ते शोधून काढेलच.''

''ते कदाचित ती करेलही. परंतु तुझ्याकडून तिला ते कळता कामा नये.''

''तिला सत्य कळलंच पाहिजे. तिला ते का माहिती असू नये?''

''कारण सत्यामुळे बहुतेक वेळा दुःख प्राप्त होतं, मावशी. त्यापेक्षा असलं सत्य कायमचं पुरून टाकलेलंच चांगलं असतं.''

***

''प्रभू,'' परशुराम पुटपुटला.

त्या छोट्याशा तंबूत शिव, पार्वतेश्वर आणि भगीरथ त्याच्याभोवती गोळा झाले होते. आता तिसऱ्या प्रहराचा अखेरचा तास सुरू होता. सूर्य क्षितिजाजवळ अस्ताला चालला होता. मधुमतीच्या गाळभरल्या पाण्यावर आता नारिंगी-तपकिरी रंग चढला होता. दिवोदास आणि त्याच्या लोकांनी नुकतेच दुरुस्तीचे काम सुरू केले होते. ते एक कसोटी बघणारे काम होते.

''काय आहे परशुराम?'' शिवाने विचारले, ''तुला माझी भेट का घ्यायची होती?''

परशुरामाने शक्ती गोळा करण्यासाठी डोळे मिटले. ''माझ्याकडे एक व्यक्ती आहे. ती ब्रंगांना नागांच्या औषधाचं गुपित सांगेल, प्रभू. आम्ही त्यांना मदत करू. कलिंगामधील महेंद्र पर्वतावर आम्ही त्यांना घेऊन जाऊ. तिथे त्यांना त्या औषधाच्या स्थिरीकरणासाठी आवश्यक असलेली वनस्पती सापडेल.''

शिवाने स्मित केले. ''आभारी आहे.''

''प्रभू, तुम्ही माझे आभार मानण्याची आवश्यकता नाही. तुम्हांला हेच हवं होतं. तुमचं आज्ञापालन करणं हा माझा सन्मान आहे.''

शिवाने मान डोलावली.

''तुम्हांला जहाजाचीही आवश्यकता आहे,'' परशुराम म्हणाला.

भगीरथाच्या अंगात एकदम उत्साह संचारला.

''माझ्या मालकीचं, माझं स्वतःचं एक भलं मोठं जहाज आहे,''परशुराम म्हणाला. पार्वतेश्वराकडे वळून तो म्हणाला, ''मला तुमची काही माणसं द्या, शूर सरलष्करप्रमुख. ते कुठे आहे ते मी त्यांना सांगेन. ते लोक इथपर्यंत जहाज घेऊन येतील आणि आपण इथून निघू शकू.''

चकित झालेल्या पार्वतेश्वराने शिवाकडे पाहून स्मित केले.

शिवाने मान डोलावली. दरोडेखोर श्रांत झाल्यासारखा दिसत होता. शिव खाली वाकला आणि परशुरामाच्या खांद्याला स्पर्श करत म्हणाला, ''तुला विश्रांतीची गरज आहे. आपण नंतर बोलू या.''

''आणखी एक गोष्ट, प्रभू,'' परशुराम आग्रहपूर्वक म्हणाला, ''ब्रंग हा फक्त एक मार्ग आहे.''

शिव विचारात पडला.

''नाग लोकांना शोधणं हा तुमचा खरा अंतिम उद्देश आहे.''

शिवाने आपले डोळे बारीक केले.

''ते कुठे राहतात, ते मला माहिती आहे,'' परशुराम म्हणाला.

शिवाचे डोळे आश्चर्याने विस्फारले.

''दंडक जंगलातील तो रस्ता मला माहिती आहे, प्रभू,'' परशुराम पुढे सांगत होता, ''नागांचं शहर कुठे आहे, ते मला माहिती आहे. तिथपर्यंत कसं पोहचायचं ते मी तुम्हांला सांगेन.''

शिवाने परशुरामाच्या खांद्यावर थोपटले. ''आभारी आहे.''

''पण माझी एक अट आहे, प्रभू.''

शिवाच्या कपाळावर आठ्या चढल्या.

''मलाही तुमच्यासमवेत न्या,'' परशुराम कुजबुजत्या आवाजात म्हणाला.

शिवाने आपल्या भुवया आश्चर्याने उंचावल्या. ''परंतु का....''

"आता तुमचं अनुसरण करणं हे माझ्या आयुष्याचं इतिकर्तव्य आहे. माझ्या उद्ध्वस्त आयुष्याला मला थोडाफार तरी अर्थ देऊ दे."

शिवाने मान डोलावली. "तुझ्याबरोबर प्रवास करणं हा माझा सन्मान आहे, परशुराम."

मधुमतीच्या युद्धाला आता तीन दिवस उलटून गेले होते. पार्वतेश्वराच्या माणसांनी परशुरामाचे जहाज शोधून काढले होते. ते ज्या जहाजातून प्रवास करून आले होते, त्याहूनही ते जहाज कितीतरी मोठे होते. तेही ब्रंगांचे जहाज होते, हे स्पष्टच होते. ब्रंगांच्या प्रवेशद्वारातून आत प्रवेश करण्यासाठी त्यालाही जहाजाच्या मुख्य भागाचा विस्तारीत भाग होता. त्याची संपूर्ण रचना ब्रंगांच्या जहाजासारखीच होती. परशुरामाला पकडण्यासाठी किंवा त्याला ठार मारण्यासाठी पाठवण्यात आलेल्या ब्रंगांच्या दुर्दैवी क्षत्रिय ताफ्याकडून परशुरामाने ते खचितच लुबाडून घेतलेले होते.

सगळे सैनिक त्या जहाजावर चढले. परशुरामाची माणसेही आता कैदी नव्हती. ज्या सूर्यवंशी सैनिकांनी त्यांना हरवले होते, त्यांच्याप्रमाणेच त्यांनाही आता आरामदायक खोल्या मिळाल्या होत्या.

पूर्वाक आणि परशुराम या दोघांनाही आरामदायक सुविधा मिळाव्यात, यावर शिवाने जातीने देखरेख केली होती. आयुर्वतीने मस्त्रक या आपल्या साहाय्यकाला परशुरामाच्या देखभालीसाठी त्याच्याबरोबर ठेवले होते. प्रचंड रक्तपातामुळे परशुराम अद्यापही अत्यंत अशक्त होता.

मधुमतीतून जहाज अत्यंत आरामशीरपणे प्रवास करत होते. ब्रंगा नदीत पोहोचल्याबरोबर एका जलदगती युद्धनौकेतून नागांच्या औषधाचा पर्यायी स्त्रोत चंद्रकेतूला उपलब्ध करून देण्यासाठी परशुरामाच्या एका माणसाला पाठवण्यात येणार होते. तो चंद्रकेतूला औषधाविषयी मार्गदर्शन करणार होता. ब्रंगह्लदयात वास्तव्यास असलेल्या शिवाच्या इतर माणसांनाही तातडीने तिथून निघून शिवाच्या ताफ्यात सहभागी होण्याचा संदेश तो माणूस देणार होता. मधुमती ब्रंगातून जिथून निघत होती, त्या ठिकाणीच त्यांना शिवाच्या सैन्यात सहभागी होण्यासाठी

पाठवण्याचे काम तो करणार होता.

त्यानंतर तो संपूर्ण ताफा काशीला रवाना होणार होता. आता सतीला आणि कार्तिकाला भेटण्यासाठी शिव व्याकूळ झाला होता. त्याला आपल्या कुटुंबाचा वियोग सहन होत नव्हता. त्यानंतर मोठे लष्कर तयार करून तो लगेच नागांच्या शोधार्थ दक्षिणेकडे रवाना होणार होता.

जहाजाच्या मुख्य भागी शिव उभा होता. वीरभद्रासह तो गांजा ओढत होता. नंदी त्यांच्याशेजारीच उभा होता. मधुमतीच्या खळखळाट करत चाललेल्या लाटांकडे ते बघत होते.

"आपल्या अपेक्षेपेक्षाही ही मोहीम अधिक यशस्वी झाली, प्रभू," नंदी म्हणाला.

"होय. ते खरंच आहे," शिव चिलमीकडे बोट दाखवत, स्मित करत म्हणाला. "पण दुर्दैवानं, याचा आनंदोत्सव आपल्याला हवा होता, तेवढा आपण साजरा करू शकणार नाही."

वीरभद्राने स्मित केले. "चला मला आता काशीला परतलंच पाहिजे. अधिकाधिक चांगल्या पद्धतीनं कशा प्रकारे आनंदोत्सव साजरा करता येतो, ते त्यांना चांगलं माहिती आहे."

शिव मोठ्याने हसला. नंदीही तसाच हसला. शिवाने नंदीलाही चिलीम देऊ केली; परंतु मेलुहाच्या त्या सेनाधिकाऱ्याने त्याला नकार दिला. शिवाने खांदे उडवले आणि त्याने आणखी एक झुरका मारला आणि वीरभद्राकडे चिलीम दिली.

पार्वतेश्वर आपल्याकडे येत असताना अचानकच जावे की न जावे या विचारात पडून मागे फिरल्याचे शिवाने पाहिले.

"मला आश्चर्य वाटतंय, की आता यांना आणखी काय बोलायचं असेल कोणास ठाऊक!" शिव विचारमग्न होत म्हणाला.

"त्यांना काय बोलायचं असेल, ते स्पष्टच आहे, नाही का?" वीरभद्र स्मित करत म्हणाला.

नंदीनेही खाली बघत स्मित केले. परंतु एक शब्दही उच्चारला नाही.

"तुम्ही दोघे वेडे लोक मला एका क्षणाची फुरसत का देत नाही?" शिव स्मित करत म्हणाला. आपल्या मित्रांकडून तो पार्वतेश्वराकडे गेला.

पार्वतेश्वर काही अंतरावर उभा होता. तो गहन विचारात बुडाला होता.

“सरलष्करप्रमुख? काही बोलायचं आहे का?”

पार्वतेश्वर तत्काळ मागे वळला आणि त्याने शिवाला मानवंदना दिली.

“आज्ञा प्रभू.”

“आज्ञा नाही, पार्वतेश्वर; फक्त विनंती!”

पार्वतेश्वर विचारात पडला.

“पवित्र तळ्याची शप्पथ,” शिव म्हणाला, “फक्त एकदा आपल्या हृदयाची साद ऐका.”

“प्रभू?”

“मी काय म्हणतो आहे, ते तुम्हांला माहिती आहे. तिचं तुमच्यावर प्रेम आहे. तुमचंही तिच्यावर प्रेम आहे. मग यात आणखी विचार करण्यासारखं काय उरलंय?”

पार्वतेश्वर लालेलाल झाला. “हे सगळं एवढं उघडउघड दिसतंय?”

“प्रत्येकाला ते माहिती आहे, सरलष्करप्रमुख!”

“पण प्रभू, हे अयोग्य आहे.”

“कसं काय? का? तुम्ही दुःखी राहावं; निदान असमाधानी राहावं यासाठी प्रभू रामानं जाणीवपूर्वक तसा नियम तयार केला होता, असं तुम्हांला वाटतं का?”

“परंतु माझ्या आजोबांची शपथ........”

“तुम्ही तिचा पुरेशा प्रदीर्घ काळापर्यंत सन्मान राखला आहे. माझ्यावर विश्वास ठेवा. आता त्यांनाही तुम्हांला त्या शपथेचं पालन करण्यापासून रोखायचं आहे.”

पार्वतेश्वराने निःशब्द होत नजर झुकवली.

“मी असं ऐकलंय, की रामाचा आणखी एक आदेश असा होता, की आदेश, नियम फारसे महत्त्वाचे नसून खरं महत्त्व न्यायाला आहे. जर न्यायाचा हेतू कायदेभंगानं साध्य होत असेल, तर कायदा मोडा.”

“प्रभू रामानं असं म्हटलंय?” पार्वतेश्वराने आश्चर्यचकित होत विचारले.

“त्यानं तसंच म्हटलं असलं पाहिजे, याविषयी माझी खात्री आहे,” शिवाने स्मित करत म्हटले, “त्याला आपले अनुयायी असंतुष्ट असावेत, असं कधीच वाटलं नव्हतं. आनंदमयीबरोबर विवाह करण्यानं तुम्ही कोणालाही दुखवत नाही. तुमच्या आजोबांनी सुरू केलेल्या संघर्षालाही तुम्ही धक्का लावत नाही. तुम्ही

त्यांचा हेतू पुरेशा काळापर्यंत पूर्ण केला आहे. आता तुमच्या हृदयाला दुसरा हेतू पूर्ण करू देत.''

''तुम्हांला खात्री आहे, प्रभू?''

''माझ्या आयुष्यात याहून अधिक कोणत्याही गोष्टीविषयी मला खात्री नाही. आता प्रभू रामाशप्पथ, तिच्याकडे जा!''

शिवाने पार्वतेश्वराच्या पाठीवर जोरदार थाप मारली.

पार्वतेश्वर याविषयी बराच काळ विचार करत होता. त्याचे ढासळते धैर्य गोळा करण्यासाठी शिवाच्या शब्दांनी त्याला फक्त मदत केली. त्याने शिवाला मानवंदना दिली आणि तो वळला. मोहिमेवर निघालेला माणूस. कोणत्याही धोकादायक ठिकाणी उडी मारण्यास तयार असलेला!

जहाजाच्या मागच्या बाजूला असलेल्या कठड्याला रेलून आनंदमयी उभी होती. संध्याकाळच्या गार वाऱ्याच्या जोरदार झुळुकी अंगावर घेत ती मजेत उभी होती.

''राजकुमारी?''

आनंदमयी गर्रकन मागे वळली. पार्वतेश्वराला कामुकपणे, पण बावळटपणे तिच्याकडे पाहत असलेला पाहून तिला आश्चर्य वाटले. अयोध्येची राजकुमारी त्याचे बोलणे सुधारण्यासाठी बोलणार होती; तेवढ्यात पार्वतेश्वरानेच आपली चूक सुधारली. ''मला म्हणायचं आहे, आनंदमयी,'' पार्वतेश्वर कुजबुजत्या स्वरात बोलला.

आनंदमयीला आणखीच आश्चर्य वाटले.

''बोला सरलष्करप्रमुख? तुम्हांला काही हवं आहे का?'' आनंदमयीने विचारले. तिचे हृदय जोरजोरात धडधडत होते.

''अं.....आनंदमयी....मी असा विचार करत होतो, की.....''

''बोला?''

''ठीक आहे. ते असं आहे....आपण त्या दिवशी ज्याविषयी बोलत होतो, त्याबद्दल हे आहे.''

आनंदमयीचा चेहरा आनंदाने चमकला. आपल्या अंतःकरणापासून तिने स्मित केले.

“बोला सरलष्करप्रमुख!”

“अं.....या दिवसाला मला तोंड द्यावं लागेल, असं मला कधीच वाटलं नव्हतं. त्यामुळे......अं.......”

आनंदमयीने मान डोलावली. ती शांत राहिली. त्याला जेवढा वेळ हवा असेल, तेवढा वेळ ती देणार होती. पार्वतेश्वराला नेमके काय सांगायचे होते, ते तिला समजले होते. परंतु मेलुहाच्या त्या सरलष्करप्रमुखासाठी ते सांगणे कर्मकठीण होते, हे तिला माहिती होते.

“माझ्या शपथा आणि सूर्यवंशींचे कायदे या दोन गोष्टी म्हणजे माझ्या आयुष्यातील महत्त्वाच्या अढळ गोष्टी आहेत,” पार्वतेश्वर म्हणाला. “त्यांच्याविषयी कोणतंच प्रश्नचिन्ह कधीच निर्माण होणार नाही आणि त्या कधीही बदलणार नाहीत. माझं नशीब, नियती आणि माझ्या आयुष्यातील ठळक बाबी आणि माझी त्यांच्याविषयीची कर्तव्यं याविषयी आतापर्यंत तरी माझ्या मनात कोणतीही अनिश्चितता नव्हती. या ठरवलेल्या गोष्टी, हे भविष्य दिलासादायक आहे. निदान गेल्या कित्येक शतकांपासून आतापर्यंत तरी ते होतं.”

आनंदमयीने मान डोलावली. ती शांत राहिली.

“परंतु,” पार्वतेश्वर म्हणाला, “गेल्या काही वर्षांपासून माझं विश्व पूर्णतः ढवळून निघालं आहे. प्रथम प्रभू आले. ज्यांच्याकडे मी आदर्श म्हणून पाहू शकतो, अशी जिवंत व्यक्ती. कायद्यांपलीकडचा, नियमांपलीकडचा माणूस. माझ्या साध्यासुध्या हृदयाला हाताळावा लागलेला हा सर्वाधिक मोठा बदल होता.”

आनंदमयी मान डोलावतच राहिली होती. मोठ्या कष्टाने ती आपले हसू दाबत होती. आपल्या कपाळावर आठ्या पडू न देण्यासाठीही तिला महत्प्रयास करावे लागत होते. प्रियाराधनाच्या इतिहासातील सर्वात खडतर प्रकारचे हृदय पार्वतेश्वराकडे असले पाहिजे, अशी तिची खात्री होती. परंतु आपल्या पर्वाला त्याच्या वाट्याचे संभाषण केलेच पाहिजे, एवढे समजण्याएवढी ती नक्कीच सुज्ञ होती; अन्यथा आयुष्यभर त्याला दिलासा मिळाला नसता किंवा कदाचित तिच्यासमवेत आपले आयुष्य व्यतीत करण्याची जी निवड तो करू पाहत आहे, असे आनंदमयीला वाटत होते, त्या आयुष्यातही तो बेचैन न होता आरामात राहू

शकला नसता.

''परंतु नंतर..... अगदीच अनपेक्षितपणे, जिच्याशी मी नजर भिडवू शकतो, जिचं मी कौतुक करू शकतो, प्रशंसा करू शकतो, अशी स्त्री माझ्या आयुष्यात आली. माझ्या आयुष्यातील एका महत्त्वपूर्ण वळणावर मी पोहोचलो. तिथे माझं ठरवून घेतलेलं भवितव्य अंधुक बनलं. माझं आयुष्य कुठे चाललंय ते मला समजेनासं झालंय. समोरचा मार्ग अस्पष्ट आहे. परंतु मला आश्चर्य वाटतंय, की मला त्यामुळे आनंद होतो आहे. पण जोपर्यंत त्या मार्गावरून माझ्याबरोबर तू चालत राहाशील, तोपर्यंतच मी आनंदी असेन...''

आनंदमयी स्तब्ध होती. तिच्या चेहऱ्यावर स्मित होते. तिच्या डोळ्यांत अश्रू होते. अखेरीस त्याने ते कसेबसे का होईना; पण शेवटपर्यंत रेटले होते. तो ते बोलला होता.

''या दीर्घ प्रवासातील हा एक टप्पा आहे.''

आनंदमयी पुढे झुकली आणि तिने पार्वतेश्वराचे दीर्घ चुंबन घेतले. एक सखोल, प्रेमाने ओतप्रोत भरलेले चुंबन. पार्वतेश्वर सुन्न झाल्यासारखा उभा राहिला. त्याचे हात त्याच्या दोन्ही बाजूंना होते. त्याला कल्पनातीत आनंद मिळाला होता. संपूर्ण आयुष्य त्या क्षणात जगल्यासारखे त्याला वाटले. त्यानंतर आनंदमयी दोन पावले मागे सरकली. तिचे मोहक डोळे अर्धवट मिटलेले होते. पार्वतेश्वर लटपटत होता. त्याचे तोंड अर्धवट उघडे होते. याला कसा प्रतिसाद द्यावा ते त्याला समजत नव्हते.

''प्रभू रामानं कृपा करावी,'' सरलष्करप्रमुख पुटपुटला.

आनंदमयी पार्वतेश्वराजवळ सरकली. तिने त्याचा चेहरा कुरवाळला. ''तुम्ही काय गमावलंय, याची तुम्हांला कल्पनाच नाही.''

पार्वतेश्वर फक्त तिच्याकडे बघतच राहिला होता. त्याच्या तोंडातून शब्दही फुटत नव्हता.

आनंदमयीने त्याचा हात पकडला आणि त्याला ती ओढत घेऊन गेली.

''माझ्याबरोबर चला.''

त्या महाकाय प्राण्याबरोबरच्या युद्धाला आता आठवडा उलटून गेला होता. जीवित असलेल्या अगदी थोड्या सिंहिणी आणि तो महाकाय प्राणी पुन्हा परतले नव्हते. ते अजूनही आपल्या जखमा चाटत बसले होते. इच्छावरच्या ग्रामस्थांनी शांततेच्या त्या क्षणांचा उपयोग करून घेऊन आपापल्या शेतांत मशागती सुरू केल्या होत्या. मोसमी पिकांची तयारी त्यांनी सुरू केली होती. अनपेक्षित आनंद आणि सुटका यांचा तो काळ होता.

चंद्रवंशी सैनिक हळूहळू बरे होत होते. गणेशाच्या जखमा खूपच खोल होत्या. त्याच्या पायाचा सिंहिणीने जबरदस्त चावा घेतला होता. त्यामुळे तो अजूनही लंगडतच चालत होता. परंतु आता काही दिवसांचाच प्रश्न होता. तो लवकरच बरा होणार होता, हे त्याला माहिती होते. आता अटळ गोष्टीसाठी त्याला स्वतःच्या मनाची तयारी करायची होती.

''माते,'' गणेशाने कुजबुजत्या आवाजात हाक मारली.

सतीने गणेशाकडे पाहिले. तिने त्याच्यासाठी तयार केलेले भोजन ताटात वाढून आणले होते. कालीने गणेशाच्या बालपणीच्या रंगवून रंगवून सांगितलेल्या कथा ऐकण्यात तिचा तो आठवडा गेला होता. त्याचा आनंद, दुःखे ती समजून घेत होती. त्याचे व्यक्तिमत्त्व आणि चारित्र्य तिला समजत होते. अगदी त्याच्या आवडत्या खाद्यपदार्थांची माहितीही ती करून घेत होती. तिला जे समजले होते, त्यातून ती त्याचे पोट आणि आत्माही तृप्त करत होती.

''काय रे बाळा?''

गणेशाने विनंती केल्यानुसार कालीही त्याच्याजवळ गेली.

''आपण आता निरोप घेण्याची तयारी केली पाहिजे. पुढच्या आठवड्यात प्रवास करण्याएवढा मी बरा झालो आहे.''

''मला ते माहिती आहे. तुला मी जे अन्न देत आहे, त्यात काही औषधी वनस्पतीही आहेत. त्यांच्यामुळे तुला ताकद येत चालली आहे.''

गणेशाने गुडघे टेकून आपल्या मातेचा हात हातात घेतला. ''मी ते जाणतो.''

सतीने आपल्या पुत्राच्या चेहऱ्यावर हळूच थोपटले.

गणेशाने एक खोल श्वास घेतला. ''तू पंचवटीला येऊ शकणार नाहीस, हे मला माहिती आहे. त्यामुळे तुला त्रास होईल. तुला भेटण्यासाठी मी नियमितपणे काशीला येत जाईन. मी गुप्तपणे येईन.''

''तू कशाविषयी बोलतो आहेस?''

''काशीच्या सैनिकांनाही मी गुप्ततेची शपथ दिली आहे. भयानक मृत्यूचं भय घालून मी त्यांची तोंडं बंद केली आहेत,'' गणेश म्हणाला, ''आम्हां नागांना ते घाबरतात. त्यामुळे ते शपथ मोडण्याचं धाडस करणार नाहीत. त्यामुळे तुझ्याशी असलेल्या माझ्या नात्याची कुठेही वाच्यता होणार नाही.''

''गणेश, प्रभू रामाशप्पथ, तू हे काय बोलतो आहेस?''

''मी तुला लाजवणार नाही. तू माझा स्वीकार केलास, हेच माझ्या आत्म्यासाठी पुरेसं आहे.''

''तू मला कसा काय लाजवू शकतोस? तुझ्यामुळे मला कसा काय संकोच वाटू शकतो? तू माझा अभिमान आणि आनंद आहेस.''

''माते...'' गणेशाने स्मित केले.

सतीने आपल्या मुलाचा चेहरा आपल्या ओंजळीत घेतला. ''तू कुठेही जाणार नाहीस.''

गणेश विचारमग्न झाला.

''तू माझ्यासमवेतच राहणार आहेस.''

''माते!'' गणेश दचकला होता; घाबरला होता.

''काय?''

''मी कसा काय राहू शकतो? तुझा समाज काय म्हणेल?''

''मला त्याची पर्वा नाही.''

''पण तुझे पती......''

''ते तुझे पिता आहेत,'' सती ठामपणे म्हणाली, ''त्यांच्याविषयी आदरपूर्वक बोल.''

''मला त्यांचा अनादर करायचा नव्हता, माते. परंतु ते माझा स्वीकार करणार नाहीत. तुला ते माहिती आहे. मी नाग आहे.''

''तू माझा पुत्र आहेस.... तू माझा पुत्र आहेस. ते तुझा स्वीकार करतील. तुझ्या पित्याचं हृदय किती विशाल आहे, त्याचा तुला अंदाज नाही. संपूर्ण विश्व त्यांच्या हृदयात सामावू शकेल.''

''परंतु सती.....'' काली मध्येच हस्तक्षेप करत काही बोलू पाहत होती.

''आता यावर वाद नको, काली,'' सती म्हणाली, ''तुम्ही दोघंही माझ्याबरोबर

काशीला येत आहात. तुझ्या अंगात पुरेसं बळ आलं, की आपण काशीला जायला निघूया.''

काली सतीकडे पाहत राहिली. तिचे शब्द कधीच हरवले होते.

''तू माझी भगिनी आहेस. समाज काय म्हणेल याची मी पर्वा करत नाही. जर त्यांनी मला स्वीकारलं आहे, तर ते तुझाही स्वीकार करतील. ते जर तुला धिक्कारणार असतील, तर अशा समाजाचा मी त्याग करेन.''

साश्रू नयनांनी काली हळुवारपणे हसली. ''मी तुझ्याविषयी खूपच गैरसमज करून घेतला होता, ताई.''

कालीने प्रथमच सतीला 'भगिनी' म्हटले होते. सतीने स्मित केले आणि तिने कालीला जवळ घेतले.

■■

प्रकरण १७

सन्मानाचा शाप

आता मधुमतीचे युद्ध होऊन दहा दिवस लोटले होते. पूर्वी शत्रू असलेल्या आणि आता ज्यांची युती झाली होती अशा सूर्यवंशीयांना आणि परशुरामाच्या अनुयायांना घेऊन निघालेल्या जहाजाने मधुमतीचा प्रवाह जिथून निघत होता, तिथे नांगर टाकला. ब्रंगहृदयातून येणाऱ्या आपल्या सैनिकांची ते प्रतीक्षा करत होते.

पार्वतेश्वर आणि आनंदमयीच्या विवाहासाठी ब्रंगातून एका पंडिताला जहाजावर पाचारण करण्यात आले होते. राजकुमारीच्या इतमामाला शोभेल अशा प्रकारे राजेशाही थाटात अयोध्येत राजकुमारीचा विवाह पार पडावा, अशी भगीरथाची इच्छा होती. परंतु आनंदमयीला त्याच्याशी काहीही देणेघेणे नव्हते. तिला आता कोणताही धोका पत्करायचा नव्हता. पार्वतेश्वराने होकार देण्यासाठी त्याला हवा तेवढा वेळ आधीच घेतला होता आणि आता आपल्या नातेसंबंधावर शक्य तेवढ्या लवकर शिक्कामोर्तब करून घेण्याची तिची इच्छा होती. एकदा त्या दांपत्याला शिवाने आशीर्वाद दिल्यावर हा विवाह खूपच घाईगडबडीने केला जात असल्याविषयीच्या वादविवादांना पूर्णविराम मिळाला.

वीरभद्राबरोबर चिलीम ओढत शिव जहाजाच्या कठड्याला टेकून उभा होता.

''प्रभू!''

शिव त्याच्याकडे वळला.

"पवित्र तळ्याशपथ, परशुरामा, तू काय करतो आहेस?" भयग्रस्त शिवाने विचारले, "तू विश्रांती घेतली पाहिजे."

"मला कंटाळा आला होता, प्रभू!"

"पण विवाहासाठी तू खूपच वेळ वर आला होतास. दोन दिवस सातत्यानं श्रम करणं हेही फार आहे. आयुर्वतीनं आणखी काय सांगितलं पाहिजे?"

"मी थोड्याच वेळात परत जाणार आहे, प्रभू," परशुराम म्हणाला, "काही वेळ तरी मला तुमच्या शेजारी उभं राहू द्या. त्यामुळे मला सांत्वन, शांतता मिळते."

शिवाने भुवया उंचावल्या. "मी कोणी खास नाही. ते सगळे तुमच्या मनाचे खेळ आहेत."

"मला हे मान्य नाही, प्रभू. परंतु तरीही तुम्ही जे सांगता आहात, ते खरं असेल, तर माझ्या मनाचे लाड पुरवावेत, असं तुम्हांलाही खोलवर कुठेतरी तुमच्या मनात वाटत असेलच की!" परशुराम म्हणाला.

शिव जोरजोरात हसू लागला. "शब्दांचे खेळ करण्यात तू चांगलाच पटाईत आहेस. म्हणजे तू ...."

बोलता बोलता शिव अचानक थांबला.

"म्हणजे मी दरोडेखोर असूनही..?"

"मला तुझा अवमान करायचा नव्हता. मी तुझी क्षमा मागतो."

"क्षमा कशाला मागता प्रभू? ते सत्य आहे. मी दरोडेखोर होतो."

त्या अपरिचित दरोडेखोराविषयी वीरभद्राला अधिकाधिक आकर्षण वाटू लागले होते. बुद्धिमान, संत्रस्त आणि शिवाचा निस्सीम भक्त. त्याने विषय बदलून बोलायला सुरुवात केली, "सरलष्करप्रमुख पार्वतेश्वर आणि आनंदमयीच्या विवाहाने तुला आनंद झाला. मला ती गोष्ट स्वारस्यपूर्ण वाटली."

"ठीक आहे. ते पूर्णपणे वेगळे आहेत," परशुराम म्हणाला, "व्यक्तिमत्त्वाचा विचार करता, विचार, श्रद्धा आणि विभाग या सर्वांचा विचार करताही ते वेगळे आहेत. खरं तर प्रत्येक गोष्टीत ते चांगले आहेत. ते परस्परविरोधी ध्रुव आहेत. चंद्रवंशी आणि सूर्यवंशी विचार प्रक्रियांच्या अतिरेकाचे ते प्रतिनिधित्व करतात. पारंपरिकदृष्ट्या, खरं तर ते शत्रू असायला हवेत. परंतु तरीही त्यांना एकमेकांविषयी प्रेम वाटलं. मला अशा प्रकारच्या कथा आवडतात. माझ्या पालकांची मला

आठवण होते.''

शिव विचारात पडला. परशुरामाने आपल्या मातेचे मुंडके उडवल्याची अफवा त्याने ऐकली होती. तिची त्याला आठवण झाली. ''तुझे पालक?''

''होय, प्रभू. माझे पिताजी जमदग्नी ब्राह्मण होते. ते विद्वान होते. माझी माता रेणुका ही क्षत्रिय वंशाची होती. राज्यकर्त्या ब्रंगांच्या वंशातील ती होती.''

''मग त्यांचा विवाह कसा काय झाला?'' शिवाने स्मित केले.

''माझ्या मातेमुळे,'' परशुरामाने स्मित केले. ''ती अत्यंत खंबीर स्त्री होती. माझ्या माता-पित्यांचं प्रेम जमलं. परंतु माझ्या मातेच्या खंबीरपणामुळे आणि दृढनिश्चयामुळे त्याची परिणती विवाहात होऊ शकली.''

शिवाने स्मित केले.

''त्यांच्या गुरुकुलामध्ये ती काम करत होती. ही गोष्टच मुळात तिच्या वंशाच्या नियमांच्या विरुद्ध होती.

''पाठशाळेत जाऊन शिकणं ही बंडखोरी कशी काय होऊ शकते?''

''कारण तिच्या वंशात स्त्रियांनी बाहेर जाऊन काम करणं निंद्य मानलं जात असे.''

''त्या काम करू शकत नव्हत्या? का? काही वंशांमध्ये स्त्रियांनी युद्धभूमीवर जाणंही त्याज्य मानलं जातं, हे मला माहिती आहे. पण सर्वसाधारण कामावर बंदी कशासाठी?''

''कारण माझ्या मातेचा वंश हा या ग्रहावरचा सर्वाधिक मूर्ख वंश होता,'' परशुराम म्हणाला, ''स्त्रियांनी घरातच राहिलं पाहिजे. त्यांनी कोणत्याही परक्या पुरुषाला भेटू नये, असं माझ्या मातेकडच्या लोकांना वाटत असे.''

''हा काय मूर्खपणा आहे!''

''नक्कीच. तो मूर्खपणा होता. काहीही झालं, तरी मी आधीच सांगितलं, त्याप्रमाणे माझी आई दृढनिश्चयी होती. तिच्या पित्याची ती अत्यंत लाडकी होती. त्यामुळे तिनं त्यांचं मन वळवलं आणि ती माझ्या पित्याच्या गुरुकुलात काम करण्यासाठी दाखल झाली.''

शिवाने स्मित केले.

''अर्थातच, माझ्या मातेकडे तिचा स्वतःचा कार्यक्रम होता,'' परशुराम म्हणाला, ''ती त्यांच्या प्रेमात आकंठ बुडाली. माझ्या पित्यानं आपली शपथ

मोडावी आणि तिच्याशी विवाह करावा, यासाठी तिला बराच काळ त्यांना समजवावं लागलं.''

''तिनं त्यांना शपथ मोडायला लावली?''

''माझे पिताजी वासुदेव ब्राह्मण होते आणि वासुदेव ब्राह्मण विवाह करू शकत नाही. वासुदेवांच्या इतर जाती विवाह करू शकतात; परंतु ब्राह्मण नाही करू शकत!''

''वासुदेवांमध्ये ब्राह्मणेतर जातीही असतात?''

''अर्थातच. परंतु ब्राह्मण लोक समाज चालवतात. त्यांच्याकडून हे काम चांगलं व्हावं यासाठी वासुदेवांच्या ध्येय धोरणांशी त्यांना एकनिष्ठ राहावं लागतं. त्यासाठी त्यांना संपत्ती, प्रेम आणि कुटुंब यांसारख्या सर्व ऐहिक मोहाच्या गोष्टींचा त्याग करावा लागतो. आजन्म ब्रह्मचर्य ही त्यांच्या अनेक शपथांपैकी एक महत्त्वाची शपथ असते.''

शिव विचारात पडला. *'ऐहिक गोष्टींच्या त्यागाविषयी या भारतीय लोकांच्या मनात एवढी आसक्ती का? पवित्र तळ्याशपथ, अशा प्रकारे केलेल्या त्यागामुळे तुम्ही अधिक चांगल्या व्यक्तिमत्त्वात परिवर्तित होऊ शकता याची काय हमी असते?'*

''तर,'' परशुराम पुढे सांगू लागला. त्याचे डोळे चमकत होते. ''माझ्या मातेने अखेरीस माझ्या पित्याचे मन वळवले. त्यांना नियम मोडण्यास प्रवृत्त केले. त्यांचंही तिच्यावर प्रेम होतं. परंतु वासुदेवाच्या शपथांचा त्याग करण्यास आणि तिच्याबरोबर संपूर्ण आयुष्य व्यतीत करण्यास माझ्या मातेनं त्यांना तयार केलं. त्यासाठी तिनं त्यांचं मनोधैर्य वाढवलं. याखेरीज आपल्या पित्याचं मनही तिनं त्यासाठी वळवलं. मी तुम्हांला आधीच सांगितलं त्याप्रमाणे तिला एखादी गोष्ट हवी असेल, तर ती मिळवल्याखेरीज ती राहत नसे. माझ्या माता-पित्याचा विवाह झाला आणि त्यांना पाच पुत्र झाले. मी सर्वांत लहान पुत्र होय.''

शिवाने परशुरामाकडे बघितले. ''तुझ्या आईचा तुला अभिमान आहे. होय ना?''

''होय. काय विलक्षण स्त्री होती ती!''

''मग तू तिचा...''

शिव बोलता बोलता थांबला. *मी याला असं काही विचारणं बरोबर नाही.*

परशुराम गंभीर झाला. ''मग मी तिचा... काय? मी तिचं मुंडकं का उडवलं असंच ना?''

''त्याविषयी तू सांगितलंच पाहिजे, असं नाही. त्यासंदर्भातील यातनांची मी कल्पना करू शकतो.''

परशुरामाने खोल श्वास घेतला. तो हळूहळू घसरून जहाजावर बसला. त्याच्या शेजारीच शिवही बसला. त्याने परशुरामाच्या खांद्यांना स्पर्श केला. वीरभद्र उभा राहिला. परशुरामाच्या दुःखाने भरलेल्या डोळ्यांत त्याने थेट रोखून पाहिले.

''परशुराम, तू काहीही सांगण्याची आवश्यकता नाही,'' शिव म्हणाला.

परशुरामाने आपले डोळे मिटून घेतले. आपला उजवा हात हृदयावर ठेवला. भगवान रुद्राचे स्मरण करून तो मंत्रोच्चार करू लागला.

'ओम रुद्राय नमः ओम रुद्राय नमः'

त्या ब्राह्मण योद्ध्याकडे शिव शांतपणे पाहत राहिला.

''याविषयी मी कधीच कोणाकडे काहीही बोललो नाही, प्रभू!'' परशुराम म्हणाला, ''माझ्या आयुष्याने नंतर जे वळण घेतलं, त्याला तीच गोष्ट कारणीभूत ठरली.''

शिवाने पुन्हा एकदा त्याच्या खांद्याला स्पर्श केला.

''पण मी हे तुम्हांला सांगितलंच पाहिजे. यासाठी माझं कोणी सांत्वन करू शकत असेल, तर ते फक्त तुम्हीच आहात. मी नुकताच माझा विद्याभ्यास पूर्ण केला होता आणि पिताजींप्रमाणे मलाही वासुदेव बनायचं होतं. त्यांना मला वासुदेव बनवायचं नव्हतं. त्यांच्या पुत्रांपैकी कोणीही वासुदेव बनावं असं त्यांना वाटत नव्हतं. माझ्या मातेशी त्यांनी विवाह करण्याचा निर्णय घेतला, तेव्हा त्या जमातीतून त्यांना बहिष्कृत करण्यात आलं होतं. भविष्यात त्यांचं दैव आम्हांलाही भोगावं लागावं, असं त्यांना अजिबात वाटत नव्हतं.''

वीरभद्र खाली बसला. परशुरामाच्या कथेकडेच त्याचे सारे लक्ष लागले होते.

''पण माझ्या आईचा हट्टी स्वभाव माझ्यात उतरला होता. माझ्या इतर बंधूंमध्ये हा गुण नव्हता. पण मी मात्र दृढनिश्चयी होतो. क्षत्रिय म्हणूनही मी वासुदेवांच्या जमातीत प्रवेश करू शकेन आणि त्यामुळे मला त्यांच्या सर्वसंगपरित्यागाच्या शपथेशी एकनिष्ठ राहावं लागणार नाही, असं मला वाटलं. मला युद्धकलेचं प्रशिक्षण मिळालं होतं. वासुदेवांची राजधानी असलेल्या उज्जैन येथे माझ्या पिताजींविषयी

अद्यापही सहानुभूती असलेले काही प्रौढ लोक होते. माझ्या पिताजींनी त्यांना एक संदेशपत्र पाठवलं आणि माझ्या विनंतीअर्जाचा विचार करण्याविषयी त्यांना विनंती केली. ज्यावेळी तो दिवस अखेरीस उगवला, त्यावेळी परीक्षा देण्यासाठी माझ्या नजीकच्या वासुदेव मंदिरात जाण्यासाठी मी निघालो.

'या सगळ्या गोष्टींचा याच्या मातेशी काय संबंध होता?'

''मी तिथून निघालो, तेव्हा माझे आजोबा मरण पावल्याचं मला माहिती नव्हतं. माझ्या मातेच्या रानटी कुटुंबाला त्यांनी बरोबर ताब्यात ठेवलं होतं. त्यांचा प्रभाव नष्ट झाल्या क्षणीच त्यांच्या मनात नेहमीच जी गोष्ट ठसठसत होती, ती करण्याचं त्यांनी ठरवलं. घराण्याच्या प्रतिष्ठेसाठी ठार मारणं. सन्मानासाठी ठार मारणं.''

''घराण्याच्या प्रतिष्ठेसाठी ठार मारणं?''

परशुरामाने शिवाकडे बघितले. ''आपल्या जातीतील एखाद्या स्त्रीने आपल्या कुटुंबाची प्रतिष्ठा धुळीला मिळवली आहे, असं ज्यावेळी त्या वंशातील लोकांना वाटत असे, त्यावेळी त्या वंशाला त्या स्त्रीला ठार मारण्याचा अधिकार प्राप्त होत असे आणि तिच्याबरोबर असलेल्या प्रत्येकाला त्याची शिक्षा मिळत असे.''

शिवाने फक्त त्याच्याकडे एकटक पाहिले. तो सुन्न झाला होता.

'या रानटीपणात कसला आलाय सन्मान?'

''माझ्या मातेच्या कुटुंबातील पुरुष म्हणजे तिचे स्वतःचे बंधू, तिचे काका या सर्वांनी माझ्या पिताजींच्या गुरुकुलावर हल्ला केला.''

''त्यांनी....'' परशुरामाचा श्वास रोखला गेला. क्षणभर तो थांबला. बराच वेळ आपल्या डोळ्यांत रोखून धरलेले अश्रू त्याच्या गालांवर ओघळले.

तो पुढे सांगू लागला, ''त्यांनी माझ्या सर्व बंधूंना ठार मारलं. माझ्या पिताजींच्या सगळ्या शिष्यांचा त्यांनी वध केला. माझ्या मातेला त्यांनी एका झाडाला बांधून घातलं आणि माझ्या वडलांचा ते करत असलेला छळ पाहण्यास तिला जबरदस्तीने भाग पाडलं. त्यांनी केलेला अनन्वित छळ सांगणंही शक्य नाही. त्यानंतर त्यांनी माझ्या पित्याचा वध केला.''

अशा प्रकारचा अमानुषपणा, अशा प्रकारची विवेकभ्रष्टता वीरभद्राला समजूच शकत नव्हती. तो अस्वस्थ होऊन चुळबुळ करू लागला.

''परंतु त्यांनी माझ्या मातेचा वध केला नाही. या दिवसाची आठवण तिला पुनःपुन्हा येत राहवी, यासाठी तिला जिवंत ठेवल्याचं त्यांनी तिला सांगितलं. इतर

स्त्रियांनी पुन्हा कधीही आपल्या कुटुंबाच्या सन्मानाचं उल्लंघन करण्यास धजावू नये, यासाठी तिला उदाहरण म्हणून आपण जिवंत ठेवत असल्याचं त्यांनी तिला सांगितलं. मी परतलो, तेव्हा माझ्या पिताजींचं गुरुकुल उद्ध्वस्त झालं होतं. आमच्या आश्रमाबाहेर माझी माता माझ्या पिताजींचं छाटलेलं मुंडकं आपल्या मांडीवर घेऊन बसून राहिलेली होती. तिचा आत्माच कोणीतरी जिवंतपणी जाळून टाकावा, अशी ती दिसत होती. तिचे डोळे सताड उघडे होते. तिची नजर भकास होती. ती ज्या प्रकारची स्त्री होती, तिची ती एक मोडून पडलेली, उद्ध्वस्त झालेली छाया असावी अशी ती दिसत होती.''

परशुराम बोलता बोलता थांबला आणि नदीकडे पाहण्यासाठी वळला. त्या भयानक दिवसानंतर प्रथमच तो आपल्या मातेविषयी बोलत होता. ''मी कोणीतरी अनोळखी व्यक्ती असावी अशा प्रकारे तिनं माझ्याकडे बघितलं. त्यानंतर ती जे शब्द बोलली, ते कायम माझा पाठलाग करत राहिले आहेत. ''माझ्यामुळे तुझ्या पिताजींचा मृत्यू ओढवला. ते माझं पाप आहे. मलाही त्यांच्याप्रमाणेच मृत्यू हवा आहे.''

शिवाचे तोंड धक्का बसल्यामुळे उघडे पडले. त्या दुर्दैवी ब्राह्मणाकडे त्याचे हृदय झेपावू लागले.

''मला प्रथम काहीच समजलं नाही आणि नंतर मात्र तिनं मला आज्ञाच दिली. 'माझं शीर उडव.' काय करावं ते मला समजत नव्हतं. मी घुटमळलो. अखेर ती मला पुन्हा म्हणाली, 'मी तुझी माता आहे. मी तुला आज्ञा देत आहे. माझं शीर उडव.''

शिवाने परशुरामाचा खांदा दाबला.

''माझ्याकडे पर्याय नव्हता. माझी माता दृढनिश्चयी होती. तिचं माझ्या पित्यावर नितांत प्रेम होतं. माझ्या पित्याच्या प्रेमाखेरीज एखाद्या रित्या शिंपल्याप्रमाणे ती राहिली असती. तिच्या आज्ञेचं पालन करण्यासाठी मी जसा परशू उचलला, तसं तिनं माझ्या डोळ्यांत थेट पाहिलं. 'तुझ्या पित्याच्या वधाचा सूड घे. विधात्यानं निर्माण केलेला तो सर्वात उत्तम पुरुष होता. त्याच्या मृत्यूचा सूड घे. त्यांच्यापैकी प्रत्येकाला ठार मार. अगदी एकालाही सोडू नकोस,'' अशी आज्ञा तिनं मला दिली.''

परशुराम शांत झाला. शिव आणि वीरभद्र सुन्न झाले होते. त्यांना कोणतीही

प्रतिक्रिया व्यक्त करणे शक्य झाले नाही. सारे वातावरण स्तब्ध होते. जहाजावर आदळून फुटणाऱ्या मधुमतीच्या लाटांचाच काय तो आवाज येत होता.

''तिनं जे सांगितलं, ते मी केलं. मी तिचं शीर उडवलं,'' परशुराम म्हणाला. त्याने एक दीर्घ श्वास घेतला आणि आपले अश्रू पुसले. त्यानंतर त्यावेळी आलेल्या संतापाने त्याचे डोळे चमकले. दात ओठ खात तो पुढे बोलू लागला, ''आणि त्यानंतर त्या बदमाशांपैकी प्रत्येकाला मी ठार मारलं. मी त्या प्रत्येकाचं मुंडकं उडवलं. वासुदेवांनी मला बहिष्कृत केलं. त्यांच्या जमातीची परवानगी न घेता मी लोकांना ठार मारलं होतं, असं त्यांचं म्हणणं होतं. कोणत्याही प्रकारचा न्यायनिवाडा न करताच मी चूक केल्याचा निवाडा त्यांनी दिला. पण मी काही चूक केली होती का प्रभू?''

शिवाने परशुरामाच्या डोळ्यांत रोखून पाहिले. त्याचे हृदय जड झाले होते. त्या ब्राह्मणाची तीव्र व्यथा त्याच्या हृदयाला भिडली होती. भगवान रामाने कदाचित वासुदेवांप्रमाणेच निवाडा केला असता, हे त्याला माहिती होते. महान सूर्यवंशींनाही त्या गुन्हेगाराला शिक्षा झालीच पाहिजे, असं वाटलं असतं. पण तेही न्यायालयासमोरच्या सुनावणीनंतरच! पण तरीही त्याला हेही माहिती होते की, कोणीही त्याच्या स्वतःच्या कुटुंबाबाबत असे काही करण्यास धजावले असते, तर त्यानेसुद्धा त्यांचे सारे विश्व उद्ध्वस्त केले असते.

''नाही. तू काहीही अयोग्य, चुकीचं वागला नाहीस. तू जे काही केलंस ते न्यायाला धरूनच आहे.''

एखादे धरण फुटावे, तसा परशुरामाने मोठा सुस्कारा सोडला.

'मी जे केलं ते न्याय्य होतं.'

शिवाने परशुरामाचा खांदा पकडला. परशुरामाने आपले डोळे हाताने झाकून घेतले होते. तो हुंदके देत होता. अखेरीस बऱ्याच वेळाने त्याने आपले डोके हलवले आणि वर बघितले. ''ब्रंगाच्या राजानं मला पकडण्यासाठी क्षत्रियांच्या तुकड्या पाठवल्या. आपल्या वंशातील महत्त्वपूर्ण लोकांना ठार मारल्याबद्दल तो मला न्यायाच्या तोंडी देणार होता. मला पकडण्यासाठी त्यानं एकवीस वेळा क्षत्रियांच्या तुकड्या पाठवल्या आणि एकवीस वेळा मी त्यांचा पराभव केला. अखेरीस ते थांबले.''

''परंतु ब्रंगांबरोबर तू एकट्यानं कसा काय सामना केलास?'' वीरभद्राने विचारले.

"मी एकटा नव्हतो. मला भोगाव्या लागलेल्या अन्यायाविषयी काही देवदूतांना माहिती होतं. त्यांनी मला या स्वर्गात आणलं. इथल्या काही दुर्दैवी, बहिष्कृत लोकांची त्यांनी माझ्याशी ओळख करून दिली. मग मी माझं स्वतःचं सैन्य उभारू शकलो. त्यांनी मला औषधं दिली. त्यामुळे इथलं अस्वच्छ पाणी पिऊन आणि अन्न खाऊनही व्यवस्थित जिवंत राहू शकलो. माझ्या लोकांना जंगलात स्थैर्य मिळवून देऊ शकलो. त्या बदल्यात त्यांच्या माझ्याकडून कोणत्याही अपेक्षा नव्हत्या. त्यांनी तिथल्या राजाला दिलेल्या धमकीमुळेच ब्रंगहृदयाबरोबरच्या माझ्या लढायांचाही अखेरीस अंत झाला. राजा चंद्रकेतू त्यांचा शब्द मोडू शकला नाही. आपल्या सर्वांमध्ये तेच लोक सर्वोत्तम आहेत. दडपल्या गेलेल्या लोकांसाठी लढणारे ते देवदूत आहेत."

शिवाच्या कपाळावर आठ्या चढल्या. "कोण आहेत ते?"

"नाग लोक."

"काय?"

"होय, प्रभू. म्हणूनच तुम्ही त्यांचा शोध घेत आहात. होय ना? तुम्हांला जर सैतानाचा शोध घ्यायचा असेल, तर तुम्हांला चांगल्या लोकांबरोबर युती केली पाहिजे. बरोबर?"

"हे तू काय बोलतो आहेस?"

"ते कधीही निष्पाप लोकांना ठार मारत नाहीत. त्यांच्यावर एवढा अन्याय होऊनही ते मात्र न्यायासाठी लढतात. दडपले गेलेले, दीनदुबळे लोक यांना त्यांना शक्य असलेली कुठलीही आणि कितीही मदत ते नेहमीच करतात. आपल्या सर्वांमध्ये ते लोकच सर्वोत्कृष्ट आहेत."

परशुरामाकडे शिवाने रागाने रोखून बघितले. तो एक शब्दही बोलला नाही. आता तो चांगलाच ढेपाळला होता.

"तुम्हांला त्यांचं रहस्य शोधायचं आहे. होय ना?" परशुरामाने विचारले.

"कसलं रहस्य?"

"मला माहिती नाही. पण मी असं ऐकलंय, की नागांच्या रहस्याशी सैतानाचं सखोल नातं आहे. त्यासाठीच तुम्ही त्यांना शोधत आहात ना?"

शिवाने काहीच उत्तर दिले नाही. गहन विचारात गढून तो क्षितिजाकडे पाहत होता.

— ⅄ⵀⵡⴷ⊗ —

त्या महाकाय प्राण्याशी युद्ध झाल्याच्या घटनेला आता दोन आठवडे उलटून गेले होते. आता सगळेच जखमी सैनिक पुन्हा चांगले होण्याच्या मार्गावर होते. परंतु गणेशाच्या पायाची जखम अजूनही पूर्णपणे भरून आली नव्हती.

आगामी काळात प्राण्यांकडून पुन्हा हल्ले केले जाऊ नयेत, म्हणून सती अद्यापही त्या इमारतीवरून देखरेख करत होती. त्या दिवशीही ती अशीच देखरेख करून परतली होती, तेव्हा काली गणेशाच्या जखमेवरची मलमपट्टी बदलत असल्याचे तिला दिसले.

त्यांच्या एकूणच शारीरिक दोषांसकट तिने त्यांना स्वीकारल्यामुळे काली आणि गणेश ही दोघेही प्रोत्साहित झाली होती. गेल्या दोन आठवड्यांपासून ती दोघे कोणत्याच प्रकारचा मुखवटा वापरत नव्हती. परंतु चंद्रवंशी सैनिक अद्यापही त्यांना पाहून आपली दृष्टी दुसरीकडे वळवत होते.

कालीने नुकतीच लिंबाच्या पानांची मलमपट्टी बांधण्याचे काम पूर्ण केले होते. मोकळ्या जागेच्या एका बाजूला असलेल्या अग्निकुंडाजवळ ती सहज फिरण्यासाठी उठली. सतीने तिची एकूण हालचाल पाहिली आणि तिने स्मित केले. आपले काम सुरूच ठेवून कालीबरोबर फेरफटका मारण्याविषयी कावासला सूचना देण्यासाठी ती वळली.

"आता त्याची जखम कशी आहे?"

"ती पूर्ण भरून येण्यासाठी आणखी एखादा आठवडा लागेल, ताई. गेल्या आठवड्यापासून जखम भरून येण्याची प्रक्रिया मंदावली आहे."

सतीने ओठ मुडपले. तिला वाईट वाटले. "त्या बिच्चाऱ्या बाळाचा बराच रक्तपात झाला आहे."

"काळजी करू नकोस," काली म्हणाली, "तो चांगला सामर्थ्यशाली आहे. तो लवकरच बरा होईल."

सतीने स्मित केले. कालीने मलमपट्टी अग्निकुंडात भिरकावून दिली. जखमेवर बांधलेल्या त्या मलमपट्टीवरच्या औषधातून बरेच जंतू बाहेर आल्याची शक्यता होती. ती पट्टी निळ्या रंगात जळत राहिली.

सतीने कालीकडे बघितले. तिने एक खोल श्वास घेतला आणि ती भेटल्यापासून

तिला सतावणारा तो प्रश्न तिने तिला विचारला.

“का?”

कालीच्या कपाळावर आठ्या चढल्या.

“तुम्ही चांगले लोक आहात. तुम्ही ज्या प्रकारे गणेशाला आणि तुमच्या लोकांना वर्तणूक देत आहात, ती मी पाहिली आहे. तुम्ही कठोर आहात, पण न्यायी आहात. मग तुम्ही त्या सगळ्या भयावह गोष्टी का करता?”

कालीने आपला श्वास रोखून धरला. तिने आकाशाकडे बघितले आणि आपले डोके हलवले. “पुन्हा एकदा विचार कर, ताई. आम्ही काहीही वाईट गोष्ट केलेली नाही.”

“काली, तू आणि गणेशानं वैयक्तिकरीत्या काहीही दुष्कृत्य केलेलं नसेल. पण तुमच्या लोकांनी गंभीर गुन्हे केले आहेत. त्यांनी निष्पाप लोकांचे जीव घेतले आहेत.”

“माझे लोक माझ्या हुकमाचे ताबेदार आहेत, ताई. तुला जर त्यांना दोष द्यायचा असेल, त्यांच्यावर आरोप करायचा असेल, तर तू त्यातून माझी सुटका करू शकणार नाहीस. पुन्हा एकदा विचार कर. आमच्या हल्ल्यात कधीही निरपराध लोकांचे बळी गेलेले नाहीत.”

“मला क्षमा कर, काली; परंतु हे सत्य नाही. तुम्ही योद्धे नसलेल्यांवर हल्ले केले आहेत. मी काही वेळ विचार करत होते. नाग लोकांना अन्याय्य वागणूक दिली गेली आहे. नाग अर्भकांना मेलुहा जी वागणूक देतं, ती अन्याय्य आहे. पण याचा अर्थ मेलुहाचा कोणताही नागरिक तुमचा शत्रू होऊ शकत नाही. त्यानं तर तुम्हांला कधी त्रासही दिलेला नसतो. तरीही त्याला तुम्ही त्रास देता.”

“केवळ आमचा अवमान करणाऱ्या. आम्हांला दुखावलेल्या यंत्रणेचा एक भाग आहेत, म्हणून आम्ही लोकांवर हल्ले करतो, असा विचार तू करत आहेस का ताई? हे चुकीचं आहे. ज्यानं कोणी आम्हांला थेट दुखावलेलं नाही किंवा दुखापत केलेली नाही, त्याला आम्ही कधीच त्रास देत नाही.”

“तुम्ही देता. तुमच्या लोकांनी मंदिरांवर हल्ले केले. त्यांनी निष्पाप, निरपराध लोकांवर हल्ले केले. त्यांनी सहजगत्या बळी पडू शकणाऱ्या ब्राह्मणांची हत्या केली.”

“नाही. प्रत्येक हल्ल्याच्यावेळी आम्ही मंदिरातील ब्राह्मण वगळता सर्वांना

निसटून जाऊ दिलेलं आहे. अगदी प्रत्येकाला. कोणत्याही निरपराधाचा बळी आम्ही घेतलेला नाही. कधीही नाही.''

''पण तुम्ही मंदिरातील ब्राह्मणांना ठार केलंत. ते काही योद्धे नव्हते. ते निरपराध होते.''

''मला ते मान्य नाही.''

''का?''

''कारण त्यांनी आमच्या लोकांना थेट दुखावलं होतं.''

''काय? कसं काय? मंदिरातील ब्राह्मणांनी तुमच्या बाबतीत असं काय चुकीचं वर्तन केलं होतं?''

''मी तुला सांगते.''

शिवाच्या आरमारी पथकाच्या जहाजाने वैशालीत नांगर टाकला. गंगेच्या काठावरची ती एक सुंदर नगरी होती. शिवाने परशुरामाशी युती केल्याला आता तीन आठवडे उलटून गेले होते. दंतकथा बनून गेलेल्या मत्स्य देवाचे वैशालीत सुंदर, भव्य मंदिर होते. परशुरामाने नागांविषयी जे वक्तव्य केले होते, त्यामुळे शिव पूर्णपणे त्रस्त होऊन गेला होता. त्याला वासुदेवांशी याविषयी बोलायची इच्छा होती. ब्राह्मण - क्षत्रिय असलेल्या आणि वाळीत टाकल्या गेलेल्या जहाजावरच्या त्या वासुदेवाखेरीज इतर वासुदेवांशी त्याला बोलायचे होते. त्या जमातीविषयीचा त्याचा संताप अवकाशाच्या आणि काळाच्या ओघात कमी झाला होता.

ते मंदिर शहरातील बंदरापासून अगदी जवळ होते. तेथील राजासह सर्व प्रजा तिथे शिवाच्या स्वागतासाठी जमली होती. परंतु शिवाने त्यांचे स्वागत स्वीकारण्याआधी आपल्याला थोडा कालावधी दिला जावा, अशी त्यांना विनंती केली. तो सरळ मत्स्य मंदिराकडे रवाना झाला. ते मंदिर ७० फुटांपेक्षा थोडेसेच अधिक उंच होते. वासुदेवांना बिनतारी संदेश प्रक्षेपित करण्यासाठी लागणाऱ्या उंचीपेक्षा त्याची उंची निश्चितच अधिक होती.

ते मंदिर गंगेच्या तीरावर वसले होते. सहसा मंदिरांबाहेर सुंदर, आखीव रेखीव बागांसाठी आणि मोठमोठ्या भिंतींसाठी प्रशस्त जागा सोडलेली असते. हे मंदिर

मात्र त्या सर्वांहून वेगळे होते. बाहेरच्या जागी गुंतागुंतीच्या रचनांची तळी, सरोवरे होती. मंदिराबाहेरच्या कालव्यांमधून गंगेचे पाणी त्या सर्व तळ्यांमध्ये आणि सरोवरांमध्ये खेळवण्यात आले होते. त्या कालव्यांमुळे शिवाने तोपर्यंत पाहिलेल्या कोणत्याही रचनेपेक्षा ती रचना दिव्य भासत होती. ज्यावेळी समुद्राची पातळी खूपच खाली होती, त्यावेळच्या प्राचीन भारताचा नकाशा तिथे कोरलेला होता. त्यात महाराज मनूची कथा सांगितली गेली होती. आपल्या ओसाड पडलेल्या संगमतमीळ या जन्मभूमीतून त्याने आपल्या अनुयायांना बाहेर कसे नेले, त्याची कथाही तिथे लिहिण्यात आली होती. वासुदेवांना तातडीने भेटण्याची गरज असतानाही शिवाला तेथील अप्रतिम रचनेने खिळवून ठेवले. अखेरीस त्याने आपली नजर त्या दृश्यावरून हटवली आणि तो मुख्य मंदिराच्या पायऱ्या चढू लागला. बाहेरच्या बाजूला गर्दी ताटकळत उभी होती. त्यांच्या नीलकंठाच्या विनंतीला मान देऊन लोक शांतपणे थांबले होते.

मंदिरातील दूरवरच्या कोपऱ्यात असलेल्या गाभाऱ्याकडे शिवाने पाहिले. तोपर्यंत त्याने पाहिलेल्या इतर कोणत्याही मंदिरापेक्षा तो खूपच प्रशस्त होता. बहुधा त्या मंदिरातील देवाची भव्य मूर्ती सामावली जावी, यासाठीच एवढा प्रशस्त गाभारा बांधण्यात आला असावा. एका उंच चौथऱ्यावर भगवान मत्स्याची म्हणजेच एका महाकाय माशाची मूर्ती ठेवण्यात आली होती. संगमतमीळ येथून महाराज मनू आणि त्याच्या प्रजेला बाहेर पडून सुरक्षित स्थळी येण्यासाठी त्याने मदत केली होती. वेदिक संस्कृतीचा संस्थापक असलेल्या मनूने आपल्या वंशजांसाठी घालून दिलेल्या मार्गदर्शक तत्त्वांमध्ये असे स्पष्ट म्हटले होते, की प्रभू मत्स्याची नेहमीच विष्णूचा पहिला अवतार म्हणून पूजा केली जावी. त्यांच्यापैकी प्रत्येक जणच फक्त प्रभू मत्स्याच्या कृपेमुळेच जीवित आहेत, हे त्यांनी ध्यानात घ्यावे.

‘इथल्या नदीत मी पाहिलेल्या डॉल्फिनसारखाच भगवान मत्स्य दिसत आहे. फक्त तो जास्त मोठा आहे एवढंच!’

शिवाने खाली वाकून भगवंताला नमस्कार केला. त्याने चटकन प्रार्थना केली आणि नंतर एका खांबाजवळ जाऊन तो बसला. त्यानंतर त्याने आपले विचार मोठ्याने प्रकट केले.

“वासुदेवांनो, तुम्ही इथे आहात का?”

कोणीही प्रतिसाद दिला नाही. त्या मंदिरातून त्याला भेटण्यासाठी कोणीही पुढे आले नाही.

''इथे कोणीही वासुदेव नाही का?''

पूर्ण शांतता!

''हे वासुदेवांचं मंदिर नाही का? मी चुकीच्या स्थळी आलो आहे का?''

मंदिराच्या आवारातील कारंज्याच्या थेंबांच्या हळुवार ध्वनीखेरीज शिवाला काहीही ऐकू आले नाही.

''छे! काहीतरीच!!''

शिवाच्या लक्षात आले, की त्याने नक्कीच काहीतरी चूक केली होती. ते मंदिर बहुधा वासुदेवांचे वसतिस्थान नव्हते. सतीने दिलेल्या सल्ल्याकडे त्याचे विचार वेधले गेले.

'कदाचित सती जे म्हणाली होती, ते बरोबर असावं. बहुधा वासुदेव मला साहाय्य करण्याचा प्रयत्न करत होते. त्यांनी मदतच केली होती! कार्तिकाला काहीही झालं असतं, तर मी विदीर्ण झालो असतो. कोलमडून पडलो असतो!'

एक शांत, स्वच्छ आवाज मोठ्याने त्याच्या डोक्यात घुमला.

''तुझी पत्नी सुज्ञ आहे, महान महादेवा. एकाच व्यक्तीमध्ये सौंदर्य आणि सुज्ञपणा यांचा असा संगम क्वचितच बघायला मिळतो.''

शिवाने चटकन वर बघितले आणि सभोवतालीही नजर टाकली. तिथे कोणीही नव्हते. तो आवाज बहुधा दुसऱ्या एखाद्या वासुदेव मंदिरातून आला असावा. त्याने तो आवाज ओळखला होता. शिवाला नागांचे औषध देण्याची काशीच्या वासुदेवाला आज्ञा करणाऱ्या वासुदेवाचा तो आवाज होता.

''तुम्ही नेता आहात का, पंडितजी?''

''नाही, माझ्या मित्रा. तू नेता आहेस. मी फक्त तुझा अनुयायी आहे. आणि मी माझ्याबरोबर वासुदेवांना घेऊन आलो आहे.''

''तुम्ही कुठे आहात? उज्जैनला?''

पुन्हा तिथे शांतता पसरली.

''तुमचं नाव काय आहे पंडितजी?''

''माझं नाव गोपाल आहे. मी वासुदेवांचा प्रमुख मार्गदर्शक आहे. प्रभू रामानं आमच्यासाठी नेमून दिलेलं प्रमुख काम मी करत आहे. तुझं कर्म करण्यासाठी

तुला साहाय्य करणं.''

''मला तुमच्या सल्ल्याची आवश्यकता आहे, पंडितजी.''

''महान नीलकंठा, जशी तुझी इच्छा! तुला कशाविषयी बोलायचं आहे?''

— ⅄⦾Ụ⍋⊗ —

सती, काली, गणेश आणि ब्रंगाचे व काशीचे सैनिक काशीकडे निघाले होते. त्यांच्यात मोठ्याने सुरू असलेल्या संभाषणामुळे अरण्यातील शांतता भंग पावत होती.

विश्वद्युम्न गणेशाकडे वळला. ''महाराज, या अरण्यात विचित्र शांतता आहे, असं तुम्हांला वाटत नाही का?''

गणेशाने आपल्या भुवया उंचावल्या. कारण सैनिकांचा चांगलाच कल्लोळ चालला होता.

''आपल्या माणसांनी आणखी उच्च स्वरात संभाषण करावं असं तुला वाटतंय का?''

''नाही महाराज. आपण पुरेशा मोठ्या आवाजात बोलतो आहोत. मी या उर्वरित अरण्याविषयी बोलतो आहे. ते खूपच शांत आहे.''

गणेशाने आपली मान वळवली. विश्वद्युम्नाचे म्हणणे बरोबर होते. एखाद्या प्राण्याचा किंवा पक्ष्याचा आवाजही तिथे ऐकू येत नव्हता. त्याने सभोवताली बघितले. त्याच्या अंतर्मनाने त्याला कौल दिला की, तिथे काहीतरी चुकीचे, अयोग्य होते. अरण्यातील झाडांकडे त्याने रोखून बघितले. त्यानंतर आपले डोके हलवून तो समोर पाहू लागला आणि आपल्या घोड्याला आणखी जलद चालण्यासाठी त्याने टाच मारली.

थोड्याच अंतरावर, एक महाकाय जखमी प्राणी चालत होता. त्याच्या शरीरावरील जखमा थोड्याफार भरल्या होत्या. तो हळूहळू पुढे सरकत निघाला होता. त्याच्या खांद्यात खोलवर बाण रुतलेला होता आणि बाणाचा मागचा भाग मोडलेला होता. त्या महाकाय प्राण्याला त्यामुळे थोडेफार अडखळत चालावे लागत होते. त्याच्या पाठोपाठ दोन सिंहिणीही शांतपणे चालल्या होत्या.

प्रकरण १८

सैतानाचा कार्यक्रम

"हा देश खूपच गोंधळात टाकणारा आहे."

गोपाळ हळुवारपणे विचार करत म्हणाला, *"तुला असं का बरं वाटतंय, माझ्या मित्रा?"*

"नाग हे दुष्ट लोक आहेत. बरोबर? याविषयी प्रत्येकाचं एकमत आहे आणि तरीही नागांनी अडचणीत असलेल्या माणसाला फक्त त्याला न्याय मिळावा म्हणून मदत केली. सैतान कसा असावा याविषयीची जी समजूत आहे, तसा हा प्रकार नाही."

"चांगला मुद्दा आहे, महान नीलकंठा."

"मी आधी क़ेलेली चूक लक्षात घेता यापुढे खात्री पटल्याशिवाय मी कोणावरही हल्ला करणार नाही."

"सुज्ञपणाचा निर्णय."

"म्हणजे तुम्हांलाही नाग लोक हे सैतान नाहीत, असं वाटतंय का?"

"मी याचं उत्तर कसा काय देऊ, माझ्या मित्रा? माझ्याकडे या प्रश्नाचं उत्तर देण्याएवढी विद्वत्ता नाही. मी काही नीलकंठ नाही."

शिवाने स्मित केले. "पण तुमचंही काही मत आहे. नाही का?"

गोपाळाने काहीतरी बोलावे, म्हणून शिवाने प्रतीक्षा केली. परंतु त्या वासुदेव

पंडिताने काहीच उत्तर दिले नाही. त्यामुळे अधिकच स्मित करत शिवाने ती चर्चा तिथेच सोडून दिली.

"कृपा करून, नाग लोकही नीलकंठाच्या दंतकथेवर विश्वास ठेवतात, असं मात्र मला सांगू नका."

क्षणभरासाठी गोपाळ तसाच शांत राहिला.

शिवाने त्याच वाक्याचा पुनरुच्चार केला. तो विचारात पडला.

"पंडितजी? कृपा करून माझ्या प्रश्नाचं उत्तर द्या. नीलकंठाच्या दंतकथेवर नाग लोकही विश्वास ठेवतात का?"

"मला जेवढी माहिती आहे, त्यावरून तरी महान महादेवा, त्यांच्यापैकी बहुतेकांचा नीलकंठाच्या दंतकथेवर विश्वास नाही. परंतु फक्त तेवढ्यामुळेच ते सैतान किंवा दुष्ट ठरतात, असं तुला वाटतं का?

शिवाने आपली मान हलवली. *"नाही. अर्थातच नाही."*

थोड्या वेळासाठी तिथे शांतता पसरली.

शिवाने एक दीर्घ श्वास घेतला.

"मग आशीर्वाद लाभलेलं उत्तर काय आहे? मी संपूर्ण भारतभर प्रवास केला आहे. बहुतेक सर्व जमातींना भेटलो आहे. परंतु फक्त नागांना भेटलो नाही आणि जर कोणीच सैतान नसेल, दुष्ट नसतील, तर कदाचित सैतानाचा उदय झालेलाच नसेल. कदाचित माझी गरजच नसेल."

"सैतान किंवा दुष्ट हे फक्त लोकच असतात, यावर तुझा विश्वास आहे का माझ्या मित्रा? त्यांच्यापैकी काहींच्या अंतःकरणात कदाचित सैतानाचं वास्तव्य असू शकेल. परंतु तो वाट पाहत असलेला बलाढ्य सैतान मानवाच्या पलीकडेही अस्तित्वात आहे का?"

शिव विचारमग्न झाला. *"माझ्या लक्षात आलं नाही."*

"फक्त काही लोकांमध्ये सामावून जाण्याएवढा, केंद्रित होण्याएवढाच सैतान लहान असतो, असं तुला वाटतं का? म्हणजेच सैतान हा फक्त काही लोकांमध्ये सामावण्याखेरीज त्याहूनही खूपच मोठा असू शकतो का?"

शिव शांत राहिला.

"महाराज मनूनं असं सांगितलं होतं, की सैतान लोकांमध्ये नसतो. खरा सैतान त्यांच्याही पलीकडे असतो. तो लोकांना आकर्षित करतो. तो आपल्या शत्रूंमध्ये

संभ्रमावस्था निर्माण करतो. परंतु सैतान स्वतः खूपच बलाढ्य असतो आणि तो फक्त थोड्याच लोकांमध्ये समाविष्ट होऊ शकत नाही.''

शिव विचारमग्न झाला.

''याचा अर्थ तुम्ही सैतान हीसुद्धा परमेश्वराइतकीच सामर्थ्यशाली शक्ती आहे, असं म्हणता आहात, असं दिसतंय. तो स्वतः काहीच कार्य करत नाही. परंतु लोकांचा माध्यम म्हणून वापर करून घेतो. त्या लोकांमध्ये चांगले लोकही असू शकतात. ते सैतानाचा हेतू पूर्ण करण्यासाठी काम करतात. जर एक हेतू म्हणून तो काम करत असेल, तर त्याला कसा काय नष्ट करता येईल?''

''हा स्वारस्यपूर्ण विचार आहे. हे नीलकंठा, तो सैतान हा हेतूंमध्ये दडलेला असतो.''

''कसले हेतू? विनाशाचा हेतू? मग विश्व या गोष्टीचं नियोजन का करतं?''

''आपण याच्याकडे दुसऱ्या दृष्टिकोनातून पाहू या. विश्वात कोणतीही गोष्ट अकारण घडत नाही, यावर तुझा विश्वास आहे का? म्हणजेच प्रत्येक गोष्ट सकारणच अस्तित्वात असते. याचा अर्थ प्रत्येक गोष्टीच्या अस्तित्वामागे काही ना काही हेतू असतो.''

''होय. जर एखादी गोष्ट अकारणच असल्यासारखी वाटली, तर त्याचा अर्थ आपल्याला अद्याप तिच्यामागचा हेतू उमगलेला नाही, असा होतो.''

''मग सैतानाचं अस्तित्व का असतं? त्याचा एकदाच आणि कायमस्वरूपी विनाश का होऊ शकत नाही? ज्यावेळी त्याचा विनाश झाल्यासारखा वाटतो, त्यानंतरही तो पुन्हा प्रकट होतो. कदाचित त्याच्या पुनर्प्रकटीकरणास प्रचंड कालावधी लोटावा लागत असेलही, कदाचित तो वेगळ्याच आकारात जन्मत असेल; परंतु सैतान पुन्हा प्रकट होतो आणि पुनःपुन्हा प्रकट होत राहतो. का?''

गोपाळाचे शब्द समजून घेण्यासाठी शिवाने आपले डोळे बारीक केले.

''कारण सैतानाच्या अस्तित्वामागेही काही तरी हेतू असतो....''

''हाच महाराज मनूचाही विश्वास होता. त्यालाही असंच वाटत होतं. महादेवाच्या यंत्रणेतून यामध्ये समतोल साधला जातो. समतोल साधण्याच्या हेतूनं राखलेलं नियंत्रण म्हणून ही यंत्रणा काम करते. योग्य वेळी सैतानाला त्या काळाच्या बाहेर फेकून देणं हा महादेवाचा हेतू असतो.''

''काळाच्या बाहेर फेकून देणं?'' शिवाने चकित होत विचारले.

''होय. हेच महाराज मनूनं सांगितलं आहे. त्याच्या आदेशांमधील ही फक्त एक ओळ आहे. सैतानाच्या विनाशकर्त्यांनी सैतान म्हणजे काय हे समजून घेतलं पाहिजे. सैतानाचा संपूर्ण विनाश होत नाही आणि होऊही शकत नाही, असं माझ्या समजुतीप्रमाणे मला वाटतं. म्हणजेच योग्य वेळी त्याला त्या काळाच्या बाहेर काढून फेकून दिलं गेलं पाहिजे. ज्यावेळी तो संपूर्ण विनाशासाठी प्रकट होतो, तीच वेळ ही त्याच्या विनाशाची खरी योग्य वेळ असते. म्हणजेच तोच सैतान वेगळ्या काळात चांगल्या हेतूसाठीही प्रकट होतो, असं तर त्याला म्हणायचं नसेल ना? तुला काय वाटतं?''

''माझ्या प्रश्नांची उत्तरं शोधण्यासाठी मी इथे आलो होतो, माझ्या मित्रा. परंतु तू तर माझ्यासमोर आणखी प्रश्न फेकत आहेस.''

गोपाळ हळुवारपणे हसला. ''मला क्षमा कर माझ्या मित्रा. आम्हांला माहिती असलेले संकेत तुला देणं हे आमचं काम आहे. तुझ्या निर्णयात हस्तक्षेप करणं किंवा ढवळाढवळ करणं हे आमचं काम नाही. कारण त्यामुळे सैतानाला परमानंद होण्याची शक्यता असते.''

''मी असं ऐकलंय, की महाराज मनूनं असं सांगितलंय, की सत् आणि असत् म्हणजेच चांगल्या गोष्टी आणि सैतान या एकाच नाण्याच्या दोन बाजू आहेत?''

''होय. त्यानं तसं सांगितलंय. त्या एकाच नाण्याच्या दोन बाजू आहेत. त्याविषयी त्यानं आणखी काहीही स्पष्टीकरण दिलेलं नाही.''

''आश्चर्य आहे. याला काहीच अर्थ नाही.''

गोपाळ हसला.

''वरकरणी ते विचित्र भासत असेल. परंतु योग्य वेळी तुला या दोन्ही गोष्टींतून अर्थ काढता येईल.''

काही काळ शिव शांत राहिला. मंदिराच्या खांबांमधून त्याने बाहेर पाहिले. थोड्या अंतरावर, मंदिराच्या बाहेरच्या प्रवेशद्वाराजवळ वैशालीचे लोक त्यांच्या नीलकंठाच्या प्रतीक्षेत शांतपणे उभे होते. त्याने तिकडे रोखून पाहिले आणि नंतर तो प्रभू मत्स्याच्या मूर्तीकडे परत वळला.

''गोपाळा, माझ्या मित्रा, महाराज रुद्राने कोणत्या सैतानाला त्या काळाच्या बाहेर काढलं होतं? असुर सैतान नव्हते, हे मला माहिती आहे. मग त्यानं कोणत्या सैतानाचा विनाश केला?''

"तुला उत्तर माहिती आहे."

"नाही. मला माहिती नाही."

"होय. तुला माहिती आहे. हे नीलकंठा, तू त्याविषयी विचार कर. भगवान रुद्राची चिरकाल टिकणारी वंशपरंपरागत चालत आलेली गोष्ट कोणती आहे?"

शिवाने स्मित केले. उत्तर स्पष्ट होते.

"आभारी आहे, पंडितजी. मला वाटतं, आजच्या दिवसाचा विचार करता आपण पुरेसं बोललो आहोत."

"तुझ्या पहिल्या प्रश्नाविषयीचं माझं मत मी तुला देऊ का?"

शिवाला आश्चर्य वाटले.

"नागांविषयीचं?"

"होय."

"अर्थात! कृपया द्या."

"तू नागांकडे ओढला गेला आहेस, हे तर स्पष्टच दिसतं आहे. सैतानापर्यंत पोहोचण्याचा तुझा मार्ग त्यांच्या माध्यमाद्वारे जात आहे, असं तुला वाटतंय."

"होय."

"हे दोन कारणांमुळे तुला वाटत असावं. एक तर या मार्गाच्या टोकाला सैतानाचं अस्तित्व असावं."

"किंवा?"

"किंवा त्या मार्गावर सैतानानं भयंकर विनाश घडवून आणलेला असावा."

शिवाने खोल श्वास घेतला.

"याचा अर्थ सैतानाकडून दुःख प्राप्त झालेले, त्रास सोसावा लागलेले हे सर्वाधिक त्रस्त जीव आहेत?"

"कदाचित!"

शिवाने त्या खांबाला वाकून नमस्कार केला. त्याने आपले डोळे मिटले.

'कदाचित नागांचं म्हणणं ऐकून घेतलं गेलं पाहिजे. कदाचित इतर प्रत्येक माणसानं त्यांच्यावर अन्याय केला असावा. कदाचित त्यांना संशयाचा फायदा दिला गेला पाहिजे. परंतु त्यांच्यापैकी कोणीतरी मला उत्तर दिलं पाहिजे. बृहस्पतीच्या हत्येसाठी त्यांच्यापैकी कोणीतरी न्याय मिळण्याच्या प्रतीक्षेत असलं पाहिजे.'

शिव कोणाविषयी विचार करत होता, ते गोपाळाला माहिती होते. तो शांत राहिला.

— ⸙ —

अथिथिग्वाच्या खासगी कक्षात सती त्याच्यासमोर उभी होती. तिच्या शेजारीच काली आणि गणेश उभे होते. यावर कशा प्रकारे प्रतिक्रिया व्यक्त करावी, हे सुन्न झालेल्या काशीच्या राजाला उमगत नव्हते.

त्या दिवशी सकाळीच २७ सिंहांच्या कातड्यांसह सती काशीहून परतली होती. नरभक्षक सिंहांच्या कळपाचा विनाश केल्याचा पुरावा म्हणून ती कातडी बरोबर आणण्यात आली होती. तिथे धारातीर्थी पडलेल्या काशीच्या शूर सैनिकांच्या आत्म्याला शांती लाभावी, म्हणून काशीच्या विश्वनाथ मंदिरात त्याच दिवशी सकाळी विशेष प्रार्थना करण्यात आली होती. कावासाला बढती देण्यात आली होती. ब्रंगाच्या सैनिकांच्या तुकडीच्या धाडसाचे कौतुक करण्यात आले होते. काशीत राहणाऱ्या ब्रंगांना तीन महिने कर भरण्यातून सवलत देण्यात आली होती. परंतु ही विशिष्ट समस्या अथिथिग्वाला गुंतागुंतीची वाटत होती. सतीच्या शेजारी दोन नाग व्यक्ती असल्याचे पाहून त्यावर कोणती प्रतिक्रिया व्यक्त करावी ते त्याला कळत नव्हते. त्याच्या शहरातून नीलकंठाच्या पत्नीच्या नातेवाइकांना हाकलून लावण्याचे धारिष्ट्य करणे त्याला शक्य नव्हते. त्याचवेळी खुलेपणाने त्यांना काशीत राहण्याची परवानगीही तो देऊ शकत नव्हता. कर्मविषयक कायद्याचा भंग केल्याचा गुन्हा त्याने केला आहे, असे त्याच्या प्रजेला वाटले असते. नागांविषयीच्या गैरसमजुती खूप खोलवर रुजलेल्या होत्या.

"देवी," अथिथिग्वा काळजीपूर्वक बोलत होता, "आपण याला कशी काय परवानगी देऊ शकू?"

कालीने अथिथिग्वाकडे रागाने पाहिले. वास्तविक, ती स्वतःच एका प्रदेशाची राणी होती. त्यामुळे अशा प्रकारे तिच्याविषयी बोलणे हा तिचा अपमान होता. तिने सतीच्या हाताला स्पर्श केला, "ताई, याविषयी विसरून जा...."

सतीने फक्त मान हलवली. "महाराज अथिथिग्वा, संपूर्ण भारतात काशीमध्ये सहनशक्तीचा प्रकाश चमकत असतो. ते सर्व भारतीयांचा स्वीकार करतात. मग

त्यांच्या श्रद्धा किंवा त्यांची जीवनशैली कशीही असली तरी काशीला त्यामुळे काहीही फरक पडत नाही. पददलित आणि अल्पसंख्याक यांच्यासाठी तुमचं शहर हे दीपस्तंभ मानलं जातं. मग फक्त ते लोक नाग आहेत, एवढ्याच कारणामुळे काही उमद्या, शूर आणि राजघराण्यातील लोकांना नाकारल्यामुळे तुमच्या या लौकिकाला काळिमा लागणार नाही का?''

अथिथिग्वाने नजर झुकवली. ''परंतु देवी, माझे लोक.......''

''महाराज, आज काशीची तुकडी परतली आहे आणि इच्छावरचे लोकही जिवंत आहेत, त्यामागे फक्त काली, गणेश आणि त्यांच्या सैनिकांचं शौर्य आहे, ही बाब आपण विसरू नका. आम्हांला सिंहांनी केव्हाच फाडून खाल्लं असतं; परंतु या लोकांनीच आमचे प्राण वाचवले आहेत. त्या बदल्यात त्यांचा मानसन्मान होणं साहजिकच नाही का?''

अथिथिग्वाने नाइलाजाने मान डोलावली. आपल्या खासगी कक्षाच्या खिडकीतून त्याने बाहेर पाहिले. गंगेचा प्रवाह सुस्तावल्यासारखा संथपणे वाहत होता. खूप दूरवर असलेल्या पूर्वेकडच्या किनाऱ्यावरच्या राजप्रासादाचे प्रतिबिंब तिच्या प्रवाहात पडले होते. ते प्रवाहाबरोबर हिंदकळत होते. तिथे त्याची प्रिय भगिनी माया दुःखीकष्टी आयुष्य जगत होती. व्यावहारिकदृष्ट्या पाहता, ती नजरकैदेतच होती. आपल्या प्रजेत नागांविषयी असलेल्या भीतीला आव्हान द्यायला त्याला आवडलेच असते. परंतु नेहमीच त्याचे धैर्य त्या बाबतीत कमी पडत असे. खरे तर नीलकंठाची पत्नी आता तिच्या कुटुंबीयांना घेऊन त्याच्या समोर उभी होती आणि त्यामुळे त्याला कुठेतरी आशेचा किरण दिसला होता. नीलकंठाला आव्हान द्यायला कोण धजावलं असतं? अन्याय्य कायद्यांचा एक संच शिवाने कशा प्रकारे मोडीत काढला होता, ते सर्वांना माहिती होते. आता तशाच प्रकारचा नागांविषयीचा अन्याय्य कायदा त्याने का मागे घ्यायला लावला नसता?

राजा सतीकडे मागे वळला. ''तुमचे कुटुंबीय राहू शकतात, देवी. काशीच्या राजवाड्यातील प्रभू नीलकंठाला दिलेल्या भागातील जागेत राहणं त्यांना सोईस्कर आणि सुखकर होईल, असं मला वाटतं.''

''होय. मलाही तसंच वाटतं,'' सती स्मित करत म्हणाली, ''महाराज, मी आपली खूपच आभारी आहे.''

— ⅄ⵀⵡⴷⴻ —

जहाजाच्या पुढच्या भागात शिव उभा होता. पार्वतेश्वर त्याच्या शेजारीच उभा होता.

"मुख्य जहाजाच्या वेगाविषयी माझ्या मनात शंका आहे, प्रभू," पार्वतेश्वर म्हणाला.

काशीकडे जलद कूच करण्याविषयी खात्री करून घेण्यास शिवाने पार्वतेश्वराला सांगितले होते. दोन वर्षांहून अधिक काळ तो आपल्या कुटुंबीयांपासून दूर होता. तो खूपच मोठा कालावधी होता आणि त्यांच्या आठवणीने आता तो अत्यंत व्याकूळ झाला होता.

"आभारी आहे, सरलष्करप्रमुख," शिव म्हणाला.

पार्वतेश्वराने त्याला मानवंदना दिली आणि तो गंगेच्या प्रवाहाकडे पाहण्यासाठी मागे वळला. "तुमचं वैवाहिक जीवन कसं काय चाललंय, सरलष्करप्रमुख?" शिवाने मिस्कीलपणे स्मित करत विचारले.

पार्वतेश्वराने छान हसत शिवाकडे पाहिले. "स्वर्ग, प्रभू. अगदी स्वर्ग. खरं तर अगदी उच्चतम स्वर्गसुख."

शिवाने स्मित केले. "नेहमीचे कायदे तिथे लागू पडत नाहीत, पडतात का?"

पार्वतेश्वर मोठ्याने हसला. "ते जाऊ दे. रोजच्या दिवसासाठी आनंदमयी रोजच एकेक नियम ठरवते आणि मी त्याप्रमाणे वागतो."

शिव मोठ्याने हसला आणि त्याने आपल्या मित्राच्या पाठीवर थाप मारली. "माझ्या मित्रा, त्या नियमांचं पालन कर. तिचं तुझ्यावर प्रेम आहे. तिच्या सहवासात तू आनंदी राहशील."

पार्वतेश्वराने अगदी मनापासून मान हलवली.

"आनंदमयीनं मला सांगितलं, की तिनं अयोध्येच्या सम्राटाला, दिलीपाला तुमच्या विवाहाविषयी माहिती देण्यासाठी एका युद्धनौकेवरून लोकांना पाठवलं आहे," शिव म्हणाला.

"होय. तिनं तशी तजवीज केली आहे," पार्वतेश्वर म्हणाला, "आपल्या स्वागतासाठी महाराज काशीला येतील. आपल्या आगमनानंतर दहा दिवसांत काशीत याप्रीत्यर्थ एक खूपच मोठा समारंभ करणार असल्याचं वचनही त्यांनी

दिलं आहे.''

''ती तर फारच बहारदार गोष्ट असेल.''

— ⅄OOꓴ⇞⊗ —

''आज्ञा प्रभू?'' नंदीने विचारले.

नंदी आणि भगीरथ शिवाच्या कक्षात होते.

''आपण काशीत पोहोचू, तेव्हापासून राजकुमार भगीरथाबरोबरच राहा.''

''का प्रभू?'' भगीरथाने विचारले.

शिवाने फक्त हात उंचावला. ''बस्स, फक्त माझ्यावर विश्वास ठेवा.''

भगीरथाने आपले डोळे बारीक केले. ''माझे पिताजी काशीत येत आहेत का?''

शिवाने मान हलवली.

''मी सावलीसारखा राजकुमाराबरोबर राहीन, प्रभू,'' नंदी म्हणाला, ''मी जिवंत असेपर्यंत तरी राजकुमाराच्या केसालाही धक्का पोहोचणार नाही.''

शिवाने वर बघितले. ''मला तुलाही काही झालेलं चालणार नाही, नंदी. तुम्ही दोघेही आपले डोळे उघडे ठेवा आणि काळजीपूर्वक राहा.''

— ⅄OOꓴ⇞⊗ —

''माझ्या बाळा,'' कार्तिक धावत, धावत तिच्या मिठीत शिरल्यानंतर सती उद्गारली.

कार्तिक फक्त तीन वर्षांचा होता, परंतु सोमरसामुळे तो सहा वर्षांचा असल्यासारखा वाटत होता. तो ओरडला, ''माते ऽऽऽ''

सतीने त्याला आनंदाने घट्ट मिठीत घेतले. ''मला तुझी खूप आठवण येत होती.''

''मलाही तुझी खूपच आठवण येत होती,'' कार्तिक हळूहळू म्हणाला. माता आपल्याला सोडून गेल्यामुळे त्याला अजूनही वाईट वाटत होते.

''तुला सोडून गेल्याबद्दल मला माफ कर, माझ्या बाळा. परंतु मला खूपच

महत्त्वाचं कार्य पार पाडायचं होतं.''

''पुढच्या वेळी मलाही तुझ्याबरोबर घेऊन जा.''

''मी प्रयत्न करेन.''

कार्तिकाने स्मित केले. तो शांत झाल्यासारखा दिसत होता. त्यानंतर त्याने म्यानातून आपली लाकडी तलवार बाहेर काढली. ''हे बघ माते!''

सतीच्या कपाळावर आठ्या पडल्या. ''हे काय आहे?''

''तू मला सोडून गेल्यापासूनच मी तलवारबाजीचं शिक्षण घ्यायला सुरुवात केली. मी जर चांगला सैनिक असतो, तर तू मला तुझ्याबरोबर घेऊन गेली असतीस ना?''

सती हसली आणि तिने कार्तिकाला उचलून आपल्या मांडीवर बसवले. ''तू तर जन्मजात सैनिक आहेस, माझ्या बाळा.''

कार्तिकाने स्मित केले आणि आपल्या मातेला मिठी मारली.

''तुला नेहमीच तुझा एक बंधू हवा होता ना? तू नेहमीच त्याविषयी मला विचारत राहायचास ना?''

कार्तिकाने जोरात मान हलवली. ''होय! होय!''

''ठीक आहे. मग ऐक तर! मी तुझ्यासाठी एक विलक्षण बंधू आणला आहे. तुझा ज्येष्ठ बंधू. तो नेहमीच तुझी काळजी घेईल; तुला सांभाळेल.''

कार्तिकाच्या कपाळावर आठ्या पडल्या. त्याने दाराकडे बघितले. एक अवाढव्य शरीराची व्यक्ती त्या कक्षात प्रवेश करत होती. तो साधे पांढरे धोतर नेसला होता आणि आपल्या उजव्या खांद्यावरून त्याने अंगवस्त्र घेतले होते. त्याचे प्रचंड मोठे पोट त्याच्या प्रत्येक श्वासाबरोबर जोरजोरात हिंदकळत होते. परंतु त्याच्या चेहऱ्याने कार्तिक दचकला. मानवी शरीरावर हत्तीचे मस्तक होते.

गणेशाने छान स्मित केले. कार्तिक आपल्याला स्वीकारेल की नाही, या साशंकतेमुळे त्याचे हृदय जोरजोरात धडधडत होते. ''कार्तिक, तू कसा आहेस?''

सहसा निर्भयतेने वागणारा कार्तिक आपल्या मातेच्या मागे लपला.

''कार्तिक,'' सतीने स्मित केले आणि त्याच्या मोठ्या बंधूकडे गणेशाकडे अंगुलिनिर्देश करत ती म्हणाली, ''तुझ्या दादाबरोबर तू बोलत का नाहीस?''

तो मुलगा गणेशाकडे एकटक पाहत राहिला. ''तू माणूस आहेस का?''

''होय. मी तुझा बंधू आहे,'' गणेश स्मित करत म्हणाला.

कार्तिक काहीच बोलला नाही. परंतु सतीने गणेशाला व्यवस्थित पढवून ठेवले होते. त्या नागाने आपला हात पुढे केला. त्याच्या हातात पिकलेला आंबा होता. कार्तिकाचे ते आवडते फळ होते. तो मुलगा एकदम खूश झाला. तो थोडा पुढे सरकला.

''कार्तिक, तुला हे हवं आहे का?'' गणेशाने विचारले.

कार्तिक विचारात पडला. त्याने आपली लाकडी तलवार उपसली. ''यासाठी तू मला लढायला लावणार नाहीस. लावशील का?''

गणेश हसला. ''नाही. मी तुला लढायला लावणार नाही. परंतु त्यासाठी तू मला मिठी मारली पाहिजेस.''

कार्तिक घुटमळला आणि त्याने सतीकडे पाहिले.

सतीने मान हलवली आणि स्मित केले. ''तू माझ्यावर विश्वास ठेवू शकतोस.''

कार्तिक हळूहळू पुढे झाला आणि त्याने प्रथम चटकन आंबा उचलला. गणेशाने आपल्या छोट्या भावाला मिठीत घेतले. कार्तिकाने आंबा हातात घेता क्षणीच तो खायला प्रारंभ केला होता. त्याने गणेशाकडे बघितले आणि स्मित केले. तो मोठ्याने म्हणाला, ''किती छान! आभारी आहे, दादा!''

गणेश पुन्हा एकदा हसला आणि त्याने कार्तिकाच्या मस्तकावर प्रेमाने थोपटले.

दशवमेध घाटाला मुख्य जहाज हळुवारपणे लागले. जहाजातून जमिनीवर उतरण्यासाठी पूल टाकला जात असताना शिवाची नजर भिरभरत होती. तो आपल्या कुटुंबीयांना शोधत होता. त्याला राज चौथऱ्यावर सम्राट दिलीपा आणि राजा अथिथिग्वा आपापल्या कुटुंबीयांसह उभे असल्याचे दिसले. घाटाच्या दोहो बाजूला काशीचे हजारो नगरवासी उभे होते. परंतु......

''ती कुठे आहे?''

''मी त्यांना शोधतो, प्रभू,'' भगीरथ किनाऱ्यावर उतरत म्हणाला. त्याच्यापाठोपाठ नंदीही उतरला.

''आणि भगीरथ....''

''बोला, प्रभू,'' भगीरथ थांबत म्हणाला.

''हे सारं संपलं, की कृपया, पूर्वाकांना राजवाड्यात घेऊन जा. माझ्या कुटुंबीयांचं वास्तव्य असलेल्या क्षेत्रात ते आरामशीरपणे राहू शकतील, याची खात्री करून घे.''

''आज्ञा, प्रभू,'' भगीरथ म्हणाला. स्वद्वीपच्या सम्राटाकडे, राजा दिलीपाकडे म्हणजेच आपल्या पित्याकडे दुर्लक्ष करून त्याने पुढे झेप घेतली. परंतु सम्राटामध्ये दृग्गोचर झालेले बदल पाहून नंदी स्तिमित झाला. दिलीपा किमान दहा वर्षांनी लहान दिसत होता. त्याचा चेहरा आरोग्यपूर्णतेने चमकत होता. भगीरथाला गाठण्यापूर्वी नंदी विचारात पडला.

शिव त्या पुलावरून चालू लागला.

आपल्या मुलाच्या पाठमोऱ्या आकृतीकडे दिलीपा बराच वेळ रागाने पाहत राहिला आणि नंतर नीलकंठाकडे वळण्यापूर्वी त्याने आपली मान हलवली. शिवाच्या पायाला स्पर्श करून त्याने नमस्कार केला.

''तुमच्या राज्याची अशीच चांगली भरभराट होवो, महाराज,'' शिव म्हणाला. त्यानेही आपले मस्तक झुकवून दिलीपाला नमस्कार केला.

दरम्यान, वीरभद्राला कृत्तिका भेटली आणि त्याने तिला गाढ आलिंगन दिले. अत्यानंदित झालेल्या आणि तरीही लाजेने चूर झालेल्या कृत्तिकेने आपल्याला त्याच्या मिठीतून सोडवून घेण्याचा प्रयत्न केला. आपल्या पतीला सार्वजनिक ठिकाणी प्रेमाचे प्रदर्शन करण्यास तिने मनाई केली.

अथिथिग्वाही पुढे झाला आणि त्याने शिवाचे आशीर्वाद घेतले. औपचारिकता पूर्ण केल्यावर नीलकंठ वळला आणि तो आपल्या कुटुंबीयांना शोधू लागला. ''माझे कुटुंबीय कुठे आहेत, महाराज?''

''पिताजी!''

शिवाच्या चेहऱ्यावर हसू पसरले. कार्तिक धावतच त्याच्याकडे गेला. शिवाने त्याला आपल्या कडेवर उचलून घेतले आणि म्हणाला, ''पवित्र तळ्याशप्पथ, कार्तिक, तू खूपच जलद गतीने वाढला आहेस.''

''मला तुमची खूप आठवण होत होती,'' कार्तिकाने कुजबुजत्या स्वरात म्हटले. त्याने आपल्या पित्याला घट्ट मिठी मारली होती.

''मलाही तुझी खूपच आठवण येत होती,'' शिव म्हणाला. कार्तिकाच्या अंगाला तोंडाला पाणी सुटणाऱ्या पिकलेल्या आंब्याचा वास येत होता. त्यामुळे

शिवाच्या आनंदाचे पर्यवसान आश्चर्यात झाले.

''या हंगामात एवढ्या उशिरा तुला कोणी आंबा दिला?''

तेवढ्यात सती शिवाच्या समोर आली. स्मित करणाऱ्या शिवाने आपल्या उजव्या कडेवर कार्तिकाला घेतले आणि आपला डावा हात सतीभोवती टाकला. आपल्याकडे हजारो नजरा लागलेल्या आहेत, याचे भान विसरून शिवाने आपले विश्व आपल्या खूप खूप जवळ घेतले. ''मला तुम्हां दोघांचीही खूप आठवण येत होती.''

''आणि आम्हांला तुझी येत होती,'' सतीने स्मित केले. आपल्या पतीकडे दृष्टिक्षेप टाकण्यासाठी तिने आपली मान वर उचलली.

शिवाने तिला पुन्हा एकदा जवळ ओढले. आपले डोळे मिटले. आपल्या कुटुंबीयांच्या प्रसन्न स्पर्शाचा आनंद तो घेत होता. त्याची पत्नी आणि त्याचा मुलगा यांनी आपली मस्तके त्याच्या खांद्यावर ठेवली होती. ''चला, निवासस्थानी जाऊ या.''

काशीच्या पवित्र स्थळावरून रथ हळूहळू पुढे चालला होता. अयोध्येचा सम्राट आणि काशीचा राजा यांचे रथ त्यांच्यापाठोपाठ निघाले होते आणि त्यामागे शिवाने आपल्याबरोबर नेलेली त्याची पलटण चालली होती. मार्गाच्या दुतर्फा उभे राहून नगरवासी ते दृश्य पाहत होते. सुमारे अडीच वर्षांच्या कालावधीनंतर आपल्या प्रभूच्या एका दृष्टिक्षेपासाठी ती जनता आसुसली होती. शिव शांतपणे बसला होता. त्याच्या पुढे सती बसली होती आणि मांडीवर कार्तिक बसला होता.

शिव आणि सती एकदमच बोलले, ''मला तुला काहीतरी सांगायचं आहे.''

शिव हसू लागला. ''तू प्रथम सांग.''

''नाही. नाही. तू प्रथम सांग.'' सती म्हणाली.

''मी आग्रहच धरतोय, की तूच प्रथम सांग.''

सतीने आवंढा गिळला. ''तुला नागांविषयी कोणती माहिती समजलीय शिवा?''

"खरं तर खूपच आश्चर्यजनक गोष्टी समजल्या. कदाचित मी त्यांचं गैर मूल्यमापन केलं असावं. आपल्याला त्यांच्याविषयी अधिक माहिती जाणून घेतली पाहिजे. त्यांच्यापैकी सगळेच जण कदाचित वाईट नाहीत. कदाचित इतर सर्वच समाजांप्रमाणे त्यांच्यात काही जणच वाईट असावेत."

सतीने खोल श्वास घेतला. तिच्या अंतःकरणात नागासारखे वेटोळे घालून बसलेला ताण थोडासा कमी झाला.

"काय झालं?" शिवाने विचारले. तो आपल्या पत्नीकडे रोखून पाहत होता.

"अंऽऽ, मलाही नुकतीच एक गोष्ट समजलीय. अत्यंत आश्चर्यजनक गोष्ट मला समजलीय. आतापर्यंत जी गोष्ट माझ्यापासून लपवून ठेवली गेली होती, ती मला समजलीय. ती नागांविषयीची आहे."

"काय?"

"मला आढळलंय...की..."

सती एवढी खिन्न झाल्याचे पाहून शिवाला आश्चर्य वाटले. "काय घडलंय, प्रिये?"

"मला आढळलंय, की माझं त्यांच्याशी नातं आहे."

"हे कसं काय शक्य आहे? तुझे पिताजी नागांचा तिरस्कार करतात."

"तिरस्कारापेक्षाही त्यामागे अपराधीपणाची भावनाच अधिक आहे."

"अपराधीपणा?"

"मी एकटीच जन्माला आले नव्हते."

शिवाच्या कपाळावर विचारमग्नतेमुळे आठ्या पडल्या.

"आम्ही जुळी भावंडं जन्माला आलो होतो. मला जुळी बहीण आहे."

शिवाला धक्का बसला. "ती कुठे आहे? तिचं कोणी अपहरण केलं? मेलुहामध्ये हे कसं काय घडलं?"

"तिचं कोणीही अपहरण केलं नाही," सती कुजबुजत्या आवाजात म्हणाली, "तिचा त्याग केला गेला."

"त्याग केला गेला?" शिव आपल्या पत्नीकडे एकटक पाहत राहिला. त्याच्या तोंडातून शब्द फुटत नव्हता.

"होय. ती नाग म्हणून जन्माला आली होती."

शिवाने सतीचा हात पकडला. "तुला ती कुठे सापडली? ती ठीक आहे

ना?''

सतीने शिवाकडे पाहिले. तिचे डोळे ओलावले होते. ''मला ती सापडली नाही. मी तिचा शोध घेतला नाही. तिनं माझा शोध घेतला. तिनं माझे प्राण वाचवले.''

शिवाने स्मित केले. नागांच्या धाडसाची आणि औदार्याची आणखी एक कथा त्याने ऐकली होती. परंतु आता त्याला त्याविषयी मुळीच आश्चर्य वाटले नाही. ''तिचं नाव काय आहे?''

''काली. राणी काली.''

''राणी?''

''होय. नागांची राणी.''

शिवाचे डोळे आश्चर्याने विस्फारले. बृहस्पतीच्या मारेकऱ्याचा शोध घेण्यासाठी कालीने कदाचित त्याला साहाय्य केले असते. कदाचित त्यामुळेच नियतीने त्यांना एकत्र आणले होते. ''ती कुठे आहे?''

''इथे, काशीतच आहे. आपल्या राजवाड्याबाहेर आहे. तुझ्या भेटीची प्रतीक्षा करते आहे. तू तिचा स्वीकार करावा, म्हणून ती त्या प्रतीक्षेत आहे.''

शिवाने स्मित केले. आपले मस्तक हलवले आणि सतीला आपल्या जवळ ओढून घेतले. ''ती तुझी कुटुंबीय आहे. त्यामुळे ती माझीही कुटुंबीय झाली. त्यामुळे मी तिला न स्वीकारण्याचा प्रश्न येतोच कुठे?''

सतीने म्लानपणे स्मित केले. तिने शिवाच्या खांद्यावर आपले मस्तक टेकवले. ''पण तुझ्या स्वीकृतीसाठी तुझी प्रतीक्षा करणारी ती एकमेव नाग व्यक्ती नाही.''

शिव विचारात पडला.

''माझ्यापासून आणखी एक अधिक शोकात्मक, दुःखद रहस्य लपवून ठेवण्यात आलं होतं.''

''काय?''

''नव्वद वर्षांपूर्वी मला सांगण्यात आलं होतं, की माझं पहिलं मूल मृतावस्थेत जन्मलं होतं. एखाद्या पुतळ्यासारखं ते निश्चलावस्थेत होतं.''

ते संभाषण कोणत्या दिशेने निघाले होते, ते लक्षात आल्याप्रमाणे शिवाने मान हलवली. त्याने आपल्या पत्नीचा उजवा हात घट्ट पकडून ठेवला होता.

''ते असत्य होतं,'' सतीने हुंदका दिला. ''तो..''

“तो जिवंत होता?”

“तो अजूनही जिवंत आहे.”

धक्का बसल्याप्रमाणे शिवाने आ वासला. “मला आणखी एक पुत्र आहे, असं तुला म्हणायचं आहे?”

सतीने शिवाकडे वर पाहत स्मित केले. तिच्या डोळ्यांतून अश्रुधारा वाहत होत्या.

“पवित्र तळ्याशप्पथ! मला आणखी एक पुत्र आहे!”

सतीने मान हलवली. शिवाला झालेला आनंद पाहून तीही आनंदित झाली होती.

“भद्र, रथ जोरात हाक. माझा पुत्र माझी प्रतीक्षा करतो आहे.”

प्रकरण १९

नील देवाचा कोप

अथिथिग्वाच्या राजवाड्याच्या प्रवेशद्वारातून शिवाचा रथ झटकन वळला. मध्यभागी असलेल्या बागेच्या सभोवताली असलेल्या रस्त्यावरून प्रचंड वेगाने रथ दौडत निघाला होता. रोमांचित आणि उल्हसित झालेल्या शिवाने आपल्या हाताने कार्तिकाला उचलले आणि तो प्रवेशद्वाराकडे निघाला. रथ थांबल्याबरोबर तो लगेच खाली उतरला. त्याने कार्तिकाला खाली ठेवले. त्याचा हात धरला आणि झटपट पुढे चालत तो निघाला. त्याच्या पाठोपाठ सती निघाली होती.

कालीला पाहताच शिव आपल्या मार्गातच थांबला. कालीच्या हातात पूजेचे ताम्हण होते. त्याच्यात फुले आणि निरांजन होते.

"हे काय..."

सतीचीच हुबेहूब प्रतिमा शिवाच्या समोर उभी होती. तिचे डोळे, चेहरा, शरीरयष्टी....प्रत्येक गोष्ट. सतीची अंगकांती कास्यासारखी होती आणि तिची कोळशासारखी काळीकुट्ट होती, एवढाच काय तो दोघींमधला फरक होता. तिचे केस मोकळे सुटलेले होते. सती आपले केस नेहमीच बांधत असे. त्या स्त्रीच्या अंगावर राजवस्त्रे आणि दागदागिने होते. तिने मलईच्या रंगाची आणि लाल रंगाची अंगवस्त्रे परिधान केली होती. तिच्या खांद्यावर दोन अतिरिक्त हात होते.

खिन्न, उदास काली शिवाकडे पाहतच राहिली. तिच्या मनात अनिश्चितता

होती. शिव पुढे झाला आणि त्याने तिला हळुवारपणे आलिंगन दिले. तिच्या हातातील पूजेचे ताम्हण हलू नये याची त्याने काळजी घेतली होती. काली चकित झाली होती.

"तुला भेटून खूप आनंद झाला," शिव भरपूर स्मित करत म्हणाला.

कालीने थोडेसे स्मित केले. शिवाच्या एवढ्या उमद्या आणि मनापासूनच्या स्वागतामुळे तिला धक्का बसला होता. तिच्या तोंडातून शब्द फुटत नव्हता.

शिवाने तिच्या हातातील पूजेच्या ताम्हणावर टिचकी मारली आणि तो म्हणाला, "मला वाटतं, मी परत आल्याबद्दल माझ्या स्वागतासाठी म्हणून ही थाळी तू माझ्याभोवती सहा किंवा सातवेळा ओवाळणार असशील."

काली हसली. "मला क्षमा करा. तेव्हा मी खरंच खूपच बावरून गेले होते."

"बावरण्यासारखं काहीच नाही," शिव म्हणाला, "फक्त ते ताम्हण ओवाळ. माझ्या अंगावर फुलांचा वर्षाव कर आणि निरांजन पडणार नाही, याची काळजी घे. भाजण्याच्या जखमा अत्यंत यातनामय असतात."

काली हसली आणि तिने ती रीत पूर्ण केली. तिने शिवाच्या कपाळावर लाल कुंकुमतिलकही लावला.

"आणि आता," शिव म्हणाला, "माझा दुसरा पुत्र कुठे आहे?"

काली बाजूला सरकली. शिवाने काही अंतरावरून गणेशाला बघितले. अथिथिग्वाच्या मुख्य राजवाड्याच्या पायऱ्यांवरून तो खाली उतरून येत होता.

"तो माझा दादा आहे!" कार्तिक आनंदाने आपल्या पित्याला म्हणाला.

शिवाने कार्तिकाकडे पाहून स्मित केले. "चल, आपण त्याला भेटूया."

कार्तिकाचा हात पकडून शिव जिन्याच्या पायऱ्या चढून वर गेला. सती आणि कालीही त्याच्या पाठोपाठ जलद गतीने निघाल्या होत्या. खाली उभा राहिलेला प्रत्येक जण शांतपणे तिथेच थांबला होता. त्या कुटुंबाला आपले खासगी क्षण उपभोगू देणे आवश्यकच होते.

गणेश लाल धोतर नेसला होता आणि त्याने शुभ्र अंगवस्त्र घेतले होते. राजवाड्यातील त्याच्या मातेच्या कक्षाजवळच्या स्थानी तो उभा होता. एखाद्या रक्षकासारखा तो तिथे उभा होता. शिव त्याच्याजवळ पोहोचला. आपल्या पित्याच्या चरणांना स्पर्श करण्यासाठी गणेश खाली वाकला.

शिवाने गणेशाच्या मस्तकाला मायेने स्पर्श केला. त्याने त्याचे खांदे धरले

आणि आलिंगन देण्यासाठी त्या नागाला त्याने जवळ ओढले. त्याला दीर्घायुष्याचा आशीर्वाद दिला. "आयुष्यमान भव, माझ्या......"

शिव अचानकच स्तब्ध झाला. गणेशाच्या शांत, बदामी आकाराच्या डोळ्यांकडे तो एकटक पाहत राहिला. गणेशाच्या खांद्यावरील त्याचे हात कठोर झाले. डोळे चांगलेच बारीक झाले.

गणेशाने आपले डोळे मिटून घेतले आणि आपल्या नशिबाला तो मूकपणे दूषणे देऊ लागला. आपण ओळखले गेलो आहोत, हे त्याला समजले होते.

शिवाची नजर गणेशाच्या शरीराला भेदून जात होती.

सती चकित होऊन पाहत होती. ती पुटपुटली, "काय झालं शिवा?"

शिवाने तिच्याकडे दुर्लक्ष केले. आपला क्रोध महत्प्रयासाने दाबून धरत तो गणेशाकडे एकटक पाहात राहिला. आपल्या कमरेच्या शेल्यातून त्याने थैली बाहेर काढली. "माझ्याकडे तुझी एक गोष्ट आहे."

गणेश गप्प राहिला. तो शिवाकडे पाहत राहिला होता. त्याचे डोळे विषादाने भरले होते. आपल्या थैलीतून शिव काय बाहेर काढतो आहे, ते पाहण्याची त्याला आता गरजच उरलेली नव्हती. शिवाने त्याच्या थैलीतून ते कडे बाहेर काढले. त्याचा फासा तुटलेला होता. ते गणेशाचे होते. मंदार पर्वतावर ते कडे त्याच्या हातून हरवले होते. तिथल्या आगीच्या ज्वाळांमध्ये पडल्यामुळे त्याच्या कडा काळपट झाल्या होत्या. त्याच्या मध्यभागी नक्षीकामात तयार केलेला ओम होता. तो निष्कलंक होता. परंतु ते ओमचे नित्याचे चिन्ह नव्हते. तो प्राचीन पवित्र शब्द नागांच्या मदतीने तयार करण्यात आला होता. सापांच्या विळख्यातील 'ओम!'

शिवाच्या हातातून गणेशाने आपले कडे चटकन काढून घेतले.

सतीच्या नजरेत अविश्वास होता. ती त्या दोघांकडे पाहत होती. "शिवा! हे काय चाललंय?"

शिवाच्या डोळ्यांतून संतापाच्या ज्वाळा भडकत होत्या.

"शिवा......." सतीने पुनरुच्चार केला. आपल्या पतीच्या खांद्याला तिने

उत्सुकतेने स्पर्श केला.

सतीच्या स्पर्शामुळे शिव किंचित शांत झाला. परंतु तो उसळून म्हणाला, ‘‘तुझ्या पुत्राने माझ्या बंधूचा वध केला आहे.’’

सतीला धक्का बसला. तिचा त्यावर विश्वासच बसत नव्हता.

शिव पुन्हा तेच बोलला. यावेळी त्याचा आवाज कठोर आणि संतप्त होता. ‘‘तुझ्या पुत्राने बृहस्पतीचा वध केला आहे.’’

काली चटकन पुढे झाली. ‘‘परंतु तो तर...’’

गणेशाने इशारा केल्यामुळे नागांची राणी गप्प बसली.

तो नाग शिवाकडे थेट पाहत होता. त्याने कोणतेही स्पष्टीकरण दिले नाही. नीलकंठाकडून केल्या जाणाऱ्या न्यायदानाच्या आणि आपल्याला मिळणाऱ्या शिक्षेच्या तो प्रतीक्षेत होता.

शिव गणेशाच्या खूपच जवळ गेला. अगदी नको इतका जवळ गेला. अजूनही त्याचे संतप्त श्वास गणेशाच्या चेहऱ्यावर जाऊन आदळत होते. ‘‘तू माझ्या पत्नीचा पुत्र आहेस. फक्त या एकमेव कारणामुळे मी तुला ठार मारत नाही.’’

गणेशाने आपली नजर झुकवली. त्याने विनम्रपणे आपले हात नमस्कारासाठी जोडले होते. तो काहीही बोलणार नव्हता.

‘‘माझ्या घरातून चालता हो,’’ शिवाने ओरडून सांगितले, ‘‘या भूमीतून चालता हो. पुन्हा तुझं तोंड कधीही इकडे दाखवू नकोस. कारण कदाचित पुढच्या वेळी मी तुला क्षमा करू शकणार नाही.’’

‘‘पण.....पण शिवा, तो माझा पुत्र आहे,’’ सती याचना करत म्हणाली.

‘‘त्यानं बृहस्पतीचा वध केला आहे.’’

‘‘शिवा........’’

‘‘त्यानं बृहस्पतीचा वध केला आहे.’’

सती भकासपणे पाहत राहिली. तिच्या गालांवरून अश्रू ओघळत होते. ‘‘शिवा, तो माझा पुत्र आहे. मी त्याच्याशिवाय जगू शकत नाही.’’

‘‘मग माझ्याशिवाय जग.’’

सती सुन्न झाली. ‘‘शिवा, कृपा करून असं करू नकोस. अशी निवड करायला तू मला कसा काय सांगू शकतोस?’’

गणेशाने अखेरीस तोंड उघडले. ‘‘पिताजी, मी....’’

शिवाने संतप्तपणे गणेशाचे वाक्य मध्येच तोडले, “मी तुझा पिता नाही.”

गणेशाने मान खाली घातली. त्याने खोल श्वास घेतला आणि तो पुन्हा एकदा म्हणाला, “हे महान महादेवा, तुम्ही न्यायीपणासाठी ज्ञात आहात. तुमच्या न्यायविषयक आग्रहासाठी तुम्ही प्रसिद्ध आहात. अपराध माझा आहे. माझ्या पापांसाठी माझ्या मातेला शिक्षा करू नका.”

पार्वतीने अयोध्येत त्याच्याकडे फेकलेला खंजीर गणेशाने आपल्या शेल्यातून बाहेर काढला. “माझे प्राण घ्या, परंतु मृत्यूच्या दुःखाहूनही भयंकर नियती असलेल्या माझ्या मातेला दूषण देऊ नका. ती तुमच्याशिवाय आयुष्य कंठू शकणार नाही.”

“नाही!” सती किंचाळली आणि झेप घेऊन गणेशासमोर येऊन उभी राहिली. “कृपा कर शिवा...तो माझा पुत्र आहे....तो माझा पुत्र आहे.”

शिवाचा संताप एकदम थंडावला. तशाच थंड आवाजात तो म्हणाला, “तू तुझी निवड केली आहेस, असं दिसतंय.”

त्याने कार्तिकाला उचलले.

“शिवा...” सती याचना करत म्हणाली, “कृपा करून जाऊ नकोस. कृपा कर....”

शिवाने सतीकडे पाहिले. त्याचे डोळे ओलावले होते, परंतु आवाज तसाच थंडगार होता. “ही एकच गोष्ट अशी आहे, की मी ती स्वीकारू शकत नाही, सती. बृहस्पती माझ्या बंधूसारखे होते.”

कार्तिकाला आपल्यासोबत घेऊन शिव राजवाड्याच्या पायऱ्या उतरून खाली गेला. धक्का बसलेले काशीचे नगरवासी एकदम शांत शांत झाले होते.

“शिवाला साऱ्या गोष्टी पूर्णत्वाने माहिती नाहीत. तू त्याला ते का सांगितलं नाहीस?” कालीने संतप्तपणे विचारले.

अथिथिग्वाच्या राजवाड्यात सतीच्या कक्षात काली आणि गणेश बसले होते. गेली अनेक वर्षे आपण गमावलेल्या पुत्राविषयीचे प्रेम आणि पतीविषयीची भक्ती या दोन भावनांमध्ये सती विदीर्ण झाली होती. शिवाने ब्रंगांच्या इमारतीत आपली

तात्पुरती छावणी उभारली होती. सती तिकडेच गेली होती.

‘‘ते शक्य नाही. मी शब्द दिला आहे, मावशी,’’ गणेश म्हणाला. त्याच्या शांत स्वरात खोल दुःख दडलेले होते.

‘‘परंतु....’’

‘‘नाही. मावशी. हे फक्त तुझ्या–माझ्यातच राहील. फक्त एकाच परिस्थितीत मंदार पर्वतावरच्या हल्ल्याचं रहस्य उघड करता येईल आणि ते लवकर घडून येईल, असं मला सध्या तरी दिसत नाही.

‘‘पण निदान तुझ्या मातेला तरी सांग.’’

‘‘प्रतिष्ठेचा शब्द मातेच्या प्रवेशद्वाराशी थबकत नाही.’’

‘‘ताईला त्रास होत आहे. तिच्यासाठी तू काहीतरी केलं पाहिजे, असं मला वाटतं.’’

‘‘मी नक्कीच करेन. ती माझ्याशिवाय जगू शकते; परंतु महादेवाशिवाय ती जगू शकणार नाही. माझा सांभाळ तिनं आधीपासून न केल्याची अपराधीपणाची भावना तिच्या मनात आहे, म्हणूनच ती मला जाऊ देत नाही.’’

‘‘तुझं काय म्हणणं आहे? तू निघून जाणार आहेस?’’

‘‘होय. येत्या दहा दिवसांत. एकदा का मेलुहाच्या सरलष्करप्रमुखाच्या आणि चंद्रवंशी राजकुमारीच्या विवाह समारंभानिमित्तचा हा समारंभ संपला की मी निघेन. त्यानंतर पिताजी घरी परततील.’’

‘‘तुझी माता तुला जाण्याची आज्ञा देणार नाही.’’

‘‘त्यानं काहीही फरक पडत नाही. मी जाईन. माझ्या मातापित्याच्या विभक्त होण्याचं कारण बनून मला जगायचं नाही.’’

‘‘महाराज,’’ मेलुहाची पंतप्रधान कनखला म्हणाली, ‘‘औपचारिक आमंत्रण मिळाल्याशिवाय तुम्ही स्वद्वीपला रवाना होणं योग्य नाही. ते राजरिवाजांच्या आणि आपल्या शिरस्त्याच्याही विरुद्ध आहे.’’

‘‘हा काय मूर्खपणा आहे!’’ दक्ष म्हणाला, ‘‘मी भारताचा सम्राट आहे. मला आनंद वाटेल, अशा कुठल्याही ठिकाणी मी कधीही जाऊ शकतो.’’

कनखला ही निष्ठावान पंतप्रधान होती. परंतु पुढेमागे आपल्या सम्राटाला लाजिरवाणी वाटेल अशी कोणतीही गोष्ट सम्राटाच्या हातून घडू नये, असे तिला मनापासून वाटत होते. ''परंतु अयोध्येशी झालेल्या तहाप्रमाणे स्वद्वीप हे फक्त आपलं मांडलिक राज्य आहे आणि आपल्या राज्याच्या हद्दीत ते स्वतःच राज्य करू शकतील. त्यांच्या राज्यावर त्यांचंच नियंत्रण राहील. त्यामुळे त्यांच्या राज्यात प्रवेश करण्यासाठी आपल्याला त्यांची आज्ञा मिळवावी लागेल, असं नियम सांगतो. ते आपल्याला परवानगी नाकारू शकणार नाहीत. तुम्ही त्यांचे महाराज आहात. परंतु ही औपचारिकता आपल्याला पूर्ण करावीच लागेल.''

''औपचारिकता पूर्ण करण्याची काहीही गरज पडणार नाही. आपल्या लाडक्या कन्येला भेटायला जाणारा मी फक्त एक पिता आहे.''

कनखलाच्या कपाळावर आठ्या चढल्या. ''महाराज, तुम्हांला फक्त एक कन्या आहे.''

''होय, होय. मला ते माहिती आहे,'' अस्वस्थपणे हातवारे करत दक्ष म्हणाला, ''हे पहा, मी येत्या तीन आठवड्यांत तिकडे प्रयाण करणार आहे. स्वद्वीपकडे परवानगी मागण्यासाठी तू विनंती अर्ज पाठवून दे. म्हणजे झालं. ठीक आहे ना?''

''महाराज, अद्याप त्यांच्याकडे पक्ष्यांकडून संदेश देवाणघेवाणीची यंत्रणा विकसित झालेली नाही. ते लोक किती अकार्यक्षम आहेत, ते तुम्हांला माहिती आहेच. शिवाय अयोध्या काशीच्याही पुढे आहे. त्यामुळे अगदी आज जरी दूताला पाठवलं गेलं, तरीही त्याला अयोध्येला पोहोचण्यास तीन महिन्यांहून अधिक कालावधी लागेल. तेवढ्या कालावधीत तुम्ही काशीला पोहोचलेलेही असाल.''

दक्षाने स्मित केले. ''होय. मी पोहोचलेला असेनच. जा आणि माझ्या प्रयाणाची तयारी करा.''

कनखलाने उसासा टाकला. तिने खाली वाकून नमस्कार केला आणि त्या कक्षातून बाहेर पडली.

आपली कन्या आनंदमयी आणि पार्वतेश्वर यांच्या विवाहाप्रीत्यर्थ स्वद्वीपच्या

सम्राटाने भव्य समारंभ करण्याचे योजले होते. परंतु महादेव आणि त्याची पत्नी यांच्या संबंधात अनपेक्षितपणे निर्माण झालेल्या कटुतेमुळे सर्वांचीच मने विषण्ण झाली होती. त्यामुळे समारंभाची रयाच गेल्यासारखे झाले होते. परंतु तरीही देवांचा अवमान होऊ नये, म्हणून कोणत्याही पूजा मात्र रद्द करण्यात आल्या नव्हत्या. पृथ्वी, वायू, तेज, आप, अग्नी ही पंचमहाभूते आणि चंद्र यांच्या पूजा नियोजनानुसारच बांधण्यात येणार होत्या. मात्र इतर सर्व मेजवान्या लांबणीवर टाकण्यात आल्या होत्या.

सूर्यदेवतेची म्हणजेच तेजाची पूजा पवित्र स्थळावरील सूर्य मंदिरात करण्यात येणार होती. अस्सी घाटाच्या किंचित दक्षिणेला हे मंदिर होते. त्या मार्गावर एक भव्य चौथरा उभारण्यात आला होता. तिथून मंदिरावर देखरेख करता येत होती. त्यांच्यासाठी ठेवण्यात आलेल्या विशिष्ट सिंहासनावर शिव आणि सती शेजारी शेजारी बसले होते. परंतु त्यांच्या तोपर्यंतच्या सार्वजनिक दर्शनाहून हे दर्शन भिन्न होते. यावेळी ते दोघेही दूर बसले होते आणि दोघांचेही चेहरे कठोर होते. शिव तर सतीकडे पाहातही नव्हता. त्याच्या रंध्रारंध्रांतून न्याय्य संतापाच्या ठिणग्या बाहेर पडत होत्या. तो फक्त पूजेसाठी आला होता आणि पूजा संपता क्षणीच तो ब्रंगांच्या इमारतीतील आपल्या निवासस्थानी परतणार होता.

शिवाच्या क्रोधाचे दर्शन न झालेला काशीचा प्रत्येक नागरिक त्याच्या या संतप्त दर्शनाने अस्वस्थ झाला होता. मात्र कार्तिकाएवढे कोणीच भयभीत आणि अस्वस्थ नव्हते. आपल्या माता पित्याने पुन्हा एकत्र राहावे, यासाठी तो सातत्याने हट्ट करत होता. आपल्याला दोघांनाही त्याने एकत्र बसल्याचे पाहिले, तर तो अधिकच हट्ट करेल, या भीतीपोटी शिवाने संकट मोचन मंदिराच्या शेजारीच असलेल्या बगिच्यात कार्तिकाला न्यायला कृत्तिकेला सांगितले होते.

शिवाच्या सिंहासनासाठी बांधण्यात आलेल्या चौथऱ्यावर शिवाच्या शेजारीच काली, भगीरथ, दिलीपा, अथिथिग्वा आणि आयुर्वती बसले होते. पार्वतेश्वर आणि आनंदमयी मंदिराच्या चौथऱ्यावर बसले होते. तिथेच सूर्य पंडिताने त्यांच्या प्रेमाला सूर्यदेवाच्या शुद्ध आशीर्वादांनी पावित्र्य बहाल करण्यास मदत केली.

तेथील परिस्थिती अवघडल्यासारखी बनू नये, यासाठी गणेशाने पूजेचे निमंत्रण नाकारले होते.

संपूर्ण काशी त्या पूजेत व्यग्र असताना गणेश मात्र संकटमोचन मंदिरात बसला

होता. प्रथम तो मंदिराशेजारच्या बागेत गेला आणि गेल्या दहा दिवसांत प्रथमच आपल्या छोट्या भावाला भेटला. त्याने त्याला करंडी भरून आंबे दिले. त्याच्याबरोबर सुमारे तीस मिनिटे मजेत वेळ घालवल्यावर कार्तिकाचे पाच शरीररक्षक आणि कृत्तिका यांच्यासमवेत कार्तिकाला तिथे खेळायला सोडून तो मंदिरात परतला होता. तिथे तो शांतपणे बसला. प्रभू रामाचा परमभक्त असलेल्या प्रभू हनुमानाच्या मूर्तीकडे एकटक पाहत तो तिथेच बसून राहिला. प्रभू हनुमानाला काही कारणाने संकटमोचन म्हटले जात होते. संकटात असलेल्या भक्तांना तो नेहमीच मदत करतो, अशी लोकांची श्रद्धा होती. या संकटातून आपल्याला बाहेर काढणे प्रत्यक्ष भगवान हनुमानालाही कठीण आहे, असे गणेशाला वाटत होते. आपल्या मातेखेरीज आपल्या जीवनाची कल्पनाही तो करू शकत नव्हता; परंतु त्याच वेळी आपल्या माता-पित्यांच्या विभक्त होण्यास आपण कारणीभूत ठरावे, असेही त्याला मुळीच वाटत नव्हते. दुसऱ्याच दिवशी तो काशी सोडून जाणार होता. परंतु त्यानंतर आपले संपूर्ण आयुष्य आपल्याला आपल्या मातेसाठी व्याकूळ होत काढावे लागणार आहे, याची त्याला कल्पना होती. आता कुठे त्याला तिच्या प्रेमाचा अनुभव चाखता आला होता; तोच त्याला पुन्हा तिच्यापासून दूर जावे लागणार होते.

बागेत खेळणाऱ्या कार्तिकाच्या पोरकट माकडचेष्टांचा गोंगाट ऐकून त्याच्या चेहऱ्यावर स्मित झळकले.

'आपल्या मातेच्या प्रेमात न्हाऊन निघत वाढत असलेल्या एका बालकाचा निष्काळजी हास्याचा आवाज!'

गणेशाने उसासा टाकला. त्याच्या नशिबात असल्या निष्काळजी हास्याचा लवलेशही नव्हता, हे त्याला ठाऊक होते. त्याने आपली तलवार उपसली. एक गुळगुळीत दगड ओढून घेतला आणि क्षत्रियांकडे करण्यासारखी इतर कोणतीही गोष्ट नसते, त्यावेळी ते करतात ते काम तो करू लागला. तो आपल्या तलवारीला आणि इतर शस्त्रांच्या पात्यांना धार करू लागला.

गणेश त्या कामात एवढा हरवून गेला होता की, त्याच्या आंतरिक प्रेरणांकडे त्याचे खूपच उशिरा लक्ष गेले. बागेत काहीतरी विचित्र गोष्ट घडत होती. त्याने आपला श्वास रोधून धरला आणि तो ऐकू लागला आणि नंतर ते चटकन त्याच्या लक्षात आले. बागेत शुकशुकाट पसरला होता. कार्तिक, कृत्तिका आणि

त्याच्याबरोबरच्या सेवकांच्या जोरदार हास्याला अचानक असा आळा का बसला होता?

गणेश झटकन उठला. त्याने आपली तलवार म्यानात ठेवली आणि तो बागेकडे चालू लागला... आणि नंतर त्याच्या कानांवर ते ध्वनी पडले. हळूहळू गुरगुरण्याचा आवाज! त्यापाठोपाठ एक कानठळ्या बसवणारी भयानक डरकाळी. पाठोपाठ एक किंकाळी. त्या किंकाळीचा आवाज जवळूनच आला होता.

सिंह!

गणेशाने आपली तलवार उपसली आणि तो जोरात धावू लागला. एक माणूस त्याच्याकडे अडखळत, धडपडत येत होता. काशीच्या सैनिकांपैकी तो एक होता. त्याच्या हातावर तीक्ष्ण पंजाचा स्पष्ट घाव दिसत होता.

"किती आहेत?" गणेशाने एवढ्या जोरात विचारले की, त्या सैनिकाला त्याचा आवाज एवढ्या दूरवरूनही ऐकू आला.

काशीच्या सैनिकाने काहीच प्रतिसाद दिला नाही. प्रचंड धक्का बसल्यासारखा तो फक्त अडखळत पुढे झेपावला.

क्षणार्धात गणेश त्याच्याजवळ पोहचला. त्याने त्याला घट्ट पकडले आणि पुन्हा एकदा विचारले, "किती आहेत?"

"ती....न!" तो सैनिक म्हणाला.

"महादेवाला बोलाव!"

तो सैनिक अद्यापही धक्का बसल्यासारखाच उभा होता.

गणेशाने त्याला हलवले. "महादेवाला तातडीने बोलाव."

गणेश बागेकडे वळला, तसा तो सैनिक सूर्य मंदिराकडे धावत धावत निघाला.

काशीच्या सैनिकाला आपण कशापासून पळत आहोत, त्याची कल्पना होती आणि तरीही त्याचे पाय अस्थिरपणे पडत होते. गणेशाला आपण कशाच्या दिशेने धावत आहोत, ते माहिती होते, परंतु त्याची पावले ठामपणे आणि पूर्ण ताकदीनिशी पडत होती.

काहीही आवाज न करता बागेतील कुंपण ओलांडून बागेत पोहोचण्यासाठी त्याने शेजारच्या दगडाचा कप्पीसारखा वापर केला.

एका सैनिकाची मोडलेली मान आपल्या जबड्यात चिरडण्यात मग्न असलेल्या एका कोपऱ्यातील सिंहिणीजवळ तो पोहोचला. आधीच मरण पावलेल्या माणसाला ती गुदमरवण्याचा प्रयत्न करत होती. गणेशाने जोरात पळत जाऊन

सिंहिणीच्या खांद्यावरील मुख्य शीर तोडली. सिंहिणीच्या जखमेतून रक्ताचा फवारा बाहेर पडला. एका सैनिकासमवेत कार्तिक बागेच्या मध्यभागी होता. गणेश कार्तिकाकडे धावत गेला. एका कोपऱ्यात इतर दोन सैनिक मृतावस्थेत पडले होते. त्यांची अवस्था पाहता त्यांच्यावरच प्रथम हल्ला केला गेला होता, असे दिसत होते.

गणेश कृत्तिकेच्या बाजूला जोरदार उडी मारून गेला. त्या तिघांना एका बाजूने एका सिंहिणीने आणि दुसऱ्या बाजूने त्या महाकाय प्राण्याने घेरले होते.

'भूमिदेवी कृपा करो! त्यांनी आमचा इच्छावरपासून पाठलाग केलाय.'

गणेशाने वार केल्यामुळे जिच्या खांद्यातून रक्ताचा फवारा उडाला होता, त्या सिंहिणीने दुसऱ्या बाजूने त्यांना घेरले होते. तिच्या खांद्यातून अजूनही जोरदार रक्तपात सुरू होता.

कार्तिक मात्र आपली लाकडी तलवार उपसून लढाईसाठी तयार होता. त्या महाकाय प्राण्यावर आपल्या लाकडी तलवारीने वार करण्याएवढा कार्तिक पोरकट वयाचा होता, हे गणेशाला माहिती होते. तो आपल्या बंधूच्या समोर उभा राहिला. त्याच्या एका बाजूला कृत्तिका आणि दुसऱ्या बाजूला तो दुसरा सैनिक होते.

"आता काहीच मार्ग उरलेला नाही," कृत्तिकाही आपली तलवार उपसून पुटपुटली.

कृत्तिका काही प्रशिक्षित लढवय्यी नव्हती, हे गणेशाला माहिती होते. कार्तिकाविषयी तिला मातृतुल्य प्रेम वाटत असल्यामुळे ती सिंहांबरोबर लढण्यासाठी आणि कार्तिकाच्या संरक्षणासाठी पुढे झाली होती. परंतु प्रत्यक्षात ती कदाचित एखाद्या मांजरालासुद्धा मारू शकली नसती. दुसऱ्या बाजूला उभा असलेला सैनिक भीतीने थरथर कापत होता. त्यामुळे त्याचाही फारसा उपयोग नव्हता.

रक्तपात होत असलेल्या त्या सिंहिणीच्या दिशेने गणेशाने उडी मारली. 'ती जास्त काळ टिकाव धरणार नाही. मी तिच्या खांद्याची शीर तोडली आहे."

तो महाकाय प्राणी त्यांच्याभोवती फिरत होता आणि फिरता फिरता पुढे सरकत होत्या. त्यावेळी त्या सिंहिणी बाजूने हल्ला करण्याच्या तयारीत होत्या. ते झडप घालण्याच्याच तयारीत होते. आता फक्त काही क्षणांचाच अवधी होता, हे गणेशाच्या लक्षात आले होते.

"मागे सरका," गणेश कुजबुजत्या आवाजात म्हणाला, "हळूहळू!"

त्यांच्या मागे असलेल्या वडाच्या झाडाच्या मुख्य बुंध्यात एक ढोली होती. सिंहिणींपासून वाचवण्यासाठी कार्तिकाला त्या झाडाच्या ढोलीत ढकलण्याचा गणेशाचा इरादा होता.

"आपण जास्त काळ टिकाव धरू शकणार नाही," कृत्तिका म्हणाली, "मी त्यांचं लक्ष विचलित करण्याचा प्रयत्न करते. तुम्ही कार्तिकाला घेऊन पळा."

गणेश कृत्तिकेकडे वळलाही नाही. परंतु त्याच्या मनात वीरभद्राच्या पत्नीविषयी कौतुकाची भावना दाटून आली. त्याच्या बंधूसाठी ती मृत्यू पत्करण्यासही तयार होती.

"त्याचा काहीही उपयोग होणार नाही," गणेश म्हणाला, "मी कार्तिकाबरोबर खूप वेगानं धावू शकणार नाही. भिंती उंच आहेत. आता लवकरच मदतही मिळेल. महादेव येत आहेत. आपल्याला फक्त काही वेळापुरतं या सिंहांना दूर ठेवावं लागणार आहे."

कृत्तिका आणि त्या सैनिकांनी गणेशाच्या नेतृत्वाखाली काम करण्यास सुरुवात केली होती. ते हळूहळू मागे मागे सरकू लागले. कार्तिकाला ते मागे ढकलत होते. तो महाकाय प्राणी आणि त्या सिंहिणी हळूहळू पुढे पुढे सरकत होत्या. काही क्षणांपूर्वीच हातात रक्ताने माखलेली तलवार घेऊन त्यांच्या दृष्टिपथात आलेल्या एका महाकाय पुरुषावर त्यांचा अंध हल्ला होणार होता.

थोड्याच क्षणांत कार्तिकाला झाडाच्या ढोलीत ढकलण्यात आले. झाडाच्या पारंब्या त्याच्याभोवती गुंडाळून त्याला बाहेर येण्यापासून रोखण्यात आले. तो आता सुरक्षित होता. जोपर्यंत गणेश उभा होता, तोपर्यंत तरी निदान तो सुरक्षित होता.

सिंहांनी हल्ला केला. जखमी सिंहिणीने पुढच्या बाजूला झडप मारलेली पाहून गणेश आश्चर्यचकित झाला. त्या भागात कृत्तिका होती.

"खाली वाक!" गणेश ओरडला. कृत्तिकेच्या मदतीसाठी तो धावून जाऊ शकत नव्हता, कारण त्यामुळे तयार झालेल्या पोकळीतून त्या महाकाय प्राण्याने कार्तिकावर हल्ला केला असता. "खाली वाक कृत्तिका! ती जखमी आहे. ती खूप उंच उडी मारू शकणार नाही."

ती जखमी सिंहीण आपल्याजवळ पोहोचण्याची वाट पाहत कृत्तिकेने आपली तलवार खाली घेतली. परंतु त्या सिंहिणीने अचानक डावीकडे झेप घेतली. कृत्तिका तिच्यावर हल्ला करणारच होती; तेवढ्यात तिला रक्त गोठवणारी किंकाळी ऐकू आली. दुसऱ्या बाजूला असलेल्या सिंहिणीने त्यांच्या विचलित झालेल्या चित्ताचा

फायदा घेतला होता आणि तिने काशीच्या त्या दुसऱ्या सैनिकावर झडप घातली होती. तो दुःखाने किंचाळत होता. ती सिंहीण त्याचे शरीर फरफटत घेऊन निघाली होती. तो सैनिक त्या सिंहिणीला मागे ढकलण्याचा प्रयत्न करत होता. त्यामुळे त्याला अधिकच जखमा होत होत्या. आपल्या तलवारीने तो तिच्यावर दुबळेपणाने प्रहार करत होता. ती त्याला अधूनमधून चावेही घेत होती. अखेरीस तिने त्या गदागदा हलत असलेल्या सैनिकाच्या नरडीचा घोट घेतला. काही क्षणांतच तो मरण पावला.

तो महाकाय प्राणी गणेशासमोर तसाच स्थिर उभा होता. गणेशाला कुठूनही निसटून जाता येऊ नये, यासाठी त्याने त्याचा मार्ग रोखला होता. त्या दुसऱ्या सिंहिणीने काशीच्या मृत सैनिकाचा देह तसाच तिथेच टाकून दिला आणि ती पुन्हा आपल्या मूळ ठिकाणी आली.

गणेश मंद गतीने श्वासोच्छ्वास करत होता. ते प्राणी कळपाच्या साहाय्याने ज्या पद्धतीने शिकारी करत होते, त्या त्यांच्या तंत्राने तो प्रभावित झाला होता.

"अजूनही तशीच खालीच वाकून रहा," तो कृत्तिकेला म्हणाला, "मी त्या महाकाय प्राण्याच्या आणि सिंहिणीच्या समोर राहतो. तू त्या जखमी सिंहिणीकडे लक्ष ठेव. मला ती तिन्हीही दिसत नाहीत. ते कळप म्हणून शिकार करत आहेत. ज्या कोणाचं लक्ष विचलित होईल, तो मरण पावेल."

कृत्तिकेने मान डोलावली. ती जखमी सिंहीण तिच्याकडे हळूहळू पुढे पुढे सरकत होती. त्या प्राण्याच्या जखमी खांद्यातून मोठ्या प्रमाणात रक्तपात होत होता. तिच्या हालचाली मंदावल्या होत्या. अचानक तिने कृत्तिकेवर हल्ला केला.

ती सिंहीण जवळ आल्याबरोबर तिने उंच उडी मारली. तिच्या जखमी खांद्याला जेवढे झेपत होते, तेवढी उंच उडी तिने मारली. आपली तलवार उंच धरून कृत्तिका खाली वाकली. त्या सिंहिणीच्या हृदयातून ती तलवार तिने आरपार जाऊ दिली. तो प्राणी कृत्तिकेच्या अंगावर पडला आणि लवकरच मरण पावला.

आपल्या डोळ्यांच्या कोपऱ्यातून गणेशाने कृत्तिकेकडे पाहिले. खाली पडण्यापूर्वी सिंहिणीने आपले पंजे कृत्तिकेच्या खांद्यात रुतवले होते आणि तिच्या खांद्याचे मांस बाहेर काढले होते. कृत्तिकेच्या अंगातून चांगलाच रक्तस्राव होत होता. त्या सिंहिणीच्या मृतदेहाखालून तिला हलणेही अशक्य झाले होते. त्यामुळे ती खाली दबली गेली होती. तिला वेदना होत होत्या. परंतु ती जिवंत होती.

तिच्या नजरेच्या टप्प्यात गणेश होता.

गणेशाने आपली ढाल आपल्या पाठीवर टाकली. त्याने आपली दुसरी छोटी तलवार दुसऱ्या हातात घेतली आणि तो वडाच्या झाडाजवळ उभा राहिला. त्या छोट्या तलवारीला दुहेरी पाती होती. ती दोन्ही पाती एकत्रच बांधली गेली होती. ते एक अत्यंत भयावह शस्त्र होते. एकदा का ते शरीरात घुसले, की ते शत्रूचे शरीर पुनःपुन्हा कापत खूप खोलवर घुसत असे.

गणेश प्रतीक्षा करत होता. तो वेळ मोजत होता. खूपच उशीर होण्यापूर्वी महादेवाने यावे, असे त्याला वाटत होते.

आता तो महाकाय प्राणी गणेशाच्या उजवीकडे आला. ती सिंहीण डावीकडे गेली. त्या दोन्ही प्राण्यांनी एकमेकांमध्ये भरपूर अंतर राखले होते. त्यामुळे एका वेळी दोघांवर नजर ठेवणे गणेशासाठी अवघड गोष्ट होती. आता चांगला आक्रमक पवित्रा घेऊन त्या प्राण्यांनी हळूहळू पुढे पुढे सरकायला प्रारंभ केला.

त्या सिंहिणीने झटकन हल्ला केला. गणेशाने आपल्या डाव्या हाताने वार केला. परंतु त्या छोट्या तलवारीचा वार योग्य प्रकारे झाला नाही. त्या हालचालीमुळे त्याला डावीकडे बघणे भाग पडले. त्याचा फायदा घेऊन त्या महाकाय प्राण्याने गणेशावर झडप घातली. त्याच्या उजव्या पायाचा जोरदार चावा त्याने घेतला. गणेशाने त्याच ठिकाणी त्याच्यावर इच्छावरमध्ये वार केला होता.

गणेश वेदनेने किंचाळला आणि आपल्या उजव्या हातातील तलवारीने त्या महाकाय प्राण्यावर त्याने जोरदार वार केला. तो वार त्या महाकाय प्राण्याच्या चेहऱ्यावर झाला. त्याने माघार घेतली, परंतु त्याआधी त्याने गणेशाच्या मांडीचा लचका तोडला.

गणेशाच्या शरीरातून भराभरा रक्तपात होत होता. तो मागे सरकला आणि वडाच्या झाडाला टेकला. त्याचा छोटासा बंधू त्याच्या मागच्या बाजूला किंचाळत होता. त्या सिंहांबरोबर लढण्यासाठी त्याला तिथून बाहेर पडायचे होते. त्यासाठी आपल्याला बाहेर काढावे, म्हणून तो जोरजोरात ओरडत होता. गणेश तिथून हलला नाही आणि त्या सिंहांनी पुन्हा एकदा हल्ला केला.

यावेळी त्या महाकाय प्राण्याने प्रथम हल्ला केला. त्यांच्या हल्ल्याची पद्धत लक्षात घेऊन गणेशाने आपली नजर अगदी मध्यभागी ठेवली होती. आता तो महाकाय प्राणी आणि ती सिंहीण हे दोन्हीही त्याच्या नजरेच्या टप्प्यात होते.

आपल्या उजव्या हातातील तलवार त्याने पुढे धरली होती. त्यामुळे त्या महाकाय प्राण्याला आपल्या जवळ येण्यापासून त्याने रोखून धरले होते. त्या महाकाय प्राण्याने आपली गती मंदावली आणि ती सिंहीण जोरदार वेगाने गणेशावर चालून आली. गणेशाने छोट्या तलवारीने तिच्यावर जोरात वार केला. तिच्या खांद्यांवर त्याने वार केला. परंतु तोपर्यंत तिने गणेशाच्या हाताचा चावा घेतला होता. ती दुहेरी पात्याची तलवार तिच्या खांद्यात खोल रुतल्यामुळे त्या सिंहिणीने माघार घेतली. गणेशाच्या डाव्या हाताला आता मोठी जखम झाली होती.

आता आपण जास्त काळ उभे राहू शकणार नाही, हे गणेशाला माहिती होते. त्याच्या शरीरातून मोठ्या प्रमाणात रक्तस्राव झाला होता. त्याला कोणत्याही एका बाजूला पडायचे नव्हते, कारण त्यामुळे त्या दुष्ट प्राण्यांच्या तडाख्यात कार्तिक सापडला असता. तो मागे वळला आणि त्या झाडाजवळ बसला. आपल्या शरीराने त्याने त्या झाडाची ढोली झाकून टाकली होती. त्याच्या बंधूपर्यंत पोहोचण्यासाठी त्या प्राण्यांना त्याचे शरीर ओलांडावे लागले असते.

प्रचंड रक्तपातामुळे गणेशाच्या नजरेसमोर अंधार दाटू लागला. त्याला अंधुक दिसू लागले. परंतु तरीही त्या सिंहिणीची जखम चांगलीच खोलवर असल्यामुळे आता तिला फारशी हालचाल करता येत नसल्याचे त्याला दिसत होते. परंतु तरीही काही अंतरावरून त्याच्यावर हल्ला करण्यासाठी ती धडपडत होती. आपली जखम चाटण्याचा ती प्रयत्न करत होती. मात्र तिला सरळ, ताठ उभे राहता येत नव्हते. तिच्या हाडावरून तिचे मांस दूर झाले होते. उजवीकडून तो महाकाय प्राणी पुढे येत होता. तो त्याच्या जवळ आला होता. आता तर तो त्याच्या अगदी जवळ आला होता. त्या महाकाय प्राण्याने झडप घातली आणि आपला पंजा मारला. परंतु त्याच वेळी गणेशाने आपल्या तलवारीचा तडाखेबंद वार त्याच्यावर केला. त्या महाकाय प्राण्याने गणेशाचा चेहरा आपल्या पंजाने ओरबाडला. त्याच्या लांबलचक नाकावर त्यामुळे खोल जखम झाली. त्याच वेळी गणेशाने त्या महाकाय प्राण्याच्या डाव्या डोळ्यावर जोरदार वार केला. त्या प्राण्याने माघार घेतली. तो वेदनेने गुरगुरत मागे सरकला.

परंतु गणेशाने जे पाहिले नव्हते, ते कार्तिकाला दिसले होते. आपली लाकडी तलवार घेऊन तो बाहेर येण्याचा प्रयत्न करत होता. परंतु तोपर्यंत तरी तो बाहेर पडू शकला नव्हता. ''दादा, तिकडे बघ!''

गणेशाचे लक्ष नसल्याचे पाहून ती सिंहीण त्याच्याजवळ पोहोचली होती. ती पुढे झाली आणि झडप घालून तिने गणेशाच्या छातीचा चावा घेतला. गणेशाने आपल्या तलवारीने तिच्या चेहऱ्यावर वार केला. ती सिंहीण वेदनेने गुरगुरली. परंतु तोपर्यंत तिने गणेशाच्या शरीराचा आणखी एक मोठा लचका तोडलाच होता. त्या नागाच्या हृदयातून भराभरा रक्त बाहेर पडत होते आणि त्याबरोबरच रक्ताभिसरण आणि स्नायूंची हालचाल यांच्यावर परिणाम करणारे संप्रेरकही बाहेर पडत होते. त्याच्या जखमा खूपच मोठ्या होत्या आणि त्यांच्यातून मोठ्या प्रमाणात रक्त बाहेर पडत होते. त्याच्या जिवाला धोका निर्माण झाला होता.

आता आपली अखेर जवळ आल्याचे गणेशाला समजले होते. आता तो अधिक काळ टिकाव धरू शकत नव्हता आणि तेवढ्यात त्याने मोठ्याने केलेली युद्धगर्जना ऐकली.

"*हर हर महादेव!*"

आता गणेशाच्या डोळ्यांसमोर दिलासादायक, उबदार काळोख दाटला होता. तो महत्प्रयासाने जागा राहण्याचा प्रयत्न करत होता.

जवळजवळ पन्नास भयावह सूर्यवंशी सैनिक त्या बागेवर चालून आले होते. त्या दोन सिंहांवर ते त्वेषाने तुटून पडले. ते दुर्बल बनलेले प्राणी जास्त काळ तग धरू शकले नाहीत आणि लवकरच ते मारले गेले.

गणेशाची दृष्टी झपाट्याने मंदावत चालली होती. त्याच वेळी एक रुबाबदार आकृती आपल्याकडे भराभरा येत असल्याचे त्याला दिसले. त्या आकृतीच्या हातात रक्ताने माखलेली तलवार होती. त्याचा गळा इंद्रधनुष्यी निळ्या रंगाचा होता. त्या पुरुषाच्या मागे एक कास्य वर्णाची स्त्री धावत धावत त्याच्याकडे येत असल्याचे त्याला अंधुकपणे दिसले. ती लढवय्यी राजकुमारी होती. त्या महाकाय प्राण्याच्या रक्ताचे शिंतोडे तिच्या अंगावर उडाले होते.

त्या नागाने स्मित केले. त्याच्या विश्वातील सर्वाधिक महत्त्वपूर्ण व्यक्तींना ती सुवार्ता सांगण्याच्या कल्पनेनेच त्याला अत्यानंद झाला होता.

"चिंता करू नका...पिताजी," गणेश आपल्या पित्याला म्हणाला, "तुमचा पुत्र सुरक्षित आहे.....तो लपला आहे....माझ्यामागे!"

एवढे बोलल्यानंर गणेश कोसळला आणि त्याची शुद्ध हरपली.

■■

प्रकरण २०

तू एकटा नाहीस, माझ्या बंधो!

आपल्याला यातना होतील, असे गणेशाला वाटले होते, परंतु त्याला तसे काहीही वाटत नव्हते.

त्याने आपले डोळे उघडले. त्याच्या शेजारीच असलेल्या बेडौल आयुर्वतीला तो मोठ्या कष्टाने ओळखू शकला.

आपल्या जखमी शरीराकडे त्याने नजर टाकली. त्याची त्वचा ठिकठिकाणी फाटली होती. मांसाचे लचके बाहेर पडलेले होते. सर्वांगावर रक्ताच्या गुठळ्या दिसत होत्या. हाताचे हाड बाहेरच्या बाजूला लोंबकळत होते. छातीत एक छिद्र पडले होते. बरगड्या मोडल्या होत्या आणि बाहेरही आल्या होत्या.

'भूमिदेवीने कृपा करावी. मला कोणताही धोका पत्करायचा नाही.'

गणेशाच्या डोळ्यांसमोर पुन्हा अंधारी आली.

त्याच्या छातीत तीव्र कळ उठली होती. त्याने आपले डोळे हळूहळू उघडले. मग अगदी सताड उघडले.

त्याला आयुर्वती आपली मलमपट्टी बदलत असल्याचे दिसले.

त्याला पुन्हा सगळ्या जाणिवा होत होत्या.

'ती चांगली गोष्ट होती. नाही का?'

पुन्हा एकदा तो आपल्या स्वप्नांच्या दुनियेत अलगद जाऊन पोहोचला.

एक हळुवार चुंबन. नंतर त्याचा चेहरा गोंजारला गेला. त्यानंतर तो हात बाजूला झाला. झोपी गेलेल्या गणेशाने आपले मस्तक हलवले. त्याला परत एकदा त्या हाताचा मायेचा स्पर्श हवा होता. पुन्हा एकदा तो स्पर्श त्याला झाला. त्याच्या चेहऱ्यावर त्या हाताने हळुवारपणे मायेने थोपटले.

गणेशाने आपले डोळे थोडेसे उघडले. त्याच्या शेजारीच सती बसली होती. ती त्याच्याकडे झुकली होती. तिच्या डोळ्यांतून अश्रू वाहत होते. तिचे डोळे रडून रडून लाल झाले होते.

"माते,"

परंतु सतीने त्याला कोणताच प्रतिसाद दिला नाही. कदाचित तिने ऐकलेच नसावे.

गणेशाला सतीच्या पलीकडच्या खिडकीतून बाहेर पाहता येत होते. बाहेर पाऊस पडत होता.

'पावसाळा? मी किती काळ बेशुद्धावस्थेत होतो?'

एक माणूस भिंतीला टेकून खिडकीजवळ उभा असल्याचे गणेशाला दिसले. तो सामर्थ्यशाली पुरुष होता. सहसा त्याचे खोडकर डोळे निर्विकार असत. तो निळ्या गळ्याचा पुरुष होता. त्याच्याकडे तो रोखून पाहत होता. जणू काही तो त्याला जाणून घ्यायचा प्रयत्न करत होता.

पुन्हा एकदा निद्रेने गणेशाला आपल्या कुशीत ओढून घेतले.

त्याच्या हाताला उबदार स्पर्श झाला. त्याच्या अंगाला कोणीतरी हळुवारपणे मलम चोळत होते.

त्या नागाने आपले डोळे हळूहळू उघडले आणि तो आश्चर्यचकित झाला. कारण त्याला मलम चोळणारा तो हात नरम आणि स्त्रैण नव्हता; तर तो सामर्थ्यशाली आणि पीळदार होता.

त्या दयाळू वैद्याकडे पाहण्यासाठी त्याने आपले डोळे हळूहळू नीट उघडले. त्याचे शरीर सामर्थ्यशाली आणि पीळदार होते. परंतु गळा! तो वेगळा होता. त्याच्यातून दैवी निळसर प्रकाश बाहेर पडत होता.

गणेश स्तंभित झाला. त्याच्या तोंडातून एक उसासा बाहेर पडला.

औषध लावणारा तो हात अचानक गारठल्यासारखा झाला. ते दोन डोळे त्याच्या शरीरातून आपली नजर आरपार घुसवत असल्याचे त्याच्या लक्षात आले. त्यानंतर नीलकंठ उठला आणि खोलीबाहेर निघून गेला.

गणेशाने पुन्हा एकदा आपले डोळे मिटून घेतले.

गणेश अखेरीस त्या झोपाळू कवचातून बाहेर पडला होता. त्यासाठी खूप खूप प्रदीर्घ काळ जावा लागला होता. आता त्याला पावसाचा हळुवार टप टप आवाज ऐकू येत होता.

त्याला नेहमीच पावसाळा आवडत असे. धरतीला पुन्हा टवटवीत करणारी ती स्वर्गीय झुळूक. पावसाच्या धारांचे ते संगीत.

त्याने आपले मस्तक किंचित डावीकडे वळवले. सतीला जागे करण्यास त्याची तेवढीशी हालचालही पुरेशी ठरली. खोलीच्या एका टोकाला असलेल्या आपल्या पलंगावरून ती झटकन उठली आणि गणेशाजवळ आली. तिने आपले आसन त्याच्याजवळ ओढून घेतले. त्यानंतर तिने आपला हात आपल्या पुत्राच्या हातावर ठेवला.

"माझ्या बाळा, कसा आहेस तू?"

गणेश हळुवारपणे हसला. त्याने आपले डोके आणखी थोडे हलवले.

सतीने स्मित केले आणि तिने आपल्या पुत्राच्या चेहऱ्यावरून आपला हात फिरवला. त्याला ते आवडत असल्याचे तिला माहिती होते.

"कृत्तिका?"

"तिलाही खूपच बरं वाटतंय," सती म्हणाली, "तुझ्याएवढी ती गंभीर जखमी झाली नव्हती. खरं तर त्यामुळे तिला खूप लवकर आयुरालयातून घरी पाठवण्यात आलं. फक्त दोन आठवडेच तिला इथं राहावं लागलं."

"किती काळ?.."

"तू किती काळ इथे आहेस असं म्हणायचंय का?"

उत्तरादाखल गणेशाने फक्त मान हलवली.

"साठ दिवस. तुझी शुद्ध येत होती आणि पुन्हा हरपत होती."

"पाऊस..."

"पावसाळा जवळजवळ संपत आला आहे. हवेतील ओलसर, दमटपणामुळे गुंतागुंत निर्माण झाली होती. त्यामुळे तुझ्या जखमा भरून येण्याची प्रक्रिया मंदावली होती."

गणेशाने खोल श्वास घेतला. त्याला पुन्हा शीण आला.

"निद्रा घे," सती म्हणाली, "तू आता लवकरच बरा होशील, तुझी प्रगती गतीनं सुरू आहे, असं आयुर्वतीजींनी सांगितलंय. तू लवकरच इथून परत घरी येशील."

गणेशाने स्मित केले आणि तो पुन्हा निद्राधीन झाला.

गणेशाला आयुर्वतीने अचानकच उठवले. ती त्याच्याकडे तीक्ष्णपणे पाहत होती.

"मी किती काळ निद्रेत होतो?"

"तू गेल्या वेळी जागृत झाल्यापासून? काही तासच. मी तुझ्या मातेला तिच्या निवासस्थानी पाठवलंय. तिलाही विश्रामाची आवश्यकता आहे."

गणेशाने मान डोलावली.

आयुर्वतीने स्वतः तयार केलेला औषधाचा थोडासा लगदा हातात घेतला आणि ती म्हणाली, "तुझं तोंड उघड."

त्या लगद्याच्या घाणेरड्या वासामुळे गणेशाने तोंड मुरडले. "आयुर्वतीजी, ते काय आहे?"

''मी तुझ्या वेदना घालवू इच्छिते.''

''परंतु मला काहीच वेदना जाणवत नाहीत.''

''पण मी मलम लावलं, की तुला त्या जाणवतील. म्हणून तोंड उघड आणि तुझ्या जिभेखाली मी हे औषध ठेवून देते.''

औषधाचा परिणाम होईपर्यंत आयुर्वतीने प्रतीक्षा केली. त्यानंतर तिने गणेशाच्या छातीवरच्या जखमेची मलमपट्टी काढली. त्याची जखम नाट्यमयरीत्या जलद गतीने भरून आली होती. फक्त काही खपल्या तेवढ्याच छातीवर दिसत होत्या.

''आता त्वचा मुलायम होईल,'' आयुर्वती अलिप्तपणे म्हणाली.

''मी योद्धा आहे,'' गणेश स्मित करत म्हणाला, ''मुलायम त्वचेपेक्षा व्रणच अधिक शोभून दिसतात.''

आयुर्वतीने गणेशाकडे रोखून बघितले. ती निर्विकार होती. त्यानंतर तिने एक वाटी उचलली. तिच्यातून आयुर्वतीने मलम काढले आणि गणेशाच्या छातीवर ती ते लावू लागली. गणेशाला बधिरपणाचे औषध देऊनही त्या मलमामुळे त्याला वेदना जाणवत होती. तिने झटपट मलम लावण्याचे काम संपवले आणि लिंबाच्या पानांच्या मलमपट्टीने जखम पुन्हा एकदा बांधून टाकली.

आयुर्वती कार्यक्षम आणि जलद व खात्रीशीर काम करणारी वैद्य होती. गणेशाला तिच्या या गुणांचे मोठेच कौतुक वाटले.

लोकनायकाने खोल श्वास घेतला. त्याने थोडे त्राण गोळा केले. ''मी वाचू शकेन, असं मला मुळीच वाटलं नव्हतं. तुमच्या नावलौकिकाला तुम्ही खरोखरच पात्र आहात, आयुर्वतीजी.''

आयुर्वतीच्या कपाळावर आठ्या पडल्या. ती विचारमग्न झाली. ''तू माझ्याबद्दल कुठे ऐकलं होतंस?''

''मी इच्छावरमध्येही जखमी झालो होतो आणि मला मातेनं सांगितलं होतं, की तिथे छावणीतल्या वैद्यांनी माझ्या जखमा जेवढ्या कालावधीत बऱ्या केल्या होत्या, त्याच्या निम्म्या वेळातच तुम्ही मला बरं केलं असतं.''

आयुर्वतीने आपल्या भुवया उंचावल्या. ''तुझं बोलणं खूपच गोड आहे. प्रभू नीलकंठाप्रमाणेच कोणालाही स्मित करायला लावण्याचं कौशल्य तुझ्याकडे आहे. फक्त तुझ्याकडे त्याचं कलंकरहीत, निर्दोष अंतःकरण नाही, हीच दुःखाची गोष्ट आहे.''

गणेश मूक राहिला.

“मी बृहस्पतींची प्रशंसक होते. ते फक्त एक सद्‌गृहस्थच नव्हते; तर ते एक ज्ञानसागरच होते. काळाच्या आधीच त्यांना मृत्यू आल्यामुळे जगाची मोठीच हानी झाली आहे.”

गणेशाने कोणतीच प्रतिक्रिया व्यक्त केली नाही. व्यथित नजरेने वैद्याच्या डोळ्यांत तो खोल रोखून पाहत होता.

“आता तुझा तो हात मला दाखव बरं,” आयुर्वती म्हणाली.

तिने त्याची मलमपट्टी काढली. त्याला थोड्या वेदना झाल्या, परंतु त्याला आणखी त्रास झाल्यासारखे वाटले नाही.

गणेशाने काहीच प्रतिक्रिया व्यक्त केली नाही. त्याने ते सहन केले.

दुसऱ्या दिवशी गणेश जागा झाला, त्यावेळी त्याला त्या खोलीत त्याची माता आणि मावशी कुजबुजत्या आवाजात काहीतरी बोलत असल्याचे आढळले.

“माते, मावशी,” गणेशाने हळू आवाजात हाका मारल्या.

दोन्ही बहिणी त्याच्याकडे वळल्या. दोघींच्याही चेहऱ्यावर स्मित होते.

“तुला काही खायला किंवा प्यायला हवंय का?” सतीने विचारले.

“होय, माते. परंतु आज मी फिरायला जाऊ शकेन का? मी साठ दिवस पडून राहिलो आहे. ही भयानक बाब आहे.”

कालीने स्मित केले. “मी आयुर्वतीबरोबर बोलून बघते. पण सध्या तरी तसाच पडून राहा.”

आयुर्वतीला भेटण्यासाठी काली खोलीबाहेर पडल्यावर सतीने आपले आसन गणेशाजवळ घेतले.

“मी तुझ्यासाठी पराठे आणले आहेत,” सती म्हणाली. आपल्याबरोबर आणलेल्या एका छोट्याशा हस्तिदंती डब्याचे झाकण तिने उघडले.

गणेशाला खूपच आनंद झाला. माता बनवत असलेले पराठे त्याला अत्यंत आवडत असत. परंतु आपल्या सावत्र वडलांना, शिवालाही असेच पराठे आवडतात, हे लक्षात येताच त्याच्या चेहऱ्यावरील आनंद कुठल्या कुठे लुप्त

झाला.

काहीही खाण्याआधी गणेशाने गुळण्या करण्यासाठी आयुर्वतीने दिलेले औषध सतीने आणले.

''पिताजी तुझ्या निवासस्थानी परतले आहेत का माते?''

सती त्या औषधाकडे पाहत राहिली. तिने ते प्याल्यात ओतले. ''तुला या सगळ्या गोष्टींची सध्या चिंता करण्याचं काहीही कारण नाही.''

''त्यांनी किमान तुझ्याशी संभाषण करणं तरी सुरू केलं आहे का?''

''तुला त्याची चिंता करण्याची गरज नाही, म्हटलं ना?'' सती गणेशाकडे परत येत म्हणाली.

तो नाग छताकडे बघत होता. त्याच्या हृदयात अपराधीपणाची भावना उचंबळून आली होती. त्याने आपले डोळे बारीक केले. ''ते निदान....''

''होय. त्यांनी तसं केलंय,'' सतीने उत्तर दिले. ''शिव तुला पाहण्यासाठी रोज इथे येत होते. परंतु आजपासून ते इथे येतील असं मला वाटत नाही.''

गणेश विषण्णपणे हसला आणि त्याने आपले ओठ चावले.

सतीने त्याच्या मस्तकावर थोपटले. ''ज्यावेळी सारं ठीक होण्याचा योग येईल, त्यावेळी सारं काही ठीक होईल.''

''मला वाटतं, की मंदार पर्वतावर काय घडलं, त्याविषयी मी स्पष्टीकरण देऊ शकेन. ते का घडलं, याविषयी मी सांगावं असंही मला वाटतं. ते मला क्षमा करतील का ते मला माहिती नाही. परंतु किमान ते मला समजून तरी घेऊ शकतील.''

''कालीनं मला त्याविषयी थोडंफार सांगितलं आहे. मी थोड्याफार प्रमाणात समजू शकले आहे. परंतु बृहस्पतीजी? त्यांचं काय? ते एक महान पुरुष होते. त्यांच्या मृत्युमुळे जगाची मोठीच हानी झाली आहे. अगदी मीसुद्धा ते सारं पूर्णपणे समजून घेऊ शकले नाही. शिवाचं त्यांच्यावर बंधूप्रमाणे प्रेम होतं. त्यानं समजून घ्यावं अशी अपेक्षा आपण त्याच्याकडून कशी काय ठेवू शकतो?''

गणेशाने सतीच्या विषादपूर्ण डोळ्यांकडे पाहिले.

''परंतु तू कार्तिकाचे प्राण वाचवले आहेस,'' सती म्हणाली, ''तू माझे प्राण वाचवले आहेस. शिवाच्या दृष्टीनं या गोष्टींचं अनन्यसाधारण महत्त्व आहे, हे मला माहिती आहे. त्याला थोडा वेळ दे. तो हळूहळू त्याच्यातून सावरेल.''

गणेश शांत राहिला. तो साशंक असल्याचे स्पष्टपणे दिसत होते.

— ⅄ ◎ Ⴎ ⍋ ⊗ —

दुसऱ्या दिवशी आयुर्वतीच्या परवानगीने आयुरालयाची खोली सोडून गणेश थोडेफार फिरण्यासाठी बाहेर पडला. अथिथिग्वाच्या भव्य राजवाड्याच्या जवळच असलेल्या बागेत तो फिरत होता. गणेश हळूहळू चालत होता. त्याने कालीच्या खांद्याचा आधार घेतला होता. त्याच्या हातात काठीही होती. ती टेकून तो चालत होता. तिच्यावर त्याने आपला बराचसा भार टाकला होता. त्याला एकट्यानेच फिरायला जायचे होते; परंतु कालीने त्याचे काही एक ऐकले नव्हते. ते बागेजवळ पोहोचले तोच त्यांना पोलादाच्या खणखणाटाचा आवाज ऐकू आला.

गणेशाने आपले डोळे बारीक केले. ''कोणीतरी सराव करत आहे. अगदी जोरदार सराव करत आहे.''

कालीने स्मित केले. लढवय्यांचा सराव पाहण्याइतकी गणेशाला इतर कोणतीच अधिक प्रिय गोष्ट नव्हती, हे कालीला माहिती होते. ''चल जाऊ या.''

नागांच्या राणीने गणेशाला बागेच्या मध्यभागी जाण्यास मदत केली. दरम्यानच्या काळात आपण ऐकत असलेल्या ध्वनींवरून अंदाज बांधत त्या सरावाच्या गुणवत्तेविषयी गणेश बोलत होता. ''झटपट हालचाली. या पोलादाच्या तलवारी आहेत. त्या सरावासाठी बनवण्यात आलेल्या नाहीत. युद्धनिपुण योद्ध्यांचं द्वंद्व तिथे चाललेलं आहे.''

कालीने गणेशाला त्या कुंपणाच्या प्रवेशद्वारातून आत जाण्यासाठी फक्त मदत केली.

त्यांनी तिथे प्रवेश करताच गणेश मागे सरकला. कालीने त्याच्यावरची आपली पकड घट्ट केली. ''शांत हो. त्याला कोणताही धोका नाही.''

काही अंतरावरच, कार्तिक पार्वतेश्वराबरोबर भयावह द्वंद्व करण्यात गुंतला होता. तो ज्या गतीने हालचाली करत होता, त्या पाहून गणेशाला धक्का बसला. तो तीन वर्षांचा मुलगा सुमारे सात वर्षांच्या मुलाएवढा दिसत होता, परंतु तरीही त्या अजस्त्र शरीराच्या पार्वतेश्वरासमोर अजूनही तो चिमुकलाच दिसत होता. मेलुहाचा तो

सरलष्करप्रमुख आपल्या तलवारीने घणाघाती वार करत होता. परंतु त्याचे प्रयत्न निष्फळ ठरवण्यासाठी कार्तिक आपल्या छोटेखानी आकाराचा लाभ घेत होता. तो खाली वाकत होता. त्यामुळे पार्वतेश्वराला आपल्या तलवारीचे फटकारे खालच्या बाजूला मारावे लागत होते. अशा प्रकारच्या हालचालींमध्ये अगदी प्रशिक्षित लढवय्येही निपुण नसतात. इतक्या लहान वयाच्या मुलांना कोणीही लढाईचे प्रशिक्षण देत नसे. कार्तिकाकडे अतिजलद गतीने आणि अत्यंत अचूकतेने तलवार खुपसणे आणि झटकन वळणे, शरीराला झोका देणे या उत्तम योद्ध्याच्या क्षमताही होत्या. एखाद्या पूर्ण वाढ झालेल्या पुरुषालाही अवघड वाटतील, अशा प्रकारच्या कोनांतून तो स्वसंरक्षणाच्या हालचाली करू शकत होता. काही क्षणांतच कार्तिकाने मेलुहाच्या सरलष्करप्रमुखाच्या शरीराच्या खालच्या भागावर केल्या जाणाऱ्या तीन तीव्र प्रहारांना चुकवले होते.

गणेश श्वास रोधून पाहतच राहिला.

"तू जखमी झाल्यापासून रोजच तो सराव करत आहे," काली म्हणाली.

अगदी मूठभर योद्धेच जे करू शकतात, ते कार्तिकाने केल्याचे बघितल्यामुळे गणेश आणखी चकित झाला. "कार्तिक दोन हातांत दोन तलवारी घेऊन त्या एकापाठोपाठ चालवू शकतो."

"होय," कालीने स्मित केले. "तो ढाल वापरत नाही. तो डाव्या हातानंही वार करू शकतो. बचावापेक्षा आक्रमण अधिक चांगलं, असं तो म्हणतो."

गणेशाने सतीला मोठ्याने ओरडताना ऐकले. "थांबा!"

कोपऱ्यातील भिंतीपासून सती पुढे येत असलेली गणेशाला दिसली.

"पितृतुल्य, तुम्हांला मध्येच त्रास दिल्याबद्दल क्षमा करा," सती पार्वतेश्वराला म्हणाली. त्यांना ती पित्याप्रमाणे आदराने वागवत होती. "परंतु कार्तिकाला कदाचित आपल्या दादाला भेटायचं असेल."

पार्वतेश्वराने गणेशाकडे बघितले. मेलुहाच्या सरलष्करप्रमुखाने सतीच्या मोठ्या पुत्राकडे पाहून अजिबात काहीही म्हटले नाही. त्याने औपचारिकरीत्या त्याच्याकडे पाहून मानही डोलावली नाही. तो फक्त दोन पावले मागे सरकला.

त्याच्याकडे हळूहळू येणाऱ्या गणेशाला पाहून कार्तिकाने मात्र स्मित केले. कार्तिकामध्ये झालेला बदल पाहून गणेशाला धक्काच बसला. आता त्याच्या डोळ्यांत बालकाचा निर्व्याज भाव नव्हता. ते आता निर्विकार होते. अगदी एखाद्या

प्रौढ माणसासारखे ते डोळे निर्विकार होते.

"तू खूपच छान लढा दिलास, बंधू," गणेश म्हणाला, "मला हे माहितीच नव्हतं."

कार्तिकाने आपल्या बंधूला घट्ट मिठी मारली. त्याच्या घट्ट मिठीमुळे गणेशाच्या जखमा दुखल्या. परंतु त्याने त्याविषयी कोणताच उद्‌गार काढला नाही किंवा त्याला मागेही केले नाही.

तो मुलगा दोन पावले मागे सरकला. "यापुढे कधीही तुला एकट्याला लढावं लागणार नाही. कधीच नाही."

गणेशाने स्मित केले आणि पुन्हा एकदा आपल्या छोट्या भावाला मिठीत घेतले. त्याच्या डोळ्यांत पाणी दाटून आले होते.

सती आणि काली मूक झाल्याचे त्या नागाच्या लक्षात आले होते. पार्वतेश्वर प्रवेशद्वाराकडे वळत असल्याचे त्याने पाहिले. पार्वतेश्वराने आपली उजवी मूठ आपल्या छातीवर मारली आणि तो खाली वाकला. त्याने मेलुहाच्या लष्करी रिवाजाप्रमाणे मानवंदना दिली. पार्वतेश्वर पाहत असलेल्या दिशेकडे गणेशाने बघितले.

प्रवेशद्वाराजवळ शिव उभा होता. त्याने आपल्या हातांची घडी घातली होती. त्याच्या चेहऱ्यावर कोणतेच भाव नव्हते. त्याचे केस वाऱ्याने विस्कटले होते आणि वाऱ्याच्या झुळुकीमुळे कपडे फडफडत होते. तो गणेशाकडे रोखून पाहत होता.

कार्तिक अजूनही गणेशाच्या मिठीतच होता. त्याच अवस्थेत गणेशाने नीलकंठाला वाकून नमस्कार केला. तो वर उठला, तेव्हा शिव निघून गेला होता.

"तो काही तितकासा वाईट माणूस नाही, शिवा," वीरभद्र म्हणाला. गांजाच्या वाफा हळूहळू तो हवेत सोडत होता.

शिवाने निर्विकारपणे वर बघितले. नंदीने वीरभद्राला सावध करण्यासाठी त्याच्याकडे बघितले.

परंतु वीरभद्र आपल्या भूमिकेवर ठाम होता.

"आपल्याला त्याच्याविषयी फारशी माहिती नाही, शिवा. मी परशुरामाशीही

बोललो. गणेशानंच त्याला साहाय्य केलं होतं. त्याच्यावर झालेल्या अन्यायाविरुद्ध लढण्यासाठी गणेशानंच त्याला प्रथम मदत केली होती. ब्रंगांनी प्रथम हल्ला केला, तेव्हा परशुराम गंभीररीत्या जखमी होणं स्वाभाविकच होतं. मधुमतीच्या तीरावर पडलेल्या त्या जखमी ब्राह्मणाला गणेशानं पाहिलं आणि त्याने त्याची तिथून सुटका केली. परशुरामाची भयानक गोष्ट ऐकून आपल्याला शक्य होईल तेवढी मदत त्याला करण्याची शपथही त्यानं घेतली होती.''

शिवाने फक्त वीरभद्राकडून आपल्या हातात चिलीम दिली. त्याने एक दीर्घ झुरका मारला. परंतु तो एक अक्षरही बोलला नाही. ''कृत्तिका काय म्हणाली, ते तुला माहिती आहे का? कार्तिकाला वाचवण्यासाठी झपाटलेल्या माणसासारखा गणेश लढला. त्या प्रक्रियेत त्यानं आपलं आयुष्यही पणाला लावलं होतं. कृत्तिकेला माणसाच्या चारित्र्याची उत्तम जाण आहे. गणेशाकडे सुवर्णाचं हृदय आहे, असं ती म्हणत होती.''

शिव धूर बाहेर सोडत मौनच राहिला.

''राणी कालीकडून मी असं ऐकलं आहे, की,'' वीरभद्र पुढे बोलतच राहिला, ''कार्तिकाच्या जन्माच्यावेळी त्याचं आयुष्य वाचवण्यासाठी नागांचं औषध देण्याची तजवीज गणेशानंच केली होती.''

शिवाने आश्चर्यचकित होत वर बघितले. त्याने आपले डोळे बारीक केले. ''तो एक विचित्र माणूस आहे. त्याचं काय करावं तेच मला समजत नाही. तुझ्या म्हणण्यावर विश्वास ठेवला, तर त्यानं दोनदा माझ्या पुत्राचे प्राण वाचवले. इच्छावरमध्ये त्यानं माझ्या पत्नीचे प्राण वाचवले. या सगळ्यासाठी मी त्याच्यावर प्रेम केलंच पाहिजे. परंतु मी त्याच्याकडे पाहातो, तेव्हा माझ्या कानांत बृहस्पतींनी मदतीसाठी केलेली व्याकूळ याचना घुमू लागते आणि नंतर त्याचं मुंडकं उडवण्याखेरीज काहीही करावंसं मला वाटतच नाही.''

वीरभद्राची नजर खाली झुकली. त्याला वाईट वाटल्याचे दिसले.

नीलकंठाने मान हलवली. ''परंतु याविषयी मला नेमकी उत्तरं देणाऱ्या एका व्यक्तीला मी ओळखतो.''

वीरभद्राने वर बघितले. आपल्या मित्राच्या मनातील लांबलचक विचारश्रृंखलेविषयी साशंक होत त्याने विचारले, ''महाराज?''

''होय,'' शिव म्हणाला, ''त्यांच्या संमतीशिवाय कालीचा आणि गणेशाचा

त्याग केला जाणं कदापिही शक्य नव्हतं.''

नंदी आपल्या सम्राटाची बाजू घेण्यासाठी पुढे सरसावला. ''परंतु प्रभू, सम्राट दक्षांकडे कोणताच पर्याय नव्हता. तसा कायदाच आहे. नाग मुलं मेलुहात राहूच शकत नाहीत.''

''ठीक आहे. परंतु नागाच्या मातेलाही समाजाचा त्याग करून निघून जावं लागतं, असाही कायदा आहे ना? शिवाय मातेला तिच्या मुलाविषयी सत्य सांगितलं गेलं पाहिजे, असाही कायदा आहे ना?'' शिवाने विचारले, ''आपल्याला हवं त्याप्रमाणे निवडक लोकांसाठीच कायद्यांचा वापर करता कामा नये.''

नंदी शांत राहिला.

''सम्राटांच्या सतीविषयीच्या प्रेमाविषयी माझ्या मनात तिळमात्रही शंका नाही,'' शिव म्हणाला, ''परंतु तिच्या पुत्राचा त्याग करून आपण सतीला किती तीव्रतेनं दुखावतो आहोत, याची त्यांना थोडीशीही जाणीव झाली नाही का?''

वीरभद्राने मान डोलावली.

''त्यांनी हे वास्तव तिच्यापासून आयुष्यभर लपवलं. अगदी तिच्या जुळ्या बहिणीचं अस्तित्वही त्यांनी तिच्यापासून लपवलं. कार्तिकाच्या जन्माच्यावेळी त्यांनी त्याचं शरीर ज्याप्रमाणे उलटसुलट करून तपासलं होतं, ती गोष्ट मला तेव्हाही विचित्र वाटली होती. आता त्याचा अर्थ माझ्या लक्षात आला आहे. त्यांना जणू काही दुसऱ्या नागाची अपेक्षा असावी, अशा प्रकारे ते वागले होते.''

''हंऽऽऽ'' वीरभद्राने हुंकार दिला.

''आणि ही कथा इथेच संपत नाही, अशा प्रकारच्या काही घाणेरड्या भावना माझ्या मनात येत आहेत.''

''तुला काय म्हणायचं आहे?''

''चंदनध्वजांचा मृत्यू नैसर्गिक नव्हता, असा माझा संशय आहे.''

''सतींचा पहिला पती?''

''होय. गणेशाच्या जन्माच्या दिवशीच त्याचा बुडून मृत्यू झाला, ही खूपच सोईस्कर बाब आहे.''

''प्रभू!,'' नंदी धक्का बसल्यासारखा म्हणाला, ''परंतु हे सत्य असू शकणार नाही. तो गुन्हा आहे. कोणताही सूर्यवंशी राजा आतापर्यंत एवढ्या खालच्या पातळीवर घसरलेला नाही.''

‘‘मला याविषयी खात्री आहे, असं मी म्हणत नाही, नंदी,’’ शिव म्हणाला. ‘‘हा फक्त माझा अंदाज आहे. कोणीही चांगलं किंवा वाईट नसतं, हे लक्षात ठेव. ते फक्त सामर्थ्यशाली किंवा दुर्बल असतात. सामर्थ्यशाली लोक कोणत्याही आपत्ती आल्या, संकटं आली किंवा त्यांची कसोटी पाहणारे कितीही प्रसंग आले, तरी आपल्या नीतितत्त्वांना चिकटून राहतात. दुर्बल लोक मात्र अनेकदा आपण किती खालच्या पातळीवर पोहोचलो आहोत, याची कल्पनाही करू शकत नाहीत.’’

नंदी गप्प राहिला.

वीरभद्राने शिवाकडे थेट बघितले. ‘‘तुझा संशय खरा ठरला तरी मला अजिबात आश्चर्य वाटणार नाही. महाराजांच्या विचित्र प्रकारच्या विचारसरणीमुळे त्यांना आपण सतीच्या कल्याणासाठीच हे सारं करत असल्यासारखं वाटलं असेल.’’

प्रकरण २१

मैकाचे गूढ

गणेशाने कार्तिकाचे प्राण वाचवले होते, त्याला आता जवळजवळ तीन महिने उलटून गेले होते. तो अजूनही लंगडत असला, तरीही आता आपल्याला पंचवटीला गेलेच पाहिजे, एवढे लक्षात येण्याएवढा तो बरा झाला होता. गेला महिनाभर तो हाच विचार करत होता. जागेपणीच्या प्रत्येक क्षणी त्याला आपले मातेचे हृदय विदीर्ण होत असल्याची जाण होत होती. त्याला वाटत होती, त्याहूनही शिव आणि सती यांच्यामधील दरी बरीच मोठी होती. यातून मार्ग काढण्याचा त्याला ज्ञात असलेला एकमेव मार्ग म्हणजे त्याने तिथून निघून जाणे, हाच होता.

''मावशी, आपण उद्याच इथून निघून जाऊ या,'' गणेश म्हणाला.

''तुझ्या आईला तू सांगितलं आहेस का?'' कालीने विचारले.

''मी तिच्यासाठी एक संदेशपत्र ठेवण्याचा विचार करतो आहे.''

कालीने आपले डोळे बारीक केले.

''तिने मला जाऊ दिलंच पाहिजे, परंतु ती मला जाऊ देणार नाही.''

कालीने एक दीर्घ उसासा टाकला. ''मग तू तिला विसरून जाणार आहेस का?''

गणेश विषादाने हसला. ''माझ्या आयुष्यभर पुरेल एवढं प्रेम गेल्या काही महिन्यांत मला तिच्याकडून प्राप्त झालंय. माझ्या स्मृतींच्या आधारावर ती जगू

शकेल. परंतु ती नीलकंठाशिवाय जगू शकणार नाही.''

बुचकळ्यात पडलेला शिव अथिथिग्वाच्या स्वागतासाठी पुढे झाला. ब्रंगांच्या इमारतीत काशीच्या राजाने त्याआधी कधीच पाऊल ठेवले नव्हते. तो नेहमी बाहेर थांबूनच नीलकंठाची प्रतीक्षा करत राहत असे.

''काय घडलंय, महाराज?''

''प्रभू, सम्राट दक्ष काशीच्या मार्गावर आहेत, असं मला नुकतंच समजलंय.''

शिव विचारात पडला. ''त्यांनी एवढ्या तातडीनं येण्यामागे काय कारण आहे, ते मला समजत नाही. तुम्हांला जर आजच याविषयी समजलं आहे, तर सम्राटांना इथे पोहोचायला अजून दोन ते तीन महिने लागतील, याविषयी माझी खात्री आहे.''

''नाही, प्रभू. ते आजच येत आहेत. काही तासांतच ते पोहोचतील. मला ही गोष्ट नुकतीच आमच्या शिपायांकडून समजली आहे.''

शिवाला मोठेच आश्चर्य वाटले. त्याने भुवया उंचावल्या; परंतु तो काहीही बोलला नाही.

''प्रभू,'' अथिथिग्वा म्हणाला, ''सिंहासन असलेल्या आणि तुमची योग्य जागा असलेल्या स्थानी तुम्ही यावं आणि सिंहासन ग्रहण करावं, अशी विनंती करण्यासाठी मी इथे आलो आहे. आपण दोघांनी मिळून सम्राटाचं स्वागत करणं अधिक योग्य ठरेल.''

''मी येईन.'' शिव म्हणाला, ''परंतु तिथे फक्त तुम्हीच असाल, याची हमी द्या. तुमच्या सरदार आणि मान्यवरांसोबत त्यांचं स्वागत करण्याची माझी इच्छा नाही.''

हे परंपरेला सोडून होते. अथिथिग्वाच्या कपाळावर आठ्या पडल्या. तो विचारात पडला. परंतु त्याने शिवाच्या या विचित्र मागणीविषयी त्याला प्रश्न विचारला नाही. त्याने फक्त त्याच्या आज्ञेचे पालन केले.

''नंदी, पार्वतेश्वर आणि भगीरथालाही ही गोष्ट कळव,'' शिव म्हणाला, ''आताच त्यांनीही दरबारात येऊ नये, अशी माझी इच्छा आहे, असं त्यांना सांग. महाराजांच्या स्वागतासाठी आपण काही कालावधीनंतर स्वागत समारंभ करू.''

''ठीक आहे, महाराज,'' नंदीने मानवंदना दिली आणि तो निघून गेला.

वीरभद्र कुजबुजत्या स्वरात म्हणाला, ''त्यांना ते माहिती आहे, असं तुला वाटतं का?''

‘‘नाही. मला त्यांच्याविषयी जी काय माहिती आहे, त्यावरून काली आणि गणेश इथे असल्याचं त्यांना माहिती असेल, असं मला वाटत नाही. ते अधीरपणे इकडे आले आहेत. त्यासाठी नेहमीचे रितीरिवाजही त्यांनी पाळलेले नाहीत. ही एका पित्याची कृती आहे; ती सम्राटाची कृती नाही. सती आणि कार्तिक यांच्या आठवणीने ते कदाचित हैराण झाले असतील.’’

‘‘तुला काय करावंसं वाटतंय? तो विचार सोडून द्यावा की त्याविषयीच्या सत्याचा शोध घ्यावा?’’

‘‘मी ते सोडून देईन, असा विचारही मनात आणू नकोस. मला सत्य जाणून घ्यायचंच आहे.’’

वीरभद्राने मान डोलावली.

‘‘माझा संशय पूर्णपणे खोटा ठरावा, अशी माझी फक्त सतीसाठी इच्छा आहे. त्यांना काहीच माहिती नसावी. मैकाच्या प्रशासनाने फक्त कायद्याचं पालन केलेलं असावं, असं मला वाटतंय.’’

‘‘परंतु तुझा संशय खरा ठरेल, अशी भीती तुला वाटतेय ना?’’

‘‘होय.’’

‘‘त्यावेळी नेमकं काय घडलं असेल, याविषयीची काही कल्पना तुला आहे का?’’

‘‘त्यांच्याशी सामना केला पाहिजे. त्यांच्याशी संघर्ष केला पाहिजे. त्यांना आश्चर्यचकित केलं पाहिजे. त्यासाठी ही वेळ अत्यंत परिपूर्ण आहे.’’

वीरभद्र विचारात पडला.

‘‘काली आणि गणेश यांना मला त्यांच्यासमोर अचानक आणायचं आहे,’’ शिव म्हणाला, ‘‘त्यांचा चेहराच मला सारी सत्यकथा सांगून जाईल.’’

‘‘महाराज इथे काय करत आहेत?’’ पार्वतेश्वराने विचारले, ‘‘त्यांच्या योजनेविषयी मला कोणीच कसं काय कळवलं नाही? काशी असं कसं काय करू शकते? हा राजशिरस्त्यांचा भंग आहे.’’

‘‘कोणालाच याविषयी माहिती नव्हतं, महाराज,’’ नंदी म्हणाला, ‘‘अगदी

राजे अथिथिग्वांनाही नुकतीच ही गोष्ट कळली आहे. मेलुहाने याविषयी आधी कोणताही निरोप धाडला नव्हता.''

पार्वतेश्वर आश्चर्याने थक्क झाला. तो काहीच बोलू शकला नाही. मेलुहाच्या राजनैतिक प्रक्रियांमध्ये अशा प्रकारच्या त्रुटी राहिल्याचे त्याने कधीच ऐकले नव्हते.

भगीरथाने खांदे उडवले. ''सगळे राजे सारखेच असतात.''

शिष्टाचार आणि शिरस्ते यांच्या संदर्भात आपल्या राज्यकर्त्याविषयीच्या या उपहासगर्भ विधानाकडे पार्वतेश्वराने दुर्लक्ष केले. तो नंदीला म्हणाला, ''सिंहासन कक्षात आपण जाऊ नये, अशी प्रभू नीलकंठांची का बरं इच्छा आहे?''

''मला त्याविषयी काहीही सांगता येणार नाही, महाराज,'' नंदीने उत्तर दिले. ''मी फक्त आज्ञेचं पालन करत आहे.''

पार्वतेश्वराने मान डोलावली. ''ठीक आहे. प्रभूंनी आपल्याला पाचारण करेपर्यंत आपण इथेच थांबू''

''कालीला भेटण्यासाठी शिवाकडे कित्येक कारणं असू शकतात. परंतु त्याला गणेशाला का भेटायचं आहे? हे काय चाललंय?'' सतीने विचारमग्न होत विचारले.

वीरभद्र तिथेच खिळल्यासारखा उभा होता. कालीच्या कक्षात फक्त गणेशच नव्हता; तर सतीही होती. दक्षाने काशीत आधीच पाऊल ठेवल्याचे समजल्यामुळे काली आणि गणेश या दोघांनाही शक्य तेवढ्या तातडीने घेऊन जाण्यासाठी तो आला होता. कदाचित आपल्या नाग कन्येविषयी आणि नातवाविषयी दक्षाला आधीच माहिती मिळाली असण्याची शक्यताही नाकारता येत नव्हती. वेळेला मोठेच महत्त्व आले होते. जर त्यांच्या अचानक भेटीची कल्पना फळायला पाहिजे असेल, तर त्यांनी लगेच त्याला भेटण्याची गरज होती. त्यामुळे वीरभद्राकडे दुसरा पर्यायच नव्हता. शिवाने काली आणि गणेशाला तातडीने घेऊन येण्याची आज्ञा दिल्याची त्याने सतीसमोरच माहिती दिली.

''मी फक्त आज्ञेचं पालन करतो आहे, देवी.''

''आज्ञेचं पालन करतो आहेस, याचा अर्थ तुला तिथे काय चाललंय हे माहिती नाही, असा होत नाही.''

''शिवाला त्यांना काहीतरी दाखवायचं आहे.''

''भद्र,'' सती म्हणाली, ''माझा पती हा तुझा निकटचा मित्र आहे. तू माझ्या निकटच्या सखीशी विवाह केला आहेस. मी तुला जाणते. तुला आणखीही काही माहिती आहे, हे मी जाणते. तू ती मला सांगितल्याखेरीज माझ्या पुत्राला मी तुझ्याबरोबर जाऊ देणार नाही.''

सतीची निग्रही वृत्ती पाहून वीरभद्राने मान डोलावली. त्यांच्यातील तात्पुरत्या दुराव्यातसुद्धा शिवाला सतीकडे खेचून आणण्यास सतीच्या व्यक्तिमत्त्वातील कोणती गोष्ट कारणीभूत झाली होती ते त्याला स्पष्ट दिसत होते.

सतीला आश्चर्य वाटले होते. आधी काहीच न कळवता आपल्या पित्याच्या अचानक आगमनाचे तिला थोडे आश्चर्य वाटले होते, परंतु आता दक्षाची भेट घडवून आणण्यासाठी शिवाने काली आणि गणेशाला तातडीने पाचारण केल्याचे पाहून तिला त्याहूनही अधिक आश्चर्य वाटले होते.

'माझ्या भगिनीवर आणि पुत्रावर अन्याय झाला आहे, असं शिवाला कुठेतरी अंतःकरणापासून वाटतं आहे.'

नागांच्या राणीने डोळे बारीक केले. आपल्या तलवारीच्या म्यानावरची तिची पकड घट्ट झाली. ''होय! अगदी नाठाळ घोडेही मला दूर ठेवू शकणार नाहीत.''

सती आपल्या पुत्राकडे वळली. त्याला संघर्ष नको होता. त्याला कोणतेही सत्य बाहेर यायला नको होते. आपली माता कोणत्याही प्रकारे दुखावली जाऊ नये, एवढीच त्याची इच्छा होती. त्याने आपले मस्तक हलवले.

काली आश्चर्याने म्हणाली, ''का? तुला कशाची भीती वाटतेय?''

''मावशी, मला हे नको आहे,'' गणेशाने उत्तर दिले.

''पण मला ते हवं आहे,'' सती म्हणाली, ''गेली नव्वद वर्षं माझ्यापासून तुझं अस्तित्व लपवून ठेवलं गेलं.''

''परंतु तसे कायदे होते, माते!'' गणेश म्हणाला.

''नाही. नाग मूल मेलुहात जगू शकणार नाही, असा कायदा आहे. मुलाला आपल्या मातेपासून दडवून ठेवण्याचा कायदा नाही. ते जर मला माहिती असतं, तर मी तुझ्यासोबतच मेलुहाचा निरोप घेतला असता.''

''समज, जरी कायद्याचा भंग झाला असेल, तरी आता तो भूतकाळ आहे. कृपा करून माते, ते सारं विसरून जा.''

''मी कधीच ते विसरणार नाही. त्यांना याविषयी किती माहिती आहे, ते मला जाणून घ्यायचं आहे. त्यांनी मला असत्य का सांगितलं? आपल्या नावाचं रक्षण करण्यासाठी? नागांचा पूर्वज म्हणून त्यांना कोणी दूषण देऊ नये म्हणून? त्यामुळे त्यांना निर्वेधपणे राज्य करता यावं म्हणून?''

''माते, यातून काहीही निष्पन्न होणार नाही,'' गणेश म्हणाला.

काली हसू लागली. गणेशाने तिच्याकडे रागावून पाहिले.

''सतीला भेटण्यासाठी तू भारताच्या कानाकोपऱ्यांतून फिरत, भटकत राहिला होतास, त्यावेळी मी तुला नेमकं हेच सांगितलं होतं,'' काली म्हणाली, ''आणि तू तेव्हा मला काय सांगितलं होतंस? तुला उत्तरं पाहिजे होती. तुझ्या मातेशी असलेल्या तुझ्या नात्याविषयीचं सत्य तुला समजल्याशिवाय तुला शांतता लाभणार नाही, असंही तेव्हा तू म्हणाला होतास. कारण तसं झालं नाही, तर तुला पूर्णत्व येणार नाही, असंही तुझं म्हणणं होतं. मग आता तुझी माताही तिच्या पित्याकडून त्याच गोष्टीची अपेक्षा का ठेवू शकत नाही?''

''परंतु हे काही पूर्णत्व नाही, मावशी,'' गणेश म्हणाला, ''यात फक्त संघर्ष आणि यातना आहेत.''

''पूर्णत्व हे पूर्णत्वच असतं, बाळा,'' काली म्हणाली, ''काही वेळा पूर्णत्वामुळे आनंद मिळतो; तर काही वेळा दुःख भोगावं लागतं. तुझ्या मातेला ते करण्याचा हक्क आहे.''

एवढे बोलून काली सतीकडे वळली. ''ताई, ही गोष्ट तुला करायची आहे, याविषयी तुझी खात्री आहे?''

''मला उत्तरं हवी आहेत,'' सती म्हणाली.

वीरभद्राने कष्टाने आवंढा गिळला. ''देवी, शिवाने फक्त काली आणि गणेशाला घेऊन येण्याची आज्ञा दिली आहे. तुम्हांला आणण्याची नाही.''

''मी येत आहे, भद्र,'' सती म्हणाली, ''आणि मी तिथे आलंच पाहिजे, हे तुलाही चांगलंच ठाऊक आहे.''

वीरभद्राची नजर झुकली. सतीचे म्हणणे योग्य होते. तिला तिथे असण्याचा हक्क होताच.

''माते.....'' गणेशाने कुजबुजत्या आवाजात म्हटले.

''गणेश, मी जात आहे,'' सती ठामपणे म्हणाली, ''तू माझ्याबरोबर ये किंवा

येऊ नको. तो तुझा निर्णय असेल. परंतु तू मला रोखू शकणार नाहीस.''

लोकनायकाने एक दीर्घ श्वास घेतला. त्याने आपल्या खांद्यावरून अंगवस्त्र घेतले आणि तो म्हणाला, ''शूर वीरभद्रा, आम्ही तुझ्यापाठोपाठ येत आहोत.''

''महाराज, आपल्याला इथे पाहून मी किती प्रसन्न झालो आहे, म्हणून सांगू!'' भरतवर्षाच्या सम्राटासमोर झुकून अथिथिग्वा म्हणाला.

मुख्य दरबाराला लागून असलेल्या छोट्या कक्षात प्रवेश करत अथिथिग्वाने मान हलवली. ''हे माझं साम्राज्य आहे, अथिथिग्वा. मी इथे तुम्हांला एखाद् दुसरं आश्चर्य देऊ शकतो, असं मला वाटलं.''

अथिथिग्वाने स्मित केले. दक्षाची पत्नी वीरिनीही घाईघाईने निघाली होती. प्रसिद्ध अरिष्टनेमी सैनिक मयश्रेणीक आणि विद्युन्मालिनी त्यांच्यामागोमाग येत होते. स्वद्वीपमध्ये पार्वतेश्वर अनुपस्थित असल्यामुळे मयश्रेणीकाला कार्यकारी सरलष्करप्रमुख म्हणून तात्पुरते नेमण्यात आले होते.

दक्षाने मुख्य राजसिंहासनाच्या खोलीत प्रवेश केल्यावर दक्षाला आश्चर्य वाटले. तिथे नेहमीचे सरदार आणि मानकरी अनुपस्थित होते. फक्त शिव आणि नंदी तिथे उपस्थित होते. नंदीने ताबडतोब आपली मूठ वळून आपल्या छातीपर्यंत नेली आणि त्याने सम्राटाला झुकून मानवंदना दिली. दक्षाने नंदीकडे पाहून आनंदाने, मंद स्मित केले.

शिवाने बसल्या जागीच हात जोडून सम्राटाला अभिवादन केले. ''महाराज, काशीत आपलं स्वागत असो!''

दक्षाचे स्मित मावळले. तो संपूर्ण भरतवर्षाचा सम्राट होता. त्याला आदर दाखवला जाणे स्वाभाविकच होते. शिव जरी नीलकंठ असला, तरी शिरस्त्याप्रमाणे त्याने सम्राटाला उठून अभिवादन करणे अपेक्षित होते. यापूर्वी प्रत्येक वेळी शिव तसेच करत आला होता. हा अवमान होता.

''जामातमहाशय, आपण कसे आहात?'' दक्षाने विचारले. आपल्या संतापावर नियंत्रण ठेवण्याचा तो प्रयत्न करत होता.

''मी ठीक आहे, महाराज. तुम्ही माझ्याशेजारीच का बसत नाही?''

दक्ष तिथे बसला. त्याचबरोबर वीरिनी आणि अथिथिग्वाही बसले.

अथिथिग्वाकडे वळून दक्ष म्हणाला, ‘‘‘एवढ्या गडबड, गोंधळ असलेल्या शहरात तुम्ही शांतपणे दरबाराचं कामकाज चालवता आहात, असं दिसतं, अथिथिग्वा.’’

अथिथिग्वाने स्मित केले. ‘‘नाही, महाराज. ही फक्त....’’

‘‘मध्येच बोलल्याबद्दल मला क्षमा करा, महाराज,’’ शिव अथिथिग्वाला म्हणाला आणि नंतर दक्षाकडे वळून तो म्हणाला, ‘‘आपल्या मुलांना खासगीमध्ये भेटण्याची ही तुमची चांगली कल्पना आहे, असं मला वाटलं.’’

वीरिनीला एकदम उत्साह वाटला. ‘‘ते कुठं आहेत, प्रभू नीलकंठ?’’

तेवढ्यात वीरभद्र आत आला. त्याच्या पाठोपाठ सती होती.

‘‘माझ्या बाळा!’’ शिवाने केलेला किंचित अवमान विसरून दक्षाने स्मित केले. ‘‘तुझ्याबरोबर तू माझ्या नातवाला का आणलं नाहीस?’’

‘‘मी आणलंय,’’ सती म्हणाली.

गणेशाने कक्षात प्रवेश केला. त्याच्या पाठोपाठ कालीही आली.

दक्षाच्या चेहऱ्याकडे शिव रोखून पाहत होता. त्या दोघांना ओळखल्यामुळे सम्राटाचे डोळे एकदम विस्फारले. त्याच्या चेहऱ्यावर धक्का बसल्याचे भाव स्पष्टच दिसत होते.

‘त्याला माहिती आहे!’

त्यानंतर दक्षाने मोठा आवंढा गिळला आणि तो ताठ बसला.

‘तो घाबरला आहे. तो काहीतरी लपवतो आहे.’

शिवाने वीरिनीच्या चेहऱ्यावरील भावही निरखले होते. तिच्या चेहऱ्यावर प्रचंड विषाद होता, खूप मोठे दुःख होते. तिच्या भुवया दुःखाने आक्रसल्या होत्या; परंतु तिच्या ओठांतून थोडेफार स्मित बाहेर पडण्याच्या मार्गावर होते. तिच्या डोळ्यांत पाणी आले होते.

‘तिलाही माहिती आहे. आणि तिचं त्यांच्यावर प्रेमही आहे.’

दक्ष अथिथिग्वाकडे वळला आणि जोरात खेकसला, ‘‘हे काशीच्या महाराजा, तुम्ही दहशतवाद्यांशी मैत्री करण्यास कसे काय धजावलात?’’

‘‘ते दहशतवादी नाहीत,’’ सती म्हणाली, ‘‘दहशतवादी निरपराध लोकांचे बळी घेतात. काली आणि गणेश यांनी कधीच तसं केलेलं नाही.’’

“हल्ली काशीच्या महाराजांतर्फे सती बोलू लागली आहे का?”

“त्यांच्याशी बोलू नका, पिताजी,” सती म्हणाली, “माझ्याशी बोला.”

“परंतु कशासाठी?” दक्षाने विचारले. त्यानंतर गणेश आणि कालीकडे बोट दाखवत तो म्हणाला, “तुझा त्यांच्याशी काय संबंध आहे? तुला त्यांच्याशी काय कर्तव्य आहे?”

“प्रत्येक बाबतीत मला त्यांच्याशी कर्तव्य आहे. त्यांचं स्थान माझ्याबरोबरचं आहे. ते नेहमीच माझ्याबरोबरचे आहेत.”

“काय? दुष्ट, अधम नाग लोकांसाठी फक्त एकच स्थान आहे. नर्मदेचा दक्षिण परिसर! सप्त सिंधुमध्ये राहण्यास त्यांना परवानगी नाही.”

“माझी भगिनी आणि पुत्र अधम, दुष्ट नाहीत. त्यांच्या अंगात माझंच रक्त आहे. तुमचं रक्त आहे.”

दक्ष उभा राहिला. सतीकडे जात तो म्हणाला, “भगिनी! पुत्र! हा काय मूर्खपणा आहे? या नीच, अधम लोकांच्या बडबडीकडे तू लक्ष देऊ नकोस. अर्थातच, ते माझा तिरस्कार करतात. मला बदनाम करण्यासाठी ते काहीही सांगतील. मी त्यांचा शत्रू आहे. मी मेलुहाचा राज्यकर्ता आहे. त्यांचा नाश करण्याची शपथ मी घेतलेली आहे.”

कालीने आपली तलवार हातात घेतली. “हे तिरस्कृत बकऱ्या, मी तुला अग्निपरीक्षेसाठी आता या क्षणी आव्हान देण्याच्या मनःस्थितीत आहे.”

“तुला काही शरम वाटत नाही का?” दक्ष कालीवर ओरडला, “एक प्रेमळ पिता आणि त्याच्या कन्येत वितुष्ट आणण्याऐवजी तुझ्या पूर्वजन्मातील पापांसाठी मुकाट्यानं शिक्षा भोगत रहा. कोणत्या असत्य गोष्टी सांगून तुम्ही तिचे कान माझ्याविरुद्ध भरलेत?”

“त्यांनी एक शब्दही सांगितलेला नाही, पिताजी,” सती म्हणाली, “परंतु त्यांचं अस्तित्वच तुमच्याविषयी खूप काही सांगून जातंय.”

“ती माझ्यामुळे अस्तित्वात नाहीत. ती तुझ्या मातेमुळे अस्तित्वात आलेली आहेत. तिच्या पूर्वजन्मातील पापांमुळे हे सारं घडलंय. आमच्या कुटुंबीयांत तिच्या आगमनाआधी कधीही नाग लोकांचा जन्म झालेला नाही.”

सतीचा चेहरा पडला. आपला पिता किती खालच्या स्तरापर्यंत घसरू शकतो, हे आयुष्यात प्रथमच ती पाहत होती.

वीरिनी दक्षाकडे एकटक पाहत होती. तिच्या डोळ्यांतून मूक संतापाच्या ठिणग्या बाहेर पडत होत्या.

"हे काही पूर्वजन्माविषयी नाही, पिताजी," सती म्हणाली, "हे याच जन्माविषयीचं आहे. तुम्हांला ते माहिती होतं आणि तरीही तुम्ही मला ते सांगितलं नव्हतं."

"मी तुझा पिता आहे. जन्मभर मी फक्त तुझ्यावरच प्रेम केलं आहे. तुझ्यासाठी साऱ्या जगाशी मी लढा दिला आहे. तू माझ्यावर विश्वास ठेवणार आहेस की या व्यंग असलेल्या अपंग प्राण्यांवर विश्वास ठेवणार आहेस?"

"ते व्यंग असलेले प्राणी नाहीत. ते माझे कुटुंबीय आहेत!"

"या लोकांना तू आपले कुटुंबीय बनवणार आहेस? ज्या लोकांनी तुझ्याशी असत्य संभाषण केलं त्यांना? ज्यांनी तुझ्या पित्याविरुद्ध तुझ्या मनात विष कालवलं आणि तुला भडकवलं त्यांना?"

"त्यांनी मला असत्य सांगितलेलं नाही," सती म्हणाली, "तुम्ही सांगितलं."

"नाही. मी सांगितलं नाही."

"तुम्ही मला सांगितलं, की माझा मुलगा मृतावस्थेत जन्मला होता."

दक्षाने एक खोल श्वास घेतला. त्याने छताकडे वर बघितले. स्वतःवर नियंत्रण मिळवण्याचा तो आटोकाट प्रयत्न करत होता. त्यानंतर त्याने सतीकडे बघितले. "तुझ्या लक्षात कसं येत नाही? तुझ्या भल्यासाठीच मी तुला असत्य सांगितलं. तुला जर नागाची माता म्हणून जाहीर केलं गेलं असतं, तर तुझं आयुष्य कसं बनलं असतं, याची तुला कल्पना आहे का?"

"पण मी माझ्या पुत्राबरोबर राहिले असते."

"काय मूर्खपणा आहे! मग तू काय केलं असतंस? पंचवटीत राहायला गेली असतीस?"

"होय!"

"तू माझी कन्या आहेस!" दक्ष म्हणाला, "इतर कोणाहीपेक्षा मी तुझ्यावर सर्वाधिक प्रेम केलंय. पंचवटीत जाऊन हालअपेष्टा सहन करण्यास मी तुला कधीच परवानगी दिली नसती."

"हा निर्णय घेण्याचा तुम्हांला काही एक अधिकार नव्हता."

चकित झालेला दक्ष शिवाकडे वळला. "नीलकंठ, तिला जरा काहीतरी

शहाणपणा शिकवा.''

शिवाने डोळे बारीक केले होते. ही फसवेगिरीची लाट किती दूरपर्यंत पसरली होती, ते त्याला जाणून घ्यायचे होते. ''चंदनध्वजाला तुम्हीच ठार मारायला लावलंत ना, महाराज?''

दक्षाचा चेहरा पांढराफटक पडला. त्याच्या चेहऱ्यावर मोठीच भीती पसरली. त्याने तीव्रपणे सतीकडे बघितले आणि नंतर झटकन तो शिवाकडे वळला.

'हे परमेश्वरा! त्यानंच ते क्रूरकर्म केलंय.'

सतीवर प्रचंड आघात झाला. तिच्या डोळ्यांसमोर अंधारल्यासारखे झाले. तिला एवढा धक्का बसला की, तिच्या तोंडातून शब्दच फुटेनासा झाला. काली आणि गणेश यांना मात्र काहीच आश्चर्य वाटले नाही.

दक्षाने झटकन स्वतःवर नियंत्रण मिळवले. त्याने शिवाकडे बोट दाखवले. त्याचे शरीर थरथरत होते. ''तू हे केलंस. तू ही सगळी योजना आखलीस.''

शिव शांत राहिला.

''तूच माझ्या कन्येला माझ्याविरुद्ध भडकवलंस,'' दक्ष किंचाळला, ''महर्षि भृगूंचं म्हणणं योग्यच होतं. त्या दुष्ट वासुदेवांचं तुझ्यावर नियंत्रण आहे.''

दक्षाकडे शिव तसाच एकटक बघत राहिला. जणू काही तो त्याला प्रथमच पाहत होता.

दक्षाचा संताप आता मनातल्या मनात उकळू लागला होता. ''तू कोण आहेस? काय आहेस तू? एका ओसाड प्रदेशातून आलेला एक मूर्ख जमातवाला! मी तुला नीलकंठ बनवलं. मी तुला सत्ता दिली; सामर्थ्य दिलं. चंद्रवंशी लोकांना तू मेलुहाच्या नियंत्रणाखाली आणावं म्हणून मी तुला ते सामर्थ्य दिलं. त्यामुळे मला भरतवर्षात शांतता प्रस्थापित करता आली असती आणि माझ्या कृपेनं तुला मिळालेल्या सामर्थ्याचा, सत्तेचा वापर माझ्याच विरुद्ध करण्याचं धाडस तू केलंस?''

शिव निर्विकार राहिला. दक्षाला तो आणखी गरळ ओकायला भाग पाडत तसाच शांत राहिला.

''मी तुला तयार केलंय आणि आता मीच तुझा नाशही करतो!''

दक्षाने आपला खंजीर उपसला आणि त्याने पुढे झेप घेतली.

नंदी शिवासमोर उडी मारून आला. त्याने तो वार आपल्या ढालीवर झेलला. आपल्या राजाविरुद्ध तलवार उपसण्यास त्याचे मेलुहाचे प्रशिक्षण त्याला मनाई

करत होते. काली आणि गणेशावर मात्र अशा प्रकारची कोणतीही बंधने नव्हती. त्यांना कशाचाही पश्चात्ताप वाटावा, अशी परिस्थितीही नव्हती. विद्युन्मालिनेही आपली तलवार उपसल्यावर गणेशाने शिवाच्या समोरच उडी मारली. मयश्रेणीक हा मेलुहाचा निष्ठावान लष्करी अधिकारी होता. त्याने वास्तविक आपल्या राजासाठी मृत्यूही पत्करायला हवा होता. परंतु तो सुन्न झाला होता आणि काहीच हालचाल करत नव्हता. तो शिवाचा एकनिष्ठ भक्त होता. तो नीलकंठाविरुद्ध आपली तलवार कशी काय उपसू शकणार होता?

"शांत रहा," शिवाने आपला हात उंचावून सांगितले.

विद्युन्मालिने अद्यापही आपली तलवार उपसलेलीच होती. दक्षाचा खंजीर जमिनीवर पडला होता.

शिव पुन्हा एकदा म्हणाला, "नंदी, गणेश, काली, खाली जाऊन उभे राहा. आताच्या आता!"

शिवाच्या योद्ध्यांनी आपापल्या तलवारी खाली घेतल्याबरोबर विद्युन्मालिनेही आपली तलवार म्यानात ठेवली.

"महाराज," शिव दक्षाला म्हणाला.

साश्रू नयनांनी त्याच्याकडे पाहत असलेल्या सतीवर दक्षाची नजर खिळून राहिली होती. आपली तलवार तिने आपल्या पित्याच्या गळ्याला लावली होती. त्याच्या चेहऱ्यावर पराभूतपणा आणि काहीतरी गमावल्याची भावना स्पष्ट दिसत होती. त्याने फक्त सतीवरच खरे प्रेम केले होते.

"सती..." शिवाने हळू आवाजात हाक मारली. "कृपा करून तलवार खाली कर. त्यांची तेवढी पात्रता नाही."

सतीने तलवार आणखी जवळ नेली.

शिव आणखी थोडा पुढे गेला. "सती...."

तिचे हात थोडे थरथरत होते. संतापामुळे ती धोकादायकपणे आणखी पुढे जात होती.

शिवाने तिच्या खांद्याला हळुवार स्पर्श केला. "सती, तलवार खाली ठेव."

शिवाच्या स्पर्शाने तिला रागाच्या त्या उंच कड्यावरून अलगद मागे खेचले. तिने आपली तलवार किंचित खाली केली. तिचे डोळे बारीक झाले होते. तिचा श्वासोच्छ्वास जडपणे होत होता. तिचे शरीर ताठरले होते.

दक्ष तसाच सतीकडे एकटक पाहत होता.

"माझ्या नसांतून तुमचं रक्त वाहातंय, याची मला लाज वाटते," सती म्हणाली.

दक्षाच्या चेहऱ्यावरून अश्रू खाली ओघळू लागले.

"चालते व्हा!" दात ओठ खात सती ओरडली.

दक्ष ताठरल्यासारखा स्तब्ध उभा होता.

"चालते व्हा!"

सतीच्या चढलेल्या आवाजामुळे वीरिनीला धक्का बसला. तिच्या चेहऱ्यावर विषाद आणि क्रोध यांचे मिश्रण होते. ती हळूहळू चालत दक्षाकडे गेली. "चला."

दक्षाच्या हातापायांत त्राणच उरले नव्हते. घटनांनी अशा प्रकारे वळण घेतल्याचे पाहून त्याला धक्का बसला होता.

"चला," वीरिनीने मोठ्या आवाजात पुनरुच्चार केला. त्यानंतर हात धरून तिने आपल्या पतीला तिथून ढकलत नेले. "मयश्रेणीक, विद्युन्मालि चला, आपल्याला निघालं पाहिजे," ती म्हणाली.

भरतखंडाच्या महाराज्ञीने आपल्या पतीला तिथून ढकलत, ओढत बाहेर नेले.

सती विदीर्ण झाली होती. तिने आपली तलवार फेकून दिली. तिच्या चेहऱ्यावरून अश्रू खाली ओघळत होते. गणेश तिच्याकडे धावत गेला. परंतु तोपर्यंत ती कोसळत असताना शिवाने तिला सावरले होते.

शिवाने तिला मिठीत घेतले, त्यावेळी सती जोरजोरात हुंदके देत होती.

■■

प्रकरण २२

दोन बाजू, नाणे एकच

"मग आता तुझा विचार काय आहे?" कालीने विचारले.

नागांच्या राणीच्या कक्षात गणेश आणि काली बसले होते. त्या दिवशी सकाळीच उलगडलेल्या त्या नाट्यानंतर अथिथिग्वाच्या राजवाड्यातील त्यांच्या कक्षात शिव सतीला घेऊन गेला होता. दक्ष, वीरिनी आणि त्यांचे सैन्य तसेच मेलुहाच्या राजधानीकडे, देवगिरीकडे रवाना झाले होते.

"हे अनपेक्षित होतं," विचारमग्न, सचिंत गणेश म्हणाला. त्याच्या चेहऱ्यावर किंचित स्मित होते.

कालीने भुवया उंचावल्या. "दुःख किंवा शिक्षा निर्विकारपणे सहन करण्याची तुझी ही वृत्ती काही वेळा अत्यंत संतापजनक आणि त्रासदायक वाटते."

गणेशाने स्मित केले. त्याच्या चेहऱ्यावर आता चांगलेच मोठे स्मित पसरले होते. अगदी या बाजूच्या कानापासून ते दुसऱ्या बाजूच्या कानापर्यंत! त्याचे बाहेर आलेले सुळे आणखी पुढे आले.

"तुझा असा चेहरा मला बऱ्याच वेळा बघायचा असतो," काली म्हणाली, "खरं तर त्यावेळी तू खूपच छान दिसतोस."

गणेशाचा चेहरा पुन्हा गंभीर झाला. त्याने आपल्या हातातील कागदाची गुंडाळी वर धरली. तो पंचवटीहून आलेला संदेश होता. "मी आता चांगलाच हसलो

असतो, मावशी. परंतु तो यासाठी!''

''आता काय झालं?'' कालीने विचारमग्न होत विचारले.

''हे अपयश आहे.''

''पुन्हा?''

''होय. पुन्हा.''

''पण मला तर वाटलं होतं की...''

''आपल्याला वाटलं ते चुकीचं ठरलंय, मावशी.''

कालीने दूषणे दिली. गणेशाने आपल्या मावशीकडे एकटक बघितले. तिला आलेले नैराश्य तो समजू शकत होता. अखेरचा उपाय जवळ आला होता. त्याच्या यशामुळे त्यांचा विजय पूर्ण झाला असता. आता त्यांनी केलेली प्रत्येक गोष्ट त्यांना गमवावी लागण्याची वेळ आली होती.

''आपण पुन्हा एकदा प्रयत्न करू या का?''

''मला वाटतं, की आपल्याला अखेरीस सत्य स्वीकारावंच लागेल, मावशी. हा मार्ग अखेरचा आहे. आपल्यासमोर पर्यायच नाही. आता रहस्य उघड करण्याची वेळ आली आहे.''

''होय,'' काली म्हणाली, ''नीलकंठाला हे माहिती असलं पाहिजे.''

''नीलकंठाला?'' गणेशाने विचारले. एवढ्या छोट्याशा अवधीत केवढा मोठा बदल घडून आला होता, हे पाहून तो आश्चर्यचकित झाला होता.

कालीच्या कपाळावर आठ्या चढल्या.

''तू हे नाव उच्चारत नव्हतीस. तू 'नीलकंठ' म्हणालीस. आता तू त्या दंतकथेवर विश्वास ठेवू लागली आहेस का?''

कालीने स्मित केले. ''मी दंतकथांवर विश्वास ठेवत नाही. कधी ठेवला नव्हता. कधीच ठेवणारही नाही. पण माझा त्याच्यावर विश्वास आहे.''

'शिवासारखा माणूस माझ्या आयुष्यात नियतीने आणला असता, तर माझं आयुष्य किती वेगळं झालं असतं? कदाचित ताईप्रमाणेच माझ्याही आयुष्यातलं सगळं विष शोषून घेतलं गेलं असतं. कदाचित मलाही आनंद आणि शांतता लाभली असती.'

''आपल्याला त्यांना ते रहस्य दाखवावंच लागेल,'' तिच्या विचारांची तंद्री भंग करत गणेश म्हणाला.

"दाखवावं लागेल?"

"ते इथे करता येईल, असं मला वाटत नाही. बरोबर आहे ना? त्यांनी ते स्वतःच जाऊन बघितलं पाहिजे."

"तुला त्यांना पंचवटीला न्यायचं आहे?"

"का नाही?" गणेशाने विचारले, "तुझा त्यांच्यावर विश्वास आहे ना?"

"अर्थातच! माझा विश्वास आहे. जीवनभर मी त्यांच्यावर विश्वास ठेवेन. परंतु ते एकटेच येणार नाहीत. इतर लोकही त्यांच्याबरोबर येतील. आपण त्या सर्वांना घेऊन गेलो, तर त्या सर्वांना पंचवटीकडे जाण्याचा मार्ग माहिती होईल. त्यामुळे आपलं संरक्षण कमी होईल."

"मला वाटतं, भगीरथ आणि पार्वतेश्वर यांच्यासारख्या लोकांवर आपण विश्वास ठेवू शकू, मावशी. ते नीलकंठाच्या विरोधात कधी जातील असं मला मुळीच वाटत नाही. ते आपले प्राणही त्यांच्यासाठी गमावू शकतील."

"आयुष्यात जर मी कुठली गोष्ट शिकले असेन, तर ती म्हणजे कोणावरही सरसकट विश्वास टाकू नये आणि कोणतीही गोष्ट गृहीत धरू नये."

गणेश विचारात पडला. "तू जर त्यांच्या सर्व अनुयायांविषयी साशंक असशील, तर मग परशुरामाविषयी काय? त्याला आधीच तो मार्ग माहिती आहे. नीलकंठावर त्याची किती भक्ती आहे, ते तर तुला माहितीच आहे."

"एक गोष्ट लक्षात ठेव. परशुरामाला पंचवटीला आणू नकोस, असं मी तुला सांगितलं होतं. परंतु तू ते ऐकलं नव्हतंस."

"मग आता काय करायचं मावशी?"

"आपण त्यांना ब्रंगाला घेऊन जाऊ. त्यांना तिथून पंचवटीला कसं जाता येतं, ते समजेल. परंतु फक्त चंद्रकेतूच्या राज्यातूनच. आपल्या स्वतःच्या राज्यातून ते आपल्याकडे थेट येऊ शकणार नाहीत. त्यांनी चुकून कधी प्रयत्न जरी केला, तरी दंडकारण्यात त्यांचा नाश होईल. आपल्या परवानगीशिवाय कोणालाही ब्रंग लोक आपल्या राज्यातून जाऊ देणार नाहीत. आपण त्यांच्यावर विश्वास ठेवू शकतो. अगदी परशुरामालाही दुसरा मार्ग माहिती नाही."

गणेशाने मान डोलावली. "ही एक चांगली कल्पना आहे."

"ज्या गोष्टीचा मला नंतर पश्चात्ताप वाटला असता, अशी कोणतीही गोष्ट संतापाच्या भरात माझ्या हातून घडली नाही, यासाठी परमेश्वराचे आभार मानले पाहिजेत," सती म्हणाली. त्यांच्या कक्षाच्या गच्चीत एका मोठ्या आसनावर शिव बसला होता. सती त्याच्या मांडीवर बसली होती. तिचे मस्तक त्याच्या पीळदार छातीवर विसावले होते. तिचे डोळे रडून रडून सुजले होते आणि लाल झाले होते. काशीच्या राजवाड्याच्या त्या उंचीवरून पवित्र स्थळ आणि विश्वनाथ मंदिर स्पष्टपणे दिसत होते. त्यांच्यापलीकडेच महान, विशाल गंगा नदी वाहत होती.

"तुझा संताप न्याय्य होता, प्रिये,"

सतीने आपल्या पतीकडे बघितले. तिचा श्वास मंदपणे सुरू होता. "तुला राग आला नव्हता का? त्यांनी खरं तर तुला ठार मारण्याचा प्रयत्न केला होता."

तिचा चेहरा कुरवाळत शिवाने आपल्या पत्नीच्या डोळ्यांत बघितले. "त्यांनी तुझ्यासंदर्भात जे काही केलं, त्याबद्दल माझा तुझ्या पिताजींवर राग आहे. परंतु त्यांनी माझ्यासंदर्भात जे काही करण्याचा प्रयत्न केला, त्यासाठी मला त्यांचा राग आलेला नाही."

"परंतु विद्युन्माली आपली तलवार तुझ्याविरुद्ध उपसण्यास कसा काय धजावला?" सती कुजबुजली, "देवाचे आभार मानले पाहिजेत. गणेश....."

सती थबकली. तिने गणेशाचे नाव घेतल्यामुळे तो क्षण नासून जाईल की काय अशी तिला भीती वाटली.

शिवाने तिचा हात हळूच दाबला. "तो तुझा पुत्र आहे."

सती मूक राहिली. बृहस्पतीच्या मृत्यूमुळे शिवाला होत असलेल्या यातना आठवून तिचे शरीर ताठरले.

शिवाने आपल्या ओंजळीत तिचा चेहरा धरला आणि थेट तिच्या डोळ्यांत पाहिले. "मला किती त्रास होतोय, याचा काहीच प्रश्न नाही. तुझ्या आत्म्याच्या भागाचा मी तिरस्कार करू शकत नाही."

सतीने उसासा सोडला. तिच्या डोळ्यांतून शांतपणे अश्रू बाहेर पडले. तिने शिवाला घट्ट मिठी मारली. शिवानेही तिला गाढ मिठीत घेतले. त्याला तो क्षण दवडायचा नव्हता. पण त्याच्या मनात एक प्रश्न रुंजी घालत होता. "हा भृगू कोण आहे?"

''सम्राटांनी चंदनध्वजाला ठार मारायला लावलं?'' धक्का बसलेल्या पार्वतेश्वराने विचारले.

''होय, सरलष्करप्रमुख,'' वीरभद्र म्हणाला.

पार्वतेश्वर धक्का बसल्यामुळे अवाक झाला होता. त्याने आनंदमयी आणि भगीरथाकडे बघितले. त्यानंतर त्याने पुन्हा एकदा वीरभद्राकडे बघितले. ''आता महाराज कुठे आहेत?''

''आता ते पुन्हा मेलुहाच्या परतीच्या मार्गावर आहेत, महाराज,'' वीरभद्र म्हणाला.

पार्वतेश्वराने आपले मस्तक घट्ट धरले. त्याच्या सम्राटाने मेलुहाचा अपमान केला होता. त्याच्या मातृभूमीचा सन्मान त्याने धुळीला मिळवला होता. त्याला स्वतःला कधीच कन्या नव्हती. परंतु जिला तो कायमच कन्या मानत आला होता, तिला यामुळे किती दारुण यातना झाल्या असतील, केवढा भयंकर धक्का बसला असेल, याची कल्पना तो करू शकत होता. ''सती कुठे आहे?''

''ती शिवाबरोबरच आहे, महाराज.''

आनंदमयीने पार्वतेश्वराकडे स्मित करत पाहिले. त्या अत्यंत निंद्य परिस्थितीतून निदान काहीतरी चांगले निष्पन्न झाले होते.

मेलुहाची राजनौका गंगेच्या पात्रातून वरच्या दिशेने हळुवारपणे प्रवास करत होती. त्याच्याभोवती आणखी चार जहाजे प्रवासाला निघाली होती. सूर्यवंशींच्या नौदलविषयक शिरस्त्याला अनुसरूनच ते होते. दक्षाचे आरमार आपल्या राज्याकडे परत निघाले होते. त्यांना काशी सोडून एक दिवस झाला होता.

मुख्य जहाजावर मयश्रेणीक होता. तो जहाजांचा वेग समान राहील, याची काळजी घेत होता. काशीत घडलेल्या प्रसंगांनी तो अद्यापही हादरलेल्या अवस्थेत होता. त्याचा सम्राट दक्ष आणि नीलकंठ यांच्यातील मतभेद मिटतील, अशी त्याला आशा होती. आपल्या देवाविषयीची भक्ती आणि आपल्या देशाविषयीची

निष्ठा यांतून कोणत्या तरी एका गोष्टीची निवड करावी लागण्याची भयंकर नियती टळावी, अशी त्याची इच्छा होती.

दक्षाच्या जहाजाच्या सुरक्षा यंत्रणेचा विद्युन्माली हा प्रमुख होता. नीलकंठाच्या अनुयायांकडून दक्षावर कोणत्याही प्रकारचा प्राणघातक हल्ला झाला तर आपल्या सम्राटाला वाचवण्याची त्याची इच्छा होती. तसे घडणार नाही, असे जरी त्याला वाटत असले, तरीही त्याने शक्य तेवढी सर्व दक्षता घेतली होती. मुख्य जहाजातील राजकक्षात वीरिनी खिडकीजवळ बसली होती. गंगेच्या उसळत्या लाटा जहाजावर आदळत होत्या. त्यांच्याकडे ती पाहत होती. आता आपल्या सर्वच मुलांना आपण गमावून बसलो आहोत, याची जाणीव तिला झाली होती. ती संतप्तपणे आपल्या पतीकडे वळली.

दक्ष अंथरुणावर पडला होता. त्याचे डोळे सताड उघडे होते. त्याच्या चेहऱ्यावर एकाकीपणाच्या, दुःखाच्या, विदीर्ण झाल्याच्या भावना होत्या. अशा प्रकारच्या भयानक परिस्थितीला तोंड द्यावे लागणे आणि त्यामुळे तोंडघशी पडणे ही बाब त्याच्यासाठी नवीन नव्हती.

वीरिनीने आपली मान हलवली आणि ती पुन्हा बाहेर बघू लागली.

'त्यांनी फक्त माझं ऐकलं असतं तर!'

अगदी कालच घडल्याप्रमाणे वीरिनीला तो प्रसंग स्पष्ट आठवत होता. जर घटना वेगळ्या प्रकारे घडल्या असत्या, तर आपले आयुष्य कसे असते, असा विचार जवळजवळ रोजच तिच्या मनात येत असे.

त्या गोष्टीला शंभरहून अधिक वर्षे उलटून गेली होती. सती नुकतीच मैकाच्या गुरुकुलातून परतली होती. ती तापट, आदर्शवादी मुलगी होती. तिचे वय फक्त सोळा वर्षांचे होते. रानटी कुत्र्यांच्या भयानक कळपाच्या तावडीत सापडलेल्या स्त्रीला वाचवण्यासाठी आपल्या स्वभावाला अनुसरूनच तिने आपले प्राण धोक्यात घातले होते. पार्वतेश्वर आणि दक्ष तिच्या मदतीसाठी धावले होते. त्यांनी त्या कुत्र्यांना पिटाळून लावण्यात यश मिळवले असले, तरी दक्ष गंभीर जखमी झाला होता.

वीरिनीही दक्षाबरोबर आयुरालयात गेली होती. तिथे वैद्यांनी तिच्या पतीवर उपचार केले होते. त्याच्या डाव्या पायावरची जखम अधिक चिंताजनक होती. कुत्र्यांनी त्याच्या पायाचा मोठा लचका तोडला. त्याची मुख्य रक्तवाहिनी फुटली

होती. प्रचंड रक्तपात झाल्यामुळे दक्ष बेशुद्ध पडला होता.

काही तासांनंतर डोळे उघडल्यावर त्याच्या मनात पहिला विचार आला होता तो आपल्या तरुण मुलीविषयी. त्याचे पहिले शब्द होते, "सती?"

"ती पार्वतेश्वरांबरोबर आहे," वीरिनीने सांगितले होते. आपल्या पतीच्या जवळ जात तिने त्याचा हात हातात घेतला. "तिची चिंता करू नका."

"मी तिच्यावर ओरडलो. परंतु मला तसं म्हणायचं नव्हतं."

"मला माहिती आहे. ती फक्त तिचं कर्तव्य करत होती. तिने योग्य गोष्टच केली होती. ती त्या स्त्रीचं संरक्षण करू पाहत होती. मी तिला सांगेन, की..."

"नाही, नाही. मला अजूनही असंच वाटतंय, की त्या स्त्रीसाठी तिनं आपला जीव धोक्यात घालायला नको होता."

वीरिनीने आपले डोळे बारीक करून त्याच्याकडे बघितले. तिचा पती इतर सूर्यवंशीयांप्रमाणे वागत नव्हता. ती काहीतरी बोलणार होती, तेवढ्यात ब्रह्मनायक दार उघडून आत आले.

ब्रह्मनायक हे दक्षाचे पिताजी होते. ते मेलुहाचे राज्यकर्ते होते. त्यांची शरीरयष्टी उंच आणि प्रभाव टाकणारी होती. त्यांनी आपले काळेभोर केस लांब राखले होते. लांब दाढी ठेवली होती. त्यांच्या शरीरावर कुठेही केस नव्हते. त्यांनी डोक्यावर साधासाच मुकुट घातला होता आणि त्यांच्या अंगावर साधी पांढरी वस्त्रे होती. मात्र त्यामुळे त्यांच्यातील दुर्दम्य उत्साह आणि सामर्थ्य झाकोळले जात नव्हते. आपल्या महान कृत्यांनी त्यांनी आपल्या सभोवतालच्या व्यक्तींसाठी अशक्य वाटावीत, अशा प्रकारची कर्तव्याची आणि जीवनशैलीची मानांकने निश्चित केली होती. संपूर्ण मेलुहाभर त्यांच्याविषयी नितांत आदर निर्माण झाला होता. शिवाय प्रजेच्या मनात त्यांच्याविषयी दराराही होता. त्यांच्या साम्राज्याकडून त्यांना मिळणाऱ्या सन्मानाविषयी आणि आदराविषयी त्यांच्या मनात कमालीची आसक्ती होती. त्यामुळेच आपल्या पुत्रामध्ये धैर्याचा आणि चारित्र्याचा अभाव असणे हा त्यांच्या संतापाचा आणि असमाधानाचा विषय बनून राहिला होता.

वीरिनी झटकन उठली आणि शांतपणे दोन पावले मागे सरकली. आज्ञा देण्याव्यतिरिक्त ब्रह्मनायक तिच्याशी कधीच काही बोलत नसत. ब्रह्मनायकांच्या मागेच तो दयाळू वैद्य उभा होता. भरपूर ठिकाणी चावे घेतले गेलेले असूनही त्यानेच दक्षाच्या पायाला टाके घातले होते.

ब्रह्मनायकाने एखादी गोष्ट बघण्याची गरजच आहे, म्हणून बघितल्याप्रमाणे आपल्या पुत्राच्या पायावरची चादर उचलून त्याला झालेल्या जखमा बघितल्या. त्याच्या जखमांवर लिंबाच्या पानांची मलमपट्टी बांधण्यात आली होती.

वैद्य सहानुभूतीपूर्वक हसले. ''महाराज, येत्या एक-दोन आठवड्यांत तुमचे पुत्र व्यवस्थित चालू, फिरू शकतील. मी अत्यंत दक्षतेनं काम केलं आहे. त्यांच्या शरीरावर कमीत कमी व्रण राहतील.''

दक्षाने आपल्या पित्याकडे पाहिले. त्यानंतर त्याची छाती अभिमानाने भरून आली. तो पुटपुटला, ''नाही वैद्यजी, क्षत्रियांसाठी व्रण अभिमानास्पद असतात.

ब्रह्मनायकाने कुत्सितपणे हसत विचारले, ''तुला क्षत्रियांविषयी काय माहिती आहे?''

दक्ष शांत राहिला. वीरिनीला प्रचंड संताप आला होता.

''फक्त काही कुत्र्यांकडून तू स्वतःला एवढ्या जखमा करून घेतल्यास?'' ब्रह्मनायकाने रागाने विचारले, ''मेलुहात तुला यासाठी सर्वाधिक हसणारी व्यक्ती मीच असेन. कदाचित जगातीलच सर्वाधिक हसणारी व्यक्ती मी असेन. माझा पुत्र स्वतःच्या हिमतीवर साध्या कुत्र्यांनासुद्धा मारू शकत नाही.''

दक्ष आपल्या वडलांकडे एकटक पाहत राहिला.

शत्रुत्वाची भावना आणखी बळावत जाणे रोखण्यासाठी आणि रुग्णाची मानसिक स्थिती चांगली राखण्यासाठी वैद्याने हस्तक्षेप केला. ''महाराज, मला तुमच्याशी काही बाबींवर चर्चा करायची आहे. आपण बाहेर जाऊन बोलूया का?''

ब्रह्मनायकाने मान डोलावली. ''माझं बोलणं संपलेलं नाही,'' ते दक्षाकडे वळून म्हणाले आणि कक्षाबाहेर निघून गेले.

संतप्त वीरिनी आपल्या पतीकडे आली. तो आता रडत होता. ''अजून किती काळ तुम्ही हे सहन करणार आहात?''

दक्ष अचानकच संतप्त झाला. ''ते माझे पिताजी आहेत. त्यांच्याविषयी आदरानं बोल.''

''त्यांना तुमची पर्वा नाही, दक्ष! ते फक्त आपल्या वंशाविषयी विचार करत आहेत. तुम्हांला जर राजाही बनायचं नाही, तर आपण इथे काय करत आहोत?''

''कर्तव्य. मला त्यांच्या बाजूनं इथे उभं राहिलं पाहिजे. मी त्यांचा पुत्र आहे.''

''त्यांना तसं वाटत नाही. त्यांचं नाव पुढे चालवणारे तुम्ही कोणीतरी आहात,

एवढीच त्यांच्या लेखी तुम्हांला किंमत आहे.''

दक्ष शांत राहिला.

''त्यांनी तुम्हांला एका कन्येला देऊन टाकायला भाग पाडलं. आणखी कशाकशाचा तुम्ही त्याग करणार आहात?''

''ती माझी कन्या नव्हती!''

''ती तुमचीच कन्या आहे. कालीसुद्धा सतीएवढीच तुमच्या रक्तामांसानं बनलेली आहे.''

''मला यावर पुन्हा कधीच चर्चा करायची नाही.''

''तुम्हांला यावर कित्येक वेळा विचार करावाच लागेल. कारण एकदा तरी त्यासाठी आपल्याला तिचा शोध घ्यावा लागेल.''

''आपण पंचवटीत जाऊन काय करणार आहोत?''

''तिथे जाऊन आपण काय करणार आहोत, ते महत्त्वाचं नाही. आपल्याला तिथे जाऊन काय वाटेल, ते महत्त्वाचं आहे.''

दक्षाने आपली मान हलवली. ''आणि आपल्याला काय वाटेल असं तुला वाटतंय?''

''आपल्याला आनंद वाटेल.''

''पण मी सतीला इथे ठेवून जाऊ शकणार नाही.''

''तिला इथे ठेवून जायला तुम्हांला कोण सांगतंय? मला फक्त माझं कुटुंब एकत्र आणायचं आहे.''

''काय? सती पंचवटीत का राहायला जाईल? ती काही नाग नाही. तू आणि मी पूर्वजन्मी काहीतरी पाप केलेलं असेल, त्याचं प्रायश्चित्त आपल्याला घ्यावं लागतंय. त्या पापांची शिक्षा आपण भोगतोय. सतीला त्याची शिक्षा का भोगायला लावायची?''

''आपल्या भगिनीपासून दूर राहावं लागणं ही तिच्यासाठीची खरी शिक्षा आहे. आपल्या पित्याची रोजच्या रोज मानखंडना होताना पाहायला लागणं ही खरी शिक्षा आहे.''

दक्ष शांत राहिला. तो थरथरत होता. त्याच्या मनाचा हिय्या होत नव्हता.

''दक्षा, माझ्यावर विश्वास ठेवा,'' वीरिनी म्हणाली, ''पंचवटीत आपण आनंदात राहू. काली आणि सतीसह आपण दुसरीकडे कुठे आनंदात राहू शकत

असतो, तर मी त्या स्थळाचं नाव सुचवलं असतं. परंतु तसं कोणतंही ठिकाण नाही.''

दक्षाने खोल श्वास घेतला. ''पण कसं काय....''

''ते तुम्ही माझ्यावर सोपवा. मी सगळी व्यवस्था करते. तुम्ही फक्त होय म्हणा. तुमचे पिताजी उद्या सकाळी कराचपाला जाणार आहेत. प्रवास करता न येण्याएवढ्या तुमच्या जखमा गंभीर नाहीत. तुम्ही गेल्याचं त्यांच्या लक्षात येण्याआधीच आपण पंचवटीत पोहोचलेले असू.''

दक्ष वीरिनीकडे रोखून बघत राहिला. ''परंतु......''

''माझ्यावर विश्वास ठेवा. कृपया, माझ्यावर विश्वास ठेवा. ते सगळं आपल्या भल्यासाठीच असेल. तुमचं माझ्यावर प्रेम आहे हे मला माहिती आहे. तुमच्या कन्यांवरही तुमचं प्रेम आहे, हेही मला माहिती आहे. तुम्हांला इतर कशाचीही पर्वा नाही, हेसुद्धा मला माहिती आहे. फक्त माझ्यावर विश्वास ठेवा.''

दक्षाने मान डोलावली.

वीरिनीने स्मित केले. ती पुढे झुकली आणि तिने आपल्या पतीचे चुंबन घेतले. ''मी सगळी व्यवस्था करते.''

आनंदित झालेली वीरिनी मागे वळली आणि खोलीच्या बाहेर गेली. तिला बऱ्याच गोष्टी करायच्या होत्या. सती आणि पार्वतेश्वर बाहेर बसल्याचे तिला दिसले. तिने सतीच्या मस्तकावर थोपटले. ''आत जा, बाळा. तुझं त्यांच्यावर किती प्रेम आहे ते तुझ्या पिताजींना सांग. त्यांना तुझी आवश्यकता आहे. मी लवकरच परत येते.''

वीरिनी लगबगीने निघालेली असतानाच तिला ब्रह्मनायक तिच्या पतीच्या कक्षाकडे निघाल्याचे दिसले.

डॉल्फिनच्या आवाजामुळे मेलुहाच्या महाराणीचे लक्ष विचलित झाले. सुमारे शतकभरापूर्वीच्या आठवणीने तेव्हाही तिच्या डोळ्यांत अश्रू आले होते. आपल्या पतीकडे तिने वळून बघितले आणि मान हलवली. त्या दिवशी नेमके काय घडले होते, ते तिला कधीच समजले नव्हते. ब्रह्मनायकाने काय सांगितले होते? दुसऱ्या दिवशीच्या आपल्या सुटकेच्या नियोजनाविषयी सांगण्यासाठी ती पुन्हा दक्षाच्या कक्षात गेली होती, त्यावेळी त्याने जाण्यास स्पष्ट नकार दिला. त्याला सम्राट बनायचे होते; तसा निर्णय त्याने घेतला होता.

'त्याच्या मूर्ख आत्माभिमानामुळे आणि आपल्या पित्याकडून मान्यता मिळवण्याच्या गरजेमुळे आम्हा सर्वांची आयुष्यं उद्ध्वस्त झाली.'

— ⅄ⵀⵡ♆⊗ —

"रहस्य?" शिवाने विचारले. परशुरामाशी झालेल्या संभाषणाची त्याला आठवण झाली.

परशुराम, पार्वतेश्वर, वीरभद्र आणि नंदी यांच्यासमवेत शिव बसला होता. कालीने त्या कक्षात नुकताच प्रवेश केला होता. शिवाच्या मनातील आपल्या स्थानाविषयी गणेश अद्यापही साशंक होता. तो शांतपणे मागे थांबला होता. सतीच्या मोठ्या पुत्राची शिवाने किंचित मान हलवून दखल घेतली. परंतु तो काहीच बोलला नाही.

"होय. मला वाटतं, की ते तुम्हांला माहिती असावं," काली म्हणाली. "मला वाटतं, की नागांनी आपल्याजवळ राखलेलं त्यांचं गुपित, त्यांचं रहस्य नीलकंठाला ज्ञात व्हावं, ही भरतखंडाची गरज आहे. त्यानंतर आम्ही जी गोष्ट केली ती योग्य केली की अयोग्य याचा निर्णय तुम्ही घ्यावा. आता काय केलं पाहिजे, तेही ठरवावं."

"तू मला ते इथेच का सांगत नाहीस?"

"तुम्ही माझ्यावर विश्वास ठेवावा, असं मला वाटतं. मी तुम्हांला ते इथेच सांगू शकत नाही."

शिवाच्या नजरेने कालीच्या अंतःकरणाचा वेध घेण्याचा प्रयत्न केला, तिच्या बोलण्यात कोणताही कावेबाजपणा, धोका किंवा फसवणूक असल्याचे त्याला जाणवले नाही. तिच्यावर आपण विश्वास ठेवला पाहिजे, असे त्याला वाटले. "पंचवटीला पोहोचण्यासाठी किती दिवस लागतील?"

"साधारणपणे वर्षभराहून अधिक काळ," कालीने उत्तर दिले.

"एक वर्ष?"

"होय, प्रभू नीलकंठ. आपल्याला ब्रंगापर्यंत जावं लागेल. नदीतील नौकांच्या साहाय्याने मधुमती नदीतून खालच्या दिशेने प्रवास करावा लागेल. त्यानंतर दंडकारण्यातून पायी प्रवास करावा लागेल. या प्रवासासाठी वेळ लागेल."

‘‘थेट मार्ग नाही का?’’

कालीने स्मित केले, परंतु त्यावर तिने काहीच भाष्य केले नाही. तिला दंडकारण्याचे रहस्य उलगडून सांगायचे नव्हते. तिच्या शहरासाठीची ती प्राथमिक संरक्षण व्यवस्था होती.

‘‘मी तुझ्यावर विश्वास ठेवतोय. परंतु तू मात्र माझ्यावर विश्वास ठेवत नाहीयेस, असं दिसतंय.’’

‘‘मी तुमच्यावर सर्वार्थानं विश्वास ठेवते आहे, प्रभू नीलकंठ!’’

शिवाने स्मित केले. तिची बिकट अवस्था त्याच्या लक्षात आली होती. ती त्याच्यावर विश्वास ठेवू शकत होती; परंतु त्याच्याबरोबर असलेल्या प्रत्येकावर तिचा विश्वास नव्हता.

‘‘ठीक आहे. आपण पंचवटीला जाऊ या. माझ्या कर्तव्याला प्रारंभ करण्यासाठीचा कदाचित हाच तो मार्ग असू शकेल.’’

शिव पार्वतेश्वराकडे वळला. ‘‘सरलष्करप्रमुख, तुम्ही यासाठी व्यवस्था करू शकाल?’’

‘‘ते होईल, प्रभू,’’ पार्वतेश्वर म्हणाला.

कालीने शिवाला नतमस्तक होत नमस्कार केला आणि ती जाण्यासाठी निघाली. तिने आपला हात गणेशाभोवती टाकला होता.

‘‘आणि काली...’’ शिव म्हणाला.

काली गर्रकन मागे वळली.

‘‘मला शिवा म्हण; ते मला अधिक आवडतं. नीलकंठ नको. तू माझ्या पत्नीची भगिनी आहेस. तू माझी कुटुंबीय आहेस.’’

कालीने स्मित केले आणि आपली मान झुकवली. ‘‘जशी तुमची इच्छा... शिवा!’’

शिव आणि सती विश्वनाथ मंदिरात होते. भगवान रुद्राचे आशीर्वाद घेण्यासाठी खासगीरीत्या पूजा करण्यासाठी ते तिथे गेले होते. त्यांनी प्रार्थना म्हटल्यानंतर मंदिराच्या एका खांबासमोर ते बसले. मोहिनीच्या मूर्तीकडे ते बघत होते. भगवान

रुद्राच्या मूर्तीच्या पाठीमागच्या बाजूलाच, परंतु विरुद्ध दिशेला तोंड करून तिची मूर्ती प्रतिष्ठापित करण्यात आली होती.

शिवाने आपल्या पत्नीचा हात धरला आणि त्याचे हळुवारपणे चुंबन घेतले. सतीने स्मित केले आणि त्याच्या खांद्यावर आपले मस्तक टेकले.

''अत्यंत कारस्थानी स्त्री!'' शिव म्हणाला.

सतीने आपल्या पतीकडे वर पाहिले. ''देवी मोहिनी?''

''होय. आपण विष्णू असल्याचं तिनं लोकांसमोर मान्य का केलं नाही? विष्णूंची संख्या सातवरच का थांबली आहे?''

''भविष्यात कदाचित आणखी विष्णू होतीलही; परंतु प्रयेक जणच तिला विष्णू मानत नाही.''

''तू मानतेस का?''

''एके काळी मी मानत नव्हते. परंतु आता, मला तिची महानता समजली आहे.''

शिव विचारात पडला.

''तिला समजून घेणं सोपं नाही,'' सती म्हणाली, ''तिनं केलेल्या गोष्टींपैकी कित्येक गोष्टी अन्याय्य मानल्या गेल्या. तिने त्या गोष्टी असुरांच्या बाबतीत केल्या असल्या तरी त्यामुळे काहीच फरक पडत नाही. कारण तरीही त्या अन्याय्यच ठरतात. प्रभू रामाची तत्त्वं अनुसरणाऱ्या सूर्यवंशीयांनी तिला समजून घेणं अवघडच आहे.''

''मग आताच असा काय बदल झाला?''

''मला तिच्याविषयी अधिक माहिती समजली. तिनं जे काही केलं ते का केलं, ते मला समजलं. परंतु तरीही तिनं केलेल्या प्रत्येक गोष्टीचंच मी कौतुक करत नाही. तिच्या प्रत्येक कृतीसाठी मी तिची प्रशंसाही करणार नाही. परंतु कदाचित तिच्या कृतीविषयी मला अनुकंपा वाटते.''

''तिच्या साहाय्याशिवाय भगवान रुद्र कोणतीही मोहीम पूर्ण करूच शकला नसता, असं मला एका वासुदेवानं एकदा सांगितलं होतं.''

सतीने शिवाकडे पाहिले. ''कदाचित त्यांचं म्हणणं बरोबर असेल. कदाचित, म्हणजे कदाचितच काही वेळा महान सत्कर्माकडे जाणारा मार्ग एखाद्या छोट्याशा पापातून जात असतो.''

शिवाने सतीकडे रोखून पाहिले. यातून ती कुठे जाऊ पाहत होती, ते त्याला स्पष्ट दिसत होते.

"आपल्याला कठोर वर्तणूक मिळालेली असूनही जर एखादा पुरुष आयुष्यभर चांगलाच वागत असेल, त्याने सर्वांनाच मदत केलेली असेल, तर जे पापकर्म भासतं, ते त्यानं का केलं असावं याविषयी आपण समजून घेण्याचा प्रयत्न केला पाहिजे. कदाचित आपण त्याला क्षमा करू शकणार नाही. परंतु त्यासाठी आपण त्याला समजून तरी घेऊ शकू."

सती गणेशाविषयी बोलत होती, हे शिवाला माहिती होते.

"त्यानं जे काही केलं, ते का केलं, हे तू समजून घेतलं आहेस का?"

सतीने खोल श्वास घेतला. "नाही."

शिवाने आपली नजर देवी मोहिनीच्या मूर्तीकडे वळवली.

सतीने शिवाचा चेहरा पुन्हा एकदा आपल्याकडे वळवला. "एखादी घटना घडून येण्यामागे कारणीभूत असलेल्या अनेक गोष्टी समजून घेतल्याखेरीज काही वेळा ती घटना का घडली हे समजून घेणं कठीण असतं."

शिवाने आपला चेहरा दुसरीकडे वळवला. त्याने आपले डोळे मिटून घेतले आणि दीर्घ श्वास घेतला.

"त्यानं तुझे प्राण वाचवले. त्यानं कार्तिकाचे प्राण वाचवले. त्यामुळे मी त्याच्यावर प्रेम केलंच पाहिजे. तो चांगली व्यक्ती आहे, असं मला वाटावं असा विचार मला करायला लावण्याजोगं असं बरंच काही त्यानं केलं आहे."

सती मूक राहिली.

"परंतु...." शिवाने पुन्हा एकदा खोल श्वास घेतला. "परंतु माझ्यासाठी ते तितकंसं सोपं नाही. सती....मी अजिबातच नाही...."

सतीने उसासा टाकला. *'कदाचित पंचवटीला जाण्यानं प्रत्येक गोष्टच स्पष्ट होईल.'*

— —

"प्रभू, तुम्ही हे काय सांगताय? मी हे कसं काय करू शकेन?" आश्चर्यचकित झालेल्या दिलीपाने विचारले.

अयोध्येतील आपल्या खासगी कक्षात तो महर्षी भृगूंच्या चरणाजवळ बसला होता. अयोध्येला भृगू वारंवार देत असलेल्या भेटी गुप्त ठेवण्यात पंतप्रधान स्यमंतक आता तरबेज झाले होते. महर्षींच्या औषधांची जादू आता दृग्गोचर होत होती. उलटणाऱ्या प्रत्येक दिवसागणिक दिलीपा अधिकाधिक तजेलदार आणि निरोगी बनत चालला होता.

''महाराज, साहाय्य करण्यास तुम्ही नकार देत आहात का?'' भृगूंच्या आवाजात धमकी होती. त्यांनी आपले डोळे बारीक केले होते.

''नाही, प्रभू. अर्थातच नाही. परंतु ते अशक्य आहे.''

''मी तुम्हांला मार्ग दाखवेन.''

''परंतु ते सारं मी स्वबळावर कसा काय करू शकेन?''

''तुम्ही काही जणांबरोबर युती करा. तुम्हांला तसे मित्र भेटतील. त्याची हमी मी तुम्हांला देतो.''

''परंतु अशा प्रकारचा हल्ला? जर कोणाला हे समजलं तर काय होईल? माझे स्वतःचे लोकच माझ्या विरोधात जातील.''

''कोणालाही काहीही समजणार नाही.''

दिलीपा संत्रस्त दिसत होता.

'मी स्वतःला कोणत्या संकटाच्या खाईत ढकलून दिलंय?'

''का? महर्षीजी, याची आवश्यकता का भासते आहे?''

''भरतखंडाच्या कल्याणासाठी!''

दिलीपा स्तब्ध झाला. त्याच्या चेहऱ्यावर चिंतेचे भाव पसरले होते.

दिलीपाच्या स्वतःविषयीच्या आसक्तीची भृगूंना कल्पना होती. दिलीपाला महान, उदात्त हेतूपेक्षा स्वार्थ अधिक प्रिय होता, हे त्यांना माहिती होते. त्यामुळे त्यांनी ही गोष्ट वैयक्तिक पातळीवर नेण्याचे ठरवले. आपल्या हातातील औषधाकडे निर्देश करत ते म्हणाले, ''महाराज, तुम्हांला 'हे' हवं आहे. जर आजारांनी तुमचं शरीर पोखरलं जायला नको असेल, तर तुम्हांला 'या'ची आवश्यकता भासणार आहे.''

दिलीपा भृगूंकडे रोखून पाहू लागला. धमकी स्पष्ट आणि उघड होती. त्याने आपले मस्तक झुकवले. ''कसं करायचं ते मला सांगा, महर्षीजी!''

— ⚲ —

नागांच्या राणीने शिवाला केलेल्या विनंतीनंतर दोन महिन्यांतच पार्वतेश्वराने पंचवटीच्या प्रवासाची तयारी पूर्ण केली.

पवित्र, देदीप्यमान प्रकाश पसरलेल्या शहरात शिव आल्यापासून शिवाच्या आरमारी पथकात लक्षणीय वाढ झाली होती. शिवाबरोबर या प्रवासात त्याचे सगळे कुटुंबीय सहभागी होणार होते. यावेळी सती आणि कार्तिक यांना सोडून जाण्यास शिवाने नकार दिला होता. काली आणि गणेश तर बरोबर असणे स्वाभाविकच होते. वीरभद्र आणि नंदी तर त्याच्या लवाजम्याचे अविभाज्य भाग होते. शिवाय वीरभद्राने आपल्या पत्नीला कृत्तिकेलाही बरोबर नेण्याचा आग्रह यावेळी धरला होता. त्या दोघांना एकमेकांचा विरह सहन होणे शक्य नव्हते, फक्त म्हणूनच नव्हे; तर कार्तिकापासून इतका काळ दूर राहणे तिला अशक्य होते, म्हणून त्याचा हा आग्रह होता. त्यांच्याबरोबर जाणाऱ्या वैद्यांना आयुर्वती आपल्याबरोबर असणे ही अत्यावश्यक बाब वाटत होती. भगीरथ आणि परशुराम यांनी आपल्याबरोबर यावे, असे शिवाला वाटत होते. त्याचा सरलष्करप्रमुख आणि सुरक्षा प्रमुख असलेला पार्वतेश्वर तर आनंदमयीखेरीज कुठेच जाऊ शकला नसता.

त्यांच्याबरोबर प्रवासाला जाण्यासाठी पार्वतेश्वराने दोन लष्करी पथके तयार केली. सूर्यवंशी आणि चंद्रवंशी सैनिक असलेले दोन हजार सैनिक नऊ जहाजांच्या ताफ्यातून प्रवास करणार होते. नीलकंठाचे निकटचे मदतनीस, सहकारी, गणेशाचा निष्ठावान ब्रंग अनुयायी विश्वद्युम्न आणि त्याचे पथक, यांनाही चंद्रवंशीय सैन्याच्या पथकात समाविष्ट करण्यात आले होते.

त्यांचा प्रवास मंद गतीने सुरू होता, त्यामुळे सर्व जहाजे एकत्रितपणे प्रवास करू शकत होती. ते वैशालीजवळ पोहोचले, तेव्हा त्यांना काशी सोडून दोन महिने उलटून गेले होते.

गोपाल या वासुदेवांच्या प्रमुखाशी झालेले आपले संभाषण आठवून वीरभद्र, नंदी आणि परशुरामाकडे शिव वळला. नंदी वगळता ते सगळे जणच जहाजाच्या मुख्य भागावर उभे राहून चिलीम ओढत होते. नदीकडे पाहत ते विचारात गढून गेले होते. ''महाराज मनूने अत्यंत योग्य असंच प्रतिपादन केलं होतं. सत् आणि

असत्, सुष्ट आणि दुष्ट किंवा चांगलं आणि वाईट या एकाच नाण्याच्या दोन बाजू असतात,'' तेथील शांततेचा भंग करत आणि परशुरामाकडून चिलीम घेत शिव म्हणाला.

परशुराम विचारमग्न झाला. ''मीही हे ऐकलं आहे. परंतु मला त्याचा अर्थ समजला नाही.''

शिवाने गांजाचा एक जोरदार झुरका मारला. त्यानंतर त्याने तोंडातून धूर बाहेर सोडून वीरभद्राकडे चिलीम दिली. ''भद्रा, तुला याचा काय अर्थ आहे, असं वाटतं?''

''मोकळेपणानं बोलायचं, तर तुझे बहुतांश वासुदेव मित्र जे काय सांगतात, ती एक अर्थशून्य, वायफळ बडबड असते.''

शिव मोठ्याने हसला. त्याचे मित्रही तसेच हसले.

''मला मात्र तसं वाटत नाही, शूर वीरभद्रा.''

चकित झालेला शिव मागे वळला, तेव्हा त्याला त्याच्या पाठीमागे गणेश उभा असल्याचे दिसले. शिव स्तब्ध झाला. त्याच्या मनातून विनोदाच्या साऱ्या छटा नाहीशा झाल्या. परशुरामाने तातडीने गणेशासमोर झुकून त्याला मानवंदना दिली. परंतु नीलकंठाला आपण क्रोधित करू, या भीतीपोटी तो त्याच्याशी अवाक्षरही बोलला नाही.

वीरभद्राला तो लोकनायक मोठ्या प्रमाणात आवडू लागला होता. त्याला तो दृढनिश्चयी आणि प्रामाणिक पुरुष वाटत होता. त्याने गणेशाला विचारले, ''मग, तू याचा काय अर्थ काढतोस गणेश?''

''मला वाटतं, की तो एक संकेत आहे.'' गणेश वीरभद्राकडे पाहत स्मित करत म्हणाला.

''संकेत?'' शिवाने कुतूहलाने विचारले.

''कदाचित नीलकंठ ज्याचा शोध घेत आहेत, त्याविषयी त्यांना अधिक समजून घेता यावं, यासाठी दिलेला तो एक संकेत असू शकेल.''

''पुढे बोल.''

''चांगलं आणि वाईट किंवा सुष्ट आणि दुष्ट या गोष्टी एकाच नाण्याच्या दोन बाजू आहेत. त्यामुळे नीलकंठांना नाण्याच्या एका बाजूचा शोध आधी घ्यावा लागेल. बरोबर?''

शिव विचारमग्न झाला.

"नाण्याच्या एका बाजूचा शोध घेणं शक्य असतं का?" गणेशाने विचारले.

शिवाने आपल्या कपाळावर हात मारून घेतला. "अर्थातच, त्याऐवजी संपूर्ण नाणंच शोधलं पाहिजे."

गणेशाने स्मित करत मान डोलावली.

शिव गणेशाकडे रोखून पाहत राहिला. नीलकंठाच्या मनात एक कल्पना चमकून गेली.

'चांगल्याला शोध आणि तुला दुष्टांचा शोधही लागेल. जेवढं अधिक चांगलं; तेवढंच अधिक वाईटही.'

वीरभद्राने गणेशाला चिलीम दिली. "तुला ही ओढायला आवडेल का?"

गणेशाने आपल्या आयुष्यात कधीच धूम्रपान केले नव्हते. त्याने आपल्या पित्याकडे पाहिले. त्याच्या खोल, गूढ डोळ्यांमध्ये कोणता संदेश होता, ते त्याला वाचता आले नाही. "मला ओढायला आवडेल."

तो खाली बसला आणि त्याने वीरभद्राकडून चिलीम घेतली.

"तुझ्या तोंडात ती अशी ठेव," वीरभद्र म्हणाला. दोन हातांत चिलीम धरून ती तोंडात कशी ठेवायची ते त्याने गणेशाला करून दाखवले. "आता खोल श्वास घे."

त्याला जसे सांगितले गेले होते, त्याप्रमाणे गणेशाने केले आणि त्याला खोकल्याची जोरदार उबळ आली.

प्रत्येक जणच जोरजोरात हसू लागला. फक्त शिव हसत नव्हता. तो त्याच्याकडे सरळ सरळ रोखून पाहत उभा होता.

वीरभद्र उभा राहिला. त्याने गणेशाच्या पाठीवर थाप मारून हात फिरवला आणि त्याच्याकडून चिलीम काढून घेतली. "गणेशा, तुला दुष्टत्वाचा स्पर्शही झालेला नाही."

"नाही. परंतु मी हळूहळू ती ओढायला शिकेन, याची मला खात्री वाटते," लाजलेला गणेश स्मित करत म्हणाला. शिवाकडे दृष्टिक्षेप टाकत त्याने पुन्हा एकदा चिलीम घेण्याचा प्रयत्न केला. परंतु वीरभद्राने त्याच्याकडून ती काढून घेतली. "नाही, गणेशा, तू असाच निष्पाप रहा."

— ⅄ⵇꟺ⍏⊗ —

आता आरमार ब्रंगाच्या प्रवेशद्वाराजवळ पोहोचले होते. संपूर्ण प्रक्रियेवर देखरेख ठेवण्यासाठी पार्वतेश्वर, आनंदमयी आणि भगीरथ आता मुख्य जहाजावर आले होते.

"मी ते आधीही पाहिलेलं आहे. मला ते माहिती आहे," आनंदमयी म्हणाली. ती त्या प्रवेशद्वारांकडे रोखून पाहत होती. "परंतु त्यातील तीव्र कल्पकतेमुळे मी अजूनही भारावून गेले आहे."

पार्वतेश्वराने स्मित केले आणि त्याने आनंदमयीभोवती आपला हात टाकला. आणि त्यानंतर आनंदमयीला संताप आला, कारण तत्काळ, मागे वळून आपल्या हातातील कामासंदर्भात तो सूचना देऊ लागला. "उत्तांक, दुसरं जहाज पुरेसं उंच नाही. तलावात अधिक पाणी भरायला ब्रंगांना सांग."

पार्वतेश्वराने दुर्लक्ष केल्यामुळे आनंदमयीने भुवया उंचावल्या आणि आपली मान हळूहळू हलवली. त्यानंतर तिने आपल्या पतीचा चेहरा आपल्याकडे वळवला आणि त्याचे हळुवार चुंबन घेतले. पार्वतेश्वराने स्मित केले.

"ठीक आहे, प्रेमी पक्ष्यांनो," भगीरथ म्हणाला, "पण ते जरा गुप्तपणे करा."

आनंदमयी जोरात हसली आणि आपल्या भावाच्या मनगटावर तिने चापटी मारली.

पार्वतेश्वरानेही स्मित केले आणि प्रवेशद्वारांतून जहाजे कशी पार होत आहेत, त्यावर देखरेख करण्यासाठी तो तिकडे वळला.

"जहाजं व्यवस्थित पार होत आहेत, सरलष्करप्रमुख," भगीरथ म्हणाला. "शांत व्हा. ब्रंग लोक काय करतात, ते आपल्याला माहिती आहे. आता आपल्याला त्याविषयी आश्चर्य वाटण्याचं कारण नाही."

पार्वतेश्वर भगीरथाकडे वळला. तो विचारमग्न होता. अयोध्येच्या राजपुत्राने त्याला सरलष्करप्रमुख म्हणून संबोधल्याचे त्याला आश्चर्य वाटले होते. आपल्या मेव्हण्याला तो काहीतरी सांगू पाहत होता, परंतु त्याविषयी तो अत्यंत दक्षतेने, काळजीपूर्वक बोलत होता. "भगीरथ, यातून तुम्ही मला काय सांगण्याचा प्रयत्न करता आहात?"

"आपल्याला हा मार्ग माहिती आहे," भगीरथ म्हणाला, "ब्रंग लोक काय

करत आहेत, ते आपल्याला माहिती आहे. आता यात आपल्याला आश्चर्य वाटावं अशी कोणतीच गोष्ट उरलेली नाही. परंतु नाग लोक आपल्याला कोणत्या मार्गावरून नेत आहेत, ते आपल्याला माहिती नाही. आपल्यासाठी त्यांच्याकडे कोणती आश्चर्यं आहेत, ते फक्त त्या देवालाच ठाऊक आहे! इतक्या अंधपणे त्यांच्यावर विश्वास ठेवणं सुज्ञपणाचं आहे का?''

''आपण नागांवर विश्वास ठेवत नाही, भगीरथ,'' आनंदमयीने मध्येच हस्तक्षेप करत म्हटले. ''आपण नीलकंठावर विश्वास ठेवला आहे.''

पार्वतेश्वर स्तब्ध झाला.

''आपण महादेवावर विश्वास ठेवू नये, असं माझं म्हणणंच नाही,'' भगीरथ म्हणाला, ''मी असं कसं काय म्हणू शकेन? परंतु नागांविषयी आपल्याला कितपत माहिती आहे? आपण भयंकर दंडकारण्यातून चाललो आहोत. त्यासाठी आपल्याबरोबर नाग मार्गदर्शक आहेत. याविषयी चिंता वाटणारा इथे मी एकटाच आहे का?''

''ऐक,'' रागावलेली आनंदमयी म्हणाली, ''प्रभू नीलकंठाने राणी कालीवर विश्वास ठेवला आहे. त्यामुळे मी तिच्यावर विश्वास ठेवेन आणि तूही तिच्यावर विश्वास ठेवशील.''

भगीरथाने मान हलवली. ''पार्वतेश्वर, तुम्हांला काय वाटतं?''

''प्रभू हे माझे प्रभू आहेत. त्यांनी मला सांगितलं, तर मी अग्नीच्या भडकत्या ज्वाळांवरूनही चालत जाईन,'' पार्वतेश्वर म्हणाला. तो नदीच्या तीरांकडे बघत होता. तिथे ऊर्जा यंत्रे नुकतीच बाजूला करण्यात आली होती. प्रचंड ताकदीने जहाजे आत ओढली जात होती. मेलुहाचा सरलष्करप्रमुख भगीरथाकडे वळला. ''परंतु गणेशानं बृहस्पतींना ठार मारलं होतं, हे मी कसा काय विसरू शकेन? ते मेलुहाचे महान शास्त्रज्ञ होते. त्यानंतर आमच्या साम्राज्याचं हृदय असलेल्या मंदार पर्वतावर हल्ला करून त्यानं तो उध्वस्त करून टाकला होता. या सगळ्या गोष्टी घडलेल्या असतानाही मी त्याच्यावर कसा काय विश्वास टाकू शकेन?''

आनंदमयीने पार्वतेश्वराकडे आणि नंतर आपल्या बंधूकडे अस्वस्थपणे बघितले.

“नाही, कृत्तिका,” आयुर्वती म्हणाली, “मी हे करणार नाही.”

राजजहाजावरील वैद्यांच्या कक्षात कृत्तिका आणि आयुर्वती बसल्या होत्या. त्यांच्या जहाजाचे आकडे यंत्राला जोडले गेले होते. आता ती जहाजे ब्रंगांच्या प्रवेशद्वारातून आत ओढली जाणार होती. त्यावेळी जवळजवळ सगळेच जहाजाच्या वरच्या भागात आले होते. ब्रंगाच्या अभियंत्याने तयार केलेले ते आकर्षक, भुरळ पाडणारे दृश्य पाहण्यासाठी सगळेच तिथे जमणे स्वाभाविक व व्यवहार्य होते. वीरभद्राला न सांगता कृत्तिकेने याच वेळेचा उपयोग आयुर्वतीला भेटण्यासाठी करून घेतला.

“आयुर्वती कृपा कर. तुला माहिती आहे, की मला त्याची आवश्यकता आहे.”

“नाही. तुला त्याची आवश्यकता नाही. आणि मला माहिती आहे, की हे जर तुझ्या पतीला समजलं, तर तोही तुला हे करू नकोस, असंच सांगेल.”

“त्याला हे माहिती असण्याची गरज नाही.”

“कृत्तिका, तुझं आयुष्य धोक्यात घालणारी कोणतीही गोष्ट मी करणार नाही. तुला हे समजलंय का?”

कार्तिकासाठी औषध तयार करण्यासाठी आयुर्वती वळली. पार्वतेश्वरांबरोबर तलवारबाजीचा सराव करताना त्याला जखम झाली होती.

कृत्तिकेला त्याच वेळी संधी मिळाली. आयुर्वतीच्या मेजावर ती थैली पडली होती. ती ज्याच्यासाठी तिच्याकडे व्याकूळतेने याचना करत होती, तेच ते औषध होते, हे तिला माहिती होते.

तिने ते हळूच उचलले आणि आपल्या अंगवस्त्राला असलेल्या कप्प्यात ठेवून दिले.

“तुला त्रास दिल्याबद्दल मला क्षमा कर,” कृत्तिका म्हणाली.

आयुर्वती मागे वळली. “मी तुझ्याशी कठोरपणे वागले, असं तुला वाटलं असेल, तर मलाही क्षमा कर. परंतु तेच तुझ्या हिताचंही आहे.”

“कृपा करून माझ्या पतीला याविषयी काहीही सांगू नकोस.”

“अर्थातच मी सांगणार नाही,” आयुर्वती म्हणाली, “परंतु तुझं तूच ते वीरभद्राला सांग. ठीक आहे?”

कृत्तिकेने मान डोलावली आणि ती कक्षाबाहेर पडू लागली. तेवढ्यात

आयुर्वतीने तिला परत बोलावले. कृत्तिकेच्या अंगवस्त्राकडे बोट दाखवत ती म्हणाली, ''कृपा करून ते इथेच ठेव.''

शरमिंद्या झालेल्या कृत्तिकेने आपला हात आपल्या अंगवस्त्राच्या कप्प्यात घातला आणि ती थैली बाहेर काढून त्या मेजावर ठेवली. तिने वर बघितले. तिच्या डोळ्यांत पाणी आले होते. ती क्षमायाचना करत होती.

आयुर्वतीने कृत्तिकेच्या खांद्याला हळुवारपणे धरले. ''नीलकंठाकडून तू काहीच शिकली नाहीस का? तू जशी आहेस, तशीच परिपूर्ण स्त्री आहेस. तू जी आहेस, त्या तुझ्यावरच तुझा पती प्रेम करतो आहे. तू त्याला काहीतरी देशील, द्यावंस यासाठी तो तुझ्यावर प्रेम करत नाही.''

कृत्तिकेने हळूहळू पुटपुटत क्षमा मागितली आणि ती कक्षातून बाहेर पळाली.

प्रकरण २३

अनेक रहस्यांचे रहस्य

ब्रंगाची प्रवेशद्वारे ओलांडून तो ताफा अतिपश्चिमेकडील उपनदीतून म्हणजेच मधुमतीतून प्रवास करू लागला. त्यानंतर काही आठवड्यांनी शिवाने परशुरामाशी युद्ध केलेल्या स्थानावरून ते पुढे गेले.

''इथेच आपण परशुरामाशी युद्ध केलं होतं,'' शिवाने पूर्वाश्रमीच्या दरोडेखोराच्या, परशुरामाच्या पाठीवर थाप मारत म्हटले.

परशुरामाने आधी शिवाकडे आणि नंतर सतीकडे पाहिले. ''खरं म्हणजे इथेच प्रभूंनी मला वाचवलं.''

सतीने परशुरामाकडे पाहून स्मित केले. त्या वाक्यातून कोणता अर्थ स्पष्ट होतो, हे तिला समजले होते. तिने प्रेमाने शिवाकडे बघितले. आपल्या सभोवताली असलेल्या सर्वांच्या आयुष्यातील विष खेचून बाहेर काढून फेकून देणारा तो पुरुष होता आणि तरीही आपल्या स्वतःच्या स्मृतीतील विष तो बाहेर काढून टाकू देऊ शकला नव्हता. आपल्या स्वतःमधील राक्षसांकडून अद्यापही तो स्वतःचा छळ करवून घेत होता. तिने खूप प्रयत्न केले होते. परंतु त्याचा भूतकाळ तो विसरू शकला नव्हता. कदाचित तीच त्याची नियती होती.

सतीची विचारश्रृंखला परशुरामाच्या बोलण्याने तुटली. ''प्रभू, आपण इथूनच वळतो आहोत.''

हकालपट्टी झालेल्या त्या वासुदेवाने जिकडे बोट दाखवले होते, त्या दिशेला सतीने बघितले.

तिथे काहीच नव्हते. नदीच्या किनारपट्टीवर सुंदरी झाडांची मोठीच वृक्षवाटिका दिसत होती. पूर्वेकडील समुद्रापर्यंत ती पसरलेली होती.

"कुठे?" सतीने विचारले.

"ती सुंदरीची झाडं पाहा, देवी," परशुराम म्हणाला. त्याने त्या वृक्षराजीकडे बोट दाखवले. त्याचा कापून काढलेला डावा हात त्याच्या शरीराशी एका आकड्याच्या साहाय्याने जोडण्यात आला होता. त्या हाताच्या बोटानेच त्याने वृक्षराजी दाखवली होती. "त्यांनी या परिसराला आपलं नाव दिलं आहे. त्याला ते सुंदरबन म्हणतात."

"म्हणजे सुंदर अरण्य?" सतीने विचारले.

"होय, देवी," परशुराम म्हणाला, "त्या जंगलात सुंदर रहस्यही दडवलेलं आहे."

कालीच्या हुकूमांनुसार आता मुख्य जहाज परशुरामाने दर्शवलेल्या त्या वृक्षराजीकडे वळले होत. सती असलेले जहाज जिथे होते, तेवढ्या अंतरावरूनही सतीला जहाजाच्या मुख्य भागावर उभी असलेली पार्वतेश्वराची आकृती दिसत होती. तो कालीकडे पाहत होता आणि नागांच्या राणीशी वाद घालण्याचा प्रयत्न करत होता.

कालीने सरळसरळ त्याच्याकडे दुर्लक्ष केले आणि आपली नियती असलेल्या स्थळाकडे जहाज वळले.

"ते काय करत आहेत?" सतीने घाबरून जात विचारले, "त्या गाळात ते रुतून बसतील."

परंतु मुख्य जहाजाने फक्त झाडे बाजूला केली आणि ते त्यामधून सरळ पुढे गेले. त्या सर्वांनाच याचा धक्का बसला होता.

"पवित्र तळ्याची शप्पथ!" आश्चर्याने थक्क झालेला शिवा उद्गारला. "मुळं नसलेली झाडं!"

"मुळं नसलेली नव्हेत, प्रभू!" परशुरामाने त्याचे वाक्य सुधारत म्हटले, "त्यांना मुळं आहेत. परंतु ती जमिनीत घट्ट रुजलेली नाहीत. त्यांची मुळं तळ्यात तरंगत आहेत."

''परंतु अशी झाडं कशी काय जगू शकतात?'' सतीने विचारले.

''तेच तर मला कधीच समजलेलं नाही,'' परशुराम म्हणाला, ''कदाचित ती नागांची जादू असेल.''

मुख्य जहाजापाठोपाठ इतर जहाजे आणि नीळकंठाला घेऊन जाणारे मुख्य जहाजही त्या तरंगत्या सुंदरी झाडांच्या बनातून सरळ घर्षण न करता हळुवारपणे पुढे सटकले. त्या वृक्षराजीच्या आत लपलेल्या तळ्यात आता त्यांनी प्रवेश केला होता. तिथे मधुमतीच्या हळुवार लाटा शांत होत होत्या. शिवाने सभोवताली आश्चर्याने पाहिले. तो संपूर्ण परिसर हिरवागार होता. पक्ष्यांच्या मंजुळ चिवचिवाटाने तो भरून गेला होता. तिथे घनदाट झाडी होती. दहा मोठी जहाजे त्या तळ्यातून सहजपणे प्रवास करू शकत होती, एवढा त्या तळ्याचा परिसर मोठा होता. त्यावर निबिड अरण्यातील वृक्षांच्या पानांनी छाया धरलेली होती. आता दुसरा प्रहर संपत आला होता. मध्यान्हीचा सूर्य तळपत होता. परंतु त्या सावलीतील तळ्यातून प्रवास करताना मात्र एखाद्याला त्यावेळी संध्याकाळ सुरू असल्यासारखे वाटले असते.

परशुरामाने शिवाकडे बघितले. ''खूपच कमी लोकांना या वृक्षराजीचं नेमकं ठिकाण माहिती आहे. काही जणांनी याचा शोध घेण्याचा प्रयत्न केला, परंतु त्यांची जहाजं गाळात रुतून बसली.''

किनाऱ्यावरच्या उंच लोखंडी खुंटांना ती दहा जहाजे बांधून झटकन नांगरून ठेवण्यात आली. त्याआधी ती एकमेकांना घट्ट बांधण्यात आली होती आणि सुंदरी वृक्षांच्या दोरखंडांनी त्यांना ओढून घेण्यात आले होते. आता ती जहाजे सुरक्षित होती आणि कोणाच्याही दृष्टीपासून पूर्णपणे लपवून ठेवण्यात आली होती.

आता पायी चालत जावे लागणार होते. दोन हजारांहून अधिक सैनिकांना दंडकारण्यातून पायी प्रवास करावा लागणार होता. मुख्य जहाजाच्या भोवती आणि एकत्रितपणे चालण्यास त्यांना सांगण्यात आले होते.

काली मुख्य डोलकाठीजवळ उभी राहिली. त्यामुळे तिला सर्व जण पाहू शकत होते.

''इकडे लक्ष द्या. माझं ऐका!''

ताबडतोब गर्दीत शांतता पसरली. कालीच्या आवाजातच हुकमत होती. त्यामुळे सारे जण शांतपणे ऐकू लागले.

“तुमच्यापैकी बहुतेकांनी दंडकारण्याविषयीच्या अफवा ऐकल्या आहेत. दंडकारण्य हे जगातील सर्वांत मोठे अरण्य आहे. ते पूर्व समुद्रापासून पश्चिम समुद्रापर्यंत पसरलेले आहे. ते इतकं घनदाट आहे, की त्यातून सूर्याचे किरण क्वचितच जमिनीपर्यंत पोहोचू शकतात. राक्षसी आकाराच्या महाकाय प्राण्यांनी ते भरलेलं आहे. रस्ता चुकलेल्या लोकांना त्यांचं भक्ष्य बनावं लागतं. काही झाडं विषारी आहेत. त्यामुळे अशी झाडं तोडणं किंवा त्यांना स्पर्श करणं असला काही मूर्खपणा करण्यापेक्षा त्या झाडांना हातच न लावणं केव्हाही अधिक चांगलं असतं... वगैरे गोष्टी तुम्ही ऐकलेल्या असतील.”

“हे सगळं नक्कीच भयावह आहे; परंतु ते सर्व सत्यही आहे.”

नर्मदेच्या दक्षिणेला दंडकारण्य असल्याचे सैनिकांना माहिती होते. तिथपर्यंत मनूने सीमारेषा आखून दिलेली होती. ती सीमारेषा कोणीही ओलांडायची नव्हती. त्यांनी मनूच्या आज्ञेचा भंगच केला नव्हता; तर त्यांनी भयानक दंडकारण्यात प्रवेशही केला होता. अशा शापित अरण्यांमध्ये आपले धाडस दाखवण्याची कोणाचीच इच्छा नव्हती. कालीच्या शब्दांनी त्यांच्या मनातील समजांवर शिक्कामोर्तब केले.

“या मृत्यूच्या सापळ्यातून जाण्याचा मार्ग फक्त मला, गणेशाला आणि विश्वद्युम्नला माहिती आहे. तुम्हांला जिवंत राहायचं असेल, तर आमच्या हुकमांचं पालन करा आणि तुम्हांला जे जे सांगितलं जाईल, तेच करा. त्या बदल्यात तुम्ही सर्व जण पंचवटीला सुखरूप पोहोचाल, असा शब्द मी तुम्हांला देते.”

सर्व सैनिकांनी तत्काळ आपल्या माना डोलावल्या.

“उरलेला दिवसभर आपापल्या जहाजावर रहा. पोट भरून खाऊन घ्या आणि थोडीशी झोप काढा. उद्या सकाळी सूर्योदयाला आपण इथून निघू. आज रात्री कोणीही सुंदरबनमध्ये शिरायचं धाडस करू नका. ही अरण्यं जेवढी सुंदर दिसतात, त्याहूनही कितीतरी पटींनी अधिक ती भयानक आहेत, असं जो कोणी अरण्यात शिरेल, त्याला आढळेल.”

काली खाली उतरली आणि ती शिव आणि सतीकडे गेली.

“इथून दंडकारण्य किती दूर आहे?” सतीने विचारले.

कालीने सभोवताली बघितले आणि सतीकडे वळून ती म्हणाली, “आपण आता एका विशाल संरक्षक दलासमवेत प्रवास करत आहोत. सहसा या प्रवासाला

महिनाभर लागतो. परंतु मला वाटतं, की आपल्याला दोन ते तीन महिने लागतील. तरीही मला त्याचं फारसं काही वाटत नाही. मृत्यू स्वीकारण्यापेक्षा मी संथ गतीनं जाणं पसंत करेन.''

''तू शब्दानंच मार्ग तयार करतेस, भगिनी.''

कालीने एक विचित्र हास्य केले.

''पंचवटी दंडकारण्याच्या मध्यभागी आहे का?'' शिवाने विचारले.

''नाही, शिवा. ते पश्चिमेकडच्या टोकाला आहे.''

''खूप लांबचा मार्ग आहे.''

''म्हणूनच तर त्यासाठी बराच कालावधी लागेल, असं मी म्हटलं होतं. एकदा आपण दंडकारण्यात पोहोचलो, की त्यानंतर पंचवटीला पोहोचण्यासाठी आणखी सहा महिने लागतील.''

''हं!'' शिव उद्गारला. ''आपल्याला जहाजांवरून पुरेसं अन्न बरोबर घ्यावं लागेल.''

''त्याची काहीच गरज नाही, शिवा,'' काली म्हणाली. ''आपल्याबरोबर अधिक ओझं असेल, तर आपली गती आणखी मंदावेल. आपल्याला लागणाऱ्या सगळ्या प्रकारच्या अन्नानं हे अरण्य शीगोशीग भरलेलं आहे. आपण जे खाऊ नये, असं काही आपण खात नाही ना, फक्त एवढीच काळजी आपल्याला घ्यावी लागेल.''

''पण अन्न हीच एकमेव समस्या नाही. आपण या अरण्यात नऊ महिने व्यतीत करणार आहोत. इतर आणखीही धोके आहेतच.''

कालीचे डोळे चमकले. ''तुम्ही माझ्याबरोबर असाल, तर तुम्हांला कोणताही धोका नाही.''

मुख्य जहाजाच्या वरच्या भागात भोजन पुरवले गेले. शिवाने नागांच्या भोजनाची पद्धत अनुसरण्याचे ठरवले होते. नाग लोक केळ्याच्या पानांपासून बनवलेल्या एका मोठ्या पत्रावळीतून गटा-गटांनी एकत्रच जेवत असत.

शिव, सती, काली, गणेश, कार्तिक, पार्वतेश्वर, आनंदमयी, भगीरथ,

आयुर्वती, परशुराम, नंदी, वीरभद्र आणि कृत्तिका एका भल्या मोठ्या पत्रावळीसभोवती बसले. पार्वतेश्वराला ही पद्धत विचित्र आणि अनारोग्यपूर्ण वाटली. परंतु नेहमीप्रमाणेच शिवाची आज्ञा त्याने शिरसावंद्य मानली होती.

''महाराणी, या पद्धतीमागचं कारण काय आहे?'' भगीरथाने कालीला विचारले.

''आम्ही नाग लोक देवी अन्नपूर्णेला मानतो. ती अन्नदेवता आहे. आपल्या सामूहिक मातांपैकी ती एक माता आहे. काहीही झालं तरी आपल्याला सर्वांना तीच जिवंत ठेवते की नाही? या पद्धतीतून आपण सर्व जण तिचे आशीर्वाद एकत्रितपणे ग्रहण करतो. प्रवास करत असताना आम्ही सारे याच पद्धतीनं भोजन करतो. आता आपण सारेच जण बंधू आणि भगिनी झालो आहोत. आता यापुढील प्रवासात आपल्या साऱ्यांचं नशीब एकच असेल.''

''हे सत्य आहे,'' भगीरथ म्हणाला. अशा प्रकारे सामूहिक भोजन केल्यामुळे विषप्रयोग झालाच तरीही त्यापासून सगळेच जण वाचू शकतात, असा विचारही त्याच्या मनात आला होता.

''दंडक अरण्य खरोखरच एवढं भयंकर आहे का, महाराणी?'' पार्वतेश्वराने विचारले. ''की फक्त शिस्तपालनासाठी पसरवल्या गेलेल्या त्या अफवा आहेत?''

''आपण जर अरण्याचे नियम पाळले, तर ते अत्यंत विशाल आणि काळजी घेणारं आहे. परंतु जर आपण त्यानं घालून दिलेली लक्ष्मणरेषा ओलांडली, तर मात्र हीच वनमाता एखाद्या राक्षसीसारखी क्रूर बनते आणि आपल्याला ठार मारून टाकते. होय. या गोष्टींमुळे शिस्तपालन करवून घेणं सोपं जातं. रस्ता न चुकता एकाच मार्गावरून तब्बल नऊ महिने प्रवास करणं हा प्रदीर्घ काळ आहे. परंतु माझ्यावर विश्वास ठेवा. जे कोणी रस्ता चुकतील, त्यांच्या प्रत्ययास या कथा म्हणजे संपूर्ण खडतर वास्तव असल्याचं आल्याशिवाय राहणार नाही.''

''ठीक आहे,'' शिव म्हणाला, ''आता या विषयावरचं संभाषण पुरे झालं. आता आपण शांतपणे भोजन करू या.''

तो संपूर्ण वेळ कृत्तिका आणि वीरभद्र यांच्याकडे आयुर्वती पाहत होती. घास घेत असताना कार्तिकाकडे बोट दाखवून वीरभद्र काहीतरी पुटपुटत होता. ती दोघेही अत्यंत प्रेमळ नजरेने कार्तिकाकडे पाहत होती. जणू काही आपल्या पुत्राकडे पाहिल्याप्रमाणे ते त्याच्याकडे पाहत होते.

आयुर्वतीने विषादाने स्मित केले.

— ⋏ ⴰ ⴼ ⴷ ⴲ —

"सरलष्करप्रमुख," वीरभद्राने म्हटले.

पार्वतेश्वर संतप्त झाल्याचे स्पष्टपणे दिसत होते. ते दोघेही मुख्य जहाजाच्या पुढच्या जहाजावर होते. त्यांच्यासमवेत शंभर सैनिक होते. जहाजाच्या पुढच्या भागात, आघाडीवर काली आणि गणेश होते. तिथून रस्ता दिसतच नव्हता. कुठेही नजर टाकली, तरी प्रत्येक दिशेला घनदाट झुडपांनी तो मार्ग झाकला गेला होता.

वीरभद्राला पाहून पार्वतेश्वर शांत झाला. "प्रभू येणार आहेत का?"

"नाही, सरलष्करप्रमुख. फक्त मीच येणार आहे."

पार्वतेश्वराने मान डोलावली. " ते ठीक आहे." आणि नंतर तो कालीकडे वळला. "महाराणी, मला वाटतं, माझ्या माणसांनी पंचवटीपर्यंतच्या मार्गावरची सगळी झुडुपं तोडून रस्ता तयार करावा, अशी तुमची अपेक्षा नसावी."

"समजा, माझी तशीही अपेक्षा असलीच तरी सूर्यवंशी सैनिक ते सहजपणे करू शकतील."

पार्वतेश्वराचे डोळे संतापाने बारीक झाले. "देवी, माझ्या सहनशक्तीची आता पराकाष्ठा झाली आहे. तुम्ही एक तर माझ्या प्रश्नांची सरळ उत्तरं द्या; अन्यथा माझ्या सैनिकांना घेऊन मी इथून परतीचा मार्ग धरतो."

"तुमचा विश्वास संपादन करण्यासाठी काय करावं, तेच मला समजेनासं झालं आहे, सरलष्करप्रमुख. तुमच्या माणसांना त्रास व्हावा किंवा ती दुखावली जावीत अशी एक तरी गोष्ट मी या संपूर्ण प्रवासात केली आहे काय?"

कालीने पश्चिमेकडे बोट दाखवले आणि ती म्हणाली, "मला फक्त त्या दिशेला जेमतेम कोसभर रस्त्यावरची झुडपं तुमच्या माणसांनी तोडायला हवी आहेत."

"तेवढंच?"

"होय. तेवढंच!"

पार्वतेश्वराने मान डोलावली. सैनिकांनी आपापल्या तलवारी उपसल्या आणि ते सरळ एका रेषेत उभे राहिले. वीरभद्रही त्यांच्याबरोबर त्या ओळीत उभा राहिला. ते हळूहळू पुढे सरकत होते आणि ज्या झुडुपांत शिरणेही कठीण होते, ती झुडपे ते

कापून काढत होते. त्या ओळीच्या दोन बाजूंना, बाहेरच्या बाजूला तोंडे करून आणि आपापल्या तलवारी उपसून विश्वद्युम्न आणि गणेश उभे होते. कोणत्या तरी अज्ञात संकटापासून ते दोघेही त्यांचे संरक्षण करू पाहत होते, हे त्यांच्या एकंदरीत पवित्र्यावरून स्पष्ट होत होते.

त्यानंतर थोड्याच वेळात, वीरभद्र आणि त्या सैनिकांना आश्चर्याचा धक्काच बसला. कारण त्या घनदाट अरण्यात अचानकच त्यांच्यासमोर एक स्वच्छ, काहीही झाडेझुडपे नसलेला प्रशस्त मार्ग आला होता. एकावेळी दहा घोडेस्वार त्या रस्त्यावरून एकमेकाशेजारून सहजपणे जाऊ शकले असते.

''प्रभू रामाशपथ, हा मार्ग कुठून आला?'' चकित झालेल्या पार्वतेश्वराने विचारले.

''हा रस्ता स्वर्गाकडे जातो,'' काली म्हणाली, ''परंतु त्याआधी तो नरकातून जातो.''

पार्वतेश्वराने मागे वळून नागांच्या राणीकडे बघितले.

कालीने स्मित केले. ''तुम्हांला मी हे सहजच म्हटलं. माझ्यावर विश्वास ठेवा.''

वीरभद्र चालत पुढे गेला आणि त्याने पुढचा रस्ता आश्चर्याने न्याहाळला. तो मार्ग सरळच जात होता. तो खडकाळ मार्ग होता. परंतु दगड तासून त्याची पातळी सहजपणे चालता येण्याजोग्या मार्गासारखी करण्यात आली होती. रस्त्याच्या दुतर्फा असलेल्या झुडपांना समांतर अशा कुंपणाच्या दोन ओळीही गेल्या होत्या. काटेरी वेलींनी ती कुंपणे बनवण्यात आली होती.

''या वेली विषारी आहेत का?'' पार्वतेश्वराने दोन्ही बाजूच्या दुहेरी कुंपणांकडे बोट दाखवत विचारले.

''आतल्या बाजूला असलेली झाडे नागवेलीपासून बनवण्यात आलेली आहेत,'' काली म्हणाली, ''तुम्हांला हवं तर तुम्ही त्यांची पानं खाऊही शकता. परंतु बाहेरच्या बाजूला अरण्याच्या दिशेला असलेली झुडपे इतकी जहाल विषारी आहेत, की त्यांचा काटा जरी तुम्हांला टोचला, तरी अखेरची प्रार्थना करण्यासाठीही तुम्ही जिवंत राहू शकणार नाही.''

पार्वतेश्वराने भुवया उंचावल्या.

'त्यांनी हे सगळं कसं काय उभारलं असेल?'

वीरभद्र कालीकडे वळला. ''महाराणी, हे एवढंच आहे का? आपल्याला

एवढंच करायचं आहे का? म्हणजे रस्त्यावरची झुडपं तोडायची आणि चालत राहायचं एवढंच आपलं काम आहे का? त्यानंतर मग आपण नागांच्या नगरीत पोहोचू का?''

काली हसली. ''आयुष्य एवढं सोपं असतं तर आणखी काय हवं होतं?''

— ⅄ⵀ ⴵ ⍋ ⊗ —

पहिला प्रहर आता संपत आला होता. सूर्य क्षितिजावर उगवला होता. आणखी थोड्याच वेळात तो आपल्या सर्व शक्तिनिशी चमकू लागला असता. पृथ्वीवर सर्वत्र त्याचा प्रकाश आणि उबदारपणा पसरला असता. परंतु त्या घनदाट सुंदरबनात सूर्य स्वतःच आपल्या तेजस्वी स्वरूपाची सावली बनून गेला होता. त्या घनदाट पानांतून केवळ काही सूर्यकिरणच धाडसीपणाने खाली येऊ शकले होते. शिवाच्या सैनिकांना त्या प्रकाशातच आपला मार्ग कापावा लागत होता.

झुडपे तोडून नागांच्या मार्गापर्यंत पोहोचलेल्या त्या सैनिकांना तातडीची सूचना देण्यात आली होती. 'अरण्यातून समोर येणाऱ्या कुठल्याही प्रत्येक गोष्टीचा नाश करा. तिला ठार मारा.'

पायदळाचे सैनिक त्या साफसूफ केलेल्या जागेतून नागांच्या मार्गापर्यंत पोहोचले. त्यांनी आश्चर्याने डोळे विस्फारून तो मार्ग बघितला. त्या अरण्यातून जाण्यासाठी आरामदायक आणि सुरक्षित मार्ग मिळावा एवढीच त्यांची माफक अपेक्षा होती. सैन्याच्या त्या मिरवणुकीच्या बाजूला अश्वदल होते. त्यांच्या हातातील विजेऱ्यांमुळे त्यांना मार्गक्रमणासाठी प्रकाश मिळत होता.

आघाडीवर असलेल्या पार्वतेश्वर, आनंदमयी आणि भगीरथ यांच्याबरोबर त्या अश्वदलात विश्वद्युम्नही आपल्या काळ्या घोड्यावर बसून चालला होता. नीलकंठाचे कुटुंबीय मध्यभागी होते. त्यांच्यासोबत काली, आयुर्वती, कृत्तिका आणि नंदी होते. त्या साफसूफ केलेल्या जागी वीरभद्र आणि परशुराम यांच्यासोबत गणेश उभा होता. प्रत्येक सैनिक तिथून जाईपर्यंत तो तिथेच थांबणार होता. त्याला एक काम करायचे होते.

''आपल्याला पाठीमागे थांबून खरोखरच संरक्षण करत बसण्याची गरज आहे का?'' वीरभद्राने विचारले, ''कारण तरंगत्या सुंदरींची ती वृक्षराजी कोणीही शोधून

काढणं केवळ अशक्य आहे.''

''आम्ही नाग लोक आहोत. सगळेच आमचा तिरस्कार करतात. आम्ही नेहमी अतिदक्ष राहूच शकत नाही. आम्हाला तशी गरजच नसते. परंतु जेवढी किमान दक्षता घेतली गेली पाहिजे, तेवढी तरी घेतली पाहिजेच.''

''हा अखेरचा सैनिक आहे. आता काय करायचं?''

''कृपा करून मला संरक्षण द्या,'' गणेश म्हणाला.

आपल्या हातात बियांची थैली घेऊन गणेश त्या साफसूफ केलेल्या जागेवर गेला. वीरभद्र आणि परशुराम आपापल्या तलवारी उपसून त्याच्या दोन्ही बाजूंनी त्याच्याबरोबरच पुढे गेले.

ते तिथे जेमतेम काही क्षण थांबले असतील, नसतील; तोच तिथे एका भयंकर रानडुकराने उडी मारली. वीरभद्राने तोपर्यंत कधीच एवढे महाकाय रानडुक्कर बघितले नव्हते. काही अंतरावर तो प्राणी थांबला आणि त्यांच्याकडे रोखून पाहत राहिला. आपले पुढचे पाय तो सारखे वर-खाली करत होता. तो हळूहळू गुरगुरत होता. परशुराम गणेशाकडे वळला. ते रानडुक्कर हल्ला चढवण्याच्या बेतात होते, हे अगदी स्पष्टच होते. तो नाग आपले बिया पसरवण्याचे काम तसेच करत राहिला. त्याने हळुवारपणे मान हलवली. परशुराम ताबडतोब आपला परशू घेऊन त्या प्राण्यावर चालून गेला. त्याने उंच उडी मारली आणि एकाच जोरदार घावात त्या रानडुकराचे शीर धडापासून वेगळे केले. ते शीर दूरवर जाऊन पडले.

वीरभद्र त्याच्या साहाय्याला पुढे जाऊ पाहत होता. परंतु गणेशाने त्याला तीव्रतेने रोखले. ''तू दुसऱ्या बाजूला तुझी नजर तशीच कायम ठेवून राहा, वीरभद्रा. परशुरामाकडे ते सारं हाताळण्याची पुरेपूर क्षमता आहे.''

दरम्यानच्या काळात, परशुरामाने त्या प्राण्याच्या शरीराचे तुकडे तुकडे केले आणि ते त्या मार्गावर विखरून टाकले.

त्यानंतर तिथून परतल्यावर त्याने आपल्या कृतीविषयी वीरभद्राला स्पष्टीकरण दिले. तो म्हणाला, ''त्या मृत शरीराच्या तुकड्यांकडे इतर मांसाहारी प्राणी आकर्षित होतील.''

दरम्यान, गणेशाने बिया पसरण्याचे काम पूर्ण केले होते. तो वळला आणि रस्त्यावरून मागच्या बाजूला चालू लागला. परशुराम आणि वीरभद्र त्याच्या पाठोपाठ निघाले.

त्याने मार्गावर प्रवेश केल्याबरोबर वीरभद्र म्हणाला, ''ते केवढं भलं मोठं रानडुक्कर होतं!''

''खरं तर ते खूपच लहान होतं. कारण ते कमी वयाचं होतं,'' गणेश म्हणाला, ''पूर्ण वाढ झालेली रानडुकरं याच्यापेक्षा खूपच मोठ्या आकाराची असतात. आपण रस्त्यावरून जात असतो, त्यावेळी अशा डुकरांचा संपर्कही आपल्याला नकोसा असतो. कारण या भागातील रानडुकरांचा कळप अत्यंत भयंकर असतो.''

वीरभद्र वळला आणि त्याला शंभर ब्रंग सैनिक आपल्या प्रतीक्षेत तिथे उभे असल्याचे दिसले. त्यांनी आपले घोडे स्थिर ठेवले होते. तो गणेशाकडे वळला. ''आता काय?'' त्याने विचारले.

''आता आपण इथेच प्रतीक्षा करूया. त्याने आपली तलवार उपसली होती. आणि त्याचा स्वर शांत होता. ''आपल्याला या मार्गापर्यंत आणणाऱ्या, आपण तयार केलेल्या रस्त्याचं आपल्याला उद्यापर्यंत संरक्षण करायचं आहे. उद्या सकाळपर्यंत जे जे कोणी या रस्त्यावरून प्रवेश करेल, त्याला ठार करा.''

''फक्त उद्यापर्यंत? ही झुडपं काही उद्यापर्यंत पूर्ण वाढणार नाहीत.''

''होय. ती पूर्णपणे वाढतील.''

वाघाच्या डरकाळीच्या मोठ्या आवाजाने वीरभद्र जागा झाला. कोणत्या तरी प्राण्यावर त्याने झडप घातली होती. बहुधा ते हरीणच असावे. त्याने सभोवताली पाहिले. अरण्य जागे होत होते. सूर्य नुकताच उगवला होता. त्याच्या समोरच पन्नास सैनिक गाढ झोपेत होते. त्यांच्या पलीकडेच नागांचा मार्ग दिसत होता. त्यावरूनच शिवाचे पथक आदल्या दिवशी पुढे आले होते.

वीरभद्राने आपल्या अंगाभोवती अंगवस्त्र गुंडाळून घेतले. हवा थंड होती. त्याच्या शेजारीच परशुराम शांतपणे झोपला होता. तो घोरत होता. त्याचे तोंड किंचित उघडे होते.

वीरभद्र आपल्या कोपरांवर जोर देत कुशीवर वळला. इतर पन्नास सैनिक रक्षणार्थ उभे होते. त्यांच्या तलवारी खालच्या दिशेला वळलेल्या होत्या. मध्यरात्रीपर्यंत झोपलेले ते सैनिक आता पहारा देत होते आणि त्यावेळी पहारा देणारे सैनिक

आता झोपले होते.

"गणेश?"

"मी इकडे बाहेरच्या बाजूला आहे, वीरभद्र" गणेश म्हणाला.

वीरभद्र पुढे गेला. रक्षक सैनिक बाजूला झाले आणि त्याला तिथे लोकनायक दिसला. वीरभद्र स्तंभित झाला.

"पवित्र तळ्याची शपथ!" वीरभद्र म्हणाला, "झुडपं पूर्णपणे वाढली आहेत. जणू काही ती कधी तोडलीच गेली नव्हती."

"आता हा मार्ग पूर्णपणे संरक्षित झाला आहे. आपण आता अश्वावरून पुढे मार्गक्रमण करू शकतो. अर्धा दिवस जोरदार घोडदौड केल्यावर आपण इतर सर्वांपर्यंत पोहोचू शकू."

"मग आता आपण कशाची प्रतीक्षा करत आहोत?"

"तू त्यालाच विचार," वीरभद्र कृत्तिकेला म्हणाला.

विशेष काहीही न घडता सुंदरबनमधून सुरू असलेल्या त्या संचलनाला आता महिना झाला होता. त्या पथकाचा आकार एवढा मोठा असूनही त्यांनी चांगली प्रगती केली होती. पथकाच्या मध्यभागी असलेली कृत्तिका तिथून मागच्या बाजूला आपल्या पतीकडे आली होती. गणेशाबरोबर संभाषण करण्यात तिला मजा येत होती आणि सतीचा हा ज्येष्ठ पुत्र तिला दिवसेंदिवस अधिकाधिक आवडू लागला होता.

वीरभद्र आणि कृत्तिकेच्या अश्वापासून काहीसे अंतर राखून गणेशाचा अश्व दौडत निघाला होता. गणेश वळला आणि त्याने विचारले, "मला काय विचारायचंय?"

"ठीक आहे," कृत्तिका म्हणाली, "वीरभद्राने मला सांगितलं, की महाराज चंदनध्वजाला सम्राट दक्षानं ठार मारल्याचं ऐकून तुला आश्चर्य वाटलं नाही."

परशुरामानेही आपल्या घोड्याचा लगाम खेचला. तोही त्यांच्याच बाजूने दौडू लागला. त्याला आता त्यांच्या संभाषणाविषयी उत्सुकता वाटू लागली होती.

"तुला माहिती होतं का?" कृत्तिकेने विचारले.

"होय."

कृत्तिका गणेशाच्या चेहऱ्याकडे रोखून पाहू लागली. त्याच्या चेहऱ्यावर क्रोध आणि तिरस्काराच्या काही छटा दिसतील, अशी तिची अपेक्षा होती. परंतु गणेशाच्या चेहऱ्यावर अशा कोणत्याही भावनेचा मागमूसही नव्हता.

"तुला सूड घेण्याची गरज भासत नाही का? अन्यायाविषयी तुझ्या मनात चीड उत्पन्न होत नाही का?"

"मला सूड किंवा न्यायाची आवश्यकता भासत नाही, कृत्तिका," गणेश म्हणाला, "विश्वाच्या कल्याणासाठी, त्याचा समतोल राखण्यासाठी न्याय अस्तित्वात असतो. माणसांमधील तिरस्काराच्या किंवा अतीव द्वेषाच्या भावनेच्या ज्वलनासाठी तो अस्तित्वात नसतो. शिवाय मेलुहाच्या सम्राटाचा न्यायनिवाडा करण्याची सत्ता माझ्याकडे नाही. तो विश्व करेल. योग्य वेळी त्याच्या कृत्याविषयीचा योग्य न्याय त्याला या विश्वाकडूनच दिला जाईल. या जन्मात किंवा त्याच्या पुढच्या जन्मात."

परशुरामाने हस्तक्षेप करत विचारले, "परंतु सूड घेतल्यामुळे तुला अधिक चांगलं वाटणार नाही का?"

"तूही सूड घेतलास. नाही का?" गणेशाने परशुरामाला विचारले, "तुला खरोखरच अधिक चांगलं वाटतंय का?"

परशुरामाने खोल श्वास घेतला. त्याला तसे अजिबात वाटत नव्हते.

"मग दक्षाच्या बाबतीत काही करावं असं तुला वाटत नाही?" वीरभद्राने विचारले.

गणेशाने डोळे बारीक केले. "मी त्याची मुळीच पर्वा करत नाही."

वीरभद्राने स्मित केले. वीरभद्राच्या या प्रतिक्रियेवर परशुराम विचारमग्न झाला.

"काय?" परशुरामाने विचारले.

"फारसं काही नाही," वीरभद्र म्हणाला, "एकदा शिवानं मला जे सांगितलं होतं, ते मला अखेरीस आज समजलं. प्रेमाच्या विरुद्ध गोष्ट म्हणजे द्वेष किंवा तिरस्कार नाही. प्रेम वाईट झालं, की त्याचं परिवर्तन द्वेषात किंवा तिरस्कारात होतं. प्रेमाच्या खरोखरची विरुद्ध बाब म्हणजे बेपर्वाई किंवा बेफिकिरी. दुसऱ्या व्यक्तीला काहीही झालं तरी ज्यावेळी तुम्हांला तिची काहीच पर्वा वाटत नाही, ती प्रेमाच्या विरुद्ध असलेली गोष्ट होय."

— ⅄ꝏⱡ⍏⊗ —

"अन्न रुचकर आहे," शिव स्मित करत म्हणाला.

तरंगत्या सुंदरी बनातून शिवाचे पथक बाहेर पडले होते, त्याला आता दोन महिने झाले होते. भयंकर दंडकारण्यात आता त्यांनी नुकताच प्रवेश केला होता. त्या रस्त्याची अखेर एका झाडेझुडपे तोडून साफ केलेल्या जागेत झाली होती. त्या ठिकाणी शिवाच्या पथकाहूनही कित्येक अधिक लोक प्रवास करू शकले असते, एवढी ती जागा मोठी होती. नागांच्या रिवाजाप्रमाणे लोक एकेका मोठ्या पत्रावळीतून गटागटाने भोजन करत होते.

कालीने स्मित केले. "आपल्या गरजेची प्रत्येक गोष्ट या अरण्याकडे आहे."

सतीने गणेशाच्या पाठीवर थोपटले. तो आपल्या संपूर्ण कुटुंबीयांबरोबर घोडदौड न करता स्वतंत्रपणे येत होता. सतीला सामूहिक भोजनाची ही पद्धत आवडली होती. कारण त्यावेळी ती आपल्या ज्येष्ठ पुत्राबरोबर संभाषण करू शकत होती. "अन्न चांगलं आहे का?" तिने विचारले.

"अगदी छान आहे, माते," गणेशाने स्मित करत तिला उत्तर दिले.

गणेश कार्तिकाकडे वळला आणि त्याने आपल्या कनिष्ठ बंधूसमोर एक आंबा ठेवला. त्या काळात कार्तिक क्वचितच स्मित करत होता. त्याने आपल्या ज्येष्ठ बंधूकडे प्रेमाने बघितले. "दादा, आभारी आहे," तो म्हणाला.

भगीरथाने कालीकडे बघितले. आता अधिक वेळ तो आपला प्रश्न मनातल्या मनात दाबून ठेवू शकत नव्हता. "महाराणी, या साफसूफ केलेल्या स्थानापासून हे पाच मार्ग का निघत आहेत?"

"आतापर्यंत तू हा प्रश्न मला कसा काय विचारला नाहीस, याचं मला आश्चर्यच वाटत होतं," काली स्मित करत म्हणाली.

प्रत्येक जणच कालीकडे वळला.

"साधी गोष्ट आहे. यांपैकी चार मार्ग तुम्हांला दंडकारण्यात आत, आत खूप खोलवर घेऊन जातात. तिथून मृत्यूपर्यंत तुमची सुटका होऊ शकत नाही."

"यांपैकी कोणता मार्ग पंचवटीला जाणारा आहे?" भगीरथाने विचारले.

"आपण उद्या सकाळी इथून निघू, त्यावेळी ते मी तुला सांगेन."

"पण अशा साफसूफ केलेल्या किती जागा दंडकारण्यात आहेत?" शिवाने

विचारले.

कालीच्या चेहऱ्यावर भलेमोठे स्मित पसरले.

''शिवा, पंचवटीला जाणाऱ्या मार्गावर अशा पाच जागा आहेत.''

''प्रभू राम कृपा करो!'' पार्वतेश्वर उद्‌गारला. ''याचा अर्थ योग्य मार्गानं जाण्यासाठी एकूण तीन हजार संधींपैकी फक्त एकच संधी योग्य आहे?''

''होय.'' कालीने स्मित करत सांगितले.

आनंदमयी हसली. ''ठीक आहे. तुम्ही योग्य मार्ग विसरला नसाल, अशी आम्ही आशा करणं ही अधिक चांगली बाब आहे, महाराणी,'' ती हसत हसतच म्हणाली.

कालीने स्मित केले. ''माझ्यावर विश्वास ठेवा. मी तो मार्ग कधीच विसरणार नाही.''

शिव, सती आणि नंदी यांच्याकडे कालीने बघितले. तिच्यापासून पुढे थोड्याच अंतरावरून त्यांची घोडदौड सुरू होती. शिवाने नुकतेच काहीतरी सती आणि नंदीला सांगितले होते आणि त्यामुळे ती दोघे जोरजोरात हसत होती. त्यानंतर नंदीकडे वळून शिवाने डोळे मिचकावले.

काली आयुर्वतीकडे वळून म्हणाला, ''त्यांना ही देणगी लाभली आहे.''

पंचवटीच्या मार्गावर ते सगळे पथकाच्या मध्यभागी राहून घोडदौड करत होते. आता मधुमती नदीजवळून निघून त्यांना तीन महिने झाले होते. ते सगळे आता दंडकारण्याच्या खूप आतील भागात होते. त्या घोर अरण्यातील त्यांच्या सैन्याचे हे संचलन काहीही विशेष न घडता आश्चर्यकारकरीत्या सुरू होते. त्यामुळे ते काहीसे कंटाळवाणे आणि नीरसही बनले होते. संभाषण हाच या नीरसतेमधील महत्त्वाचा दिलासादायक भाग होता.

''कसली देणगी?'' आयुर्वतीने विचारले.

''लोकांना शांतता मिळवून देण्याची. त्यांच्या मनातून दुःख, असमाधान बाहेर काढण्याची.''

''होय. ही देणगी त्यांना मिळालेली आहेच,'' आयुर्वती म्हणाली. ''परंतु ती

त्यांना मिळालेल्या अनेक देणग्यांपैकी एक आहे. 'ओम् नमः शिवाय!''

कालीला आश्चर्य वाटले. मेलुहाच्या त्या वैद्याने त्या मंत्राची मोडतोड केली होती. त्या मंत्रात तिने चक्क भेसळ केली होती. 'ओम' आणि 'नमः' हे शब्द प्राचीन देव देवतांच्या नावांच्या मागेच जोडले जात होते. जिवंत व्यक्तीच्या नावामागे ते कधीच जोडले जात नव्हते.

शिवावर दृष्टिक्षेप टाकण्यासाठी नागांची राणी वळली. शिव त्यांच्यापुढेच घोडदौड करत चालला होता. तिने स्मित केले. काही वेळा साध्यासुध्या श्रद्धाच माणसाला प्रचंड शांततेचा लाभ करून देतात.

कालीनेही आयुर्वतीच्या ओळीचा पुनरुच्चार केला. *''ओम नमः शिवाय!''*

'प्रभू शिवासमोर अवघे विश्व नतमस्तक होते. मीसुद्धा प्रभू शिवाला वंदन करते.'

त्यांच्या किंचित मागे राहून घोडदौड करत असलेल्या कार्तिकाकडे आयुर्वतीने वळून बघितले. तो चार वर्षांहून जेमतेम काही महिन्यांनीच मोठा होता. परंतु तो जवळजवळ नऊ वर्षांचा भासत होता. त्याच्याकडे बघणारा काहीसा संत्रस्त बनत असे. त्याच्या हातांवर आणि चेहऱ्यावर जखमांचे व्रण होते. त्याच्या पाठीमागे एकमेकांना छेदणाऱ्या शेल्यांनी तयार झालेल्या कप्प्यातील म्यानातून दोन तलवारी लटकत होत्या. तिथे ढालीचे चिन्हच नव्हते. तो ढाल कधीच वापरत नसे. कुंपणाच्या पलीकडच्या हालचालींवर त्याची नजर खिळलेली होती. तिथून काही धोका तर उत्पन्न होत नाही ना, याचा तो अंदाज घेत होता.

त्याच्या ज्येष्ठ बंधूने एकट्यानेच त्याला सिंहांच्या तावडीतून म्हणजे जवळजवळ मृत्यूच्या कराल दाढेतून सोडवलेल्या दिवसापासून कार्तिक अंतर्मुख बनला होता. आपले माता-पिता, गणेश आणि कृत्तिका वगळता इतर कोणाशीही तो क्वचितच बोलत होता. तो सहसा कधीच स्मितही करत नव्हता. शिकारीला जाणाऱ्या शिकाऱ्यांच्या समूहांसोबत तो नेहमीच अरण्यात शिकारीसाठी जाऊ लागला होता. कित्येकदा त्याने एकट्यानेच प्राण्यांच्या शिकारी केल्या होत्या. कार्तिकाने शांतपणे, पूर्णपणे लक्ष केंद्रित करून आणि क्रूरपणे केलेल्या शिकारींविषयी अनेक सैनिकांनी आश्चर्यचकित होऊन आयुर्वतीला माहिती दिली होती. आयुर्वतीने सुस्कारा सोडला. काशी सोडल्यापासून गेल्या काही महिन्यांत काली आणि आयुर्वती यांच्यामध्ये दृढ स्नेहबंध निर्माण झाले होते. काली कुजबुजत्या आवाजात म्हणाली, ''मला वाटतं, त्यानं आयुष्याकडून योग्य धडे घेतल्याबद्दल आपल्याला आनंदच

वाटला पाहिजे.''

''तो बालक आहे,'' आयुर्वती म्हणाली, ''अजूनही त्याची पूर्ण वाढ होऊन त्याला मोठा होण्यासाठी बराच कालावधी जावा लागणार आहे.''

''त्यानं मोठा होण्यासाठी कोणता काळ योग्य आहे, हे ठरवणारे आपण कोण आहोत?'' काली म्हणाली, ''ती त्याची निवड आहे. एके दिवशी आपल्या सर्वांना त्याचा अभिमान वाटावा, अशी कामगिरी तो करून दाखवेल.''

मधुमतीच्या किनाऱ्यापासून सैन्याचे संचलन सुरू होऊन आता आठ महिने उलटून गेले होते. शिवाच्या सैनिकांचा ताफा आता नागांच्या राजधानीपासून, म्हणजेच पंचवटीपासून फक्त एकाच दिवसाच्या अंतरावर येऊन ठेपला होता. सरस्वतीएवढे विशाल पात्र असलेल्या नदीजवळच्या मार्गावर त्यांनी आपला तळ ठोकला होता.

भगीरथाला ती विशाल नदी म्हणजे नर्मदाच असली पाहिजे, असे वाटले. महाराज मनूने याच नदीची हद्द कधीही ओलांडू नये, असा आदेश दिला होता. त्यावेळी ते नदीच्या उत्तर तीरावर होते.

''ही नर्मदाच असली पाहिजे,'' भगीरथ विश्वद्युम्नला म्हणाला, ''मला वाटतं, आपण उद्या ती नदी ओलांडून जाऊ. महाराज मनूने आपल्यावर कृपा ठेवावी.''

पार्वतेश्वर म्हणाला, ''होय. ती नर्मदाच असली पाहिजे. दक्षिणेकडे सरस्वतीएवढं विशाल पात्र असलेली फक्त नर्मदा नदीच आहे.''

विश्वद्युम्नाने स्मित केले. ते अगोदरच नर्मदेच्या दक्षिणेकडच्या दूरवरच्या भागात पोहोचले होते. ''महाराज, काही वेळा आपला ज्यावर विश्वास असतो, त्यावरच विश्वास ठेवायला आपल्याला मन भाग पाडतं. पुन्हा एकदा बघा. ही नदी ओलांडण्याची आपल्याला आवश्यकताच नाही.''

आनंदमयीचे डोळे आश्चर्याने विस्फारले. ''भगवान रुद्राची शपथ! ही नदी पश्चिमेकडून पूर्वेकडे वाहत आहे!''

विश्वद्युम्नाने मान हलवली. ''होय, ती पश्चिमेकडूनच पूर्वेकडे वाहत आहे, राजकुमारी!''

ती नर्मदा असू शकत नव्हती. कारण ती पूर्वेकडून पश्चिमेकडे वाहत होती.

''प्रभू रामाने कृपा करावी!'' भगीरथ ओरडला, ''एवढ्या विशाल नदीचं अस्तित्व गुप्त कसं काय राहू शकतं?''

''ही संपूर्ण भूमीच गुप्त आहे, महाराज,'' विश्वद्युम्न म्हणाला, ''ही गोदावरी आहे आणि पूर्वेकडे ती समुद्राला जाऊन मिळते, तिथे तर तिचं पात्र अत्यंत विशाल बनल्याचं तुम्हांला दिसेल.''

अचंबित होऊन पार्वतेश्वर त्या नदीपात्राकडे पाहातच राहिला होता. त्याने आपले हात जोडले आणि त्या वाहत्या पाण्याला वंदन केले.

''गोदावरी ही काही एकमेव नदी नाही,'' विश्वद्युम्न म्हणाला, ''आणखी दक्षिणेकडे याहूनही मोठमोठ्या नद्या असल्याचं मी ऐकलं आहे.''

भगीरथाने विश्वद्युम्नाकडे साश्चर्य पाहिले. दुसऱ्या दिवसाच्या पोटात आणखी कोणकोणती रहस्ये दडलेली आहेत याचा तो विचार करत होता.

''गणेश,'' नंदी म्हणाला.

''बोला सेनाधिकारी,'' गणेश म्हणाला.

कालीचा निरोप पोहोचवण्यासाठी संपूर्ण पथकाच्या मागच्या बाजूला नंदी आला होता. ''या पथकाबरोबर जरी राणी काली आणि लोकनायक प्रवास करत असले, तरी नागांचा बाह्य टेहळणी कक्ष नेहमीचे शिरस्ते कसोशीनं पाळेल.''

आपल्या लोकांच्या कल्याणाचा प्रश्न येत असे, त्यावेळी राणी काली अत्यंत दक्ष बनत असे. ताफ्याच्या यापुढच्या वाटचालीवर नाग लोक बारकाईने लक्ष ठेवणार होते आणि टेहळणी करणार होते, असाच या संदेशाचा अप्रत्यक्ष अर्थ होता. नागांच्या राजधानीपर्यंत पोहोचेपर्यंत कोणत्याही स्वरूपाचा धोका निर्माण झाला असता, तरी त्यांनी तो मोडून काढला असता.

गणेशाने मान डोलावली. ''आभारी आहे, सेनाधिकारी,'' तो म्हणाला.

नंदीने नागांच्या छोट्याशा बाह्य टेहळणी कक्षाकडे मागे वळून बघितले. नुकतेच त्या कक्षावरून ते पुढे आले होते. ''फक्त शंभर व्यक्ती संरक्षण कसं काय पुरवणार गणेश? शिवाय ते शहरापासून एका दिवसाच्या प्रवासाच्या अंतरावर आहेत.

टेहळणी कक्षाला व्यवस्थित तटबंदीही घालण्यात आलेली नाही. नागांची सुरक्षा व्यवस्था मोठी गुंतागुंतीची दिसते. शिवाय बहुतेक जण स्वतःच्या कल्पनेनंच सीमेवर गस्त घालत आहेत. याला काहीच अर्थ नाही.''

गणेशाने स्मित केले. सहसा नाग नसलेल्या व्यक्तींशी तो सुरक्षा यंत्रणेच्या तपशिलांची चर्चा करत नसे. परंतु तो नंदी होता. तो जणू काही शिवाची सावलीच होता. त्याच्याविषयी शंका घेणे म्हणजे प्रत्यक्ष नीलकंठाविषयी शंका घेण्यासारखे होते. ''रस्त्यांवर ते फारसं संरक्षण पुरवू शकत नाहीत. परंतु जर कोणताही हल्ला झालाच, तर ते तातडीनं सूचना देतात. शहरापर्यंत मागे जाईपर्यंत पंचवटीपर्यंतच्या मार्गावर फसवे सापळे तयार करणं हे त्यांचं प्रमुख कार्य आहे.''

नंदी विचारात पडला.

फक्त फसवे सापळे तयार करण्यासाठी टेहळणी कक्षाची स्थापना?

''परंतु ते त्यांचं प्राथमिक कार्य नाही,'' गणेश पुढे सांगत होता. त्याने नदीकडे अंगुलिनिर्देश केला. ''नदीतून होणाऱ्या हल्ल्यापासून रक्षण करणं हे त्यांचं प्रमुख कार्य आहे.''

नंदीने गोदावरीकडे पाहिले. अर्थातच! ती कुठेतरी पूर्वेकडे समुद्राला मिळत असली पाहिजे. त्या भागातून इकडे येणारा मार्ग शोधून काढणे शक्य होते. नाग लोक प्रत्येक गोष्टीचा खरोखरच विचार करत होते.

निबिड दंडकारण्यातील घनदाट पानांनी तयार झालेल्या गच्च जाळीतून झिरपणाऱ्या चंद्राच्या मंद प्रकाशामुळे अरण्यातील प्राण्यांच्या मनात सुरक्षिततेचा आभास निर्माण होत होता. परंतु तो आभासच होता. अगदी फसवा! शिवाच्या शिबिरात सर्वत्र नीरव शांतता होती. सर्व जण गाढ निद्रेत होते. सुंदरबन आणि दंडकारण्यातून त्यांनी प्रदीर्घ काळ प्रवास केला होता. परंतु आश्चर्यकारकरीत्या काहीही विपरीत न घडता सुखरूपपणे त्यांचा प्रवास पार पडला होता. त्याविषयी त्यांच्यापैकी बरेच जण रात्री उशिरापर्यंत चर्चा करत बसले होते. परंतु त्यानंतर ते गाढ झोपले होते. आता पंचवटी फक्त एका दिवसाच्या अंतरावर होती.

अचानकच वाजू लागलेल्या भीषण शंखभैरींमुळे त्या रात्रीच्या नीरव शांततेचा

भंग झाला. खरे तर कित्येक शंखांचे ध्वनी एकाच वेळी ऐकू येत होते.

काली त्या भल्या मोठ्या शिबिराच्या मध्यभागी होती. ती त्वरेने उठली. त्याचबरोबर शिव, सती आणि कार्तिकही उठले.

"हा काय मूर्खपणा आहे?" त्या शंखध्वनींच्या आवाजाहून मोठा आवाज काढत शिव ओरडला.

काली स्तंभित आणि सुन्न होऊन नदीपात्राकडे बघत होती. याआधी कधीच असला प्रकार घडला नव्हता. ती शिवाकडे मागे वळली. आपले दातओठ खात ती म्हणाली, "तुमच्या लोकांनी आमचा विश्वासघात केला."

शंखभैरींद्वारे सातत्याने सूचना दिली जात असल्यामुळे संपूर्ण शिबिरच जागे झाले.

शिबिराच्या ज्या भागात गणेश होता, तो त्या शंखध्वनींच्या आणि नदीकाठाच्याही सर्वाधिक जवळचा भाग होता. त्या हल्ल्याला तोंड देण्यासाठी तो सरळ सरळ तयार होत होता. नंदी, वीरभद्र आणि परशुराम तयारीतच होते.

"हे काय चाललंय?" त्या आवाजांच्या प्रचंड गोंधळातूनही आपला आवाज ऐकू जावा म्हणून वीरभद्र किंचाळला.

"शत्रूंची जहाजं गोदावरीतून वरच्या दिशेनं येत आहेत," गणेश ओरडला. "आमची 'नदी सूचना यंत्रणा' पार करून ते वेगानं पुढे येत आहेत."

"आता काय करायचं?" नंदी ओरडला.

"आता आपण बाह्य टेहळणी कक्षाकडे जाऊ या. तिथे आमच्याकडे सैतानी युद्धनौका आहेत."

नंदी मागे वळला आणि अज्ञात संकटाला तोंड देण्यासाठी सज्ज झालेल्या आपल्या तीनशे सैनिकांना त्याने हुकूम दिला. सारे सैनिक त्या चौघांच्या पावलांवर पाऊल टाकत पुढे निघाले. बाह्य टेहळणी कक्षाजवळ ते पोहोचण्याआधीच तिथल्या शंभर सैनिकांनी सैतानी नौका बाहेर काढल्या होत्या आणि त्या ते ढकलत निघाले होते.

दरम्यान, शत्रूकडून होणाऱ्या धोक्यापासून बऱ्याच दूरवरच्या अंतरावर असलेल्या विश्वद्युम्नाने आपल्या मनातील अविश्वास झटकून टाकला होता. त्याने तातडीने अशा प्रकारच्या संकटाला तोंड देण्यासाठी आवश्यक असलेल्या बाबी करण्यास सुरुवात केली. लाल मशाल पेटवण्यात आली. त्यामुळे काही अंतरावर

असलेल्या पंचवटीला इशारा मिळाला.

दरम्यान, भगीरथ धावत धावत विश्वद्युम्नाकडे गेला. ‘‘तुमच्या नदीकिनाऱ्यावरच्या संरक्षण यंत्रणा काय आहेत?’’

विश्वद्युम्नाने भगीरथाकडे संतप्त दृष्टिक्षेप टाकला. त्याने त्याला काहीही उत्तर दिले नाही. नागांचा विश्वासघात झाला आहे, याविषयी त्याची खात्री होती.

भगीरथाने आपली मान हलवली आणि तो पार्वतेश्वराकडे धावत गेला. पार्वतेश्वराने सैनिकांना आधीच गोळा गेले होते आणि नदीतीरावर संरक्षणात्मक पवित्र्याच्या रचनेत तो त्यांना उभे राहण्याचे आदेश देत होता.

‘‘काही बातमी?’’ पार्वतेश्वराने विचारले.

‘‘तो काहीच बोलणार नाही, पार्वतेश्वर,’’ भगीरथ किंचाळला, ‘‘माझ्या मनातील भीती खरी ठरली आहे. त्यांनी आपला विश्वासघात केला आहे. आपण सरळ त्यांच्या सापळ्यात चालत आलो आहोत.’’

पार्वतेश्वराने आपल्या मुठी आवळल्या. आपल्यामागे युद्धाच्या पवित्र्यात उभ्या असलेल्या पाचशे सैनिकांकडे त्याने बघितले. ‘‘नदीतून बाहेर पडणाऱ्या प्रत्येकाला ठार करा.’’

आणि तेवढ्यात हजार ठिकाणी आकाश पेटून उठले. भगीरथाने वर बघितले. ‘‘प्रभू रामाने कृपा करावी.’’

भयानक अग्निबाणांचा वर्षाव आकाशातून उंचावरून सुरू झाला होता. ते बाण काही अंतरावरून सोडले जात होते, हे स्पष्टच होते. गोदावरीतून वेगाने वरच्या दिशेने येणाऱ्या युद्धनौकांतून तो वर्षाव सुरू होता.

‘‘ढाली वर करा!’’ पार्वतेश्वर किंचाळला.

मध्यवर्ती भागात शिव आणि काली यांनीही सैनिकांना तसेच आदेश दिले होते. आपापल्या ढालींखाली सैनिक चिकटून बसले होते. बाणांचा होणारा वर्षाव थांबण्याची ते वाट बघत होते. परंतु तरीही कित्येक बाणांनी आपले काम चोख बजावले होते. कित्येक सैनिकांच्या अंगावरच्या कपड्यांना आगी लागल्या होत्या आणि कित्येकांची शरीरे बाणांनी भेदली गेली होती. अनेक सैनिक जखमी झाले होते आणि काही दुर्दैवी सैनिकांना मृत्यूला कवटाळावे लागले होते.

बाणांचा वर्षाव थांबण्याचे चिन्हच दिसत नव्हते. जवळजवळ सातत्याने होणाऱ्या वर्षावाच्या स्वरूपातच बाणांचे पडदेच्या पडदे खाली कोसळत होते.

एका बाणाने आयुर्वतीच्या पायाचा वेध घेतला. ती वेदनेने किंचाळली. तिने आपला पाय आपल्या शरीराजवळ खेचून घेतला आणि आपली ढाल वर करून ती बसून राहिली.

एक तर तो हल्ला अचानकच झाला होता आणि त्यातही तो अत्यंत भीषण होता. त्यामुळे शिवाच्या लष्करी पथकाला आपापल्या ढालींआड भ्याडासारखे दडून बसावे लागले होते. परंतु नदीकाठाजवळच्या शिबिरस्थळी आणि गोदावरीच्या पात्रात युद्धाची खरी हातघाई सुरू होती.

''त्वरा करा!'' गणेश किंचाळला. बाणांचा तो वर्षाव आणखी थोडाच काळ जरी तसाच सुरू राहिला असता तरी संपूर्ण शिबिरातील सैनिकांचा विनाश ओढवला असता. त्याला जलद हालचाल करणे भागच होते.

त्याचे सैनिक, सूर्यवंशी, चंद्रवंशी आणि नाग सैनिक असे सगळेच जण जोरजोरात पोहत, शंभर सैतानी युद्धनौका ढकलत निघाले होते. गोदावरीच्या पात्रातून बाणांचा भयानक वर्षाव करणाऱ्या त्या पाच जहाजांजवळ त्वरित पोहोचण्याची पराकाष्ठा ते करत होते. त्या लहान युद्धनौकांमध्ये ज्वलनशील लाकूड आणि गारगोटीचे दगड होते. त्या सर्वावर जाडजूड कापड अंथरलेले होते. एकदा का शत्रूची जहाजे योग्य टप्प्यात आली असती, की या सैतानी नौका पेटवून देण्यात आल्या असत्या आणि त्यांची लोखंडी अणकुचीदार टोके त्या जहाजांमध्ये घुसवली गेली असती. त्या मोठ्या, लाकडी जहाजांना नष्ट करण्याचा तो अत्युत्तम मार्ग होता.

ती जहाजे नदीतून वरच्या दिशेने प्रचंड वेगाने प्रवास करत चालली होती. त्याच वेळी त्यांच्या वरच्या भागांतून अग्निबाणांचा सातत्यपूर्ण मारा सुरूच होता. त्यांच्या दिशेने येत असलेल्या त्या जहाजांच्या भयानक वेगामुळे गणेशाच्या नौकांना शत्रू जहाजापर्यंत पोहोचण्यासाठी पोहत, पोहत फार अंतर कापावे लागलेच नाही. आता त्या सैतानी नौका शत्रू जहाजांमध्ये आपले अणकुचीदार लोखंडी भाग घुसवण्यासाठी तयार होत्या. त्यांनी जहाजांभोवती कडे तयार केले.

''अग्नी लावा, पेटवा त्यांना!'' गणेश किंचाळला.

सैनिकांनी त्वरेने जहाजांवरचे जाडजूड कपडे खेचून काढले आणि गारगोटीचे दगड एकमेकांवर घासले. सैतानी नौका पाहता पाहता धडाडून पेटून उठल्या. मारेकरी जहाजांवरील सैनिकांना प्रतिसाद देण्यास अवसरच मिळाला नाही.

गणेशाच्या माणसांनी आपल्या नौका त्या जहाजांच्या कडांच्या भागांमध्ये घुसवल्या.

"त्यांना जागीच घट्ट धरा, हिंदकळू देऊ नका!" नंदी किंचाळला, "त्या जहाजांना अग्नी लागला पाहिजे."

टेहळणी करणाऱ्या मारेकऱ्यांनी आपापली धनुष्ये आता पाण्यातून हल्ला करणाऱ्यांकडे वळवली. पाण्यातील शूर सैनिकांवर आता बाणांचा हिमवर्षाव सुरू झाला. त्यापैकी काही सैनिक त्यांना बळी पडले. सैतानी नौकांवरच्या अग्नीने गणेशाच्या काही लोकांनाही आपल्या कवेत घेतले. परंतु त्या नौकांना त्या जहाजांमध्ये ढकलून देऊन त्यांनी झटकन पोहण्यास सुरुवात केली.

काही क्षणांतच सर्वच्या सर्व जहाजांना अग्नीच्या भडकलेल्या ज्वाळांनी वेढले. परंतु शत्रूने घडवून आणलेल्या नुकसानीमुळे ती जहाजे अग्नीच्या भक्ष्यस्थानी पडेपर्यंतचा काळ हा अनंत काळासारखा वाटला होता.

"किनाऱ्याकडे परत चला!" गणेश किंचाळला.

आता त्याला आपल्या सैनिकांना गोदावरीच्या किनाऱ्यावर एका रांगेत उभे करायचे होते, हे त्याला माहिती होते. त्या जहाजांवर अग्नी पसरल्यावर त्या मारेकऱ्यांपैकी थोडे का असेनात; पण काही जण पोहत पोहत काठाला लागले असते. त्यांनी उड्या मारल्या असत्या किंवा जीवननौकांमधून ते आले असते आणि तिथेही त्यांनी युद्ध सुरू ठेवले असते.

गणेशाचे सैनिक किनाऱ्यापर्यंत जेमतेम पोहोचले असतील नसतील, तोच एक कानठळ्या बसवणारा आवाज झाला. धक्का बसल्यासारखे ते मागे वळले. शत्रूचे पहिले जहाज अक्षरशः हवेत उंच उडून नष्ट झाले होते. काही क्षणांतच एकापाठोपाठ एक सर्वच जहाजांवर भयानक विस्फोट घडून आले आणि ती नष्ट झाली.

गणेश परशुरामाकडे वळला. तो स्तंभित झाला होता. "दैवी अस्त्रं!" तो म्हणाला.

मोठा धक्का बसल्यामुळे भान हरपलेल्या परशुरामाने फक्त संमतिदर्शक मान डोलावली. अशा प्रकारचे स्फोट फक्त दैवी अस्त्रेच घडवून आणू शकत होती. परंतु अशा प्रकारची अस्त्रे कोणालाही कशी काय मिळू शकली होती? आणि तीही एवढ्या मोठ्या संख्येने?

गणेशाने आपल्या माणसांची रांग तयार केली. त्यातून त्याने जिवंत लोकांची संख्या मोजली. त्याच्याबरोबर हल्ल्यासाठी गेलेल्या चारशे लोकांपैकी शंभर शूर, धाडसी योद्धे कामी आले होते. त्यांच्यापैकी बहुतांश लोक नाग होते. त्या युद्धनौकांना कसे हाताळायचे हे त्यांना माहिती होते. लोकनायकाने रागाने आपले दात ओठ खाल्ले आणि काली व शिव यांना शोधण्यासाठी तो तातडीने शिबिराकडे रवाना झाला.

“तुम्ही आम्हांला सापळ्यात ढकललं,” संतप्त पार्वतेश्वर किंचाळला. बाणांच्या वर्षावात आपले वीस लोक त्याला गमवावे लागले होते.

शिबिरातील मृतांचा आकडा लक्षणीयरीत्या मोठा होता. जवळजवळ पन्नास सैनिक मारले गेले होते. शत्रूच्या युद्धनौकांपासून जवळ असलेल्या भागातील सैनिकांच्या मृत्यूचा आकडा साहजिकच मोठा होता. तिथे तीनशे सैनिक मरण पावले होते. त्यामध्ये शत्रूच्या जहाजांवर हल्ला करण्यासाठी गेलेल्या शंभर सैनिकांचाही समावेश होता. आयुर्वतीच्या मांडीत बाण घुसला होता. बाणाचे बाहेरचे टोक आता मोडले होते. परंतु तशा जखमी अवस्थेतही ती आपल्या वैद्यांसह धावपळ करत होती. जेवढ्या सैनिकांचे प्राण वाचवता येतील, तेवढ्यांचे प्राण वाचवण्यासाठी ती प्रयत्नांची शर्थ करत होती.

“मूर्खा!” काली गरजली, “विश्वासघात तर तुम्ही आमचा केलात. आतापर्यंत कोणीही गोदावरीतून आमच्यावर हल्ला केला नव्हता. कधीच नाही.”

“शांत रहा!” शिव ओरडला. वीरभद्र, परशुराम, नंदी आणि गणेशाकडे तो वळला. ते नुकतेच तिथे पोहोचले होते. “ते कसले स्फोट होते, परशुराम?” त्याने विचारले.

“दैवी अस्त्राचे स्फोट होते ते, प्रभू!” परशुराम म्हणाला, “शत्रूच्या पाच जहाजांवर ती होती. आपण लावलेल्या अग्नीमुळे त्यांचे स्फोट झाले.”

शिवाने खोल श्वास घेतला. तो दूरवर रोखून पाहत होता.

“प्रभू,” भगीरथ म्हणाला, “इथूनच माघारी वळू या. आता इथून पुढच्या मार्गावर आणि पंचवटीतही असे अनेक सापळे आपली वाट बघत असतील. इथे

तर फक्त दोनच नाग लोक आहेत. ज्यावेळी असे ५० हजार नाग एकत्र येतील त्यावेळी काय होईल, याचा विचार करा.''

कालीच्या संतापाचा उद्रेक झाला. ''ही तुमचीच करणी आहे! पंचवटीवर कधीही हल्ला झाला नव्हता. तुमच्या सैन्यदलाला तुम्हीच इकडे आणलं. गणेशाने त्यांचा हल्ला परतवून लावला आणि तुमच्या सैन्याचा पराभव केला, ही भाग्याची गोष्ट आहे. अन्यथा, आपल्या सर्वांचाच बळी गेला असता.''

सतीने कालीला हळुवारपणे स्पर्श केला. गणेशाच्या बाजूने युद्धात लढताना सूर्यवंशी आणि चंद्रवंशी सैनिकही गारद झाले होते, याकडे तिला कालीचे लक्ष वेधायचे होते.

''पुरे! फार झालं!'' शिव ओरडला, ''खरं काय झालं ते तुमच्या कोणाच्याच लक्षात येत नाही का?''

नंदी आणि कार्तिकाकडे नीलकंठ वळला. ''तुम्ही शंभर लोक बरोबर घेऊन नदीच्या पात्राकडे जा. तिथे शत्रूच्या जहाजावरच्या सैनिकांपैकी कोणी बचावला आहे का ते पहा. ते कोण होते, ते मला कळायलाच हवं.''

नंदी आणि कार्तिक त्वरेने तिथून निघून गेले.

शिवाने आपल्या भोवतीच्या लोकांकडे संतापाने पाहिले. ''आपल्या सर्वांचाच विश्वासघात झाला आहे. जे कोणी तो बाणांचा वर्षाव करत होते, ते आपल्यातील काही लोकांना जाणीवपूर्वक निवडून त्यांना टिपत नव्हते. त्यांना आपल्या सर्वांनाच ठार मारायचं होतं.''

''परंतु ते गोदावरीच्या पात्रातून वर कसे काय आले?'' कालीने विचारले.

शिवाने कालीकडे संतप्त कटाक्ष टाकला. ''ते मला कसं काय ठाऊक असणार? इथे असलेल्या बहुतांश लोकांना मुळातच ही गोदावरी नदी आहे आणि ती नर्मदा नाही, हेच माहिती नव्हतं.''

''ते नाग लोकच असले पाहिजेत, प्रभू. '' भगीरथ म्हणाला, ''त्यांच्यावर विश्वास ठेवणं शक्य नाही.''

''नक्कीच!'' शिव उपहासगर्भ स्वरात म्हणाला, ''आपल्या स्वतःच्याच राणीचा बळी घेण्यासाठी नागांनी हा सापळा रचला आणि नंतर गणेशाने आपल्याच लोकांवर प्रतिहल्ला करून त्यांना दैवी अस्त्रांच्या साहाय्यानं उडवून टाकलं. त्याच्याकडे जर दैवी अस्त्रं असती आणि त्याला आपल्याला ठार मारायचं असतं,

तर त्यानं त्या अस्त्रांचा सरळसरळ आपल्यावर प्रयोग केला नसता का?''

तिथे एकदम शांतता पसरली.

''मला वाटतं, की पंचवटीचा विनाश घडवून आणण्यासाठी ती दैवी अस्त्रं आणली गेली होती. त्यांच्या जहाजांमधून सहजपणे आपल्याला ठार करण्याची योजना त्यांनी आखली होती. परंतु नागांच्या शौर्याचा, दक्षतेचा आणि त्यांच्या सक्षम सुरक्षा यंत्रणेचा त्यांना सुगावा लागला नव्हता. त्याविषयी त्यांना कोणताच अंदाज बांधता आला नव्हता. त्यांना सैतानी नौकांचीही माहिती नव्हती. त्यामुळेच आपण बचावलो.''

नीलकंठ जे काही सांगत होता, त्यात तथ्य असल्याचे प्रत्येकालाचा पटत होते. अशा प्रकारच्या कोणत्याही आणीबाणीच्या प्रसंगात वापरता याव्यात यासाठी गोदावरीच्या तीरावरील बाह्य टेहळणी कक्षात सैतानी नौका तैनात ठेवण्याचा गणेशाचा प्रस्ताव नागांच्या राज्यसभेने संमत केला होता. त्याबद्दल गणेशाने मनातल्या मनात भूमिदेवीचे आभार मानले.

''आपल्याला कोणी तरी ठार मारू पाहत आहे,'' शिव म्हणाला, ''तो कोणीतरी खूपच सामर्थ्यशाली आहे. त्याच्याकडे मोठ्या प्रमाणात दैवी अस्त्रांचा साठा आहे. दक्षिणेकडे एवढी मोठी नदी आहे, याची त्याला माहिती आहे. शिवाय समुद्रातून इथपर्यंतचा मार्ग शोधण्याची क्षमताही त्याच्याकडे आहे. मोठ्या जहाजांचा ताफा ठेवण्याची आणि आपल्यावर हल्ला करण्यासाठी पुरेशा मोठ्या प्रमाणात सैनिक बाळगण्याचीही त्याची क्षमता आहे. ती कोण व्यक्ती आहे? हाच खरा प्रश्न आहे.''

क्षितिजावर हळूहळू सूर्योदय झाला. त्या शिणल्या भागलेल्या शिबिरावर त्याने आपला प्रकाश आणि उबदारपणा पांघरला. तोपर्यंत पंचवटीहून मदत पथके आली होती. त्यांनी आपल्यासोबत अन्न आणि औषधे आणली होती. आयुर्वतीने अखेरीस आपल्या वैद्यकीय तंबूत जाऊन आराम करण्यास प्रारंभ केला होता. मात्र तोपर्यंत बहुतांश जखमी लोकांना योग्य ती वैद्यकीय मदत पुरवण्यात आल्याची खात्री तिने करून घेतली होती आणि त्यानंतरच तिने विश्रांतीचा निर्णय घेतला होता. रात्र

सरेपर्यंत तरी मृत्यूच्या आकड्यात आणखी वाढ झाली नव्हती. अगदी प्राणघातक जखमा झालेल्या लोकांनाही वाचवण्यात त्यांना यश आले होते.

रात्रभर शोध घेऊन कार्तिक आणि नंदी रात्र संपल्यानंतर शिबिरात परतले होते. त्यांनी नदीकाठावर आणि नदीपात्रातही शोध घेतला होता. ते थेट शिवाच्या समोर जाऊन उभे राहिले. कार्तिक प्रथम बोलला, ''तिथे एकही सैनिक बचावलेला नाही, पिताजी.''

''प्रभू, आम्ही नदीच्या दोन्ही किनाऱ्यांवर आणि अगदी नदीपात्रात जाऊनही शोध घेतला. सगळ्या अवशेषांमध्येही बघितले. शिवाय नदीतून आम्ही खालच्या दिशेने सुमारे पाच किलोमीटरपर्यंत प्रवाहातून जाऊन आलो. चुकून कोणी वाचला असेल आणि प्रवाहाबरोबर वाहून गेला असेल तर पाहावे, म्हणून आम्ही तेही करून बघितले. परंतु आम्हांला शत्रूपैकी कोणीही जिवंत व्यक्ती सापडली नाही.''

शिवाने मूकपणे दूषणे दिली. तो हल्ला कोणी केला असावा याविषयी त्याच्या मनात संशय होता. परंतु त्याविषयी त्याची खात्री पटलेली नव्हती. पार्वतेश्वर आणि भगीरथ या दोघांनाही त्याने बोलावले. ''आपापल्या देशांतील जहाजं तुम्ही दोघंही अगदी उत्तमरीत्या ओळखू शकता. तुम्ही तिथल्या अवशेषांचा अगदी बारकाईने अभ्यास करा. मेलुहा किंवा स्वद्वीपवरून त्यापैकी एखादं तरी जहाज आलं होतं का ते मला जाणून घ्यायचं आहे.''

''प्रभू,'' पार्वतेश्वर ओरडला. ''ते नक्कीच असणार नाही...''

''पार्वतेश्वर, कृपा करून माझ्यासाठी एवढं कराच,'' पार्वतेश्वराचे वाक्य मध्येच अर्धवट तोडत शिव म्हणाला, ''मला अगदी प्रामाणिक उत्तर हवं आहे. ती नीच जहाजं नेमकी कुठून आली याचं उत्तर मला शोधायचं आहे.''

पार्वतेश्वराने नीलकंठाला मानवंदना दिली. ''जशी आपली आज्ञा, प्रभू!''

मेलुहाचा सरलष्करप्रमुख बाहेर पडला. त्याच्यापाठोपाठ भगीरथही गेला.

— ⁂ —

''तुला ते गुपित समजण्याला केवळ एका दिवसाचाच अवधी उरलेला असताना हा हल्ला झाला, हा फक्त एक योगायोगच आहे, असं खरोखरच तुला वाटतं का?''

नदीच्या काठावर शिबिराजवळ तयार झालेल्या एका अर्धवट एकांत असलेल्या जागी शिव आणि सती बसले होते. पहिल्या प्रहराचा तो अखेरचा तास होता. मृतांचे दहनविधी पूर्ण झाले होते. जखमी लोक सध्याच प्रवास करण्याच्या स्थितीत नव्हते; तरीही पंचवटीच्या सुरक्षित वातावरणात त्याच दिवशी पोहोचण्याविषयी सर्वांचेच एकमत होते. बचाव न करता येण्याजोग्या अरण्यातील मार्गापेक्षा नागांच्या शहरात अधिक चांगले संरक्षण मिळू शकेल, याविषयी त्यांची खात्रीच होती. त्या पथकातील जखमी लोकांना आपल्या राजधानीत नेण्यासाठी नाग लोकांनी रथांची व्यवस्था केली होती. तिथून तासाभरातच निघण्याचे वेळापत्रक त्यांनी आखले होते.

"मला सांगता येणार नाही," शिव म्हणाला.

सती शांत राहिली. ती दूरवर पाहत होती.

"तुला वाटतं का.... की तुझे पिताजी...असं काहीतरी करू..."

सतीने उसासा सोडला. "नुकतीच मला त्यांच्याविषयी जी माहिती समजली आहे, त्यावरून मी त्यांच्या बाजूने बोलणार नाही."

शिवाने आपला हात पुढे केला आणि सतीला जवळ ओढले.

"परंतु एवढ्या मोठ्या हल्ल्याचा हुकूम ते स्वबळावर देतील, असं मला वाटत नाही," सती पुढे बोलत होती. "त्यांच्याकडे तेवढी क्षमताच नाही. या हल्ल्यामागचा प्रमुख सूत्रधार कोण आहे? आणि हे सारं तो का करत आहे?"

शिवाने मान डोलावली. "तेच तर गूढ आहे. परंतु प्रथम मला आणखी एक मोठं रहस्य जाणून घ्यायचं आहे. जे काही चाललं आहे, त्याची उत्तरं मेलुहा, स्वद्वीप आणि पंचवटी या तीन ठिकाणांशीच निगडित आहेत, असं माझं अंतर्मन मला सांगतं आहे."

श्रांत क्लांत झालेले आणि रक्ताने न्हालेले सैनिकी दल गोदातटावरून निघाले होते, त्यावेळी सूर्य माथ्यावर आला होता. नागांची राजधानी असलेल्या पंचवटीकडे ते निघाले होते.

'पंचवटी म्हणजे पाच वटवृक्षांचा प्रदेश.'

ते असेच कुठलेही पाच वटवृक्ष नव्हते. हजार वर्षांहूनही अधिक वर्षांपूर्वीपासूनच्या दंतकथा त्या वृक्षांभोवती गुंफल्या गेल्या होत्या. विष्णूचा सातवा अवतार राम, त्याची पत्नी सीता आणि बंधू लक्ष्मण यांनी वनवासात असताना याच जागी विश्राम केला होता, असे मानले जात होते. या वृक्षांजवळच त्यांनी आपली कुटी उभारली होती. राक्षसांचा राजा असलेल्या रावणाने याच दुर्दैवी स्थानावरून सीतेचे अपहरण केले होते. त्यामुळेच रामाला त्याच्याविरुद्ध युद्ध पुकारावे लागले होते. त्या युद्धात रावणाचा सर्वनाश झाला होता आणि समृद्ध लंकेचीही वाताहत झाली होती.

गोदावरीच्या ईशान्य तीरावर पंचवटी वसली होती. पश्चिम घाटातील पर्वतांमधून गोदावरी पूर्वेकडच्या समुद्राला जाऊन मिळत होती. पंचवटीच्या पश्चिमेला नदीने एक ९० अंशाचा आश्चर्यजनक वळसा घेतला होता. त्यानंतर सुमारे एक किलोमीटरहूनही कमी अंतरापर्यंत ती सरळ खाली वाहत होती. नंतर पुन्हा पूर्वेकडे वळून समुद्रापर्यंत ती वाहत होती. गोदावरीच्या त्या वळणांमुळे नागांना मोठे कालवे बांधणे शक्य झाले होते. दंडकारण्याच्या त्या झाडे नसलेल्या साफसूफ जागेचा वापर ते उपजीविकेसाठी आवश्यक असलेली शेती करण्यासाठी करत होते.

सूर्यवंशींच्या शहरांप्रमाणेच पंचवटीही एका उंच चौथऱ्यावर बांधली गेली होती, हे पाहून सूर्यवंशींना आश्चर्य वाटले. शहराभोवती ताशीव दगडांच्या उंचच उंच भिंतींची तटबंदी बांधण्यात आली होती. त्या भिंतीवर ठरावीक अंतरावर टेहळणी बुरूज होते. हल्लेखोरांना प्रतिबंध करता यावा यासाठी त्यांची योजना करण्यात आली होती. भिंतीपलीकडे बऱ्याच अंतरापर्यंतच्या भागात नाग लोक शेती करत होते. याशिवाय नियमितपणे भेट देणाऱ्या ब्रंग अतिथींसाठी तिथे अतिथिगृहे बांधण्यात आली होती. या शेतीच्या प्रदेशाभोवती दुसरी भिंत बांधण्यात आली होती. या दुसऱ्या भिंतीपलीकडची जागाही पूर्णपणे मोकळी होती. तेथील झाडेझुडपे तोडून ती जागाही व्यवस्थित सपाट करण्यात आली होती. त्यामुळे शत्रू येत असल्याचे बऱ्याच अंतरावरूनही स्पष्टपणे समजू शकत होते.

भूमिदेवीने पंचवटी हे स्थान वसवले होते. ती एक नाग नसलेली गूढ स्त्री होती. तिनेच नाग लोकांची सध्याची जीवनशैली आखून दिली होती. भूमिदेवीच्या भूतकाळाविषयी आणि तिच्या पूर्वजांविषयी कोणालाही काहीही माहिती नव्हती. आपली प्रतिमा तयार करण्यास किंवा छायाचित्र काढण्यास तिने त्यांना कडक

प्रतिबंध केला होता. त्यामुळेच सध्याच्या नाग संस्कृतीच्या त्या संस्थापिकेच्या स्मृती नाग संस्कृतीच्या नियमांमधून आणि कायद्यांमधून जपल्या गेल्या होत्या. पंचवटी शहर हे तिच्या जीवनमार्गाचे प्रतीक होते. त्यात तिने सूर्यवंशी आणि चंद्रवंशी यांच्यातील चांगल्या बाबींचा संगम घडवून आणला होता. शहराच्या प्रवेशद्वारावरच तिची आदर्श तत्त्वे कोरण्यात आली होती. 'सत्यम. सुंदरम.' सत्य आणि सौंदर्य.

बाह्य प्रवेशद्वारातून प्रवेशास शिवाच्या ताफ्याला परवानगी देण्यात आली. त्यानंतर त्यांना थेट ब्रंगांच्या अतिथिगृहांकडे नेण्यात आले. ताफ्यातील प्रत्येकालाच एकेक आरामदायक कक्ष देण्यात आला होता.

"शिवा तूही विश्राम का करत नाहीस?" कालीने विचारले, "मी ते रहस्य बाहेर घेऊन येते."

"मला आताच पंचवटीत जायचं आहे," शिवाने सांगितले.

"तुला खरोखरच लगेच निघायचं आहे का? तुला शीण आलेला नाही का?"

"नक्कीच मला शीण आला आहे. मी दमलोही आहे. परंतु ते रहस्य मला आताच्या आताच जाणून घ्यायचं आहे."

"ठीक आहे."

— ⁂ —

शिवाचे लोक अतिथिगृहांमध्ये होते. त्याच वेळी शिवाला आणि सतीला घेऊन काली आणि गणेश नगरीत गेले.

त्यांच्या अपेक्षेप्रमाणे ती नगरी नव्हती. मेलुहाच्या नगरांप्रमाणेच ती नगरीही सुनियोजित आराखड्यावर बेतलेली होती. परंतु सूर्यवंशींच्या न्याय आणि समतेच्या तत्त्वाला व्यावहारिकदृष्ट्या योग्य तेवढेच नागांनी ताणल्याचे दिसत होते. राणीच्या निवासस्थानासह प्रत्येक घराचा आकार आणि रचना अगदी सारखी होती. त्या पन्नास हजार नाग लोकांपैकी कोणीही गरीब अगर श्रीमंत नव्हते.

"पंचवटीत प्रत्येक जण एकाच प्रकारे जगतो का?" सतीने गणेशाला विचारले.

"अर्थातच नाही, माते. आपल्या आयुष्याचं काय करायचं, ते ठरवण्याचा अधिकार इथे प्रत्येकालाच आहे. परंतु राज्य त्यांना निवासस्थानं आणि इतर

प्राथमिक गरजा पूर्ण करण्यासाठीच्या सुविधा पुरवतं आणि त्यात मात्र संपूर्ण समानता आहे.''

नीलकंठ तिथून फिरत असल्यामुळे त्याला पाहण्यासाठी त्यावेळी अक्षरशः प्रत्येक जणच आपल्या घराबाहेर पडला होता आणि आपापल्या घराबाहेर ते थांबलेले असल्यामुळे रस्त्याच्या दुतर्फा त्यांच्या रांगाच तयार झाल्या होत्या. नीलकंठाच्या ताफ्यावर झालेल्या गूढ हल्ल्याविषयी लोकांनी ऐकले होते. आपल्या राणीला आणि लोकनायकाला त्या हल्ल्यात दुखापत न झाल्याबद्दल ते भूमिदेवीचे आभार मानत होते.

कित्येक लोक अपंग नव्हते किंवा त्यांच्यात काहीही व्यंगही नव्हते, हे बघून शिवाला आश्चर्य वाटले. कित्येक नाग नसलेले लोक आपल्या हातात नाग मुलांना जोजवत होते.

''नाग नसलेले हे लोक पंचवटीत काय करत आहेत?'' शिवाने विचारले.

''ते नाग बालकांचे पालक आहेत,'' काली म्हणाली.

''ते इथेच राहतात?''

''काही पालक आपल्या नाग मुलांचा त्याग करतात,'' काली म्हणाली, ''आणि काही जणांना मात्र आपल्या मुलांविषयी तीव्र ओढ वाटते. त्यामुळे सामाजिक पूर्वग्रहांमुळे निर्माण होणाऱ्या भीतीवरही मात करून ते इकडे येतात. अशा लोकांना आम्ही पंचवटीत आश्रय देतो.''

''ज्या नाग मुलांचा त्यांचे जन्मदाते त्याग करतात, त्यांचा सांभाळ इथे कोण करतं?'' सतीने विचारले.

''मुलं नसलेले नाग लोक!'' काली म्हणाली, ''नागांना नैसर्गिकरीत्या मुलं होत नाहीत. त्यामुळे ते त्याग केलेल्या मुलांना दत्तक घेतात. ही मुलं मेलुहा आणि स्वद्वीपमधून आलेली असतात. आपल्या स्वतःच्या मुलांप्रमाणेच ते त्यांना वाढवतात. प्रेम आणि काळजी घेतली जाणं हा प्रत्येक मुलाचा हक्क असतो. या मातापित्यांमुळे त्यांच्या या हक्कांचं संरक्षण होतं.''

शहराच्या केंद्रवर्ती भागातून ते मूकपणे फिरत होते. दंतकथा बनून गेलेल्या त्या पाच वटवृक्षांच्या स्थानाभोवती सर्व सामाजिक इमारती बांधण्यात आल्या होत्या. पंचवटीचे रहिवासी या इमारतींचा वापर करत होते. स्वद्वीपच्या इमारतींच्या रचनेप्रमाणे या इमारती अत्यंत प्रशस्त होत्या. तिथेच पाठशाळा होती. तसेच

भगवान रुद्र आणि देवी मोहिनीचे मंदिरही होते. याशिवाय सार्वजनिक स्नानगृह आणि नाट्यशाळाही होती. तिथेच पंचवटीचे ५० हजार नागरिक नेहमी एकत्र जमत असत. संगीत, नृत्य आणि नाट्य या त्यांच्या अंगभूत जीवनशैली होत्या. ते ज्ञानप्राप्तीचे मार्ग नव्हते.

"रहस्य कुठे आहे?" शिवाने अधीरतेने विचारले.

"इथेच आत आहे, नीलकंठ!" गणेशाने पाठशाळेकडे अंगुलिनिर्देश करत म्हटले.

शिवाच्या कपाळावर आठ्या पडल्या. तो विचारमग्न झाला. शाळेत रहस्य? भगवान रुद्राच्या मंदिरात ते रहस्य लपलेले असेल, असे त्याला वाटले होते. एखाद्या आध्यात्मिक केंद्रात ते असेल, असा त्याचा होरा होता. तो त्या इमारतीकडे चालू लागला. त्याच्या पाठोपाठ सगळेच निघाले.

त्या पाठशाळेची रचना पारंपरिक शैलीची होती. मध्यभागी प्रशस्त अंगण होते. त्याच्या दुतर्फा मोठमोठे खांब होते. त्याच्या मागेच काही कक्ष होते. त्यांची प्रवेशद्वारे आतील अध्ययन कक्षात उघडत होती. दूरवर एका टोकाला एक खुला कक्ष होता. ते ग्रंथालय होते. ग्रंथालयाच्या बाजूला दुसरी एक प्रशस्त ओसरी होती. मुख्य इमारतीच्या पलीकडे असलेल्या क्रीडांगणाकडे ती जात होती. क्रीडांगणाच्या दुसऱ्या बाजूला इतर काही सुविधा होत्या. त्यांमध्ये सभागृहे आणि सराव प्रयोगशाळा होत्या.

"कृपा करून शांतता राखा," काली म्हणाली, "अद्यापही अध्ययन कक्षांमध्ये शिष्य अध्ययन करत आहेत. आपण फक्त एकाच अध्ययन कक्षातील अध्ययनात व्यत्यय आणणार आहोत. परंतु इतर कोणत्याही कक्षातील अध्ययनात आपण व्यत्यय आणणार नाही."

"आपण कुठल्याच अध्ययन कक्षातील अध्ययनात व्यत्यय आणणार नाही," शिव म्हणाला. तो ग्रंथालयाकडे गेला. नागांचे रहस्य कदाचित तिथेच सापडेल, असे त्याला वाटत होते. ते रहस्य म्हणजे कदाचित एखादा ग्रंथ असू शकेल?

"प्रभू नीलकंठ," शिवाला मध्येच अडवत गणेश म्हणाला.

शिव थबकला. पडदा लावलेल्या अध्ययन कक्षाकडे त्याने निर्देश केला. शिवाच्या कपाळावर आठ्या पडल्या. तो विचारमग्न झाला. तत्त्वज्ञान उलगडत असलेला एक विलक्षण आवाज त्याच्या कानांवर पडला. पडद्यामागचा तो

आवाज स्फटिकासारखा स्वच्छ होता.

‘‘आजच्या नवीन तत्त्वज्ञानानुसार, प्रत्येक गोष्टीसाठी इच्छांना दूषण दिलं जातं. सर्व यातनांच्या, दुःखांच्या मुळाशी इच्छाच असतात. सर्व विनाशांच्या मुळाशीही या इच्छाच असतात. समजलं?’’

‘‘होय, गुरुजी.’’ एक शिष्य म्हणाला.

‘‘कृपा करून स्पष्ट करा,’’ गुरुजी म्हणाले.

‘‘इच्छांमधून आसक्तीचा जन्म होतो. या विश्वाविषयीची आसक्ती निर्माण होते... आणि मग जेव्हा तुम्हांला हवं असलेलं तुम्हांला मिळू शकत नाही किंवा तुम्हांला नको असलेली गोष्ट तुम्हांला मिळते, त्यावेळी त्यातून दुःखाची निर्मिती होते. त्यामुळे क्रोध निर्माण होतो. आणि त्याच्यातूनच हिंसाचार आणि युद्धांचा उद्रेक होतो. या सर्वांची परिणती अखेरीस विनाशात होते.’’

‘‘म्हणूनच जर तुम्हांला विनाश आणि दुःख किंवा यातना टाळायच्या असतील, तर तुम्हांला तुमच्या इच्छांवर नियंत्रण मिळवता आलं पाहिजे. बरोबर आहे?’’ गुरुजींनी विचारले, ‘‘मायेचा त्याग केला पाहिजे, बरोबर?’’

पडद्याच्या दुसऱ्या बाजूला असलेल्या शिवाने मूकपणे संमती दर्शवली.

‘होय.’

‘‘परंतु आपल्या तत्त्वज्ञानाचा एक प्रमुख स्रोत असलेल्या ऋग्वेदात म्हटले आहे की,’’ ते गुरुजी पुढे सांगत होते, ‘‘विश्वाच्या उत्पत्तीच्या प्रारंभी फक्त अंधार होता आणि अनादि अनंत काळापासून असलेला महापूर होता. त्यानंतर त्या अंधाराच्या गर्भातून इच्छेचा जन्म झाला. इच्छा हे सृष्टीचं प्राथमिक बीज होतं. तीच सृष्टीची जन्मदात्री होती आणि तिथूनच प्रजापित्याने सृष्टीची निर्मिती केली. सृष्टीतील प्रत्येक गोष्ट निर्माण केली. त्यामुळे त्या अर्थानं इच्छा हीच सृजनाच्या, सृष्टीच्या मुळाशी आहे.’’

पडद्याच्या त्या बाजूला असलेल्या त्या आवाजामुळे शिव मोहित झाला होता.

‘चांगला मुद्दा आहे.’

‘‘मग इच्छा हाच विनाशाचा आणि सृजनाचाही स्रोत कसा काय आहे?’’

शिष्य शांत होते. ते उत्तर शोधत होते.

‘‘याच प्रश्नाचा दुसऱ्या दृष्टिकोनातून विचार करा. जर एखादी गोष्ट निर्माणच झालेली नसेल, तर ती नष्ट करता येईल का?’’

“नाही, गुरुजी.”

“दुसऱ्या बाजूने विचार करता, जी गोष्ट निर्माण झालेली असते, ती कालौघात कधी ना कधी नष्ट झालीच पाहिजे का?”

“होय,” एका शिष्याने उत्तर दिले.

“इच्छेचं हेच उद्दिष्ट असतं. ती सृजनासाठी आणि विनाशासाठीही कार्यरत असते. या प्रवासाचा आरंभ आणि अंतही तीच आहे. इच्छा नसतील तर काहीही उरत नाही.”

शिवाने स्मित केले. *‘या अध्ययन कक्षात नक्कीच वासुदेव पंडित असला पाहिजे.’*

नीलकंठ कालीकडे वळला. “आपण आता ग्रंथालयात जाऊ या. मला ते रहस्य वाचायचं आहे. या पंडितजींना आपण नंतर भेटूया.”

कालीने शिवाला थांबवले. “ते रहस्य म्हणजे कोणतीही वस्तू नसून तो एक पुरुष आहे.”

शिव आश्चर्याने थक्क झाला. त्याचे डोळे आश्चर्याने विस्फारले.

गणेशाने त्या कक्षाच्या पडदा लावलेल्या प्रवेशद्वाराकडे बोट दाखवले. “आणि ते तिथे आत तुमची प्रतीक्षा करत आहेत.”

शिवाने गणेशाकडे बघितले. तो जागच्या जागीच थबकला होता. लोकनायकाने हळुवारपणे पडदा सरकवला.

“गुरुजी, तुमच्या अध्यापनात व्यत्यय आणल्याबद्दल मला कृपया, क्षमा करा. प्रभू नीलकंठ इथे आले आहेत.”

गणेश बाजूला झाला.

शिवाने प्रवेश केला आणि त्याने जे पाहिले त्यामुळे एकदम स्तंभित झाला.

‘हा काय प्रकार आहे!’

आश्चर्यचकित होत तो गणेशाकडे वळला. लोकनायक हळुवारपणे स्मित करत होता. नीलकंठ पुन्हा एकदा त्या गुरुजींकडे वळला.

“माझ्या मित्रा, मी तुझीच प्रतीक्षा करत होतो,” ते गुरुजी म्हणाले. ते स्मित करत होते. त्यांचे डोळे पाणावले होते. “मी तुला सांगितलंच होतं, की मी तुझ्यासाठी कुठेही जाऊ शकतो. जर त्यामुळे तुला साहाय्य होणार असेल, तर मी पाताळलोकातही जाईन, असंही मी तुला म्हणालो होतो.”

शिवाने त्या ओळी पुनःपुन्हा मनात घोळवल्या. ‘राक्षसांची भूमी’ म्हणजेच

'पाताळ लोक' हा संदर्भ त्याला त्यावेळी पूर्णपणे समजला नव्हता. आता मात्र त्या सगळ्याचा अर्थ बरोबर लागला होता.

लांबलचक दाढी कापली गेली होती. त्याऐवजी आता त्यांच्या चेहऱ्यावर एका छोट्याशा रेषेसारख्या मिशा होत्या. आधी काहीशी स्थूल असलेली त्यांची शरीरयष्टी आता नियमित व्यायामाने चांगलीच पीळदार बनली होती. रुंद खांदे आणि रुंद छाती आता डोळ्यांत भरत होती. त्यांच्या ब्राह्मण असण्यावर शिक्कामोर्तब करणारे जानवे आता त्यांच्या नव्यानेच पीळदार बनलेल्या शरीरावर रुळत होते. पूर्वीप्रमाणेच डोक्यावरचे सगळे केस कापून त्याचा तुळतुळीत गोटा केलेला होता. त्यांनी तशीच शेंडीही राखलेली होती. मात्र आता ती शेंडी डोक्यावर थोडी अधिक मागच्या बाजूला होती आणि तिला चांगले तेल लावून विंचरलेले होते. त्या खोल डोळ्यांत तीच प्रसन्नता कायम होती. सुरुवातीला याच प्रसन्नतेने शिवाला त्यांच्याकडे आकृष्ट करून घेतले होते. बऱ्याच काळापूर्वी हरवलेले ते शिवाचे मित्र होते. त्याचा मित्र आता त्याच्या बाहुपाशात होता. त्याचा बंधू.

"बृहस्पती!"

(उर्वरित कथा पुढील भागात)

■■

सूची

अग्नी : आगीची देवता.

अंगरस : नृत्यातील पायांच्या हालचाली किंवा पदन्यास.

अश्वमेध यज्ञ : घोड्याचा बळी असा या शब्दाचा शब्दशः अर्थ आहे. प्राचीन काळी आपल्या सीमा विस्तारण्याची आणि आपली लष्करी सत्ता आणण्याची महत्त्वाकांक्षा बाळगणारे राजे पवित्र घोड्याला सोडून देत असत. तो मुक्तपणे भारतातील राज्यांमध्ये फिरत असे. जर दुसऱ्या एखाद्या राजाने त्या घोड्याला थांबवले किंवा पकडले, तर त्या आव्हान देणाऱ्या राजाविरुद्ध युद्ध पुकारले जात असे. त्यानंतर त्याचा पराभव करून त्याचे राज्य पादाक्रांत केले जात असे. ज्या राज्यात त्या घोड्याने प्रवेश केला असेल, तिथे त्याला अडवले गेले नाही, तर ते राज्य अश्वमेध करणाऱ्या राजाचे मांडलिक बनत असे.

आयुरालय : रुग्णालय.

ब्रंग : आधुनिक पश्चिम बंगाल, आसाम आणि बांगला देश मिळून तयार झालेला प्राचीन भारतातील भूप्रदेश. ब्रह्मपुत्र आणि गंगा या दोन नद्यांच्या नावांनी 'ब्रंग' हे नाव बनले होते.

ब्रंगहृदय : ब्रंग प्रदेशाचे हृदय असा शब्दशः अर्थ. परंतु हे ब्रंगांच्या राजधानीचे नाव होते.

चतुरंग : आधुनिक बुद्धिबळाच्या खेळाचे प्राचीन भारतीय रूप.

चिलीम : भांग ओढण्यासाठी तयार केलेले मातीचे नळकांडे

राजवाड्याच्या चौथऱ्याचे बांधकाम : कित्येक खांब असलेल्या पक्क्या विटांच्या इमारती सिंधु खोऱ्यातील काही ठिकाणी उत्खननात सापडल्या आहेत. सहसा सार्वजनिक स्नानगृहांच्या शेजारी या इमारती असल्याचे आढळले आहे. राजवाड्याच्या चौथऱ्याच्या बांधकामाचे या पुस्तकात केलेले वर्णन हे त्यांच्याशी मिळतेजुळते आहे. बहुधा ती धान्याची कोठारे असावीत, असा अंदाज व्यक्त केला गेला आहे.

दैवी अस्त्र : मोठ्या प्रमाणात संहारासाठी वापरण्यात येणाऱ्या शस्त्रांसाठी प्राचीन हिंदू साहित्यात दैवी अस्त्र हा शब्द वापरला गेला आहे.

दंडकारण्य : अरण्य म्हणजे वन. आधुनिक महाराष्ट्र, आंध्र प्रदेश, कर्नाटक, छत्तीसगड आणि मध्य प्रदेश यांचे काही भाग यांनी मिळून बनलेल्या प्रदेशाचे दंडक हे प्राचीन नाव होते. दंडकारण्य म्हणजे दंडक प्रदेशातील अरण्ये.

धर्म : धर्म या शब्दाचा आजचा शब्दशः अर्थ हिंदू, मुस्लीम यांसारखे विविध धर्म असा होतो. परंतु पारंपरिक हिंदू पद्धतींमध्ये या शब्दाला अधिक गहन अर्थ आहे. या शब्दात पावित्र्य, हक्क, ज्ञान, योग्य जीवनपद्धती, परंपरा, विश्वाची नैसर्गिक पद्धत आणि कर्तव्य अशा अनेक अर्थांच्या छटा समाविष्ट आहेत. विश्वातील सर्व 'चांगल्या' गोष्टींचा समावेश ज्यामध्ये होतो, तो धर्म अशी या शब्दाची व्याख्या आहे.

धर्मयुद्ध : पवित्र युद्ध

हर हर महादेव : शिवभक्तांची ही सामूहिक गर्जना असते. याचा अर्थ आपण सारेच महादेव आहोत, असा असावा असे मला वाटते.

हरियुपा : या शहराला सध्या हराप्पा किंवा हडप्पा म्हणतात. सिंधु संस्कृती किंवा मेलुहातील सर्व शहरांविषयी मी केलेले वर्णनही उत्खननात आढळलेल्या गोष्टींवर आधारित आहे. इतिहासतज्ज्ञ आणि संशोधकांना या उत्खननात आढळलेल्या गोष्टींनी सातत्याने भुरळ घातलेली आहे. या संस्कृतीत पाणी आणि आरोग्य याविषयी प्रचंड जागरूकता होती. इतिहासतज्ज्ञ एम. जेन्सन याने 'पाण्याविषयीची मन व्यापून टाकणारी, थक्क करणारी व्यवस्था' असे या व्यवस्थेचे वर्णन केले आहे. ग्रेगरी पोस्सेलने आपल्या 'इंडियन सिव्हिलायझेशन – अ कॉन्टेम्परररी पर्सपेक्टिव्ह' या पुस्तकातही पाणी व्यवस्थापनाविषयीच्या या यंत्रणेचा गौरवाने उल्लेख केला आहे. 'द इम्मॉरटल्स ऑफ मेलुहा' या पुस्तकात पाण्याविषयीची आसक्ती ही सोमरसामुळे उत्पन्न होणारा विषारी घाम आणि मूत्र धुवून टाकण्यासाठी असल्याचे दाखवले आहे. सिंधुसंस्कृतीतील लोकांच्या उच्च राहणीमानामुळेही इतिहासकार प्रभावित झाले आहेत. संपूर्ण सिंधु खोऱ्यात एकाच आकारच्या आणि प्रकारच्या विटा सापडल्यामुळेही इतिहासतज्ज्ञ चकित झाले आहेत.

जय गुरू विश्वामित्र : गुरू विश्वामित्रांचा विजय असो.

जय गुरू वसिष्ठ : गुरू वसिष्ठांचा विजय असो. फक्त दोनच सूर्यवंशींना दोन्ही गुरू लाभले होते. राम आणि लक्ष्मण हे ते दोघे भाग्यवंत होते.

कर्म : कर्तव्ये आणि कार्ये. या जन्मातील आणि पूर्वजन्मातील व्यक्तीच्या सर्व कृतींचा त्याच्या भविष्यातील नशिबावर परिणाम होतो, असे मानले जाते.

काशी : आधुनिक वाराणशीचे प्राचीन नाव. सर्वोच्च प्रकाश

पसरलेले शहर असा 'काशी' या शब्दाचा शब्दशः अर्थ आहे.

कथक : पारंपरिक भारतीय नृत्याचा एक प्रकार.

महादेव : 'महा' म्हणजे महान आणि 'देव' म्हणजे परमेश्वर. म्हणूनच महादेव म्हणजे सर्वात महान देव किंवा देवांचाही देव. दुष्टांचा संहार करणारे अनेक जण होते, असतील, असे मला वाटते. पण त्यांच्यापैकी काही जणच आपल्या महान कर्मामुळे महादेव बनत असावेत. भगवान रुद्र आणि भगवान शिव यांना 'महादेव' म्हटले जाते.

महेंद्र : जगज्जेता या अर्थाचा प्राचीन भारतीय शब्द.

मनूची कथा : दक्षिण भारत कसा निर्माण झाला, याविषयीचे ऐतिहासिक सत्य ज्यांना अधिक प्रमाणात जाणून घ्यायचे असेल, त्यांनी ग्रॅहम हॅनकॉकचे 'अंडरवर्ल्ड' हे पुस्तक जरूर वाचावे.

मेहरागड : सिंधुसंस्कृतीचे ते मूळचे ठिकाण असावे, असे इतिहासतज्ज्ञांचे म्हणणे आहे. या ठिकाणी हळूहळू स्थलांतर झाल्याचे ऐतिहासिक पुरावे सापडत नाहीत. त्यामुळे इथले लोक स्थलांतरित किंवा निर्वासित म्हणून आलेले असावेत

मेलुहा : पवित्र जीवनाची भूमी. या भूमीवर सूर्यवंशी राजांचे राज्य होते. आधुनिक जगात सिंधुसंस्कृती असा जिचा उल्लेख केला जातो, ती संस्कृती वसलेला हा परिसर होय.

निर्वाण : पुनर्जन्माच्या फेऱ्यांपासून मुक्तता.

ऑक्सिजन/ अँटी ऑक्सिडंट्स सिद्धांत : आधुनिक संशोधन याला पुष्टी देते. ज्या वाचकांना यात अधिक स्वारस्य असेल, त्यांनी 'रॅडिकल प्रपोजल' हा 'सायंटिफिक अमेरिकना'मधील कॅथरिन ब्राऊन यांचा लेख वाचावा.

पितृतुल्य : पित्यासमान व्यक्ती.

प्रहर : प्राचीन काळी हिंदू लोकांनी दिवसाचे प्रत्येकी सहा तासांचे चार भाग पाडले होते. पहिला प्रहर मध्यरात्री बारा वाजता सुरू होत असे.

राजधर्म : शब्दशः विचार केला तर राजाची आपल्या राज्याविषयीची कर्तव्ये. प्राचीन भारतात हा शब्द धर्मनिष्ठा आणि राजाच्या राजकर्तव्यविषयक प्रशासनाशी संबंधित होता.

रंगभूमी : प्राचीन काळी क्रीडा, कला यांच्या कार्यक्रमांचे सादरीकरण; तसेच सार्वजनिक समारंभ या ठिकाणी होत असावेत.

सप्त सिंधू : सिंधू, सरस्वती, यमुना, गंगा, शरयू, ब्रह्मपुत्र आणि नर्मदा या सात नद्या वाहत असलेली भूमी. उत्तर भारताचे हे प्राचीन नाव होय.

स्वद्वीप : व्यक्तींचे बेट. या भूमीवर चंद्रवंशी राजे राज्य करत होते.

स्वाहा : याविषयीची एक दंतकथा सांगितली जाते. अग्नी देवाच्या पत्नीचे नाव स्वाहा होते. त्यामुळे पवित्र अग्नीची पूजा करताना, हवन करताना शिष्यांनी आपल्या पत्नीचे नाव घेतले की अग्नी देव खूश होत असे. 'स्वत्व' अग्नीला अर्पण करणे म्हणजे स्वाहा असेही मानले जाते.

विष्णू : विश्वाचा संरक्षणकर्ता आणि चांगल्याचा संवर्धनकर्ता देव म्हणून ज्यांना आत्यंतिक आदर दिला जात असे, असे हे प्राचीन महान नेते असावेत, असे मला वाटते.

विश्वनाथ : या शब्दाचा शब्दशः अर्थ जगाचा प्रभू असा होतो. सहसा भगवान शिवासाठी हा शब्द वापरला जातो. ज्यावेळी शिव क्रोधित होतो, त्यावेळी त्याला रुद्र असेही म्हटले जाते. शिवावरील तीन पुस्तकांच्या या मालिकेत भगवान रुद्रासाठी मी विश्वनाथ हा शब्द वापरला आहे.

रहस्य नागांचे

अमीशचा जन्म १९७४ मधला. कोलकाता आयआयएम मधून पदवी. कंटाळवाणे बँकिंग सोडून आनंददायी लेखनाकडे वळलेले लेखक.*इम्मॉर्टल्स ऑफ मेलुहा* (शिव त्रयीतील पहिले) या त्यांच्या पहिल्याच पुस्तकाच्या यशामुळे, आर्थिक सेवांमधील चौदा वर्षांची कारकीर्द सोडून लेखनावर लक्ष केंद्रित करण्यासाठी त्यांना उत्तेजन मिळाले. त्यांच्या विशेष आवडीचे विषय आहेत इतिहास, पुराणे आणि तत्त्वज्ञान, जगातील सर्व धर्मांमध्ये सौंदर्य आणि अर्थ यांचा शोध घेणे. अमीशच्या पुस्तकांच्या आजवर ५५ लाखांहून अधिक प्रती विकल्या गेल्या आहेत आणि १९ भाषांमध्ये त्यांचे अनुवाद झाले आहेत.

www.authoramish.com

www.facebook.com/authoramish

www.instagram.com/authoramish

www.twitter.com/authoramish

www.authoramish.com

अमीश यांची इतर पुस्तके

शिवावरील तीन पुस्तकांची मालिका

पुस्तक-1

पुस्तक-3

राम चंद्र श्रृंखला

पुस्तक-1

पुस्तक-2

कादंबरी